"Tôi không thể nói hết về quyển sách *Chín dấu hiệu của một Hội thánh vững mạnh* đã định hình sự hiểu biết của cá nhân tôi về Hội thánh theo Kinh Thánh và Hội thánh địa phương mà tôi đang xây dựng khi lần đầu đọc ấn bản thứ hai của sách. Giữa rất nhiều ý tưởng và phương pháp gây tranh cãi do nhiều quyển sách bán chạy nhất về lĩnh vực mở mang Hội thánh trình bày cho những người làm công tác này, thì quyển sách *Chín dấu hiệu của một Hội thánh vững mạnh* chỉ đơn giản đưa tôi trở lại với Kinh Thánh, xoáy sâu trong lòng tôi những điều mà một Hội thánh theo Kinh Thánh cần phải chu toàn, đồng thời cũng giúp tôi thoát khỏi quan điểm phải định hình hội chúng ở trước mặt mình từ Chúa Nhật này sang Chúa Nhật khác. Xin đừng hiểu lầm. Tôi đã biết tất cả những dấu hiệu này trước đây, nhưng chúng không được kết nối và áp dụng một cách thích hợp. Trên thực tế, chín dấu hiệu này đã bị vấy bẩn bởi nhiều ý tưởng ngoại lai và sự thiếu chủ ý khiến chúng không thể đơm hoa kết trái. Tôi rất vui vì Dever đã cập nhật lại nội dung để suy xét thêm hai dấu hiệu khác cũng bị bỏ quên trong Hội thánh ngày nay, đó là cầu nguyện và truyền giáo. Quyển sách vẫn giữ nguyên chín dấu hiệu. Nếu có ai đang thắc mắc, thì chúng ta nên đọc quyển sách này! Đừng ngại!"

– **Mauro Meister**, Chủ tịch, Trung tâm Andrew Jumper, Brazil; Mục sư quản nhiệm, Hội thánh Trưởng lão Barra Funda; tác giả, *Luật pháp, Ân điển* và *Nguồn gốc của sự thờ hình tượng.*

"Tôi không nhớ ai đã tặng mình quyển sách *Chín dấu hiệu của một Hội thánh vững mạnh* gần hai mươi năm trước, nhưng đó là nguồn tài nguyên đã định hình tôi rất sâu sắc. Tôi quay lại quyển sách thường xuyên khi cố gắng trung tín chăn dắt Hội thánh Village và mở mang nhiều Hội thánh vững mạnh thông qua Mục vụ Acts 29. Một Hội thánh cần có uỷ ban xây dựng Hội thánh mạnh mẽ nếu muốn trung tín hoàn thành sứ mạng mà Chúa giao phó, còn quyển sách này là tài liệu tham khảo căn bản dành cho các mục sư thuộc nhiều hệ phái và các triết lý về mục vụ.

    – **Matt Chandler**, Mục sư trưởng, Hội thánh Village.

"Ngay từ những ngày đầu làm huấn luyện viên bóng đá, người cố vấn bóng đá đã dạy tôi biết cảm giác cấp bách phải làm rõ những gì chúng tôi đang tìm kiếm khi bắt đầu xây dựng các đội vô địch. Tất cả các đội vô địch đều sở hữu những dấu ấn đặc biệt mà chúng tôi mong muốn tái tạo hàng năm. Trong những ngày đầu làm mục sư, Mark Dever đã giúp tôi có được sự rõ ràng trong Kinh Thánh về một Hội thánh địa phương vững mạnh trông như thế nào qua quyển sách *Chín dấu hiệu của một Hội thánh vững mạnh*. Với tư cách là những người lãnh đạo các Hội thánh địa phương, điều quan trọng là chúng ta phải hiểu rõ cách Đấng Christ đang xây dựng Hội thánh của Ngài để có thể trung tín đồng hành với Chúa trong công tác này".

    – **Rocky Seto**, Mục sư quản nhiệm, Hội thánh Báp-tít Evergreen của Thung lũng San Gabriel

"Đây là những lẽ thật kinh điển ở trong Kinh Thánh cho biết Hội thánh phải được xây dựng ra sao, cách Đức Chúa Trời tạo dựng và nuôi dưỡng Hội thánh, cũng như cách các mục sư và tín hữu Hội thánh dự phần vào công tác đó. Quyển sách *Chín dấu hiệu của một Hội thánh vững mạnh* đã giúp tôi, là mục sư trẻ tuổi, nhìn xuyên qua màn sương mù mịt của các mô hình phát triển Hội thánh cho đến cấu trúc thiết yếu của khoa Hội thánh học. Quyển sách này là tài liệu dựa theo Kinh Thánh rõ ràng nhất để nói về Hội thánh mà tôi từng đọc. Quan trọng nhất là khải tượng về Hội thánh ở trong sách tập trung vào Đức Chúa Trời đến mức đặt trách nhiệm to lớn để duy trì và dẫn dắt Hội thánh ở trên vai phải của Ngài".

    – **Samuel D. Ferguson**, Hiệu trưởng, Hội thánh Anh quốc Falls

"Tôi là một nhân sự đầy tham vọng của Hội thánh Capitol Hill khi lần đầu được tặng quyển sách này cách đây 20 năm về trước. Nhìn lại, chính khoảnh khắc này đã hoàn toàn thay đổi đánh giá của tôi về Hội thánh địa phương và thay đổi chức vụ của tôi ở trong Hội thánh tại đó. Những tham vọng cá nhân mà tôi nhắm đến lúc đầu dường như không đáng kể so với khao khát muốn bày tỏ sự vinh hiển của Đức Chúa Trời qua Hội thánh địa phương. Đến nay, sau một thập kỷ phục vụ trong môi trường đa văn hóa của thế giới Ả Rập, sự hiểu biết của tôi về Hội thánh vững mạnh liên tục được hình thành và mài giũa bởi các nguyên tắc ở trong sách này. Độc giả hãy lưu ý: quyển sách này có thể thay đổi hoàn toàn cách chúng ta nhìn nhận về Hội thánh địa phương đang có vẻ rất bình thường".

    – **Jenny Manley**, vợ mục sư, United Arab Emirates; tác giả, *Phần Tốt: Đấng Christ.*

"Cuộc trò chuyện đầu tiên của tôi với Mark Dever là một lần đáng nhớ. Tôi đã hỏi vì sao mình nên cân nhắc tham gia chương trình thực tập viên tại Hội thánh của ông. Mark trả lời: 'Bởi vì đơn giản là có quá nhiều mục sư không biết về Hội thánh'. Câu nói này đã gây ấn tượng với tôi và đã ám ảnh tôi kể từ đó – các mục sư của nhiều Hội thánh không biết hết về Hội thánh mà họ đang quản nhiệm.

Nhưng Mark không chỉ nói suông về vấn đề này, ông đã dành cả đời mình để giúp tìm ra giải pháp. Như thế nào? Từ những quyển sách như thế này, các mục sư và tín hữu Hội thánh đều trở lại với Kinh Thánh để khôi phục sự hiểu biết đúng đắn và thực hành một vài dấu hiệu căn bản nhất mang lại sức sống cho Hội thánh. *Chín dấu hiệu của một Hội thánh vững mạnh* không chỉ là cẩm nang hướng dẫn cách vận hành Hội thánh, mà còn là phương pháp suy luận về Hội thánh. Qua từng trang, Kinh Thánh thực sự được đề cập, cho thấy quyển sách có thẩm quyền và sự đầy đủ, chứ không đơn giản là nói suông. Phúc Âm được truyền đạt và đề cao một cách rõ ràng, không đơn giản chỉ là giả định. Những tiếng nói khác nhau từ quá khứ được đưa vào tham khảo – dù là mục sư người Mỹ gốc Phi tên là Francis Grimké rao giảng, hay là mục sư người Jamaica gốc Phi tên là Moses Hall cầu nguyện – để hướng dẫn cách chúng ta thực hành ngày nay. Tấm lòng chăn bầy được nhìn thấy rõ, cho thấy tình yêu dành cho Đức Chúa Trời và sự vinh hiển của Ngài, cũng như tình yêu dành cho dân sự của Đức Chúa Trời và sự tăng trưởng của họ. Đọc quyển sách này có thể không thay đổi Hội thánh của chúng ta ngay lập tức, nhưng có thể thay đổi chính chúng ta, khiến chúng ta cân nhắc cẩn thận hơn, chu đáo hơn và dựa vào Kinh Thánh để thấy Chúa dùng sự trung tín của chúng ta qua vai trò mục sư hoặc tín hữu để giúp Hội thánh địa phương của mình vững mạnh hơn".

– **Omar Johnson**, Mục sư, Hội thánh Báp-tít Temple Hills, Temple Hills, MD.

"Chín dấu hiệu này vẫn còn rất phù hợp và quan trọng đối với Hội thánh ngày nay. Trong khi sự kết hợp giữa chủ nghĩa thực dụng, truyền thống và ảnh hưởng văn hóa đã hình thành nên phần lớn Cơ

Đốc giáo hiện đại, Dever làm mới lại những lẽ thật căn bản của Kinh Thánh phải thúc đẩy tất cả sự thực hành của chúng ta trong Hội thánh. Mặc dù chín dấu hiệu rất rõ ràng trong Kinh Thánh đến nỗi không độc giả trung thành nào của Kinh Thánh có thể phủ nhận ý nghĩa của chúng, nhưng áp dụng những dấu hiệu ấy vào trong Hội thánh của chúng ta tức là đi ngược lại với văn hóa. Chính vì thế, quyển sách này là nguồn tài liệu vô giá cho bất kỳ mục sư hoặc tín hữu nào muốn nhìn thấy sự vinh hiển của Đức Chúa Trời được bày tỏ cách rõ ràng hơn qua Hội thánh tôn cao Đấng Christ, rao truyền Phúc Âm và đầy dẫy Lời Chúa".

– **Harry Fujiwara**, Mục sư, Hội thánh Báp-tít đầu tiên ở Thành phố New York.

"Thật ngạc nhiên khi sứ đồ Phao-lô mô tả sự nhóm lại của Cơ Đốc nhân tại địa phương là 'Hội thánh của Đức Chúa Trời, mà Ngài đã mua bằng chính huyết mình' (Công vụ 20:28). Điều này làm tăng nguy cơ sự sống, sức khỏe và sứ mạng của Hội thánh bị đe dọa nhiều hơn. Chúng ta đang đối phó với một thân thể được chuộc bằng huyết. Tôi không muốn ý tưởng của loài người. Tôi muốn Lời Chúa dạy về Hội thánh. Tôi hy vọng và tin tưởng vào sự cam kết dựa trên Kinh Thánh của Mark Dever. Ngày hôm nay, có rất ít người suy nghĩ nhiều hơn hoặc tốt hơn về Hội thánh vững mạnh và theo Kinh Thánh phải như thế nào. Tôi cảm ơn Chúa vì quyển sách này và các mục vụ của 9Marks".

– **John Piper**, người sáng lập và giáo sư, desiringGod.org; Hiệu trưởng danh dự, Chủng viện & Đại học Bethlehem; tác giả quyển sách *Khao khát Chúa*.

"Tương lai của Cơ Đốc giáo theo Kinh Thánh ở Tây phương gắn bó chặt chẽ với tương lai của Hội thánh địa phương. Mark Dever biết điều này, còn quyển sách *Chín dấu hiệu của một Hội thánh vững mạnh* là toa thuốc dựa theo Kinh Thánh dành cho người trung tín".

– **Ligon Duncan**, Hiệu trưởng và CEO, Chủng viện Thần học Cải Chánh.

CHÍN DẤU HIỆU CỦA MỘT HỘI THÁNH VỮNG MẠNH

ẤN BẢN THỨ TƯ

MARK DEVER

LỜI TỰA
H. B. CHARLES JR.
CHUYỂN NGỮ
MỤC VỤ TIÊN PHONG

CHÍN DẤU HIỆU CỦA MỘT HỘI THÁNH VỮNG MẠNH

ẤN BẢN THỨ TƯ

MARK DEVER

LỜI TỰA
H. B. CHARLES JR.
CHUYỂN NGỮ
MỤC VỤ TIÊN PHONG

TIÊN
PHONG

MỤC LỤC

LỜI NÓI ĐẦU

H. B. CHARLES JR.

Tôi đang theo thói quen trên đường đến tiệm sách Cơ Đốc yêu thích của mình định kỳ mỗi tháng. Đó là một cửa tiệm lớn có nhiều khu vực. Mỗi lần đến thăm, tôi dạo qua từng khu vực đã tính trước và tìm đến khu *trợ giúp mục vụ / sinh hoạt Hội thánh* trước khi đi về. Đó là một trong những khu vực nhỏ nhất của cửa tiệm. Nhưng tôi dành phần lớn thời gian ở đó, hy vọng tìm được nguồn tài liệu giúp mình dẫn dắt hội chúng mới thành lập.

Một ngày nọ, khi dạo qua khu vực này, tôi chợt thấy một quyển sách: *Chín dấu hiệu của một Hội thánh vững mạnh*. Khi còn là thanh niên và lúc mới làm mục sư, tôi đã rất nóng cháy với những thủ thuật, lý thuyết và kỹ thuật phát triển Hội thánh. Tôi không chỉ đọc tài liệu. Tôi đã áp dụng những ý tưởng mới lạ ở trên hội chúng, nhưng họ càng trở nên cay đắng. Khi chăm chỉ đọc hết sách này đến sách khác, tôi đã thử hết ý tưởng này đến ý tưởng kia mà không thành công. Ba bước để . . . năm chìa khóa để . . . bảy cách để . . .

Bây giờ lại có người trình bày đến chín dấu hiệu nữa kìa!

"Lại nữa rồi", tôi nghĩ ngợi khi lấy quyển sách ra mà thật tình chẳng muốn đụng đến. Đọc lướt qua phần mục lục, tôi còn sốc hơn khi nhìn vào tiêu đề. Dấu hiệu đầu tiên của một Hội thánh vững mạnh là *giảng giải Kinh*! Dấu hiệu thứ hai là *giáo lý Phúc Âm*! Quyển sách này không giống với mấy sách phát triển Hội thánh mà tôi đã đọc.

Mục vụ *9Marks* đã cung ứng một la bàn theo Kinh Thánh cho những năm rất quan trọng ở trong vai trò làm mục sư của tôi. Họ khiến tôi phải đối mặt với sự thật căn bản nhưng rất hiển nhiên: Đức Chúa Jêsus Christ là đầu của Hội thánh. Lời của Đức Chúa Trời là phán quyết trong Hội thánh địa phương – chứ không phải khải tượng của mục sư, truyền thống từ hội chúng, các mục tiêu theo thống kê, các chương trình của mục vụ hoặc sở thích của người đi nhóm. Hội thánh không phải là một doanh nghiệp, các mục sư không phải là giám đốc điều hành, còn mục vụ không phải là mô hình nhượng quyền thương mại.

Giống như rất nhiều mục sư khác, tôi đã nhận được rất nhiều lợi ích từ việc đọc đi đọc lại tài liệu nghiên cứu thực tế về Hội thánh trong Kinh Thánh – và đọc lại quyển sách này cùng với những lãnh đạo Hội thánh khác nữa. Quyển sách đã trở thành một công cụ rất hữu ích cho Hội thánh khi cung ứng rộng rãi các tài liệu để giúp mục sư, nhân sự và các lãnh đạo để tư tưởng theo Kinh Thánh về Hội thánh địa phương. Tôi đã ngấu nghiến các tài liệu của 9Marks trong nhiều năm, khi Chúa ban cho tôi có được tình bạn cá nhân với Mark Dever. Quen biết ông khiến tôi càng đánh giá cao quyển sách *Chín dấu hiệu của một Hội thánh vững mạnh*. Đây không phải là những ý tưởng ngẫu nhiên được soạn ra để rao bán. Chúng là những niềm tin dựa trên Kinh Thánh của một mục sư yêu mến Đấng Christ, Phúc Âm và Hội thánh. Dever đã trung tín lãnh đạo Hội thánh Báp-tít Capitol Hill ở Washington, DC, trong nhiều thập kỷ. Hội thánh địa phương này, là hiện thân của chín dấu hiệu, đã ảnh hưởng đến một thế hệ các mục sư và Hội thánh làm vinh hiển Đức Chúa Trời bằng cách duy trì sự vững mạnh của Hội thánh theo Kinh Thánh.

Tôi rất vui vì Mark Dever đã nỗ lực cung ứng cho chúng ta một bản cập nhật và mở rộng này. Một số tài liệu trong ấn bản mới này đã được sắp xếp lại. Các chương mới đã được thêm vào là truyền giáo và cầu nguyện. Nhưng đừng lo lắng, quyển sách này vẫn là người bạn đáng tin cậy mà chúng ta đã rất yêu mến trong nhiều năm qua. Nếu đây là lần đầu tiên chúng ta đọc tài liệu này, hãy chuẩn bị gặp một người bạn mới, quyển sách này sẽ là nguồn tài nguyên hữu ích cho nhiều năm sắp tới. Hãy đọc quyển sách này. Hãy thực hành những nguyên tắc sẽ đưa chúng ta quay trở lại với những căn bản của mục vụ Cơ Đốc. Hãy chia sẻ quyển sách với bạn đồng lao. Hãy cầu nguyện xin Chúa vực dậy các Hội thánh trong giai đoạn khó khăn này để hết lòng tận hiến cho Đức Chúa Jêsus Christ, sống với Lời Chúa, công bố Phúc Âm, trở thành cộng đồng chân chính và Hội thánh vững mạnh.

LỜI NÓI ĐẦU CHO LẦN XUẤT BẢN THỨ TƯ

2021

Đã có quá nhiều thay đổi kể từ lần đầu tiên tôi rao giảng sứ điệp này vào những năm 1990, nhưng vẫn còn quá nhiều điều không thể thay đổi. Có lẽ đó chỉ là khuynh hướng cá nhân của tôi, nhưng điều đó vẫn giữ nguyên khiến tôi thấy chúng quan trọng hơn nhiều so với những thay đổi quan trọng nhất mà chúng ta đã thấy. Điều không thay đổi là những gì Kinh Thánh nói về một Hội thánh vững mạnh.

Tôi đi khắp đất nước – thỉnh thoảng đi ra nước ngoài – nói chuyện với các mục sư và Cơ Đốc nhân về những đặc điểm của Hội thánh vững mạnh và lành mạnh ở địa phương. Nhưng cách đây một thời gian, tôi đã nhận ra là dẫu có một hoặc hai áp dụng về chủ đề này trong các buổi giảng luận của mình, thì tôi vẫn chưa đề cập đến vấn đề này trong bài giảng tại Hội thánh Báp-tít Capitol Hill (CHBC) từ những năm 1990!

Khi tôi nói đến việc giảng luận vài chủ đề tương tự một lần nữa, bạn bè thúc giục tôi nói về đề tài cầu nguyện và truyền giáo nhiều hơn. Không phải họ tưởng rằng tôi có những quan điểm thần học mới lạ nào đó cần phải chia sẻ đâu, mà họ nghĩ rằng sự thực hành ở trong Hội thánh của chúng tôi sẽ mang lại sự hữu ích và sự khích lệ cho các Hội thánh khác.

Chính vì thế, tôi quyết định kết hợp một vài sứ điệp. Nhiều thập kỷ tổ chức hội thảo về *Chín dấu hiệu của một Hội thánh vững mạnh* đã khiến tôi nghĩ đến một vài điều có thể được giải quyết tốt hơn bằng cách này. Thế là, tôi đã kết hợp các sứ điệp về thần học Thánh Kinh và Phúc Âm. Sứ điệp ấy bây giờ được gọi là "Giáo lý Phúc Âm" (chương 2) trong ấn bản này. Vì những câu hỏi mà tôi nhận được về sự cải đạo và công tác truyền giảng liên quan với nhau nên tôi đã kết hợp hai sứ điệp này lại. Bây giờ, cả hai nằm gọn thành một chương duy nhất là: "Thấu hiểu sự cải đạo và công tác truyền giảng theo Kinh Thánh" (chương 3). Điều này cũng cho phép tôi dùng hai sứ điệp từ loạt bài giảng vào tháng 11 năm 2015 để soạn thành hai chương mới là: "Thấu hiểu và thực hành sự cầu nguyện theo Kinh Thánh" (chương 8) và "Thấu hiểu và thực hành công tác truyền giáo theo Kinh Thánh" (chương 9).

Tất nhiên, tôi chưa bao giờ tuyên bố đây là những dấu hiệu vững mạnh mà Hội thánh cần phải có; chúng chỉ đơn giản là những dấu hiệu về sức khỏe cần được chú ý trong nhiều Hội thánh ngày nay mà thôi. Nhiều năm qua, độc giả thân mến có thể đã thấy những dấu hiệu khác cần được xem xét và bênh vực. Có lẽ thần học của chúng ta cần phải được xây dựng theo Kinh Thánh nhiều hơn. Hoặc có thể sự thực hành của chúng tôi cần phải được cập nhật kịp thời hơn nữa. Tôi mong được đọc thêm những góp ý của độc giả về chủ đề quan trọng làm vinh hiển Đức Chúa Trời này. Nhưng, trong ấn bản thứ tư, tôi cho độc giả phiên bản của tôi. Tôi đã xem xét từng chương, bỏ qua vài điều và thêm vài điều. Vài phần được rút ngắn lại, những phần khác được mở rộng thêm. Tất nhiên, có những thay đổi lớn hơn đã được đề cập ở trên.

Nhưng bức tranh căn bản vẫn được giữ nguyên. Trong nhiều năm kể từ khi quyển sách này xuất hiện lần đầu tiên, nhiều sách khác có chung đề tài cũng xuất hiện theo. Ba tựa sách có thể khiến độc giả quan tâm là: quyển sách mà tôi đã viết gọi là *Hội thánh*; quyển sách tôi viết chung với Paul Alexander tựa đề là *Làm thế nào xây dựng Hội thánh vững mạnh*; quyển sách mà tôi đã viết cùng Jamie Dunlop gọi là *Cộng đồng hấp dẫn*. Nếu độc giả thích quyển sách này, thì ba tựa sách ở trên sẽ rất phù hợp để đọc và suy ngẫm.

Caleb Morell là một trợ lý xuất sắc trong việc chuẩn bị những sửa đổi này. Ông làm cho công việc của tôi trở nên nhẹ nhàng hơn rất nhiều. Còn H. B. Charles Jr. đã rất tử tế khi đồng ý viết lời nói đầu mới cho lần xuất bản này. Các bạn ở Crossway luôn là những cộng sự nhân danh tình bạn. Khả năng xuất bản và phân phối sách của họ cho phép những nỗ lực cá nhân của tôi trở thành lợi ích chung. Tất cả sự giúp đỡ của những người khác trong việc đọc, viết, đề xuất những sửa đổi và bổ sung cho quyển sách này như mọi khi, còn bất kỳ sai sót nào mà độc giả nhìn thấy đều là lỗi của tôi.

Một lần nữa, sự vinh hiển thuộc về Đức Chúa Trời trong hết thảy mọi sự.

Mark Dever
Mục sư Hội thánh Báp-tít Capitol Hill, Washington, DC
Chủ tịch, 9Marks.org
Tháng 7 năm 2020

LỜI NÓI ĐẦU CHO LẦN XUẤT BẢN THỨ BA

2013

Rất ít tác giả có cơ hội thứ ba để cố gắng gửi sứ điệp tới độc giả của họ. Khi tôi hoàn thành bản cập nhật này, thì bây giờ tôi sắp kết thúc 20 năm làm mục sư cho một Hội thánh. Lần đầu tôi giảng loạt bài này cho Hội thánh của mình, tôi làm mục sư của họ chưa đầy năm năm. Gia đình tôi còn trẻ. Hội thánh của chúng tôi nhỏ và đã có từ lâu đời. Bây giờ, Hội thánh lớn hơn và trẻ hơn, còn gia đình tôi thì nhỏ hơn và già hơn. Chính từ sự thay đổi này mà tôi lại tiếp tục chủ đề Hội thánh vững mạnh.

Nhân dịp này, tôi rất biết ơn những người bạn tại Crossway. Lane Dennis, Al Fisher và nhiều người khác đã là đồng minh trong mục vụ, ngay cả trước khi họ đề cập với tôi về việc thực hiện quyển sách này lần đầu tiên vào khoảng mười lăm năm trước.

Chín dấu hiệu mà tôi đã nói tới bây giờ lại phù hợp hơn ngày xưa một chút. Nhiều khía cạnh khác của Hội thánh có thể được bàn luận sâu hơn, nhưng tôi vẫn tiếp tục nhấn mạnh vào những đề tài này. Các cuộc trò chuyện với mục sư và lãnh đạo các Hội thánh khác nhau trong nhiều năm gần đây đã không khiến tôi nghĩ khác đi.

Trong ấn bản sửa đổi lần thứ ba này, một số luận điểm đã được thêm vào (thí dụ như giảng giải Kinh, bản chất của Phúc Âm và chủ nghĩa bổ sung), các hình minh họa được cập nhật, các phụ lục được thay đổi và bổ sung. Nhưng cấu trúc cơ bản của quyển sách vẫn giữ nguyên.

Rất nhiều bạn bè đã giúp đỡ tôi trong lần sửa đổi này. Tuy nhiên, ba người mà tôi không thể bỏ qua vì mức độ tập trung của họ dành cho dự án lần này và sự giúp đỡ của họ dành cho tôi là Mike McKinley, Bobby Jamieson và Jaime Owens. Ngoài ra, người vợ yêu dấu của tôi là Connie đã đọc lại toàn bộ quyển sách, đưa ra nhiều nhận xét sâu sắc để cải thiện cả sách.

Cứ mỗi lần có ấn bản mới, thì tất cả sai sót về mặt diễn đạt và đánh giá là do tôi. Còn điều gì tốt đẹp từ quyển sách này đều dâng vinh hiển cho Đức Chúa Trời.

Mark Dever
Mục sư quản nhiệm,
Hội thánh Báp-tít Capitol Hill, Washington, DC,
Tháng 9 năm 2012

LỜI NÓI ĐẦU CHO LẦN XUẤT BẢN THỨ HAI

2004

MƯỜI NĂM CỦA MỤC VỤ 9MARKS

Khi tôi viết lời tựa này cho ấn bản mới của quyển sách *Chín dấu hiệu của một Hội thánh vững mạnh*, tôi cũng sắp kỷ niệm mười năm làm mục sư của một Hội thánh. Đối với vài người đọc câu này thì có cảm giác dài vô tận; còn với những người khác thì tôi chỉ mới bắt đầu. Thành thật mà nói, tôi có cả hai cảm giác trên.

Tôi xin thừa nhận là chăm sóc một Hội thánh thỉnh thoảng vẫn cảm thấy khó khăn. Đã có những giọt nước mắt không phải là giọt lệ vui mừng, mà là thất vọng, buồn phiền, thậm chí còn tệ hơn thế nữa. Người ít hạnh phúc nhất cũng là người ra đi luôn cần rất nhiều thời gian, họ là những người nói nhiều nhất với người khác giống như họ đã đi rồi vậy. Đôi khi điều họ nói chẳng hề gây dựng cũng không khuyến khích. Họ ít nghĩ đến hành động của mình sẽ ảnh hưởng người khác như thế nào – mục sư, gia đình mục sư, những người đã yêu thương và làm việc với họ, Cơ Đốc nhân trẻ đang bối rối, nhiều người khác bị họ nói không tốt. Có những việc tôi đã nỗ lực mà không thành, cũng có nhiều điều tôi rất quan tâm mà chẳng ai làm. Vài kỳ vọng không thành hiện thực, đôi khi còn xảy ra bi kịch nữa. Bản chất của con chiên là đi lạc và bị sói ăn thịt. Tôi đoán nếu không thể đối phó với những vấn đề này, thì tôi nên rút khỏi vị trí chăn bầy cho rồi.

Nhưng thành thật mà nói, phần lớn công tác của tôi cũng rất thú vị! Tôi tạ ơn Chúa vì chính mình cũng có những giọt lệ vui mừng. Nhờ ân điển của Đức Chúa Trời, số người không hài lòng đã rời bỏ Hội thánh giảm xuống rất nhiều so với số người ra đi với những giọt lệ biết ơn và những người mới gia nhập Hội thánh. Chúng tôi biết sự tăng trưởng của hội chúng không quá đột ngột trong một năm, nhưng điều đó làm tôi choáng váng khi nhìn lại. Tôi đã thấy thanh niên được cải đạo rồi bước vào chức vụ. Trong khi viết điều này, có hai người bạn của tôi ngày xưa chưa tin Chúa mà hiện nay đang là nhân sự chăn bầy của chúng tôi. Tôi học Phúc Âm Mác với họ. Nhờ ân điển của Đức Chúa Trời, tôi đã thấy cả hai người biết Chúa, còn bây giờ thì tôi đang ngồi lắng nghe họ giảng Phúc Âm đời đời cho người khác. Mắt tôi ươn ướt ngay cả khi viết xuống mấy dòng này.

Hội thánh nói chung đã phát triển thịnh vượng. Dường như có sự vững mạnh rõ ràng. Những căng thẳng trong các mối quan hệ được giải quyết bằng sự tin kính. Một môi trường môn đồ hóa đã bén rễ. Mọi người từ Hội thánh bước vào chủng viện, hoặc là trở thành giáo viên, kỹ sư, hoặc doanh nhân với quyết tâm cao hơn trong cả công việc và truyền giảng. Chúng tôi đã thấy nhiều cuộc hôn nhân và gia đình trẻ bắt đầu. Chúng tôi đã thấy các loại hình chính trị được dìu dắt bằng thế giới quan mới; Cơ Đốc nhân thuộc mọi tầng lớp xã hội hiểu rõ hơn về Phúc Âm; sự kỷ luật được thực hành để ngăn ngừa ai đó rơi vào sự tự lừa dối mình. Sự đau khổ nhường chỗ cho sự vui mừng. Ân điển của Đức Chúa Trời đối với chúng tôi chỉ gia tăng càng hơn khi chạm trán từng hoàn cảnh cuộc đời.

Khi Lời Đức Chúa Trời được dạy dỗ, hội chúng càng muốn được dạy dỗ tốt hơn. Hội chúng có sự mong đợi rõ rệt. Họ nhóm lại trong sự vui thích. Các thánh đồ lớn tuổi được chăm sóc qua những lúc khó khăn. Sinh nhật lần thứ chín mươi sáu của một người đàn ông thân yêu đã được một nhóm các bạn trẻ trong Hội thánh tổ chức tại McDonald's (nhà hàng yêu thích của ông)! Những cuộc hôn nhân bị tổn thương được giúp đỡ; những người bị tổn thương tìm thấy sự chữa lành của Chúa. Giới trẻ bắt đầu đánh giá cao các bài thánh ca, người lớn tuổi thích hát ca đoàn thật sôi nổi. Hàng giờ đồng hồ không đếm được dùng để xây dựng nhiều người khác một cách thầm lặng. Những lựa chọn can đảm đã được cầu thay, được quyết định và được chúc mừng. Mọi người kết bạn làm quen với nhau xảy ra mỗi ngày. Thanh niên đã dành thời gian với chúng tôi hiện đang làm mục sư cho các Hội thánh ở Kentucky, Michigan, Georgia, Connecticut và Illinois. Họ đang giảng luận ở Hawaii và Iowa. Sự dâng hiến cho công tác truyền giáo đã tăng từ vài nghìn đô la một năm lên vài trăm nghìn đô la một năm. Lòng thương xót của chúng tôi dành cho người hư mất tăng lên. Tôi có thể kể không dứt. Đức Chúa Trời rõ ràng đã rất nhân từ với chúng tôi. Chúng tôi đã biết sự vững mạnh là gì.

SỰ THAY ĐỔI ĐÁNG NGẠC NHIÊN CỦA TÔI

Tôi không dự định làm hết những điều kể trên khi mới đến Hội thánh. Tôi đã không đến với một kế hoạch hoặc chương trình để thực hiện tất cả những điều đó. Tôi đến với tinh thần cam kết với Lời Đức Chúa Trời, cống hiến hết mình để biết, tin và dạy lời của

Ngài. Tôi đã nhìn thấy sự suy sụp của tín hữu chưa được cải đạo trong Hội thánh, tôi đã rất lo, nhưng tôi đã không có một chiến lược cẩn thận để đối phó với nan đề.

Trong sự thần hựu của Đức Chúa Trời, tôi đã hoàn thành luận án tiến sĩ tập trung vào một nhà Thanh Giáo (Richard Sibbes), ông có những bài viết dành cho Cơ Đốc nhân mà tôi rất thích, nhưng mấy lần nhượng bộ của ông dành cho Hội thánh ngày càng trở nên thiếu khôn ngoan đối với tôi. Các Hội thánh ốm yếu gây ra một vài vấn đề cho Cơ Đốc nhân khỏe mạnh nhất; nhưng họ là gánh nặng tàn nhẫn cho sự trưởng thành của Cơ Đốc nhân trẻ tuổi nhất và yếu ớt nhất. Họ giày vò những ai không hiểu rõ Kinh Thánh. Họ làm sai lạc con cái thuộc linh. Họ làm cho người chưa tin Chúa biết rằng vẫn còn một con đường khác để sống, nhưng họ lại phủ nhận điều đó. Các Hội thánh lầm lạc là lực lượng chống đối công tác truyền giáo rất kịch liệt. Tôi vô cùng đau buồn về tội lỗi ở trong đời sống của mình và sự phơi bày tội lỗi của hội chúng trong rất nhiều Hội thánh. Họ biến Chúa Jêsus trở thành kẻ nói dối trong khi Ngài đã hứa ban sự sống dư dật (Giăng 10:10).

Tất cả những điều này trở nên quan trọng hơn trong cuộc sống của tôi vào năm 1994, tôi trở thành mục sư quản nhiệm của hội chúng hiện giờ. Trách nhiệm đè nặng lên tâm trí tôi. Những câu Kinh Thánh như Gia-cơ 3:1 (*"phải chịu xét đoán càng nghiêm hơn"*) và Hê-bơ-rơ 13:17 (*"phải khai trình"*) hiện ra lờ mờ hơn trong tâm trí tôi. Hoàn cảnh đã góp phần nhấn mạnh tầm quan trọng mà Đức Chúa Trời dành cho Hội thánh địa phương. Tôi nhớ đến một câu nói của vị mục sư người Scotland vào thế kỷ 19, cũng là người đào tạo các mục sư, tên là John Brown, ông đã viết trong một lá thư để khuyên bảo người học trò vừa được phong chức quản nhiệm một giáo đoàn nhỏ rằng:

Tôi biết sự hão huyền đang diễn ra trong lòng của em, chắc là em cảm thấy xấu hổ vì hội chúng của mình nhỏ hơn Hội thánh của các anh em ở xung quanh; nhưng hãy ghi nhớ lời khuyên của ông già này: khi em khai trình về hội chúng ở trước mặt Đức Chúa Jêsus Christ, ở trước ngôi phán xét của Ngài, thì em sẽ nghĩ rằng như vậy là quá đủ rồi.[1]

Khi quan sát Hội thánh mà tôi phụ trách, tôi cảm thấy tầm quan trọng của sự khai trình đó ở trước mặt Đức Chúa Trời.

Nhưng cuối cùng, nhờ giảng luận các bài giảng giải Kinh, lần lượt đi qua hết sách này đến sách khác, tất cả sự dạy dỗ của Kinh Thánh về Hội thánh đã đánh động tôi nhiều hơn. Có một điều đã bắt đầu rõ ràng hơn đó là thật khôi hài khi chúng ta tự xưng là Cơ Đốc nhân mà chẳng hề yêu thương nhau. Những bài giảng từ Phúc Âm Giăng và 1 Giăng, các buổi học Kinh Thánh tối thứ Tư để đi qua sách Gia-cơ trong ba năm, những cuộc đối thoại về việc trở thành tín hữu và những giao ước của Hội thánh đều có liên quan với nhau.

Các câu Kinh Thánh đề cập cụm từ *"nhau"* và *"nhau"* bắt đầu trở nên sống động và phơi bày chân lý thần học mà tôi vốn biết là sự thần hựu của Đức Chúa Trời dành cho Hội thánh của Ngài. Khi tôi giảng qua Ê-phê-sô 2-3, tôi thấy rõ ràng Hội thánh là trọng tâm ở trong kế hoạch của Đức Chúa Trời để bày tỏ sự khôn ngoan của Ngài cho các tạo vật ở trên trời. Khi sứ đồ Phao-lô nói với các trưởng lão Ê-phê-sô, ông nói Đức Chúa Trời đã chuộc Hội thánh *"bằng chính huyết mình"* (Công vụ 20:28). Tất nhiên, trên đường

---

1. John Brown, được trích dẫn bởi Alexander Grossart trong *Các tác phẩm của Richard Sibbes*, quyển 1, soạn bởi Alexander Grossart (1862–1864; in lại, Edinburgh: Banner of Truth Trust, 1979), trang 294.

đến thành Đa-mách trước đó, khi kế hoạch bắt bớ Cơ Đốc nhân của Sau-lơ bị ngăn cản, Đấng Christ phục sinh đã không hỏi Sau-lơ tại sao ông bắt bớ Cơ Đốc nhân, hay là Hội thánh; đúng hơn, Đấng Christ đã đồng cảm với Hội thánh của Ngài đến nỗi lời buộc tội mà Ngài đã hỏi Sau-lơ là: *"Sao ngươi bắt bớ ta?"* (Công vụ 9:4). Hội thánh rõ ràng là trọng tâm ở trong kế hoạch đời đời của Đức Chúa Trời, trong sự hy sinh và sự thần hựu của Ngài.

Tôi đã nhận ra rằng Hội thánh địa phương là nơi có thể bày tỏ tình yêu thương nhiều nhất. Hội thánh địa phương là nơi tuyên bố sẽ bày tỏ tình yêu thương cho thiên hạ thấy. Vì vậy, Chúa Jêsus đã dạy các môn đồ của Ngài ở trong Giăng 13:34-35 rằng: *"Ta ban cho các ngươi một điều răn mới, nghĩa là các ngươi phải yêu nhau; như ta đã yêu các ngươi thể nào, thì các ngươi cũng hãy yêu nhau thể ấy. Nếu các ngươi yêu nhau, thì ấy là tại điều đó mà thiên hạ sẽ nhận biết các ngươi là môn đồ ta"*. Tôi đã thấy bạn bè và gia đình xa lánh Đấng Christ vì họ cho rằng Hội thánh này hay Hội thánh kia thật là tồi tệ. Mặt khác, tôi đã thấy bạn bè và gia đình đến với Đấng Christ vì họ đã thấy chính xác tình yêu thương mà Chúa Jêsus đã dạy và sống – tình yêu thương dành cho nhau, tình yêu vị tha mà Chúa đã bày tỏ – họ đã cảm biết được sự hấp dẫn tự nhiên từ tình yêu thương của con người. Vậy, hội chúng – là tập hợp những người của Đức Chúa Trời giống như một đài phát thanh cho Lời Chúa – đã trở thành trọng tâm ở trong sự hiểu biết của tôi về công tác truyền giảng, cũng như chúng ta nên cầu nguyện và lập kế hoạch truyền giảng như thế nào. Hội thánh địa phương là chương trình truyền giảng của Đức Chúa Trời.

Trong mười năm qua, hội chúng cũng đã trở thành trọng tâm ở trong sự hiểu biết của tôi về cách chúng ta nhận ra sự cải đạo thật từ người khác và làm sao chúng ta biết chắc về sự cứu rỗi. Tôi nhớ mình đã bị ấn tượng bởi 1 Giăng 4:20–21 khi chuẩn bị giảng về đề tài này: *"Ví có ai nói rằng: Ta yêu Đức Chúa Trời, mà lại ghét anh em mình, thì là kẻ nói dối; vì kẻ nào chẳng yêu anh em mình thấy, thì không thể yêu Đức Chúa Trời mình chẳng thấy được . . . Ai yêu Đức Chúa Trời, thì cũng phải yêu anh em mình"*. Gia-cơ 1 và 2 có cùng sứ điệp này. Đây là tình yêu thương bắt buộc.

Gần đây hơn, tính trọng tâm của hội chúng đã khiến tôi suy nghĩ về sự kỷ luật của hội chúng tại địa phương – cả về hình thức và cách sửa phạt. Chúng tôi đã có một số trường hợp đau đớn, một số trường hợp phục hồi rất tuyệt vời; hết thảy chúng tôi vẫn còn trong tiến trình thay đổi. Nhưng rõ ràng là nếu chúng ta phải lệ thuộc vào nhau trong Hội thánh thì sự kỷ luật phải là một phần trong tiến trình môn đồ hóa. Nếu Tân Ước có sự kỷ luật nào, thì chúng ta phải biết và người khác cũng biết nữa, còn chúng ta phải cam kết với nhau. Chúng ta cũng phải tin tưởng vào thẩm quyền. Tất cả mọi thứ liên quan đến việc tin tưởng vào thẩm quyền ở trong hôn nhân, gia đình và Hội thánh đều được rèn giũa ở cấp độ địa phương. Hiểu sai những vấn đề này rồi bắt đầu có thái độ không thích và phẫn nộ đối với thẩm quyền dường như gần giống với nguyên nhân của sự sa ngã. Ngược lại, hiểu rõ vấn đề này thì lại đến gần với trọng tâm ở trong công tác ân điển của Đức Chúa Trời để thiết lập lại mối liên hệ của Ngài với chúng ta – một mối liên hệ của thẩm quyền và tình yêu thương. Tôi nhận ra rằng mối quan hệ với Hội thánh địa phương là trọng tâm của công tác môn đồ hóa cá nhân. Hội thánh không phải là một tùy chọn bổ sung; đó là hình dáng của việc đi theo Chúa Jêsus. Bấy giờ, tôi mới hiểu ra điều này. Tôi nghĩ mình đang thấy sự vững mạnh mà Chúa muốn chúng ta trải nghiệm trong một Hội thánh.

QUYỂN SÁCH NÀY KHÔNG NÓI VỀ ĐIỀU GÌ

Tôi chỉ xin nói thêm về những điều mà quyển sách này không bàn đến. Hãy để tôi nói ra những thất vọng của chúng ta. Quyển sách này không đề cập rất nhiều thứ. Có nhiều chủ đề mà chúng ta rất yêu thích không được đề cập. Bây giờ đọc lại quyển sách này, những người khác tìm đọc lại quyển sách này sau vài năm cũng vậy, tôi nhận thức rõ hơn nữa về những điều không được đề cập. Bạn bè đã nói với tôi rằng: "Sự cầu nguyện thì sao?" hoặc "Sự thờ phượng đâu?" John Piper hỏi, "Mark, tại sao không nói về công tác truyền giáo?" Tôi thực sự không muốn làm thất vọng những người bạn đã dành thời gian đọc quyển sách này; tôi cũng chắc chắn không muốn John Piper thất vọng! Nhưng quyển sách này không phải là một khoa xây dựng Hội thánh đầy đủ. Chúng tôi đã được cung cấp rất những ý tưởng hay để có "thêm dấu hiệu" mà chúng tôi rất muốn thêm vào. Ấn bản thứ hai có vẻ là thời điểm thích hợp để làm điều này.

Nhưng chúng tôi đã quyết định không làm gì cả. Tôi tiếp tục nghĩ rằng những sai lầm thông thường trong chín vấn đề cụ thể này là nguyên nhân gây ra rất nhiều sai lầm trong các Hội thánh của chúng ta. Đối với tôi, tiếp tục cố gắng tập trung sự chú ý của Cơ Đốc nhân vào những vấn đề cụ thể này là tiết kiệm, chiến lược, trung thành và đơn giản mới đúng. Có thêm công tác truyền giáo, bền đỗ trong sự cầu nguyện, sự thờ phượng tuyệt vời – tôi nghĩ là tất cả sẽ được khuyến khích tốt nhất bằng cách quan tâm tốt hơn đến những vấn đề căn bản này. Không ai tin truyền giáo là nhu cầu nếu họ không được dạy về nhu cầu đó từ Lời Chúa. Không ai ra đi nếu họ không hiểu rõ kế hoạch vĩ đại của Đức Chúa Trời là cứu chuộc một dân tộc cho chính Ngài. Người ta sẽ không truyền giáo tốt nếu họ không hiểu đúng Phúc Âm.

Nếu người ta bắt đầu suy nghĩ cẩn thận hơn về sự cải đạo, thì điều này sẽ tác động lời cầu nguyện của họ. Nếu chúng ta truyền giảng theo Kinh Thánh nhiều hơn, thì chúng ta sẽ thấy mình dành thời gian nhiều hơn để cầu thay cho những người chưa tin Chúa, chúng ta sẽ hiểu rõ hơn vì sao phải cầu nguyện cho người ta được cải đạo. Nếu chúng ta hiểu đúng hơn về việc trở thành tín hữu Hội thánh theo Kinh Thánh, thì chúng ta sẽ thấy thời gian cầu nguyện với hội chúng quan trọng hơn, chúng ta sẽ dự phần tốt hơn, đức tin của chúng ta sẽ được thêm sức, có nhiều thử thách hơn cũng như chúng ta sẽ sắp xếp lại thứ tự ưu tiên của mình.

Nếu chúng ta bắt đầu đánh giá lại tầm quan trọng của sự kỷ luật Hội thánh, thì thời gian thờ phượng với hội chúng của chúng ta sẽ tràn ngập sự kính sợ ân điển của Đức Chúa Trời. Nếu chúng ta thấy mình đang ở trong các Hội thánh ngày càng có nhiều người được môn đồ hóa và tín hữu phát triển về mặt thuộc linh, thì sự vui vẻ và dự phần vào thì giờ ca hát cũng như xưng nhận tội lỗi sẽ tăng lên. Nếu chúng ta nỗ lực ở dưới sự dìu dắt của những người đáp ứng đủ các tiêu chuẩn của Kinh Thánh, thì chúng ta sẽ thấy vui và tự tin hơn để tăng trưởng cùng với nhau, chúng ta sẽ có sự tự do và sự sôi nổi hơn khi gặp nhau, còn sự vâng lời của chúng ta sẽ càng thêm kiên định.

Quyển sách này không phải là bản kiểm kê đầy đủ từng dấu hiệu vững mạnh. Mà quyển sách chỉ liệt kê ra các dấu hiệu quan trọng dẫn tới một trải nghiệm trọn vẹn mà thôi.

MỘT HỘI THÁNH VƯƠN RA

Nếu tôi có thể thêm vào một dấu hiệu nữa, thì dấu hiệu ấy sẽ không phải là truyền giáo, cầu nguyện hay thờ phượng đâu; mà đó sẽ là dấu hiệu bao gồm tất cả những điều này. Tôi nghĩ mình sẽ thêm vào dấu hiệu đó là chúng ta muốn hội chúng của mình vươn ra. Chúng ta phải tập trung hướng thượng – tức là tập chú vào Đức Chúa Trời. Nhưng tôi nghĩ chúng ta cũng phải phản ánh tình yêu thương của Đức Chúa Trời khi quan tâm đến người khác và các hội chúng khác.

Điều này có thể được thể hiện bằng nhiều cách. Tôi mong rằng hội chúng của chúng ta sẽ đón nhận khải tượng truyền giáo toàn cầu và nỗ lực truyền giáo tại địa phương tốt hơn nữa. Nếu chúng ta cam kết hỗ trợ truyền giảng cho một dân tộc chưa được vươn đến ở hải ngoại, thì tại sao chúng ta không làm tốt hơn bằng cách cố gắng tìm kiếm một người từ nhóm dân tộc này đang sống ở trong đô thị của mình? Các công tác truyền giảng của chúng ta không thể kết hợp tốt hơn được hay sao?

Chúng tôi cũng dâng lời cầu nguyện vào mỗi sáng Chúa Nhật cho sự thịnh vượng của Phúc Âm ở nhiều nơi khác và qua các hội chúng tại địa phương khác. Chúng tôi vừa có thêm một nhân sự sẽ giúp mở mang Hội thánh khác. Hội thánh của chúng tôi cũng hỗ trợ Mục vụ 9Marks và thông qua đó làm việc với nhiều Hội thánh khác vì ích lợi của họ. Chúng tôi cũng đón tiếp các khách mời là mục sư, trưởng lão, sinh viên thần học và những lãnh đạo Hội thánh khác vào cuối tuần. Họ thực sự ngồi họp với các trưởng lão, trong các lớp dành cho tín hữu Hội thánh. Chúng tôi tổ chức những lớp học đặc biệt và có nhiều người đến dự tại nhà của chúng tôi để ăn uống và trò chuyện. Chúng tôi có các khóa thực tập dành cho người nào chuẩn bị bước vào vai trò làm mục sư. Chúng tôi có chương trình giảng dạy do chúng tôi viết ra và các buổi trò chuyện do chúng tôi thực hiện. Tất cả những điều này là để gây dựng hội chúng. Trong vai trò mục sư, tôi phải đảm bảo bản thân biết rằng, dưới sự tể trị của Đức Chúa Trời, Hội thánh địa phương có trách nhiệm nuôi dưỡng thế hệ lãnh đạo tiếp theo. Không có trường cao đẳng Kinh Thánh, khóa học hay chủng viện nào có thể làm được điều này. Chính việc nuôi dưỡng các lãnh đạo mới này − ở trong và ngoài nước − phải là một trong những mục tiêu của Hội thánh chúng ta.

Khi nhìn lại, tôi được khích lệ khi thấy công tác của Đức Chúa Trời được làm ra ở tại đây và rất nhiều Hội thánh khác nữa. Tôi đã thấy bằng chứng của sự vững mạnh qua sinh hoạt của hội chúng ở tại đây, họ càng ngày càng có nhiều niềm vui và tôn vinh hiển Đức Chúa Trời.

Một số người không nghĩ rằng hình ảnh về "sự vững mạnh" là một điều tốt. Họ còn nghĩ điều này tôn vinh loài người hoặc thiên về trị liệu nhiều quá. Nhưng khi tôi suy gẫm về điều đó, tôi càng thấy sự vững mạnh là hình ảnh tốt về sự lành mạnh, trọn vẹn, chính xác và đúng đắn. Chúa Jêsus phán về sức khỏe của thân thể là hình ảnh chỉ về tình trạng thuộc linh của chúng ta (xem Ma-thi-ơ 6:22–23 [Lu-ca 11:33–34]; xem Ma-thi-ơ 7:17–18). Chúa phán rằng: "Chẳng phải là người vững mạnh cần thầy thuốc đâu, song là người có bịnh" (Ma-thi-ơ 9:12 [Mác 2:17; Lu-ca 5:31]). Chúa Jêsus khiến thân thể của mọi người được lành mạnh để chỉ về sự khỏe mạnh mà Chúa sẽ ban cho linh hồn của họ (xem Ma-thi-ơ 12:13; 14:35–36; 15:31; Mác 5:34; Lu-ca 7:9–10; 15:27; Giăng 7:23). Các môn đồ trong sách Công vụ đã tiếp tục mục vụ chữa lành tương tự để tôn cao Đấng Christ (Công vụ 3:16; 4:10).

Sứ đồ Phao-lô đã ví Hội thánh là thân thể của Đấng Christ, ông mô tả sự thịnh vượng của Hội thánh bằng những hình ảnh về sự tăng trưởng và vững mạnh. Chẳng hạn, sứ đồ Phao-lô viết rằng: "lấy lòng yêu thương nói ra lẽ chân thật, để trong mọi việc chúng ta đều được thêm lên trong Đấng làm đầu, tức là Đấng Christ. Ấy nhờ Ngài mà cả thân thể ràng buộc vững bền bởi những cái lắt léo, khiến các phần giao thông với nhau, tùy lượng sức mạnh của từng phần, làm cho thân thể lớn lên, và tự gây dựng trong sự yêu thương" (Ê-phê-sô 4:15–16). Sứ đồ Phao-lô đã mô tả tín lý đúng đắn trong Tít 2:1 là đạo "lành". Sứ đồ Giăng đã chào thăm Cơ Đốc nhân bằng cách nói với họ rằng: "Tôi cầu nguyện cho anh được thịnh vượng trong mọi sự, và được khỏe mạnh phần xác anh cũng như đã được thạnh vượng về phần linh hồn anh vậy" (3 Giăng 2).

Những điều này không nói rằng ý muốn của Đức Chúa Trời là con cái của Ngài sẽ có thân thể khỏe mạnh ở trong đời này, mà chỉ đơn giản nói rằng sức khỏe là hình ảnh tự nhiên mà chính Đức Chúa Trời đã cho phép điều gì là phải và đúng đắn. Như tôi đã nói ở trên, một vài Cơ Đốc nhân, vì lo lắng cho một nền văn hóa trị liệu sai lầm, đã ngần ngại sử dụng những hình ảnh như thế. Nhưng việc lạm dụng ngôn ngữ không nên đánh mất đi giá trị sử dụng của ngôn ngữ. Chính sự hiểu biết về sức khỏe như thế – tức là mối liên hệ của sức khỏe với đời sống và sự thịnh vượng; những chuẩn mực khách quan về điều tốt và điều đúng được giả định về sức khỏe; niềm vui liên quan đến sức khỏe; sự chăm sóc sức khỏe – chúng ta có thể dễ dàng nhận thấy sự khôn ngoan ở trong khao khát theo đuổi sức khỏe thuộc linh của linh hồn chúng ta và phục vụ cho các Hội thánh vững mạnh. Đó là lý do đầu tiên để viết ra quyển sách này. Cũng vì mục đích đó mà tôi cầu xin Đức Chúa Trời sẽ dùng quyển sách này ở trong đời sống của chúng ta và đời sống sinh hoạt của Hội thánh chúng ta nữa.

Mark Dever

Washington DC,

Tháng 6 năm 2004

GIỚI THIỆU

Cách đây một thời gian, tác giả và nhà thần học David Wells đã cho biết một số phát hiện thú vị về một cuộc khảo sát được thực hiện trong bảy chủng viện thần học. Có một điều đặc biệt làm tôi ấn tượng: "Các sinh viên này không hài lòng với tình trạng hiện tại của Hội thánh. Họ tin rằng Hội thánh đã đánh mất tầm nhìn và họ muốn nhận được nhiều hơn những gì Hội thánh có thể đáp ứng". Bản thân Wells cũng đồng ý rằng: "Khao khát cũng như nhận định của họ về vấn đề này không có sai. Thật vậy, chẳng có gì sai cho đến khi chúng ta kinh nghiệm được sự bất mãn thánh với mọi thứ, lúc đó chúng ta mới có thể gieo mầm cho sự cải cách. Tất nhiên, chỉ bất mãn không thôi là chưa đủ".[1]

Đúng vậy, bất mãn không thôi vẫn chưa đủ. Chúng ta bất mãn với Hội thánh về mọi phương diện. Mấy cái kệ sách rên rỉ vì sách

---

1. David Wells, *Đức Chúa Trời trong nơi khô cằn: Thực trạng của Chân lý trong Thế giới Mơ mộng Hão huyền* (Grand Rapids, MI: Eerdmans, 1994), trang 213.

quá nặng. Các diễn giả hội nghị sống nhờ vào những căn bệnh của hội chúng cho dù họ có đưa ra bao nhiêu giải pháp khắc phục đi nữa. Các mục sư vui mừng trước những điều sai quấy và kiệt sức một cách bi thảm. Cơ Đốc nhân có sự hoang mang và bấp bênh bị bỏ mặc lang thang như bầy chiên không có người chăn. Nhưng bất mãn không thôi vẫn chưa đủ. Chúng ta cần nhiều hơn thế nữa. Chúng ta cần tích cực khôi phục lại Hội thánh thật. Bản chất và cốt lõi của Hội thánh là gì? Dấu hiệu để nhận biết và phân biệt Hội thánh là gì?

DÀNH CHO CÁC SỬ GIA

Cơ Đốc nhân thường nói về "những dấu hiệu của Hội thánh". Trong quyển sách *Con người với sứ điệp* được xuất bản lần đầu tiên, John Stott đã tóm tắt sự dạy dỗ của Đấng Christ cho các Hội thánh trong sách Khải huyền như sau: "Vậy thì những điều này là dấu hiệu của một Hội thánh lý tưởng – tình yêu thương, sự chịu khổ, sự thánh khiết, tín lý vững chắc, sự chân thật, công tác truyền giảng và sự khiêm nhường. Đây là những điều Đấng Christ tìm kiếm trong Hội thánh của Ngài khi Chúa ở giữa họ".[2]

Nhưng lối nói này có một lịch sử trang trọng hơn, điều này phải được thừa nhận trước khi đi quá sâu vào một quyển sách nói về "Chín dấu hiệu của một Hội thánh vững mạnh".

Cơ Đốc nhân từ lâu đã nói về "những dấu hiệu của Hội thánh". Đây là, cũng như trong phần lớn tư tưởng của Hội thánh, câu hỏi

2. John Stott, *Sứ giả với sứ điệp* (London: Longmans, 1954), trang 163-64. Được tái bản ở Hoa Kỳ với tựa đề là Dẫn nhập Căn bản Tân Ước (Grand Rapids, MI: Eerdmans, 1964).

làm thế nào để phân biệt thật giả để dẫn tới một định nghĩa rõ ràng hơn về sự thật. Đề tài về Hội thánh đã không trở thành chủ đề chính của nhiều cuộc tranh luận về thần học một cách rộng rãi cho đến thời kỳ Cải Chánh. Trước thế kỷ XVI, Hội thánh được giả định nhiều hơn là được bàn luận. Hội thánh được coi là phương tiện của ân điển mà phần còn lại của thần học dựa vào. Thần học Công giáo La Mã sử dụng cụm từ "sự mầu nhiệm về Hội thánh" để ám chỉ chiều sâu thực tế của Hội thánh, là điều không bao giờ biết hết được. Trên thực tế, Hội thánh ở Rome tự tuyên bố là Hội thánh hữu hình thực sự kế vị sứ đồ Phi-e-rơ với tư cách là giám mục của Rome.

Tuy nhiên, đứng trước những phê phán quyết liệt của Martin Luther và nhiều người khác vào thế kỷ 16, cuộc bàn luận về bản chất của Hội thánh đã xảy ra. Một học giả giải thích rằng: "Phong trào Cải Chánh đã làm cho Phúc Âm, chứ không phải tổ chức giáo hội, trở thành bài kiểm tra để nhận diện Hội thánh thật".[3] Calvin đã thắc mắc về tuyên bố của Rome là Hội thánh thật chỉ dựa vào lý do kế vị sứ đồ rằng: "Trong cách tổ chức của Hội thánh, không có gì vô lý hơn việc áp dụng quyền kế vị mà loại trừ sự giảng dạy".[4] Kể từ thời điểm đó, các ghi chú, dấu hiệu, biểu tượng, tiêu chuẩn hoặc dấu hiệu của Hội thánh đã trở thành chủ đề bàn luận vô cùng cần thiết.

Vào năm 1530, Melanchthon đã soạn thảo Tín điều Augsburg, điều thứ 7 tuyên bố rằng: "Hội thánh là một hội chúng được nên thánh, trong đó Phúc Âm được giảng dạy một cách đúng đắn và lễ nghi được thực hiện một cách phải phép. Chính vì sự hiệp một chân chính ở trong Hội thánh, nên chỉ cần thống nhất về niềm tin liên

---

3. Edmund Clowney, *Hội thánh* (Downs Grove, IL: InterVasity, 1995), trang 101.

4. John Calvin, *Những Cột trụ Cơ Đốc giáo*, soạn bởi John T. McNeill, dịch bởi F. L. Battles (Philadelphia: Westminster, 1977), 4.2.3, trang 1045.

quan đến việc giảng dạy Phúc Âm và cách thực hiện các lễ nghi".[5] Trong tác phẩm *Loci Communes* (1543), Melanchthon đã lặp lại ý này: "Các dấu hiệu chỉ ra Hội thánh có Phúc Âm chính thống và thực hành lễ nghi đúng đắn".[6] Kể từ Phong trào Cải Chánh, người Tin lành thường xem xét hai dấu hiệu này – rao giảng Phúc Âm và thực hành lễ nghi đúng đắn – để phân định Hội thánh thật với những kẻ mạo danh.

Năm 1553, Thomas Cranmer đưa ra Bốn mươi hai Điều khoản của Hội thánh tại Anh Quốc. Mặc dù không được ban hành chính thức cho đến cuối thế kỷ này như là một phần ở trong Thỏa thuận Tôn giáo Elizabeth, nhưng các điều khoản trên cho thấy tư tưởng của nhà Cải Chánh vĩ đại người Anh về Hội thánh. Điều 20 chép (như Điều 19 trong Ba mươi chín Điều vẫn còn giữ nguyên) rằng: "Hội thánh hữu hình của Đấng Christ là một hội chúng gồm có những người trung tín, trong đó Lời Chúa được rao giảng và các lễ nghi được cử hành hợp lệ, theo như Đấng Christ truyền dạy về tất cả những điều cần phải làm".[7]

John Calvin đã chỉ ra vấn đề phân biệt Hội thánh thật giả ở trong

---

5. Chúng ta có thể so sánh điều này với những bài viết khác nhau của Luther về các khía cạnh hình thành nên một Hội thánh thật. Thí dụ, hãy xem quyển "Chống lại Hanswurst" của ông, một luận án bảo vệ Cuộc Cải Chánh khỏi các cuộc tấn công của Henry, Công tước xứ Braunschweig/Wolfenbuttel, trong đó Luther đưa ra điều mà ông cho là mười đặc điểm của các Hội thánh "trung thành với các Hội thánh thật ngày xưa". Martin Luther, "Chống lại Hanswurst", trong *Hội thánh và Chức vụ III*, soạn bởi Eric W. Gritsch, quyển 31 trong *Các tác phẩm của Luther, Ấn bản Hoa Kỳ*, soạn bởi Jaroslav Pelikan và Helmut T. Lehmann (Philadelphia: Fortress, 1957), trang 194–98.

6. Philipp Melanchthon, *Loci Communes*, dịch bởi J. A. O. Preus (St. Louis: Concordia, 1992), trang 137.

7. Gerald Bray, biên soạn, *Tài liệu về Cuộc Cải Chánh ở Anh* (Cambridge, UK: James Clarke, 1994), trang 296.

quyển *Dẫn nhập Cơ Đốc giáo* của ông rằng: "Bất cứ nơi nào chúng ta thấy Lời Chúa được rao giảng và được lắng nghe, lễ nghi được thực hiện theo lời của Đấng Christ, thì không cần phải nghi ngờ gì thêm nữa vì đó là Hội thánh của Đức Chúa Trời".[8]

Kể từ đó, dấu hiệu thứ ba của Hội thánh là sự kỷ luật đúng đắn thường được thêm vào, mặc dù người ta thừa nhận rộng rãi rằng điều này được ngụ ý ở trong dấu hiệu thứ hai – tức là các lễ nghi phải được cử hành phải phép.[9] Tín điều Belgic (1561), Điều 29 cho biết rằng:

Những dấu hiệu nhận biết Hội thánh thật là: Phúc Âm được rao giảng; Hội thánh duy trì thực hiện các lễ nghi theo như Đấng Christ truyền dạy; Hội thánh thực hành sự kỷ luật để trừng phạt tội lỗi; nói tóm lại, nếu mọi việc được thực hiện theo Lời Chúa, thì mọi thứ trái ngược đều phải loại bỏ ngay, còn Đức Chúa Jêsus Christ là Đầu duy nhất của Hội thánh.[10]

Edmund Clowney đã tóm tắt những dấu hiệu này là "rao giảng Lời Chúa cách chân thật; tuân giữ các lễ nghi; và trung tín thực hành sự kỷ luật của Hội thánh".[11]

---

8. Calvin, *Những Cột trụ Cơ Đốc giáo*, 4.1.9. Xem thêm 4.1.7.

9. Để biết thí dụ về cách đối xử phổ biến hiện đại, xem Ts. Martyn Lloyd-Jones, *Hội thánh và những điều sau cùng* (Wheaton, IL: Crossway, 1998), trang 13–18.

10. Xem A.C. Cochrane, biên tập, *Tín điều Cải Chánh Thế kỷ 6* (Philadelphia: Westminster, 1966) và *Lời thú tội của người Scotland* (1560), Điều 18: "Việc rao giảng Lời Chúa . . . việc thực hiện đúng đắn các bí tích của Đức Chúa Giêsu Christ . . . . Giáo hội kỷ luật ngay thẳng; phục vụ"; James Bulloch, chuyển ngữ, *Tín điều Scotland 1560* (Edinburgh: St. Andrews College Press, 1993).

11. Clowney, *Church* , 101. Ở trang 99–115, Clowney có một bản tóm tắt hay về các dấu hiệu của Hội thánh được coi là theo Kinh Thánh và lịch sử, cũng như về các câu hỏi gần đây về việc phân biệt Hội thánh với Hội thánh dù.

Chúng ta có thấy trong hai dấu hiệu này – công bố Phúc Âm và tuân giữ lễ nghi – vừa có sự thành lập và gìn giữ Hội thánh, là nguồn chân lý của Đức Chúa Trời và là cái bình đáng chuộng để chứa đựng và bày tỏ lẽ thật. Hội thánh được thành lập nhờ có sự rao giảng Lời Chúa cách phải lẽ; Hội thánh được củng cố và phân biệt nhờ thực hành phép báp-tem và Lễ tiệc thánh một cách đúng đắn. (Giả dụ sự kỷ luật Hội thánh đang được thực hành).

HỘI THÁNH NGÀY NAY PHẢN ÁNH THẾ GIAN

Quyển sách này thật không đủ để nói hết những dấu hiệu của Hội thánh. Tôi chấp nhận cách hiểu truyền thống của người Tin lành về việc Hội thánh thật được phân biệt hoặc có dấu hiệu khác với Hội thánh giả bằng sự rao giảng Lời Chúa cách phải lẽ và thực hành lễ nghi một cách phải phép. Nhưng bên trong tất cả Hội thánh địa phương thật, cũng có vài Hội thánh vững mạnh và không vững mạnh. Quyển sách này mô tả một vài dấu hiệu để phân biệt các Hội thánh vững mạnh với những Hội thánh thật vẫn còn ốm yếu. Do đó, quyển sách này không cố gắng nói hết những gì cần nói về Hội thánh. Nói theo hướng thần học thì quyển sách này không phải là khoa xây dựng Hội thánh. Nói bằng hình ảnh thì quyển sách này là một toa thuốc nhiều hơn là một khóa giải phẫu tổng quát thân thể của Đấng Christ.

Chắc chắn không có Hội thánh nào là hoàn hảo cả. Nhưng, tạ ơn Chúa vì có nhiều Hội thánh không hoàn hảo vẫn vững mạnh. Tuy nhiên, tôi sợ rằng còn nhiều Hội thánh chưa được như vậy – ngay cả trong số những Hội thánh đã khẳng định thần tánh của Đấng Christ và thẩm quyền của Kinh Thánh. Tại sao phải nhắc đến vấn đề này?

Có người nói rằng sự yếu ớt của nhiều Hội thánh ngày nay liên quan đến vấn đề đa văn hóa đã lây nhiễm vào trong Hội thánh.

Vài đối tượng thường bị đổ lỗi nhiều nhất là các chủng viện chuẩn bị người hầu việc Chúa. Richard Muller đã mô tả cách quản lý của những chủng viện mà ông đã thấy như sau:

> Các chủng viện đã phạm tội tạo ra nhiều thế hệ giáo sĩ và giáo sư không biết đến các tài liệu về trách nhiệm thần học và không được trang bị để tranh luận (bênh vực mình) về các nghiên cứu cổ điển chẳng liên quan đến hoạt động thực tế của mục vụ. Kết quả đáng buồn là nhiều nơi đánh mất vị trí trung tâm và khả năng ảnh hưởng lên văn hóa Tây phương của Hội thánh, thay thế một hàng giáo phẩm giàu trí tuệ và văn hóa bằng những người đi làm và các vị giám đốc có thể làm hầu hết mọi việc ngoại trừ thiếu hiểu biết về sứ điệp thần học của Hội thánh ở trong bối cảnh đương đại.[12]

Do đó, quyển sách này là bản kế hoạch để khôi phục lại sự giảng dạy Kinh Thánh và lãnh đạo Hội thánh vào thời điểm đang có quá nhiều hội chúng mòn mỏi trong Cơ Đốc giáo ở trên danh nghĩa, kết quả chỉ toàn là chủ nghĩa thực dụng và sự nhỏ nhen. Mục đích của quá nhiều Hội thánh Tin lành ngày hôm nay đã không còn là tôn vinh Đức Chúa Trời nữa, mà hướng đến sự to lớn, họ tưởng rằng làm mọi cách để gia tăng số lượng sẽ làm vinh hiển Đức Chúa Trời.

Một vấn đề, về mặt thần học và thậm chí là thực tiễn, liên quan đến việc hạ thấp tầm nhìn của chúng ta là kết quả của chủ nghĩa thực dụng tự chuốc lấy thất bại. Chủ nghĩa tân ngoại giáo, thế tục

---

12. Richard A. Muller, *Nghiên cứu Thần học* (Grand Rapids, MI: Zondervan, 1991), trang xiii.

hóa, chủ nghĩa thực dụng và sự thiếu hiểu biết đều là những vấn đề nghiêm trọng mà các Hội thánh ngày nay phải đối mặt. Nhưng tôi tin chắc rằng vấn đề cơ bản nhất nằm ở cách Cơ Đốc nhân quan niệm về Hội thánh của họ. Quá nhiều Hội thánh hiểu sai về ưu tiên mà họ dành cho sự mặc khải về Đức Chúa Trời và cho bản chất của sự tái sinh mà Ngài làm ra ở trong họ. Đánh giá lại những điều này phải nằm trong bất kỳ giải pháp nào muốn giải quyết những vấn đề của Hội thánh ngày nay.

CÁC MÔ HÌNH PHỔ BIẾN CỦA HỘI THÁNH

Bốn mô hình của Hội thánh ngày nay được tìm thấy trong liên hiệp các Hội thánh của tôi (Hiệp hội Báp-tít Nam Phương) và ở nhiều nơi khác nữa. Chúng ta có thể tóm tắt các mô hình này là tự do, Phúc Âm thịnh vượng, thân thiện với mọi người và truyền thống.

Chỉ cần tìm kiếm trong vòng một phút, chúng ta có thể nhận ra mô hình của Hội thánh tự do có F. D. E. Schleiermacher là vị thánh đồ bảo trợ của họ. Trong nỗ lực truyền giảng Phúc Âm thành công, Schleiermacher đã cố gắng tư tưởng lại Phúc Âm theo quan điểm đương thời.

Nhà truyền đạo nổi tiếng Benny Hinn có thể là thí dụ điển hình cho mô hình thứ hai là Hội thánh Phúc Âm thịnh vượng. Trong nỗ lực biến những lời hứa về sự chữa lành thân thể ngang hàng với những lời hứa về sự tha thứ thuộc linh, rồi hiện thực hóa sự ứng nghiệm trong tương lai, các nhà truyền đạo giống như Hinn đã xây dựng rất nhiều Hội thánh xung quanh những điều họ tuyên bố là quyền năng của Đức Chúa Trời được bày tỏ ngay lập tức. Theo mô hình này, tất cả đều nhìn thấy và nhận được ích lợi từ lời hứa về sức khỏe và sự thịnh vượng ngay bây giờ.

Chúng ta có thể thấy mục tiêu tương tự ở trong mô hình Hội thánh thân thiện với mọi người, được nhìn thấy ở trong bài viết và mục vụ của Bill Hybels cũng như các cộng sự của ông tại Willow Creek và nhiều Hội thánh liên kết với họ. Họ đã cố gắng tư tưởng lại về Hội thánh, giống như mô hình Hội thánh tự do, lúc nào cũng nghĩ đến truyền giảng ở trong đầu – đi từ ngoài vào trong với nỗ lực muốn Phúc Âm phù hợp với mọi người.

Vị thánh đồ bảo trợ cho các Hội thánh Tin lành truyền thống có thể nói là Billy Graham quá cố (hoặc có lẽ là một trong các nhà truyền đạo vĩ đại khác của thế hệ hiện tại hoặc trước đó). Một lần nữa, động cơ là đi tìm thành công trong công tác truyền giảng, tập hợp các Hội thánh địa phương lại với nhau. Trên thực tế, Hội thánh Tin lành "truyền thống" ở Hoa Kỳ rất giống với mô hình Hội thánh thân thiện cho mọi người, chỉ đối với nền văn hóa lâu đời hơn – tức là nền văn hóa của năm mươi hoặc một trăm năm trước. Vậy, thay vì các tiểu phẩm của Hội thánh Willow Creek, thì Hội thánh Báp-tít Women's Trio Đầu tiên được coi là nơi thu hút những người chưa tin Chúa.

Dù có những khác biệt quan trọng về mặt tín lý giữa các loại Hội thánh khác nhau này, nhưng cả bốn Hội thánh đều có những điểm chung quan trọng. Tất cả đều cho rằng mức độ phù hợp và phản hồi rõ ràng là chỉ số chính của thành công. Các mục vụ xã hội của Hội thánh tự do, những phép lạ của Hội thánh Phúc Âm thịnh vượng, âm nhạc của Hội thánh thân thiện với mọi người và các chương trình của Hội thánh truyền thống đều phải hoạt động tốt và hoạt động *ngay* thì mới được xem là phù hợp và thành công. Tùy vào loại Hội thánh, thành công có nghĩa là nhiều người được nuôi dưỡng, nhiều người tham gia hoặc nhiều người được cứu, nhưng dường như các loại Hội thánh nói trên đều muốn kết quả là có một Hội thánh thành công.

Từ quan điểm của Kinh Thánh và góc nhìn của lịch sử, giả định này có vẻ nguy hiểm khôn lường. Theo Kinh Thánh, chúng ta thấy Lời Đức Chúa Trời chứa đầy những hình ảnh về ơn phước trì hoãn. Đức Chúa Trời, vì những mục đích khó hiểu của riêng Ngài, thử thách Gióp và Giô-sép, trên tri Giê-rê-mi và thậm chí cả chính Chúa Jêsus. Những thử thách của Gióp, Giô-sép bị đánh và đem bán, tiên tri Giê-rê-mi bị mắng nhiếc và bỏ tù, Chúa Jêsus bị đóng đinh và khước từ, tất cả đều nhắc chúng ta nhớ rằng Đức Chúa Trời làm mọi việc theo cách mầu nhiệm. Về cơ bản, Chúa kêu gọi chúng ta có mối liên hệ biết tin cậy Ngài hơn là biết hết về Chúa và đường lối của Ngài. Các dụ ngôn của Chúa Jêsus chứa đầy những câu chuyện về Nước Đức Chúa Trời bắt đầu từ những việc rất nhỏ nhưng cuối cùng phát triển thành một điều vô cùng vinh hiển. Theo Kinh Thánh, chúng ta phải biết rằng con mắt của chúng ta hiếm khi đánh giá đúng công tác vĩ đại ở trong mắt của Đức Chúa Trời.

Từ góc nhìn lịch sử, chúng ta phải cố gắng nhớ rằng góc nhìn này có thể sai. Khi một nền văn hóa thấm nhuần Cơ Đốc giáo và kiến thức Kinh Thánh, khi lòng nhân từ của Đức Chúa Trời và thậm chí ân điển diệu kỳ của Ngài được lan tỏa khắp nơi, thì người ta có thể nhận biết ơn phước một cách rõ rệt. Đạo đức theo Kinh Thánh có thể được mọi người đón nhận. Hội thánh có thể được đánh giá cao. Kinh Thánh có thể được dạy ngay cả trong các trường học thế tục. Vào thời kỳ như vậy, sẽ rất khó phân biệt giữa bề ngoài và sự thật.

Nhưng trong thời kỳ Cơ Đốc giáo đang bị từ chối rộng rãi và nhanh chóng, công tác truyền giảng bị coi là khó chịu hoặc thậm chí bị xếp vào hạng tội ác do thù ghét, thì chúng ta thấy mọi chuyện sẽ khác đi ngay. Một mặt, nền văn hóa mà chúng ta cần phải hòa nhập trở nên thù địch với Phúc Âm đến nỗi hòa nhập có nghĩa là đánh mất Phúc Âm. Mặt khác, Cơ Đốc giáo trên danh nghĩa sẽ khó phát triển hơn. Vào thời kỳ như vậy, chúng ta phải quay lại với Kinh Thánh và hình dung lại khái niệm thành công trong mục vụ không nhất thiết phải có kết quả ngay lập tức, nhưng phải hết mực trung thành với Lời của Đức Chúa Trời.

Những giáo sĩ được sai đến các nền văn hóa phi Cơ Đốc hẳn đã biết điều này. Khi họ đến những nơi chưa có "đồng ruộng đã vàng sẵn cho mùa gặt" mà người ta từ chối Phúc Âm trong nhiều năm và thậm chí là nhiều thập kỷ, họ chắc phải có một động lực khác để tiếp tục. William Carey đã trung tín ở Ấn Độ và Adoniram Judson trung tín ở Burma không phải vì thành công tức thì cho thấy rằng họ phù hợp với văn hóa của địa phương. Họ trung tín vì Đức Thánh Linh ở trong lòng đã thúc giục họ vâng lời và tin cậy. Giới thế tục ở phương Tây của chúng ta cần phải vui lòng khôi phục lại sự trung tín theo Kinh Thánh giống như vậy. Chúng ta phải phục hồi điều này thật cụ thể ở trong đời sống Cơ Đốc của hết thảy chúng ta, trong các Hội thánh của chúng ta nữa.

CẦN: MỘT MÔ HÌNH KHÁC

Chúng ta cần một mô hình mới cho Hội thánh. Trên thực tế, mô hình mà chúng ta cần là mô hình cũ. Mặc dù tôi đang viết một quyển sách về mô hình này, nhưng tôi không chắc nên gọi là gì. Đơn thuần? Từ lịch sử? Theo Kinh Thánh?

Nói một cách đơn giản, chúng ta cần có các Hội thánh biết cách biệt riêng khỏi văn hóa. Chúng ta cần những Hội thánh coi thành công không phải là kết quả thấy được mà là sự bền đỗ trung tín theo

Kinh Thánh.[13] Chúng ta cần các Hội thánh giúp phục hồi những khía cạnh khác biệt của Cơ Đốc giáo với thế gian, là những điều hiệp một chúng ta với nhau.

Những điều sau đây không phải là phác họa đầy đủ về mô hình Hội thánh mới (cũ) mà chỉ là một toa thuốc vào đúng thời điểm mà thôi. Toa thuốc này tập trung vào hai nhu cầu cơ bản trong các Hội thánh của chúng ta đó là: rao giảng sứ điệp và dẫn dắt môn đồ.

RAO GIẢNG SỨ ĐIỆP

Năm dấu hiệu đầu tiên của Hội thánh vững mạnh mà chúng ta sẽ đề cập có liên quan đến việc rao giảng Lời Chúa một cách đúng đắn. *Dấu hiệu Thứ nhất* là về sự giảng luận. Đây là lời biện hộ cho công tác giảng giải Kinh, một suy gẫm về trọng tâm của Lời Đức Chúa Trời.

Tại sao Lời Chúa là trung tâm? Tại sao Lời Chúa là công cụ để tạo ra đức tin? Lời của Đức Chúa Trời có tầm quan trọng và là công cụ thiết yếu bởi vì Lời Chúa bày tỏ đối tượng niềm tin của chúng ta. Lời Chúa đưa ra lời hứa của Đức Chúa Trời dành cho chúng ta – từ các lời hứa riêng lẻ (khắp cả Kinh Thánh) cho đến lời hứa vĩ đại, hy vọng vĩ đại, đối tượng vĩ đại của niềm tin, chính là Đấng Christ. Lời Chúa phơi bày điều chúng ta phải tin.

Sau đó, trong *Dấu hiệu Thứ hai*, chúng ta suy xét khuôn khổ của sứ điệp này: Phúc Âm. Chúng ta phải hiểu chân lý của Đức Chúa Trời là một tổng thể mạch lạc, được tỏ ra cho chúng ta đầu tiên và

---

13. Xem Mark Dever, *"Cần bền đỗ: Sức mạnh để Cải Chánh chậm lại và Cám dỗ Nguy hiểm của Tốc độ"* (bài giảng, Together for the Gospel, Louisville, KY, 2016), http://t4g.org/resources/mark -dever/asl-endurance- needed-strength-slow-reformation-dangerous-allure-speed/.

trước hết là một sự mặc khải về chính Ngài. Những thắc mắc về Đức Chúa Trời là ai và Ngài là Đấng như thế nào không bao giờ bị cho là thiếu liên quan đến các vấn đề thực tế trong sinh hoạt của Hội thánh. Chúng ta sáng suốt như thế nào trong cách hiểu về Phúc Âm, cách chúng ta dạy Phúc Âm và cách chúng ta đào tạo người khác biết về Phúc Âm? Sứ điệp của chúng ta, dù có sùng đạo đến mấy, cũng chỉ là một sứ điệp về sự tự cứu mình, hay là còn điều gì nữa chăng? Có phải Phúc Âm của chúng ta chỉ bao gồm những lẽ thật đạo đức phổ quát cho cuộc sống mỗi ngày của con người, hay Phúc Âm là hành động cứu rỗi đặc biệt, có thật trong lịch sử, một lần đủ cả mà Đức Chúa Trời làm qua Đấng Christ?

Vấn đề này dẫn chúng ta đến việc tiếp nhận sứ điệp, *Dấu hiệu Thứ ba*: thấu hiểu sự cải đạo và công tác truyền giảng theo Kinh Thánh. Một trong những nhiệm vụ đau khổ nhất mà các mục sư phải đối diện là cố gắng khắc phục thiệt hại của những kẻ giả vờ được cải đạo, họ bị một nhà truyền giáo nào đó đảm bảo quá vội vàng và thiếu suy nghĩ rằng họ là Cơ Đốc nhân. Công tác từ thiện ngoài mặt như vậy có thể tạo ra các đợt phấn khích, sự gia nhập và sự quan tâm trong thời gian ngắn, nhưng nếu sự cải đạo ngoài mặt như thế không có sự thay đổi trong đời sống, thì người ta bắt đầu thắc mắc về cách thuyết phục người ta giống như vậy, bởi vì họ đã từng dâng lời cầu nguyện một lần hoặc là thình lình muốn được làm báp-tem, họ đã tìm hiểu đầy đủ tất cả hy vọng mà Đức Chúa Trời dành cho họ trong đời này. Chúng ta có thể sẽ khiến họ nghĩ rằng: "Nếu thất bại, thì Cơ Đốc giáo không còn gì cho tôi nữa. Không còn hy vọng. Không còn sự sống. Tôi đã thử và không thành công". Chúng ta cần Hội thánh hiểu và dạy những điều Kinh Thánh nói về sự cải đạo.

Điều này có nghĩa là chúng ta phải tra xem lại công tác truyền giảng của mình. Trong quá trình truyền giảng, nếu chúng ta ngụ ý rằng trở thành Cơ Đốc nhân là việc làm của chúng ta, thì chúng ta đã hiểu sai trầm trọng về Phúc Âm và sự cải đạo. Trong công tác truyền giảng, chúng ta phải cộng tác với Đức Thánh Linh, trình bày Phúc Âm nhưng phải nhờ cậy Đức Thánh Linh là Đấng cáo trách, thuyết phục và cải đạo. Hội thánh hoặc công tác truyền giáo của chúng ta có thực hiện đúng với lẽ thật vĩ đại này không?

DẪN DẮT MÔN ĐỒ

Vấn đề khác trong các Hội thánh ngày nay liên quan đến việc quản lý đúng đắn những giới hạn và các dấu hiệu nhận dạng Cơ Đốc nhân. Nói một cách tổng quát hơn thì chúng ta có vấn đề trong việc dẫn dắt môn đồ.

Đầu tiên, trong *Dấu hiệu Thứ tư*, chúng ta đưa ra thắc mắc về toàn bộ khuôn khổ của công tác môn đồ hóa: thấu hiểu vai trò tín hữu Hội thánh theo Kinh Thánh. Trong thế kỷ vừa qua, Cơ Đốc nhân gần như phớt lờ sự dạy dỗ của Kinh Thánh về vấn đề cả hội chúng tin theo Đấng Christ. Các Hội thánh của chúng ta tràn ngập chủ nghĩa tự ái tập chú vào cái tôi, chủ nghĩa cá nhân siêu phàm được che đậy bằng đủ mọi thứ, từ "quà tặng tồn kho" đến "các Hội thánh mục tiêu" mà "không dành cho tất cả mọi người". Khi đọc 1 Giăng hoặc Phúc Âm Giăng, chúng ta thấy Chúa Jêsus không hề muốn chúng ta trở thành Cơ Đốc nhân đơn độc, còn tình yêu thương mà chúng ta dành cho người nào không giống mình mới cho thấy chúng ta có thực sự yêu Chúa hay không.

Rất nhiều Hội thánh ngày nay gặp vấn đề với định nghĩa cơ bản về việc trở thành môn đồ. Thế nên, trong *Dấu hiệu Thứ năm*, chúng ta khám phá một hiểu biết theo Kinh Thánh về sự kỷ luật của Hội thánh. Có hành vi nào các Hội thánh không nên dung thứ không? Có sự dạy dỗ nào trong Hội thánh của chúng ta "vượt xa giới hạn" không? Các Hội thánh của chúng ta có thể hiện sự quan tâm đến những vấn đề khác hơn là làm sao để tồn tại và mở rộng cơ sở của mình không? Chúng ta có hiểu rằng mình đang nhân danh Đức Chúa Trời và đời sống của chúng ta có thể tôn vinh Chúa hoặc sỉ nhục Ngài không? Chúng ta cần các Hội thánh khôi phục lại sự thực hành kỷ luật trong Hội thánh một cách yêu thương, thường xuyên và khôn ngoan.

Trong *Dấu hiệu Thứ sáu*, chúng ta xét đến công tác môn đồ hóa và sự tăng trưởng của Cơ Đốc nhân. Công tác truyền giảng không kết quả thành công tác môn đồ hóa thì không chỉ chưa hoàn thành công tác truyền giảng, mà còn hiểu sai về công tác truyền giảng nữa. Giải pháp không phải là chúng ta cần truyền giảng nhiều hơn mà là chúng ta cần làm khác đi. Chúng ta không chỉ nhắc nhở mọi người đến nhóm lại với Hội thánh sau khi đã tiếp nhận Chúa; mà chúng ta cần cho họ biết rằng họ nên đếm giá phải trả trước khi cầu nguyện tiếp nhận Chúa nữa kìa!

Dấu hiệu Thứ bảy tập trung vào nhu cầu khôi phục lại sự hiểu biết theo Kinh Thánh về vai trò lãnh đạo trong Hội thánh. Vai trò lãnh đạo trong Hội thánh không nên dành cho người nào có khả năng hoặc địa vị thế tục, người thân trong gia đình, hoặc là cho người nào đã phục vụ lâu năm trong Hội thánh. Vai trò lãnh đạo trong Hội thánh đáng lý dành cho người nào có khả năng thúc đẩy đời sống của hội chúng và có được điều này ở trong đời sống của mình: công tác gây dựng và nên thánh của Đức Thánh Linh.

Dấu hiệu Thứ tám tra xét đời sống cầu nguyện của Hội thánh. Cách chúng ta cầu nguyện cho thấy chúng ta hiểu sự cầu nguyện là gì. Sự cầu nguyện phản ánh niềm tin của chúng ta về quyền tể trị của Đức Chúa Trời và trách nhiệm của mình. Sự cầu nguyện ảnh hưởng đến cách chúng ta đối diện với thử thách và cách chúng ta quan tâm lẫn nhau. Khi suy xét cách chúng ta cầu nguyện trong giờ nhóm tại Hội thánh địa phương, chúng ta phơi bày điều quan trọng nhất về hội chúng của chúng ta.

Cuối cùng, *Dấu hiệu Thứ chín* tập trung vào các mục đích của Đức Chúa Trời ở trên thế giới và vai trò mà Chúa muốn Hội thánh của Ngài góp phần trong việc thực hiện những mục đích đó. Có vài khía cạnh ở trong cuộc sống phơi bày thần học của chúng ta nhiều hơn là trong khi thực hiện công tác truyền giáo. Đức Chúa Trời của chúng ta không phải là một vị thần ở trong làng. Ngài không chỉ quan tâm đến chúng ta và gia đình chúng ta, Ngài không chỉ quan tâm đến thành phố của chúng ta, hay thậm chí là Ngài không chỉ quan tâm đến quốc gia của chúng ta thôi đâu. Đức Chúa Trời có một mục đích to lớn như cả thế giới này (lớn hơn thế nữa!), Ngài muốn Hội thánh dự phần vào đó nhiều hơn nữa – tức là mọi việc từ cầu nguyện cho đến tiền bạc, từ sai phái cho đến ở lại.

Điều cuối cùng và mục đích của tất cả mọi sự là tôn vinh hiển Đức Chúa Trời khi chúng ta giúp người khác biết Ngài. Trong lịch sử, Đức Chúa Trời muốn bày tỏ chính Ngài. Đây là lý do vì sao Ngài giải cứu dân Y-sơ-ra-ên ra khỏi xứ Ê-díp-tô và ra khỏi cuộc lưu đày ở Ba-by-lôn. Nhiều đoạn trong Kinh Thánh đề cập ý muốn của Đức Chúa Trời là bày tỏ chính Ngài (thí dụ: Xuất Ê-díp-tô ký 7:5; Phục truyền 4:34-35; Gióp 37:6-7; Thi thiên 22:21-22; 106:8; Ê-sai 49:22-23 64:4; Ê-xê-chi-ên 20:34-38; 28:25-26; 36:11; 37:6; Giăng 17:26). Chúa đã tạo nên thế giới và đã làm hết mọi việc để ca ngợi chính Ngài. Điều Chúa làm là tốt lành và phải lẽ.

Calvin đã gọi thế giới này là nhà hát huy hoàng của Đức Chúa Trời. Nhiều người khác đã gọi lịch sử là một cuộc điều hành vĩ đại mà đỉnh cao là sự vinh hiển của Đức Chúa Trời. Mark Ross, là mục

sư của Hội thánh Trưởng lão Đầu tiên trong nhiều thập kỷ ở
Columbia, SC, đã nói như sau:

Chúng ta là một trong những bằng chứng tối hậu của Đức Chúa
Trời. Mối quan tâm rất lớn của sứ đồ Phao-lô [trong Ê-phê-sô 4:1-
16] dành cho Hội thánh là Hội thánh phải thể hiện và bày tỏ sự vinh
hiển của Đức Chúa Trời, từ đó làm chứng về đặc tánh của Đức
Chúa Trời nghịch lại mọi lời vu cáo của các quỷ sứ, lời vu cáo nói
rằng Đức Chúa Trời không xứng đáng là lý tưởng sống . . . Đức
Chúa Trời đã giao phó cho Hội thánh sự vinh hiển của danh Ngài.[14]

Mọi người – tức là người lãnh đạo Hội thánh và không phải lãnh
đạo Hội thánh – đều được tạo ra theo ảnh tượng của Đức Chúa Trời.
Chúng ta phải là những hình ảnh sống động về bản chất đạo đức và
đặc tánh công bình của Đức Chúa Trời, chúng ta phải phản chiếu
điều này khắp cả vũ trụ để cho hết thảy đều thấy – đặc biệt là cho sự
hiệp nhất với Đức Chúa Trời qua Đấng Christ. Do đó, đây là điều
Đức Chúa Trời kêu gọi chúng ta và cũng là lý do Ngài kêu gọi
chúng ta hướng tới điều đó nữa. Chúa kêu gọi chúng ta dự phần với
Ngài và với hội chúng, không phải vì vinh quang riêng của chúng ta
mà là vì sự vinh hiển của Ngài.

QUYỂN SÁCH NÀY

Quyển sách này xuất phát từ một loạt bài giảng. Theo lời của một cố
vấn nhà thờ, thì các bài giảng phải thật dễ hiểu, ít trừu tượng, linh
động hơn, ngắn hơn, chứa nhiều câu chuyện về kinh nghiệm cá nhân

14. Mark Ross, ghi chú bài giảng chưa được xuất bản.

của người truyền đạo và cho phép hội chúng được dự phần.[15] Ông ta không phải là người duy nhất đề nghị chúng ta thực hiện một việc nào đó để giảm thiểu tính phiến diện và cách trình bày trần trụi thiên về lý trí vốn là dấu hiệu của rất nhiều bài giảng, đặc biệt là bài giảng giải Kinh. Nhưng tôi xin phép đề nghị rằng sự phiến diện của công tác giảng luận không chỉ không thể trách cứ được mà còn rất quan trọng là đằng khác. Nếu trong công tác giảng luận, chúng ta đứng vào vị trí của Đức Chúa Trời, nhờ cậy Thánh Linh của Ngài ban phát Lời Chúa cho dân sự của Ngài, thì chắc chắn bài giảng sẽ mang tính phiến diện – chứ không nên thiên về ý niệm không được thắc mắc về người truyền đạo; nhưng, trong trường hợp giảng luận, sự đơn nghĩa của Lời Đức Chúa Trời được rao giảng ra như là lời phán truyền cho chúng ta, không phải với hy vọng sẽ gợi lên sự quan tâm và sự dự phần đâu, mà là yêu cầu chúng ta phải đáp ứng. Đây là một đặc điểm phải được gìn giữ. Điều này không có nghĩa là bài giảng phải nhàm chán, khó hiểu hoặc trừu tượng. Tôi hy vọng rằng, qua những bài giảng được soạn thành từng chương này, sẽ có một sự tiếp cận nghiêm túc dành cho những lẽ thật vĩ đại của Kinh Thánh và bối cảnh của ngày hôm nay hầu cho không chỉ chúng ta được phước, mà còn cho Hội thánh của chúng ta nữa. Mong là như vậy.

CÁC TÀI LIỆU KHÁC

- Dành cho nhóm nhỏ: *Xây trên đá: Hội thánh* (2012), của tác giả Bobby Jamieson, một loạt bài học Kinh Thánh theo phương pháp quy nạp kéo dài sáu tuần.

---

15. Bản tóm tắt của tôi từ những bình luận tại một hội nghị ở Wheaton, Maryland, ngày 9 tháng 10 năm 1997.

- Dành cho người chăn bầy: *Cách xây dựng Hội thánh vững mạnh: Hướng dẫn Thực tiễn cho Lãnh đạo có Chủ đích* (2021), của tác giả Mark Dever và Paul Alexander.
- Dành cho tín hữu Hội thánh: *Thế nào là Hội thánh vững mạnh?* (2007), của tác giả Mark Dever.

Tiếp theo

Dấu hiệu 1: Giảng giải Kinh

Vai trò trung tâm của Lời Đức Chúa Trời
Vai trò ban sự sống của Lời Chúa
Vai trò của Lời Chúa trong giảng luận
Vai trò của Lời Chúa trong sự nên thánh
Vai trò của người rao giảng Lời Chúa

DẤU HIỆU 1
GIẢNG GIẢI KINH

Đây là cách tôi đã bắt đầu bài giảng của mình vào sáng Chúa Nhật của tháng Giêng, cách đây vài năm:

Quý vị có khỏe không? Tối qua có ngủ ngon không? Sáng nay có ai gặp khó khăn tìm chỗ đậu xe không? Mấy cánh cửa có được đánh dấu rõ ràng không? Có ai đón tiếp anh chị em khi vào nhà thờ không? Nhà thờ có đẹp và gọn gàng hơn không? Tôi không biết tên của Hội thánh có làm cho chúng ta gặp khó khăn khi quyết định đi nhà thờ hay không? Hoặc có thể đó là một phần lý do tại sao chúng ta quyết định đi nhà thờ.

Khi bước vào, các anh chị em tiếp tân có thân thiện và niềm nở không? Có ai gặp khó khăn với con cái không? Anh chị em nghĩ sao về mấy kính màu? Tôi biết mình đang có một góc nhìn rất đẹp, nhưng chúng rất đẹp có phải không? Có lẽ những điều này có hơi truyền thống một chút đối với chúng ta.

Ghế ngồi của quý vị có thoải mái không? Anh chị em có nhìn thấy hết các hoạt động của tòa giảng từ chỗ ngồi của mình không?

Mọi người có thấy rõ không? Có nghe được không? Nhà thờ có đủ ấm không? Quý vị có thấy thoải mái không?

Bản tin thì sao? Chúng có đẹp, rõ ràng, đơn giản và dễ hiểu không? Ít phức tạp hơn. Có vẻ hơi khô khan. Quý vị có thấy tất cả thông báo ở trên đó không?

Những người đang ngồi xung quanh quý vị thì sao? Quý vị có thích gặp họ khi đi nhóm không? Tôi biết quý vị đang ngại không dám nhìn ai cả, nhưng quý vị biết họ là ai mà phải không. Quý vị nghĩ sao? Họ có bằng tuổi không? Da của họ có giống mình không? Họ có cùng tầng lớp xã hội không? Họ có giống quý vị không?

Thế còn buổi nhóm thì sao? Không có quá nhiều thông báo trong chương trình, phải không? Sáng hôm nay thì không. Lời cầu nguyện có ổn không? Chương trình có thúc giục tấm lòng và tâm trí của quý vị không?

Có phải đọc Kinh Thánh quá nhiều sẽ là bất thường đối với thế hệ ngày nay chăng? Quý vị không thấy điều này thường xuyên đâu.

Tất nhiên là có âm nhạc. Quý vị biết rồi đấy, chúng ta vẫn đang cố gắng tìm ra giải pháp tốt nhất, anh chị em có thể thấy đấy – đương đại hay truyền thống, cổ điển hay hiện đại hơn, nghiêm trang hay thoải mái hơn. Cũng giống như các Hội thánh khác ở Hoa Kỳ sáng nay, chắc chắn có vài người đã nhóm lại với Hội thánh này trước đây đang tìm Hội thánh khác vì họ muốn có trải nghiệm âm nhạc mới hơn. Quý vị biết là cũng còn vài người ở lại với Hội thánh này, một phần là vì họ thích âm nhạc ở đây hơn.

Anh chị em đang làm gì ở đây? Dù quý vị đã đi nhà thờ này năm mươi năm qua hay là mới đi nhóm lần đầu tiên sáng hôm nay – tại sao quý vị đến đây?

Tất nhiên là bây giờ, quý vị biết tiếp theo là gì rồi đấy. Có lẽ chương trình tiếp theo đã bắt đầu rồi: giảng luận! Đối với vài người, chúng ta phải ráng đợi cho đến phần hay ho – có thể là hát thêm một chút, hoặc là gặp gỡ và trò chuyện với mọi người sau giờ nhóm.

Người truyền đạo có một việc khó khăn, phải không? Ông ta phải là người chúng ta cảm thấy gần gũi, dễ nói chuyện, hoặc tin tưởng ở một mức độ nào đó. Nhưng ông cũng phải có vẻ thánh thiện nữa. Nhưng không được quá thiêng liêng. Ông phải là người hiểu biết, nhưng không được biết quá nhiều. Ông cần phải tự tin, nhưng không được quá tự tin. Ông cần phải có lòng thương xót, nhưng không được quá chiều chuộng. Bài giảng của ông cần phải ngon lành, thực tế, thú vị và hấp dẫn, đảm bảo phải ngắn gọn nữa chứ.

Có quá nhiều điều cần phải xem xét khi lựa chọn một Hội thánh có phải không? Anh chị em đã từng cân nhắc mấy điều trên bao giờ chưa? Có quá nhiều điều khác biệt cần phải nghĩ đến, giống như Hoa Kỳ thay đổi nhiều bao nhiêu thì chúng ta phải đánh giá lại Hội thánh bấy nhiêu. Chúng ta phải hỏi bản thân rằng điều gì sẽ xây dựng một Hội thánh vững mạnh.

Trong khi nghiên cứu, tôi đã tìm hiểu hết chồng sách này đến kệ sách khác để trả lời chính xác câu hỏi: Điều gì sẽ xây dựng một Hội thánh vững mạnh? Chúng ta sẽ rất ngạc nhiên khi biết câu trả lời đa dạng đến thế nào. Chúng có phạm vi từ mức độ thân thiện cho đến kế hoạch tài chính, từ nhà vệ sinh sạch sẽ cho đến môi trường xung quanh dễ chịu, từ âm nhạc sôi động cho đến việc đồng cảm đối với khách vãng lai, từ bãi đậu xe rộng rãi cho đến chương trình thiếu nhi vui tươi, từ việc chọn trường Chúa Nhật cho đến phần mềm máy tính phù hợp, từ tiêu chí chung rõ ràng cho đến hội chúng phải đồng đều.

Còn quý vị nghĩ sao? Điều gì sẽ tạo nên một Hội thánh vững mạnh? Nếu quý vị là khách vãng lai ngày hôm nay, đang tìm kiếm một Hội thánh để nhóm lại thường xuyên và để cam kết với Hội thánh ấy, quý vị cần xem xét câu hỏi này. Ngay cả tín hữu của Hội thánh, chúng ta cũng cần suy xét câu hỏi này – chúng ta có thể di chuyển sang chỗ khác nữa. Cho dù chúng ta không muốn di chuyển đi chỗ khác nữa, chúng ta cần biết điều gì sẽ tạo nên một Hội thánh vững mạnh. Nếu chúng ta quyết định ở lại với Hội thánh, góp phần vào công tác xây dựng và định hình Hội thánh, chúng ta không muốn biết mình sắp sửa xây dựng cái gì hay sao? Chúng ta muốn nhắm tới điều gì? Chúng ta muốn Hội thánh trở nên như thế nào? Nền tảng của Hội thánh là gì?

Hãy cẩn thận với câu trả lời của chúng ta. Anh chị em sẽ gặp phải các chuyên gia có thể đưa ra câu trả lời cho mọi việc từ cách sử dụng từ ngữ sao cho không có mùi tôn giáo cho đến những yêu cầu vô hình dành cho tín hữu Hội thánh.

Vậy, anh chị em nghĩ sao? Lớp mẫu giáo thật an ninh, nhà vệ sinh bóng loáng, âm nhạc sôi động, hội chúng dễ nhìn có thực sự là dấu hiệu tăng trưởng và vững mạnh của Hội thánh không? Những điều này sẽ tạo nên Hội thánh vững mạnh chăng?

Thế là tôi bắt đầu loạt bài giảng đã trở thành quyển sách *Chín dấu hiệu của một Hội thánh vững mạnh*. Mục đích của quyển sách này là để đưa ra câu hỏi và trả lời câu hỏi: Một Hội thánh vững mạnh có những dấu hiệu gì?

Tôi đưa ra chín dấu hiệu để phân biệt một Hội thánh vững mạnh. Chúng ta có thể tìm thấy những dấu hiệu này trong phần mục lục. Chín dấu hiệu này không hẳn là tất cả đặc điểm của một Hội thánh vững mạnh. Chúng thậm chí không nhất thiết là những điều quan trọng nhất để nói về một Hội thánh. Thí dụ, tôi chỉ đi qua các đề tài như Lễ báp-tem và Lễ tiệc thánh, mặc dù hai điều này là khía cạnh thiết yếu của một Hội thánh theo Thanh Kinh, do Đấng Christ truyền dạy. Quyển sách này không phải là khoa xây dựng nhà thờ hoàn chỉnh. Quyển sách này chỉ tập trung đề cập các khía cạnh quan trọng của Hội thánh vững mạnh đang rất hiếm hoi giữa vòng rất nhiều Hội thánh ngày nay. Mặc dù, chúng thường bị hiểu lầm, nhưng Lễ báp-tem và Lễ tiệc thánh vẫn còn được thực hành trong hầu hết các Hội thánh; nhưng có nhiều đặc điểm mà chúng ta sẽ đề cập trong sách này *hiện đã* không còn ở trong nhiều Hội thánh nữa rồi.

Tất nhiên, làm gì có Hội thánh nào là hoàn hảo, tôi không hề có ý nói rằng hễ tôi làm mục sư cho Hội thánh nào thì đó là Hội thánh hoàn hảo. Nhưng nói như vậy không có nghĩa là Hội thánh của chúng tôi không thể vững mạnh hơn được nữa. Mục tiêu của tôi là khuyến khích sự vững mạnh như vậy.

GIẢNG GIẢI KINH

Dấu hiệu đầu tiên của một Hội thánh vững mạnh là giảng giải Kinh. Đây không chỉ là dấu hiệu đầu tiên; đây là dấu hiệu quan trọng nhất so với tất cả dấu hiệu còn lại, vì nếu chúng ta làm được điều này, thì những điều còn lại sẽ theo nề nếp. Trong chương này, chúng ta sẽ hiểu các mục sư phải biệt riêng mình để làm gì và hội chúng cần phải yêu cầu mục sư làm gì. Vai trò chính của tôi và vai trò chính của một mục sư là giảng giải Kinh.

Điều này quan trọng đến mức nếu chúng ta phớt lờ và tình cờ làm được tất cả tám dấu hiệu còn lại, thì đó chỉ là tình cờ mà thôi. Lúc này, chúng ta cần phải làm ngay ngắn lại mọi việc. Tám dấu hiệu còn lại sẽ bị méo mó, vì không được nuôi bằng Lời Chúa, không tiếp tục được uốn nắn và có được sức mới. Nhưng nếu chúng ta ưu tiên Lời Chúa, thì chúng ta đã có được một khía cạnh quan trọng nhất trong sinh hoạt của Hội thánh, còn sự tăng trưởng chắc chắn sẽ được đảm bảo vì Đức Chúa Trời đã quyết định hành động bằng Thánh Linh qua Lời Ngài.

Vậy, công tác giảng giải Kinh rất quan trọng này là gì? Điều này đối lập với việc giảng theo chủ đề. Một bài giảng theo chủ đề giống như chương này – có một chủ đề và nói về chủ đề đó, thay vì dùng một đoạn Kinh Thánh cụ thể làm chủ đề. Bài giảng theo chủ đề bắt đầu với một vấn đề cụ thể mà người truyền đạo muốn rao giảng. Chủ đề có thể là cầu nguyện hoặc công lý hoặc nuôi dạy con cái hoặc sự thánh khiết hoặc thậm chí là giảng giải Kinh. Sau khi đã thiết lập chủ đề, người truyền đạo tập hợp nhiều bản văn khác nhau từ nhiều phần trong Kinh Thánh rồi kết hợp những câu chuyện và giai thoại để minh họa. Các tài liệu được kết hợp và thêu dệt xung quanh một chủ đề. Giảng theo chủ đề không được xây dựng xung quanh một phân đoạn Kinh Thánh mà xung quanh một chủ đề hoặc ý tưởng đã được chọn trước.

Một bài giảng theo chủ đề có thể mang tính giải thích. Tôi có thể chọn một đề tài và một phân đoạn Kinh Thánh giải quyết chính xác đề tài đó. Hoặc tôi có thể dùng một vài phân đoạn để chia sẻ cùng một đề tài chẳng hạn. Nhưng đó vẫn là một bài giảng thời sự, bởi vì người truyền đạo biết điều mình muốn nói và chỉ việc tìm kiếm trong Kinh Thánh những thông tin liên quan để nói mà thôi. Thí dụ, khi tôi giảng luận tài liệu này thành một bài giảng, hầu như tôi đã biết điều mình muốn nói rồi. Khi tôi giảng giải Kinh, thì không hề giống như vậy. Khi tôi chuẩn bị bài giảng giải Kinh như mọi khi, tôi thường ngạc nhiên trước những gì tìm được trong phân đoạn mà tôi đang nghiên cứu. Nói chung, tôi không chọn giảng giải Kinh theo loạt bài vì tôi nghĩ Hội thánh cần nghe những chủ đề thật cụ thể. Thay vì thế, tôi cho rằng toàn bộ Kinh Thánh liên quan đến toàn bộ cuộc đời của chúng ta. Tôi tin rằng Đức Chúa Trời có thể hướng dẫn tôi đến một sách cụ thể nào đó trong Kinh Thánh, thường là khi tôi đang nghiên cứu một bản văn và đọc qua bản văn ấy cả tuần trong lúc tĩnh nguyện trước ngày giảng luận, rồi nghiên cứu thật nghiêm túc vào ngày thứ Sáu, tôi luôn tìm thấy những điều rất mới mẻ. Đôi khi, tôi bị kinh ngạc trước một vài chi tiết ở trong phân đoạn và cứ thế trở thành trọng tâm cho bài giảng của mình.

Giảng giải Kinh không đơn giản là bình luận một phân đoạn Kinh Thánh nào đó. Mà giảng giải Kinh là công bố trọng tâm bài giảng là trọng tâm của một phân đoạn Kinh Thánh cụ thể. Chỉ có vậy thôi. Người truyền đạo mở Lời Chúa ra và giãi bày lời ấy cho dân sự của Ngài. Đó không phải là điều tôi đang làm trong chương này, nhưng đó là điều tôi thường làm khi bước lên bục giảng vào ngày Chúa Nhật.[1] Giảng giải Kinh là rao giảng với tinh thần phục vụ Lời Chúa. Giảng giải Kinh là tin vào thẩm quyền của Kinh Thánh – Kinh Thánh là Lời Đức Chúa Trời; nhưng giảng giải Kinh còn chứa đựng nhiều hơn thế nữa. Một cam kết giảng giải Kinh là cam kết lắng nghe Lời Chúa – không chỉ để khẳng định rằng đó là Lời Đức Chúa Trời, mà còn thực sự đầu phục Lời Chúa nữa. Các tiên tri trong Cựu Ước và các sứ đồ trong Tân Ước không được giao cho nhiệm vụ rao giảng theo ý riêng của mình, mà rao giảng một sứ điệp rất cụ thể. Cũng vậy, các truyền đạo Cơ Đốc ngày nay có thẩm quyền chia sẻ từ Đức Chúa Trời miễn là họ rao truyền sứ điệp của Ngài và giãi bày Lời Chúa. Dù người truyền đạo có nói nhiều đến

---

1. Xem quyển *Giảng luận: Thần học gặp thực hành* của Mark Dever và Greg Gilbert (Nashville: B&H, 2012). Đối với những cảnh báo về việc lạm dụng quá nhiều giảng giải Kinh các phân đoạn Kinh Thánh, xem quyển *Archibald G. Brown* của Iain Murray (Carlisle, PA: Banner of Truth, 2011), trang 353–63. Murray muốn đảm bảo rằng sự truyền cảm, sự lôi cuốn, sự cải đạo trong giảng luận không bị thay thế bằng một cam kết cứng rắn vào phong cách giảng bài mang tên "giảng giải Kinh".

mấy, thì họ không hề được giao cho nhiệm vụ giảng sao cũng được. Họ được truyền lịnh phải rao giảng Lời Chúa.

Nhiều mục sư vui vẻ chấp nhận thẩm quyền của Lời Đức Chúa Trời và tuyên bố tin vào tính nhất quán của Kinh Thánh; tuy nhiên, nếu họ không thường xuyên thực hành giảng giải Kinh, thì tôi dám chắc họ sẽ không bao giờ giảng được nhiều hơn những điều mình đã biết đâu. Một truyền đạo có thể dùng một phân đoạn Kinh Thánh để dạy dỗ hội chúng về một đề tài quan trọng, nhưng đó không phải là trọng tâm của phân đoạn ấy. Chúng ta có thể lấy Kinh Thánh ra bây giờ, nhắm mắt lại, mở ra ngẫu nhiên, chỉ ngón tay vào một câu Kinh Thánh, mở mắt ra và đọc câu đó, tâm hồn của chúng ta cảm thấy phước hạnh – nhưng chúng ta vẫn không học được điều Chúa muốn phán qua phân đoạn ấy. Điều quan trọng nhất trong lĩnh vực bất động sản là điều quan trọng nhất để hiểu rõ Kinh Thánh: vị trí, vị trí, vị trí. Chúng ta hiểu một phân đoạn Kinh Thánh nhờ vào vị trí của nó. Chúng ta hiểu bản văn theo bối cảnh đã được thần cảm.

Một truyền đạo nên để Kinh Thánh định hình tâm trí của mình càng ngày càng nhiều hơn. Họ không nên sử dụng Kinh Thánh để bào chữa cho điều mình muốn nói. Khi một người không thường xuyên giảng giải Kinh, thì bài giảng chỉ xu hướng về những đề tài mà người đó quan tâm mà thôi. Kết quả là người truyền đạo và hội chúng chỉ nghe từ Kinh Thánh những điều đã có sẵn trong đầu họ trước khi đến với bản văn. Họ không tiếp thu sự mới mẻ nào cả. Họ không để Kinh Thánh liên tục thách thức đời sống mình.

Khi cam kết giảng giải Kinh một phân đoạn Kinh Thánh theo bối cảnh – nghĩa là rao giảng trọng tâm của sứ điệp là trọng tâm của phân đoạn Kinh Thánh – chúng ta sẽ lắng nghe từ Đức Chúa Trời những điều mà chúng ta không định nghe khi bắt đầu nghiên cứu phân đoạn Kinh Thánh. Đôi khi, Đức Chúa Trời khiến chúng ta thấy kinh ngạc. Từ lúc ăn năn và cải đạo cho đến những điều Đức Thánh Linh dạy chúng ta mới đây, đó không phải là ý nghĩa của việc trở thành Cơ Đốc nhân hay sao? Chúng ta có thấy nhiều lần Chúa thử thách và cáo trách chúng ta về một điều nào đó mà chúng ta không hề nghĩ đến cách đây một năm trước, lúc Chúa bắt đầu phơi bày sự thật ở trong lòng của chúng ta và lẽ thật của Lời Chúa? Giao cho một người trách nhiệm chăm sóc thuộc linh một Hội thánh mà người đó không hề cam kết lắng nghe và dạy dỗ Lời Chúa, chẳng khác gì làm cản trở sự tăng trưởng của Hội thánh, thực chất làm như vậy chỉ đang cho Hội thánh tăng trưởng đến tầm vóc của vị mục sư đó mà thôi. Hội thánh sẽ dần biến hóa theo tư tưởng của vị mục sư này thay vì có tâm trí của Đức Chúa Trời. Còn điều chúng ta muốn, điều Cơ Đốc nhân khao khát, là Lời của Đức Chúa Trời. Chúng ta muốn lắng nghe và nhận biết trong tâm hồn mình những điều Chúa đã phán.

VAI TRÒ TRUNG TÂM CỦA LỜI ĐỨC CHÚA TRỜI

Giảng luận phải luôn (hoặc gần như luôn luôn) là giảng giải Kinh vì Lời Chúa phải là trung tâm của bài giảng, lèo lái bài giảng. Thật ra, các Hội thánh phải lấy Lời Chúa làm trung tâm, làm định hướng. Đức Chúa Trời đã chọn sử dụng Lời Chúa để ban sự sống. Đó là khuôn mẫu mà chúng ta cũng nhìn thấy trong Kinh Thánh và qua lịch sử.

Tôi đã từng dự một sự kiện, cuộc đối thoại đã chuyển hướng sang một quyển sách vừa mới xuất bản. Tôi đã đọc vì tôi phải diễn thuyết về đề tài của quyển sách này. Chủ sự kiện này là một người theo Công giáo La Mã cũng đã đọc quyển sách ấy – vì ông phải viết một lời nhận xét. Tôi đã hỏi ông nghĩ thế nào.

Ông nói rằng: "Ôi, quyển sách hay lắm, ngoại trừ tác giả cứ nói tới nói lui sai lầm cũ của người Tin lành là Kinh Thánh đã tạo nên Hội thánh, trong khi hết thảy chúng ta đều biết rằng Hội thánh đã tạo nên Kinh Thánh". Tôi bị rơi vào tình thế khó xử. Đây là sự kiện của ông và tôi là khách mời. Tôi phải nói gì đây? Tôi thấy tất cả người Tin lành Cải Chánh đang nhìn thẳng vào mình!

Tôi quyết định rằng nếu ông ấy đã cởi mở một cách lịch sự như thế, thì tôi cũng nên thẳng thắn và thành thật. Thế là, tôi đã đi ra và nói rằng: "Thật lố bịch!" Cố gắng tỏ ra khôi hài hết sức có thể, tôi nói tiếp rằng: "Dân sự của Đức Chúa Trời chưa bao giờ tạo ra Lời Chúa. Từ ban đầu, Lời Đức Chúa Trời vẫn luôn tạo ra dân sự của Ngài! Từ Sáng thế ký 1, chính Chúa tạo nên muôn vật, kể cả loài người của Ngài, bằng Lời Chúa; đến Sáng thế ký 12, Chúa gọi Áp-ra-ham ra khỏi U-rơ bằng lời hứa của Ngài; đến Ê-xê-chi-ên 37, Đức Chúa Trời cho Ê-xê-chi-ên thấy một khải tượng để công bố với dân Y-sơ-ra-ên bị lưu đày ở Ba-by-lôn về sự sống lại rất lớn sắp sửa xảy ra cũng bằng Lời của Đức Chúa Trời; đến Lời Chúa được ban phát qua chính Đức Chúa Jêsus Christ, Ngôi Lời đã trở nên xác thịt; đến Rô-ma 10, chúng ta đọc thấy Lời Chúa ban cho chúng ta sự sống thuộc linh – Đức Chúa Trời vẫn luôn tạo ra dân sự của Ngài bằng Lời Chúa. Điều này chưa từng xảy ra ngược lại bao giờ. Dân sự của Đức Chúa Trời chưa bao giờ tạo ra Lời Chúa".

Tôi không nhớ chính xác mọi chuyện đã xảy ra trong phần còn lại của cuộc đối thoại như thế nào, nhưng tôi nhớ sự việc ở trên đây rất rõ vì nhờ đó mà tôi làm rõ Lời Chúa là trung tâm một cách tuyệt đối.

Chúng ta hãy tiếp tục đi sâu vào Kinh Thánh để thấy Lời Chúa là trung tâm ở trong đời sống của chúng ta như thế nào, sau đó sẽ xét đến điều này có ý nghĩa gì đối với bản chất và tầm quan trọng của sự giảng luận ở trong Hội thánh. Tôi muốn tập trung vào bốn điểm: vai trò của Lời Chúa ban sự sống; vai trò của Lời Chúa trong giảng luận; vai trò của Lời Chúa trong sự nên thánh; và tất nhiên là vai trò của người rao giảng Lời Chúa trong Hội thánh.

VAI TRÒ BAN SỰ SỐNG CỦA LỜI CHÚA

Hãy đi từ ban đầu, là chỗ Kinh Thánh bắt đầu. Trong Sáng thế ký 1, chúng ta thấy nhờ Lời Chúa mà Đức Chúa Trời đã tạo nên thế giới và mọi vật sống trong đó. Chúa phán thì mọi thứ liền có. Trong Sáng thế ký 3, chúng ta thấy câu chuyện đau lòng đã xảy ra: sự sa ngã. Chúng ta thấy tổ phụ đầu tiên của loài người đã phạm tội, sau khi họ phạm tội, họ bị đuổi ra khỏi sự hiện diện của Đức Chúa Trời. Họ hoàn toàn không còn thấy Đức Chúa Trời nữa. Nhưng bởi ân điển lớn lao của Ngài, họ không mất hy vọng. Mặc dù họ không còn thấy Đức Chúa Trời bằng mắt trần nữa, nhưng Chúa đã thương xót phán với họ hầu cho họ có thể nghe thấy lời hứa. Trong Sáng thế ký 3:14-15, Đức Chúa Trời đã rủa sả con rắn. Chúa đã cảnh báo hắn rằng dòng dõi của người nữ sẽ đạp đầu hắn. Mấy từ này là hy vọng đầu tiên cho A-đam và Ê-va sau khi họ đã phạm tội.

Trong Sáng thế ký 12, chúng ta thấy nhờ Lời Chúa mà Áp-ra-ham được gọi đi ra khỏi U-rơ thuộc xứ Canh-đê. Lời Chúa hứa, được ký thuật lại trong vài câu đầu tiên của Sáng thế ký 12, có sức mạnh thôi thúc, lời hứa thuyết phục, đã kêu gọi Áp-ra-ham ra khỏi U-rơ để đi theo Đức Chúa Trời. Dân sự của Đức Chúa Trời được hình thành – họ xuất hiện – bằng cách nghe theo lời hứa và đáp ứng lại – bằng cách đi theo lời hứa ấy. Dân sự của Đức Chúa Trời được tạo nên bởi Lời Chúa. Áp-ra-ham không hề thành lập một ủy ban nào để viết ra Lời Chúa. Ông được gọi là tổ phụ của dân sự Đức

Chúa Trời vì Lời Chúa đã đến cùng ông và ông đã tin. Ông đã tin cậy mọi điều Chúa phán. Sau đó, chúng ta đọc thấy cách dòng dõi của Áp-ra-ham đến sống trong Đất Hứa và đi xuống xứ Ê-díp-tô, cuối cùng bị làm nô lệ nhiều thế kỷ. Khi kiếp nô lệ có vẻ như kéo dài đến suốt đời, thì Đức Chúa Trời đã làm gì? Chúa đã sai Lời Chúa đến. Trong Xuất Ê-díp-tô ký 3:4, Đức Chúa Trời phán với Môi-se. Nhìn thấy một bụi gai cháy là một hiện tượng siêu nhiên, nhưng một bụi gai tự cháy không thể nào nói chuyện với Môi-se được. Thậm chí, các học giả uyên bác không đồng ý về hiện tượng bụi gai cháy nữa mà. Chìa khóa là Đức Chúa Trời phán từ bụi gai cháy đó. Chúa đã cho Môi-se biết lời của Ngài. Chúa đã gọi ông bằng Lời Chúa. Lời của Đức Chúa Trời không chỉ đến cùng Môi-se và dòng dõi của ông, mà còn cho cả dân Y-sơ-ra-ên, để kêu gọi họ làm dân sự của Ngài.

Trong Xuất Ê-díp-tô ký 20, chúng ta thấy Đức Chúa Trời ban luật pháp của Ngài cho dân sự, họ đón nhận luật pháp của Ngài nên trở thành dân sự của Ngài. Nhờ Lời Chúa mà dân Y-sơ-ra-ên được trở thành tuyển dân của Đức Chúa Trời.

Tiếp tục ở trong Cựu Ước, chúng ta thấy Lời Chúa vừa đóng vai trò là hạt giống vừa có vai trò soi xét, giống như có người nghe và có người không chịu nghe. Thí dụ, hãy suy xét câu chuyện về Ê-li trong 1 Các-vua 18 chép rằng: "Cách lâu ngày . . . có lời của Đức Giê-hô-va phán dạy Ê-li rằng: Hãy đi, ra mắt A-háp; ta sẽ khiến mưa sa xuống đất" (18:1). Cụm từ "lời của Đức Giê-hô-va phán dạy" hoặc những biểu đạt tương tự xuất hiện hơn 3,800 lần trong Cựu Ước. Lời của Đức Giê-hô-va phán khi Chúa tạo dựng và dẫn dắt dân sự của Ngài. Dân sự của Đức Chúa Trời là những người lắng nghe lời hứa của Đức Chúa Trời và đáp ứng bằng đức tin. Trong Cựu Ước, Lời của Đức Chúa Trời phán là phương tiện của đức tin. Nói cách khác, lời Chúa là đối tượng thứ hai của đức tin. Tất nhiên, Đức Chúa Trời luôn là đối tượng chủ yếu của đức tin – chúng ta tin Đức Chúa Trời – nhưng điều này chẳng có nghĩa gì cả nếu không định nghĩa rõ đối tượng. Chúng ta định nghĩa Đức Chúa Trời là ai và công việc mà Chúa kêu gọi chúng ta làm như thế nào đây? Chúng ta có thể tạo ra, hoặc Đức Chúa Trời có thể phán với chúng ta. Chúng ta tin rằng Đức Chúa Trời đã phán với chúng ta. Chúng ta tin rằng Đức Chúa Trời thực sự phán với chúng ta. Lời Chúa là đáng tin và đáng để chúng ta nương cậy bằng đức tin. Vậy, chúng ta thấy trong Cựu Ước rằng Đức Chúa Trời đã dẫn dắt dân sự của Ngài bằng Lời Chúa.

Chúng ta có hiểu tại sao Lời Đức Chúa Trời là trung tâm đến nỗi trở thành phương tiện để tạo ra đức tin chưa? Lời Chúa bày tỏ Đức Chúa Trời và những lời hứa của Ngài dành cho chúng ta – từ những lời hứa cá nhân được chép trong cả Cựu Ước, cho đến lời hứa rất lớn, hy vọng rất lớn, đối tượng rất lớn của niềm tin, đó là Đấng Christ. Lời Chúa cho chúng ta biết mình phải tin vào điều gì.

Đối với Cơ Đốc nhân, tốc độ của âm thanh (chúng ta nghe Lời Chúa) về mặt nào đó còn nhanh hơn cả tốc độ của ánh sáng (những điều chúng ta có thể nhìn thấy). Trong thế giới sa ngã này, chúng ta nhận thức về tương lai trước hết bằng lỗ tai chứ không phải bằng đôi mắt.

Trong khải tượng lớn được chép trong Ê-xê-chi-ên 37, chúng ta thấy sự sống đến bởi Lời của Đức Chúa Trời một cách đầy kinh ngạc:

> Tay của Đức Giê-hô-va đặt trên ta; Ngài dắt ta ra trong Thần Đức Giê-hô-va, và đặt ta giữa trũng: nó đầy những hài cốt. Đoạn Ngài khiến ta đi vòng quanh những hài cốt ấy; nầy, có nhiều lắm trên

đồng trũng đó, và đều là khô lắm. Ngài phán cùng ta rằng: Hỡi con người, những hài cốt nầy có thể sống chăng? Ta thưa rằng: Lạy Chúa Giê-hô-va, chính Chúa biết điều đó!

Ngài bèn phán cùng ta rằng: Hãy nói tiên tri về hài cốt ấy, và bảo chúng nó rằng: Hỡi hài cốt khô, khá nghe lời Đức Giê-hô-va. Chúa Giê-hô-va phán cùng những hài cốt ấy rằng: Nầy, ta sẽ phú hơi thở vào trong các ngươi, và các ngươi sẽ sống. Ta sẽ đặt gân vào trong các ngươi, sẽ khiến thịt mọc lên trên các ngươi, và che các ngươi bằng da. Ta sẽ phú hơi thở trong các ngươi, và các ngươi sẽ sống; rồi các ngươi sẽ biết ta là Đức Giê-hô-va. (Ê-xê-chi-ên 37:1-6)

Đây là một khải tượng rất đáng khích lệ! Nếu chúng ta được gọi làm quản nhiệm một Hội thánh có vẻ như đang trên đà suy sụp, hoặc nếu chúng ta nhớ lại cảm giác tuyệt vọng trước khi được cứu rỗi, thì chúng ta có thể hiểu tại sao phân đoạn trên là sự trông cậy rất lớn.

Trong câu 7–10, chúng ta thấy sự việc xảy ra khi tiên tri Ê-xê-chi-ên vâng phục khải tượng:

Vậy ta nói tiên tri như Ngài đã phán dặn ta; ta đương nói tiên tri, thì có tiếng, và nầy, có động đất: những xương nhóm lại hiệp với nhau. Ta nhìn xem, thấy những gân và thịt sanh ra trên những xương ấy; có da bọc lấy, nhưng không có hơi thở ở trong.

Bấy giờ Ngài phán cùng ta rằng: Hỡi con người, hãy nói tiên tri cùng gió; hãy nói tiên tri và bảo gió rằng: Chúa Giê-hô-va phán như vầy: Hỡi hơi thở, khá đến từ gió bốn phương, thở trên những người bị giết, hầu cho chúng nó sống. Vậy ta nói tiên tri như Ngài đã phán dặn ta, và hơi thở vào trong chúng nó; chúng nó sống, và đứng dậy trên chân mình, hiệp lại thành một đội quân rất lớn. (Ê-xê-chi-ên 37:7-10)

Sau đó, Đức Chúa Trời giải nghĩa khải tượng cho Ê-xê-chi-ên. Chúa phán rằng những hài cốt ấy là cả nhà Y-sơ-ra-ên, họ đã nói rằng: "Lòng trông cậy chúng ta đã mất" (37:11). Câu trả lời của Đức Chúa Trời dành cho dân Y-sơ-ra-ên, cũng như cho những hài cốt, là: "Ta sẽ đặt Thần ta trong các ngươi, và các ngươi sẽ sống" (37:14). Ngài làm điều này như thế nào? Chúa làm bằng Lời Chúa. Để làm rõ điểm này, Đức Chúa Trời phán với Ê-xê-chi-ên hãy rao giảng cho những hài cốt, nhờ giảng Lời Chúa mà những hài cốt sống lại. Đức Chúa Trời muốn Ê-xê-chi-ên giảng Lời Chúa cho những kẻ đã chết, khi ông làm vậy, thì họ sống lại! Khải tượng về những hài cốt phản ánh sự kêu gọi của Đức Chúa Trời dành cho Ê-xê-chi-ên để nói với một dân tộc không chịu lắng nghe ông. Hình ảnh này cũng phản ánh cách Đức Chúa Trời phán từ chỗ trống không mà tạo nên thế giới – bằng quyền phép của Lời Chúa. Cũng vậy, chúng ta được nhắc nhở về điều đã xảy ra khi Lời Chúa đến thế gian qua Đấng Christ: "Ngôi Lời ở thế gian, và thế gian đã làm nên bởi Ngài; nhưng thế gian chẳng từng nhìn biết Ngài" (Giăng 1:10). Nhưng bởi Lời Chúa, qua Đức Chúa Jêsus, Đức Chúa Trời đã bắt đầu tạo nên một xã hội mới ở trên đất.

Đức Chúa Trời truyền cho Ê-xê-chi-ên nói với những hài cốt khô. Sự sống đến từ hơi thở; Thánh Linh hành động qua lời giảng; và chính Lời của Đức Chúa Trời, là hơi thở của Ngài, mới ban sự sống. Chúng ta có thấy mối liên hệ gần gũi giữa sự sống, hơi thở, tâm linh và lời nói không? Điều này nhắc chúng ta nhớ lại những thời điểm ở trong chức vụ của Chúa Jêsus. Thí dụ: "Người ta đem

một người điếc và ngọng đến cùng Ngài . . . Ngài ngửa mặt lên trời,
thở ra mà phán cùng người rằng: Ép-pha-ta! nghĩa là: Hãy mở ra!'

. . . Tức thì tai được mở ra" (Mác 7:32, 34–35). Chúa Jêsus đã phán với
người bị điếc và ngọng, thì lỗ tai của người được mở ra. Sự sống trở lại
với lỗ tai của ông ta! Chúa Jêsus đã gọi dân sự đến cùng Ngài như cách
tiên tri Ê-xê-chi-ên đã nói rằng: "Ta sẽ ban lòng mới cho các ngươi, và
đặt thần mới trong các ngươi. Ta sẽ cất lòng bằng đá khỏi thịt các
ngươi, và ban cho các ngươi lòng bằng thịt" (Ê-xê-chi-ên 36:26).

Đây là hiện thực vinh hiển mà Cơ Đốc nhân đã kinh nghiệm. Tôi đã
từng nói với một nhân sự của Chứng nhân Giê-hô-va rằng: Cơ Đốc
nhân tự biết mình đã chết về mặt thuộc linh và cần Đức Chúa Trời
ban sự sống. Chúng ta cần Ngài rờ đụng và làm tan vỡ tấm lòng
bằng đá, thay vào đó lòng bằng thịt biết kính mến Ngài – tức là tấm
lòng mềm mại và dễ uốn nắn theo Lời Chúa. Đó là điều Đức Chúa
Jêsus Christ làm cho chúng ta. Chúa đang tạo nên một dân tộc mới,
có sự sống của Đức Chúa Trời ở trong họ khi lắng nghe Lời Chúa và
nhờ cậy ân điển của Ngài mà sống vâng phục. Điều này dẫn chúng
ta đến với hình ảnh tối thượng của Lời Đức Chúa Trời ban sự sống:

Ban đầu có Ngôi Lời, Ngôi Lời ở cùng Đức Chúa Trời, và Ngôi Lời
là Đức Chúa Trời . . . Muôn vật bởi Ngài làm nên, chẳng vật chi đã
làm nên mà không bởi Ngài. Trong Ngài có sự sống, sự sống là sự
sáng của loài người. (Giăng 1:1, 3-4)

Chính trong Đấng Christ mà Lời Đức Chúa Trời đã đến cùng chúng
ta cách trọn vẹn. Chúa Jêsus đã làm gương về hiện thực vĩ đại này

trong chức vụ của Ngài. Từ lúc bắt đầu chức vụ, khi các môn đồ nói với Ngài rằng nhiều người đang tìm Ngài vì họ muốn Chúa làm phép lạ và chữa lành cho họ, Chúa Jêsus phán rằng: "Chúng ta hãy đi nơi khác . . . để ta cũng giảng đạo ở đó nữa; vì ấy là cốt tại việc đó mà ta đã đến" (Mác 1:38). Nếu chúng ta đọc tiếp trong Phúc Âm theo Mác sẽ thấy Chúa Jêsus biết Ngài đã đến để phó sự sống mình làm giá chuộc tội lỗi của chúng ta (xem 10:45); nhưng để hiểu được sự kiện ấy, Chúa phải giảng đạo.

Chính Lời Đức Chúa Trời mà sứ đồ Phi-e-rơ đã rao giảng vào ngày lễ Ngũ tuần được chép trong Công vụ 2. Đức Chúa Trời đã ban sự sống qua Lời Chúa. Những người nam và người nữ đã nghe thấy chân lý về Đức Chúa Trời, tội lỗi của họ và giải pháp của Đức Chúa Trời khi sai Chúa Jêsus đến. Khi họ nghe được sứ điệp ấy, thì lòng đau như cắt, và kêu lên rằng: "Các anh ơi, chúng tôi phải làm gì đây?" (Công vụ 2:37). Lời của Đức Chúa Trời đã tạo nên dân sự của Ngài. Hội thánh được thành lập bởi Lời Chúa.

Tôi không có ý nói rằng Cơ Đốc nhân chỉ toàn là lời lẽ – mà lời lẽ đó rất quan trọng. Trong Kinh Thánh, chúng ta thấy Đức Chúa Trời hành động, nhưng Ngài không dừng lại ở đó. Sau khi Chúa hành động, thì Đức Chúa Trời phán. Chúa giải nghĩa điều Ngài đã làm hầu cho chúng ta hiểu rõ. Đức Chúa Trời không cho phép hành động của Ngài tự nói ra mục đích; mà Chúa phán để giải nghĩa cho chúng ta hiểu hành động cứu rỗi vĩ đại của Ngài.

Bản chất "lời" của Đức Chúa Trời phù hợp với cách Ngài đã tạo nên chúng ta. Hãy suy xét mối liên hệ của con người với nhau. Làm thế nào chúng ta biết lẫn nhau? Chúng ta có thể biết nhau qua việc nhìn thấy nhau. Vợ chồng có thể biết nhau qua sự thân mật. Nhưng có một phần sâu thẳm trong cách quen biết nhau chỉ có thể xảy ra từ việc đối thoại có nhận thức. Lời lẽ đóng vai trò quan trọng ở trong mối liên hệ.

Chúng ta nói mình có mối liên hệ rất tốt với thú cưng ở nhà (con chó là bạn thân của con người mà!), chúng ta yêu thích con chó, mặc dù nó không thể nói chuyện với chúng ta hoặc đối thoại có nhận thức với chúng ta. Chúng ta về nhà, nó vẫy đuôi. Chạy ùa đến. Liếm láp. Chúng ta nhìn vào đôi mắt của nó thấy thật là đáng yêu. Nó hiểu cuộc sống và sẽ không bao giờ bỏ nhà đi. Chúng ta cho là tình yêu, vậy thì ai cần lời lẽ đây?

Vậy, lời lẽ rất quan trọng. Nếu chúng ta về nhà vào Chúa Nhật và con chó nhìn chúng ta và tình cờ nói rằng: "Hôm nay Hội thánh nhóm lại thế nào?" Tôi cho rằng điều này sẽ thay đổi mối liên hệ của chúng ta với con chó của mình! Chính sự việc này sẽ cho thấy lời lẽ quan trọng ở trong mối liên hệ như thế nào.

Vì tội lỗi đã khiến chúng ta đã tự xa cách mình với Đức Chúa Trời, nên Đức Chúa Trời phán để chúng ta có thể biết Ngài. Không ai biết Đức Chúa Trời nếu Ngài không phán, chúng ta không thể biết Ngài nếu Chúa không phán để chúng ta có thể trông cậy vào lời của Ngài. Đức Chúa Trời phải bày tỏ chính Ngài. Đó là lý do có Kinh Thánh. Vì tội lỗi mà chúng ta không thể nào biết Đức Chúa Trời. Hoặc Chúa phán, hoặc chúng ta bị hư mất đời đời trong sự tối tăm của chính mình.

Chúng ta thấy điều này rõ ràng qua Tân Ước. Hãy suy xét Rô-ma 10:17 chép rằng: "Như vậy, đức tin đến từ những điều người ta nghe, mà người ta nghe là khi lời của Đấng Christ được rao giảng". Chính "lời của Đấng Christ" là sứ điệp lớn của Phúc Âm: tức là Đức Chúa Trời đã tạo nên chúng ta để biết Ngài, nhưng chúng ta đã phạm tội và tự mình xa cách Chúa; vì Đức Chúa Trời yêu thương chúng ta nên đã đến qua Đức Chúa Jêsus Christ, Ngài đã sống một cuộc đời toàn hảo, mặc lấy xác thịt và sự yếu đuối của chúng ta; Chúa đã chịu chết thay cho hết thảy người nào đến cùng Ngài và tin cậy Ngài; Đức Chúa Trời đã khiến Ngài sống lại từ kẻ chết để làm chứng rằng Đức Chúa Trời đã chấp nhận sự hy sinh này; Chúa kêu gọi chúng ta ăn năn và tin cậy Ngài, ngay cả Áp-ra-ham đã tin cậy Lời Đức Chúa Trời phán cùng ông ở U-rơ thuộc xứ Canh-đê nhiều thế kỷ trước.

Sứ đồ Phao-lô viết trước điều này ở trong Rô-ma 10:9 rằng: "Vậy nếu miệng anh em xưng Đức Chúa Jêsus là Chúa, và lòng anh em tin rằng Đức Chúa Trời đã khiến Ngài từ cõi chết sống lại thì anh em sẽ được cứu".

Tin cậy và nhờ cậy vào chân lý Đức Chúa Trời đã khiến Đức Chúa Jêsus Christ sống lại là con đường cứu rỗi, là cách để gồm tóm dân sự của Đức Chúa Trời. Một lần nữa, chúng ta thấy Đức Chúa Trời luôn tạo nên dân sự của Ngài bằng Lời Chúa. Lời vĩ đại nhất là Đấng Christ. Trước giả của thư tín Hê-bơ-rơ đã bắt đầu thư tín của mình rằng: "Đời xưa, Đức Chúa Trời đã dùng các nhà tiên tri phán dạy tổ phụ chúng ta nhiều lần, nhiều cách. Nhưng trong những ngày cuối cùng nầy, Ngài phán dạy chúng ta bởi Con Ngài, là Con mà Ngài đã lập lên làm Đấng thừa kế muôn vật; cũng qua Con ấy, Ngài đã sáng tạo vũ trụ" (Hê-bơ-rơ 1:1–2).

Đối với người tin Chúa đang sống sau thời kỳ sa ngã và trước khi có thiên thành, chúng ta đang ở trong thời điểm đức tin là trung tâm, nên Lời Chúa phải là trung tâm – vì Thánh Linh của Đức Chúa Trời tạo nên dân sự của Ngài bằng Lời Chúa! Chúng ta có thể tạo ra một dân bằng những cách khác, đây là sự cám dỗ rất lớn cho các Hội thánh. Chúng ta có thể tạo ra một dân có một sắc tộc. Chúng ta có thể tạo ra một dân giỏi hợp xướng đầy đủ phân hạng. Chúng ta có thể tìm thấy những người hăng hái với dự án xây dựng hoặc ủng hộ một hệ phái. Chúng ta có thể tạo ra một dân lo chăm sóc, giúp mọi người cảm thấy được yêu thương và quan tâm. Chúng ta có thể tạo ra một dân chuyên phục vụ cộng đồng. Chúng ta có thể tạo ra một dân gồm các bà mẹ trẻ ở trên mạng hoặc một dân độc thân thích đi tàu thủy đến vùng Caribbean. Chúng ta có thể tạo ra một dân cho nam giới. Chúng ta có thể tạo ra một dân theo tính cách của một diễn giả. Chắc chắn Đức Chúa Trời có thể sử dụng tất cả những điều kể trên. Nhưng theo phân tích sau cùng, thì dân sự của Đức Chúa Trời, Hội thánh của Đức Chúa Trời, chỉ được tạo nên bởi Lời của Đức Chúa Trời mà thôi.

Nói về những thành tựu của một nhà Cải Chánh, thì Martin Luther đã nói rằng: "Tôi chỉ biết dạy dỗ, rao giảng, viết Lời của Đức Chúa Trời: ngoài ra tôi chẳng làm gì nữa hết . . . Lời Chúa đã làm hết rồi". Lời của Đức Chúa Trời ban sự sống.

VAI TRÒ CỦA LỜI CHÚA TRONG GIẢNG LUẬN

Phần bàn luận mở rộng nhất trong Tân Ước về sự nhóm lại của Cơ Đốc nhân phải như thế nào là ở trong 1 Cô-rinh-tô 11-14. Mối quan tâm chính của sứ đồ Phao-lô được tóm tắt rõ ràng trong 14:26 rằng: "Hãy làm hết thảy cho được gây dựng". Xuyên suốt 1 Cô-rinh-tô, đây là tiêu chuẩn của sứ đồ Phao-lô để quyết định điều gì nên làm ở trong hội chúng. Sau đó, một tiêu chuẩn hữu ích để gây dựng như vậy nên đặc biệt được áp dụng cho trung tâm của hội chúng Cơ Đốc mà chúng ta đã nói là – giảng luận. Giảng luận như thế nào sẽ gây dựng Hội thánh nhất? Câu trả lời chắc chắn phải là dạy dỗ sao cho Lời của Đức Chúa Trời được giải bày cho dân sự của Đức Chúa Trời.

Chắc chắn không phải tất cả sự giảng luận đều theo Kinh Thánh.

Chúng ta có nghi ngờ về giảng giải Kinh nên là chế độ căn bản cho sự giảng luận trong hội chúng của mình không? Khi Đức Chúa Trời ban cho Môi-se chỉ thị về các vua chắc chắn sẽ xuất hiện trong dân Y-sơ-ra-ên, chúng ta có nhớ Đức Chúa Trời yêu cầu họ làm gì không? "Vừa khi tức vị, vua phải chiếu theo luật pháp này mà những thầy tế lễ về dòng Lê-vi giữ, chép một bổn cho mình. Bổn ấy phải ở bên vua trọn đời, vua phải đọc ở trong, để tập biết kính sợ Giê-hô-va Đức Chúa Trời mình, cẩn thận làm theo các lời của luật pháp này, và hết thảy điều răn này, kẻo lòng vua lướt trên anh em mình, xây về bên hữu hay bên tả, lìa bỏ điều răn này" (Phục truyền 17:18–20). Những dấu hiệu của người công bình trong Thi thiên 1 là gì? "Song lấy làm vui vẻ về luật pháp của Đức Giê-hô-va, và suy gẫm luật pháp ấy ngày và đêm" (1:2). Sự vui vẻ ấy vang lên từ đoạn thơ này đến đoạn thơ khác trong Thi thiên 119 rất nổi tiếng rằng: "Mỗi ngày tôi ngợi khen Chúa bảy lần, vì cớ mạng lịnh công bình của Chúa. Linh hồn tôi đã gìn giữ chứng cớ Chúa, tôi yêu mến chứng cớ ấy nhiều lắm . . . Luật pháp Chúa là sự tôi ưa thích" (119:164, 167, 174). Khi nói Lời Chúa là sự tôi ưa thích, thì rao giảng Lời ấy sẽ là một gánh nặng rất lớn cho công tác giảng luận Cơ Đốc.

Hơn nữa, chúng ta đang sống trong thời đại biết chữ, chữ in đã quen thuộc với tất cả mọi người và nơi nào Lời Chúa đã được chia thành từng đoạn, từng câu, được dịch ra và có sẵn hết rồi. Tại sao chúng ta không tận dụng điều đó trong việc công tác giảng luận? Ngày xưa, khi các nhà truyền đạo có rất ít lợi thế ở trên, thì Chrysostom, Augustine và những người khác đã rao giảng một loạt bài giảng qua nhiều phân đoạn Kinh Thánh. Trong Bài giảng Thứ ba với đề tài là: La-xa-rơ và Người giàu có, Chrysostom nói rằng: "Tôi thường nói trước với quý vị nhiều ngày về chủ đề mà tôi sắp chia sẻ, để quý vị cầm quyển sách lên, đọc qua toàn bộ phân đoạn, tìm hiểu Kinh Thánh nói gì và không nói gì, rồi sẵn sàng đem sự hiểu biết của mình đến nghe điều tôi sẽ nói".

Để trích dẫn một thí dụ gần đây hơn từ thành phố của tôi, Francis Grimké (1878–1928) làm quản nhiệm năm mươi năm tại Hội thánh Trưởng lão Phố 15 ở Washington, DC, đã từng nói rằng: "Tôi đã gắn bó với việc rao giảng lời Chúa. Ngay từ đầu và suốt thời gian qua, tôi thấy sứ mạng của mình là rao giảng Phúc Âm, giãi bày Kinh Thánh là Lời của Đức Chúa Trời".

Để giữ chặt cam kết đem Lời của Đức Chúa Trời đến với dân sự của Đức Chúa Trời, các mục sư như Chrysostom và Grimké đã theo dấu chân của Môi-se, là người mà Giê-trô đã giao phó nhiệm vụ dạy dỗ luật pháp cho dân sự (xem Xuất Ê-díp-tô ký 18:19–20). Môi-se đang làm gương cho Giô-si-a, là người đã "đọc cho chúng nghe các lời của sách giao ước đã tìm được trong đền của Đức Giê-hô-va" (2 Sử ký 34:30). Giô-si-a đang làm gương cho Ê-xơ-ra và những người Lê-vi lưu đày trở về, họ "đọc rõ ràng trong sách luật pháp của Đức Chúa Trời, rồi giải nghĩa nó ra, làm cho người ta hiểu lời họ đọc" (Nê-hê-mi 8:8).

Chính mô hình này làm cho sự dạy dỗ Lời của Đức Chúa Trời trở thành trung tâm khi dân sự của Đức Chúa Trời nhóm lại đã tiếp tục đến thời của Đấng Christ. Các nhà hội vào thời của Chúa Jêsus đã đọc Kinh Thánh theo chu kỳ một hoặc hai năm. Người đọc Lời Đức Chúa Trời sẽ bình luận về bản văn, giống như Chúa Jêsus đã làm trong Lu-ca 4. Các Hội thánh đầu tiên đã bắt chước theo các buổi nhóm trong nhà hội vào lúc bấy giờ hay không là điều không thể biết được cách chính xác. Nhưng loạt bài giải giảng Kinh từ Chrysostom và các nhà truyền đạo Cơ Đốc trước đó cho thấy mô hình giảng giải Kinh tiếp tục được phổ biến. Vậy, khi John Calvin được gọi trở về từ Strasbourg vài năm sau khi bị trục xuất khỏi Geneva, ông đã tiếp tục loạt bài giảng của mình từ chỗ mà ông đã dừng lại, nói rằng: "Tôi đã bắt đầu lại phần giảng giải Kinh từ chỗ mà tôi đã dừng lại: khi làm vậy, tôi cho thấy rằng mình đã bị gián đoạn một thời gian, thay vì từ chức khỏi cương vị dạy dỗ của mình"[2]

Các bài giảng (hoặc các tóm tắt bài giảng) trong Tân Ước có số lượng ít, chúng quan tâm đến bối cảnh văn hóa của độc giả đầu tiên – nhưng cơ bản là chúng rõ ràng bắt nguồn từ Kinh Thánh. Dĩ nhiên, Cơ Đốc nhân đầu tiên thiếu một số lợi thế của chúng ta ngày nay. Họ không có sẵn bản văn Kinh Thánh để tra cứu khi giảng luận, cho nên cơ chế giảng giải Kinh thường dựa vào trí nhớ, chẳng hạn như lặp lại bài học. Bài giảng của sứ đồ Phi-e-rơ vào ngày lễ Ngũ tuần về cơ bản là một bài suy gẫm, giảng giải Kinh và áp dụng các phân đoạn trong Giô-ên 2 và Thi thiên 16, 110. Trước giả viết cho người Hê-bơ-rơ cũng dành nhiều phần hướng dẫn Thi thiên 95 (chương 3-4) và 110 (chương 7).

Tóm lại, chúng ta thấy rao giảng lẽ thật là điều tốt; thậm chí còn tốt hơn nữa khi rao giảng làm sao để người khác biết cách tiếp cận lẽ thật. Một lần nữa, tôi xin trích lời của Francis Grimké như sau: "Nói chung, tốt nhất là mục sư luôn luôn chọn một bản văn hoặc một phân đoạn Kinh Thánh nào đó, rồi gắn bó với nó, hết sức tập trung rút tỉa mọi điều ở trong đó, hoặc là phần lớn những điều mà mục sư cần sử dụng vào thời điểm đó". Điều này áp dụng cho bản văn Cựu Ước hoặc Tân Ước, dù là những câu lẻ hoặc các phân đoạn

---

2. Xem quyển *Cộng đồng Hấp dẫn: Quyền phép của Đức Chúa Trời khiến Hội thánh trở nên lôi cuốn* của Mark Dever và Jamie Dunlop (Wheaton, IL: Crossway, 2015).

dài. Grimké tiếp tục nói rằng: "Làm như vậy, công tác giảng luận của mục sư sẽ có sự đa dạng và gia tăng sự hiểu biết Lời Chúa. Còn việc chọn một bản văn như một cái móc để xâu chuỗi một số vấn đề không liên quan với nhau thì không phải là việc làm khôn ngoan".

VAI TRÒ CỦA LỜI CHÚA TRONG SỰ NÊN THÁNH

Chúng ta cũng phải xét đến vai trò của Lời Đức Chúa Trời trong sự nên thánh của chúng ta nữa. Lời Chúa phải là trung tâm trong đời sống của cá nhân và Hội thánh của chúng ta vì Thánh Linh của Đức Chúa Trời sử dụng Lời Chúa để tạo ra đức tin ở trong chúng ta và làm cho chúng ta lớn lên. Chúng tôi sẽ không khám phá điểm này cẩn thận như vai trò trước vì chúng ta sẽ giải quyết vấn đề này nhiều hơn trong các chương tiếp theo. Nhưng vai trò của Lời Chúa đối với sự tăng trưởng của chúng ta cũng được nói rõ ràng trong Kinh Thánh. Khi Chúa Jêsus trả lời quỷ Sa-tan, trích từ Phục truyền rằng: "Người ta sống chẳng phải chỉ nhờ bánh mà thôi, song nhờ mọi lời nói ra từ miệng Đức Chúa Trời" (Ma-thi-ơ 4:4; trích Phục truyền 8:3). Chúng ta cũng biết mấy lời nổi tiếng của trước giả Thi thiên chép rằng: "Lời Chúa là ngọn đèn cho chân tôi, ánh sáng cho đường lối tôi" (Thi thiên 119:105).

Khi nhìn vào lịch sử của Y-sơ-ra-ên và Giu-đa trong Cựu Ước, chúng ta thấy quyền năng thánh hóa của Lời Đức Chúa Trời. Dưới triều đại của Vua Giô-si-a, vào thời kỳ suy tàn của Giu-đa (2 Sử ký 34), Luật pháp – tức là Lời của Đức Chúa Trời được viết ra – đã được tìm thấy và đọc cho vua nghe. Phản ứng của Giô-si-a là xé áo ăn năn rồi đọc Lời Chúa cho dân sự nghe. Một quốc gia được khôi phục khi Lời Chúa được công bố. Đức Chúa Trời dùng Lời của Ngài để thánh hóa dân Ngài và khiến họ giống Ngài hơn.

Đây cũng là điều Chúa Jêsus dạy. Qua lời cầu nguyện như thầy tế lễ thượng phẩm, Chúa đã cầu nguyện rằng: "Xin Cha lấy lẽ thật khiến họ nên thánh; lời Cha tức là lẽ thật" (Giăng 17:17). Sứ đồ Phao-lô đã viết rằng: "Đấng Christ đã yêu Hội thánh, phó chính mình vì Hội thánh, để khiến Hội nên thánh sau khi lấy nước rửa và dùng Đạo làm cho Hội tinh sạch" (Ê-phê-sô 5:25–26). Chúng ta cần Lời Chúa để được cứu, nhưng chúng ta cũng cần Lời Chúa để liên tục thử thách và uốn nắn chúng ta. Lời Chúa không chỉ ban cho chúng ta sự sống, mà cũng cho chúng ta phương hướng khi tiếp tục khuôn đúc và uốn nắn chúng ta theo ảnh tượng của Đức Chúa Trời là Đấng đang phán cùng chúng ta.

Vào thời kỳ Cải Chánh, Hội thánh Công giáo La Mã có một cụm từ tiếng La-tinh đã trở thành khẩu hiệu là: *semper idem*. Có nghĩa là "luôn luôn giống nhau". Các Hội thánh Cải Chánh cũng vậy, họ có một phương châm là "semper" nghĩa là: *ecclesia reformata, semper reformanda secundum verbum Dei*. "Hội thánh đã Cải Chánh, luôn luôn được Cải Chánh tùy theo Lời Chúa". Một Hội thánh vững mạnh là một Hội thánh lắng nghe Lời Chúa và tiếp tục nghe theo Lời Chúa. Một Hội thánh như thế có Cơ Đốc nhân biết lắng nghe Lời Chúa và tiếp tục nghe theo Lời Chúa, luôn được đổi mới và định hình lại bởi Lời Chúa, luôn được thanh tẩy ở trong Lời Chúa và được nên thánh bởi lẽ thật của Đức Chúa Trời.

Vì sức khỏe của chính chúng ta, tức là mỗi Cơ Đốc nhân và tập thể trong Hội thánh, chúng ta phải tiếp tục được định hình theo nhiều cách mới mẻ và sâu sắc hơn qua kế hoạch của Đức Chúa Trời ở trong đời sống của chúng ta, thay vì qua chương trình của riêng mình. Đức Chúa Trời khiến chúng ta trở nên giống Ngài hơn qua

Lời Chúa, thanh tẩy chúng ta, thay đổi chúng ta, định hình chúng ta. Điều này dẫn chúng ta đến điểm quan trọng thứ tư.

VAI TRÒ CỦA NGƯỜI RAO GIẢNG LỜI CHÚA

Nếu chúng ta đang tìm kiếm một Hội thánh tốt, thì vai trò của người rao giảng Lời của Đức Chúa Trời là rất quan trọng đáng để xem xét. Tôi không quan tâm chúng ta nghĩ tín hữu trong Hội thánh thân thiện như thế nào. Tôi không quan tâm chúng ta nghĩ âm nhạc hay như thế nào. Những điều đó có thể thay đổi. Nhưng cam kết của hội chúng đối với việc Lời Chúa là trung tâm phải đến trước, từ người truyền đạo, là người được Chúa ban ơn đặc biệt và được gọi vào chức vụ đó, là điều quan trọng nhất mà chúng ta cần phải tìm kiếm ở một Hội thánh.

Các truyền đạo không được gọi để rao giảng những điều phổ biến theo các cuộc thăm dò. Ai cũng biết những điều đó rồi. Những điều đó có sự sống chăng? Chúng ta không được kêu gọi để rao giảng những điều về đạo đức, những bài học lịch sử hay bình luận xã hội (mặc dù một trong những điều đó có thể là một phần trong bài giảng tốt). Chúng ta được kêu gọi để rao giảng Lời Chúa cho Hội thánh của Ngài và cho mọi người mà Ngài đã tạo nên. Đây là cách Chúa ban cho sự sống. Người nào đang đọc quyển sách này – và chính tôi, là người đã viết sách – đều có khuyết điểm, có lỗi lầm và phạm tội với Đức Chúa Trời. Điều khủng khiếp về bản chất sa ngã đó là chúng ta muốn tìm mọi cách để biện minh cho tội lỗi đã nghịch lại Đức Chúa Trời. Người nào cũng muốn biết làm thế nào để tự biện hộ cho bản thân trước bản án của Đức Chúa Trời. Vì vậy, chúng ta cần nghe Lời của Đức Chúa Trời đã được rao giảng một cách trung thực, hầu cho chúng ta không chỉ nghe điều mình muốn mà đúng hơn là thực sự nghe điều Đức Chúa Trời đã phán.

Hãy nhớ rằng hết thảy mọi điều ở trên đây đều quan trọng vì Đức Thánh Linh của Đức Chúa Trời tạo nên dân sự của Ngài bằng Lời Chúa.

Đây là lý do vì sao sứ đồ Phao-lô nói với Ti-mô-thê "hãy thành lập một ủy ban". Có phải không? Dĩ nhiên là không! "Làm khảo sát"? KHÔNG! Sứ đồ Phao-lô không hề khuyên bất cứ ai làm khảo sát. "Đi tham quan"? "Đọc một quyển sách"? KHÔNG! Sứ đồ Phao-lô không hề nói với Ti-mô-thê làm bất kỳ điều gì giống như vậy.

Sứ đồ Phao-lô nói với Ti-mô-thê, thẳng thắn và rõ ràng, là "hãy giảng đạo" (2 Ti-mô-thê 4:2). Đây là mạng lịnh lớn. Đây là lý do vì sao các sứ đồ trước đó đã xác định rằng, mặc dù có những vấn đề trong việc phân phối tiền cứu trợ công bằng ở Giê-ru-sa-lem, nhưng Hội thánh phải tìm người khác để giải quyết các vấn đề của họ, vì "chúng ta sẽ cứ chuyên lo về sự cầu nguyện và chức vụ giảng đạo" (Công vụ 6:3-4). Tại sao phải ưu tiên điều này? Vì Lời Chúa là "đạo sự sống" (Phi-líp 2:15). Nhiệm vụ quan trọng của người truyền đạo là "giữ lấy đạo sự sống" cho người nào cần nuôi dưỡng linh hồn của họ.

Ngày nay, một số nhà chú giải gợi ý rằng chúng ta cần truyền đạt lẽ thật của Đức Chúa Trời ít lý lẽ đi, phải khéo léo hơn, ít độc đoán và phong phú lại, phải cộng đồng và góp phần nhiều hơn so với phương pháp cổ xưa chỉ có một người độc thoại với mọi người. Họ nói, chúng ta cần những đoạn phim, cuộc đối thoại và nghi thức nhảy múa. Tuy nhiên, phương pháp cổ xưa này có điều đúng và tốt vẫn còn phù hợp, thậm chí đặc biệt phù hợp với văn hóa của chúng ta ngày nay. Trong văn hóa cô lập thì mọi người chỉ quan tâm đến bản thân, trong văn hóa chống quyền thế thì mọi người gặp bối rối và khó hiểu, nên phương pháp này thích hợp để chúng ta nhóm lại với nhau và lắng nghe một người thay mặt Đức Chúa Trời, chia sẻ Lời Chúa cho chúng ta cũng như chúng ta dự phần bằng cách lắng nghe và chú ý. Có một biểu tượng quan trọng ở trong quá trình này. Bài giảng dưới dạng độc thoại – tức là một người nói với mọi người khác đang ngồi yên lắng nghe – là một biểu tượng chính xác và mạnh mẽ về tình trạng thuộc linh của chúng ta. Người chia sẻ Lời Chúa – tức là đọc và giải thích, minh họa và áp dụng, vì ích lợi của người nghe – là mô tả chính Đức Chúa Trời và món quà cứu rỗi Ngài ban cho chúng ta.

Tất nhiên sẽ có ngày đức tin nhường chỗ cho thị giác và những bài giảng sẽ không còn nữa. Tôi muốn chúng ta biết rằng không ai mong chờ ngày đó nhiều bằng tôi và hầu hết các truyền đạo giống như tôi đâu. Khi chúng ta không cần đức tin nữa vì chúng ta có thể nhìn thấy Chúa – đó là đỉnh điểm của Kinh Thánh. "Chúng sẽ được thấy mặt Chúa" (Khải huyền 22:4). Lúc đó, cây gậy đức tin cũ kỹ này có thể bị ném sang một bên khi chúng ta chạy đến và nhìn thấy Ngài tận mắt.

Nhưng chúng ta vẫn chưa thấy ngày đó đâu. Chúng ta vẫn đang chịu khó nhọc vì hậu quả của tội lỗi từ tổ phụ và từ chính chúng ta nữa. Trong ngày đó, đức tin sẽ nhường chỗ cho thị giác, còn bây giờ thì chúng ta vẫn đang một thời điểm khác – nhưng bởi ân điển của Đức Chúa Trời nên thời điểm này không phải là lúc tuyệt vọng. Chúa ban cho chúng ta Lời Chúa và ban cho chúng ta đức tin. Chúng ta đang sống thời kỳ đức tin. Vì thế, giống với tổ phụ đầu tiên của chúng ta là Nô-ê và Áp-ra-ham, dân Y-sơ-ra-ên và các sứ đồ ngày xưa, chúng ta nương cậy vào Lời của Đức Chúa Trời.

Hết thảy những điều này có ý nghĩa thế nào với các Hội thánh của chúng ta? Sự rao giảng Lời Chúa tuyệt đối phải là trung tâm.

Bài giảng giải Kinh, rõ ràng thường là nguồn gốc của tăng trưởng cho Hội thánh. Hãy thiết lập vai trò giảng giải Kinh thật tốt, rồi dõi theo chuyện gì sẽ xảy ra. Hãy bỏ qua những điều các chuyên gia nói. Hãy dõi theo người nào muốn cuộc đời mình được biến đổi khi Đức Chúa Trời hằng sống phán cùng họ qua Lời năng quyền của Ngài. Như kinh nghiệm của Martin Luther cho thấy rằng: chú ý cẩn thận vào Lời Chúa là con đường cứu rỗi và thường là khởi đầu cho sự cải cách. Sứ đồ Phao-lô nói rằng: "Vì, tại thế gian cậy sự khôn ngoan mình, chẳng nhờ sự khôn ngoan Đức Chúa Trời mà nhận biết Đức Chúa Trời, nên Ngài đành lòng dùng sự giảng rồ dại của chúng ta mà cứu rỗi những người tin cậy" (1 Cô-rinh-tô 1:21).

Điều này không có nghĩa là một chức vụ như vậy sẽ luôn phổ biến và được chúc phước bằng số lượng người nghe và chịu phép báp-tem ngày càng tăng. Nhưng điều đó có nghĩa rằng một chức vụ như thế sẽ luôn luôn đúng. Vì chức vụ ấy sẽ nuôi dưỡng con cái Chúa bằng đồ ăn mà họ cần. "Loài người sống chẳng phải nhờ bánh mà thôi, nhưng loài người sống nhờ mọi lời bởi miệng Đức Giê-hô-va mà ra" (Phục truyền 8:3).

Chúng ta có đang làm công việc mà phải nhận rất nhiều thư điện tử không? Chúng ta biết có vài thư điện tử không phải trả lời. Chúng ta biết mình có thể xử lý vào lúc nào đó trong tuần hoặc tháng tới. Nhưng có vài thư điện tử sắp đến hạn và mình cần phải trả lời ngay lập tức. Điều gì sẽ xảy ra nếu chính Đức Chúa Trời gửi thư điện tử cho chúng ta? Tôi nghĩ chúng ta sẽ xem ngay. Chúng ta nói mình tin rằng Kinh Thánh thực sự là Lời Đức Chúa Trời, Chúa đang phán với chúng ta, thế nhưng chúng ta thường phớt lờ, gạt sang một bên và từ chối dành thời gian để suy gẫm Lời Chúa. Thay vào đó, cuộc sống của chúng ta bị cuốn theo những thứ bữa ăn tối với bạn bè, xem Netflix, hoặc đọc sách không phải là Kinh Thánh. Chẳng có điều nào là xấu. Nhưng ý nghĩa của việc khi chúng ta nói Kinh Thánh là Lời Đức Chúa Trời là gì? Có nghĩa là chúng ta phải nghe và chú ý đến Lời Chúa. Trong những ngày rất kỳ lạ này, ngay cả người nào nói Kinh Thánh là Lời Đức Chúa Trời cũng không hề định ý làm theo. Vậy nên, chẳng có gì phải ngạc nhiên khi biết rằng 35 phần trăm những người tự xưng là Cơ Đốc nhân tái sinh nói rằng họ vẫn đang tìm kiếm ý nghĩa cuộc sống – một tỷ lệ rất giống với những người chưa tin Chúa. Chúng ta nghĩ sao khi mình có Lời Đức Chúa Trời mà từ chối đọc, chú ý, cầu nguyện hoặc xây dựng cuộc sống của mình dựa theo Lời Chúa thì có ích gì? Giảng luận phải có nội dung nhất định, hình thức rõ ràng nhất định. Hội chúng khi nghe giảng nên biết họ đang nghe Lời Chúa được rao giảng. Tín hữu Hội thánh nên khuyến khích các truyền đạo dành thời gian nghiên cứu và chuẩn bị bài giảng của họ; họ nên cầu nguyện cho các mục sư của mình trong khía cạnh này và tìm kiếm những bài giảng như vậy, cảm tạ Chúa mỗi lần có những bài giảng như thế. Thật tốt khi rao giảng lẽ thật và rao giảng sao cho mọi người có thể thấy lẽ thật đến từ đâu. Hơn hết, đó là điều Cơ Đốc nhân cần.

Vậy, điều gì tạo ra một Hội thánh tốt? Thậm chí còn tốt hơn cả việc có chỗ đậu xe, ghế dài, chào thăm, chương trình, nhà trẻ, âm nhạc và hết thảy mọi điều tôi đã hỏi chúng ta từ lúc đầu, thậm chí còn tốt hơn cả người truyền đạo, đó là nội dung được rao giảng – Lời của Đức Chúa Trời. Vì "người ta sống chẳng phải chỉ nhờ bánh mà thôi, song nhờ mọi lời nói ra từ miệng Đức Chúa Trời" (Ma-thi-ơ 4:4).

CÁC TÀI LIỆU KHÁC

- Cho nhóm nghiên cứu: Lắng nghe Lời Chúa: Giảng giải Kinh (2012) của Bobby Jamieson, một nghiên cứu Kinh Thánh theo phương pháp quy nạp trong sáu tuần.
- Nghiên cứu sâu hơn: Giảng luận: Thần học gặp thực tiễn (2012), của Mark Dever và Greg Gilbert.
- Suy gẫm thêm: Hội thánh tôn cao Lời Chúa: Làm thế nào Kinh Thánh ban sự sống và tăng trưởng dân sự của Đức Chúa Trời (2017) của Jonathan Leeman.
- Cũng xem C. H. Spurgeon, Những bài học cho sinh viên của tôi (1869); D. Martyn LloydMa-Jones, Truyền đạo và Giảng luận (1971); John Stott, Giữa hai thế giới: Thách thức cho công tác giảng luận ngày nay (1982); và David R. Helm, Giảng giải Kinh: Chúng ta chia sẻ Lời Chúa thế nào ngày nay (2014).

Tiếp theo

Dấu hiệu 2: Giáo lý Phúc Âm

Đức Chúa Trời của Kinh Thánh là Tạo Hóa
Đức Chúa Trời của Kinh Thánh là thánh khiết
Đức Chúa Trời của Kinh Thánh là thành tín
Đức Chúa Trời của Kinh Thánh là yêu thương
Đức Chúa Trời của Kinh Thánh là tối thượng

DẤU HIỆU 2
GIÁO LÝ PHÚC ÂM

Tôi đã từng phát biểu trong một hội thảo tiến sĩ về Đức Chúa Trời. Bill là một sinh viên đã lịch sự đáp lại nhưng rất kiên quyết rằng anh thích nghĩ về Đức Chúa Trời theo hướng khác. Trong vài phút, Bill đã phác họa hình ảnh về một vị thần rất thân thiện. Anh nói mình thích nghĩ Đức Chúa Trời là Đấng khôn ngoan, nhưng không can thiệp vào chuyện của người khác; Ngài là Đấng thương xót, nhưng không khuất phục người khác; Ngài là Đấng sáng tạo, nhưng không làm gián đoạn chuyện của người ta. Sau một lúc, anh ta kết luận rằng: "Đây là cách tôi thích nghĩ về Đức Chúa Trời".

Câu trả lời của tôi có lẽ đã hơi gay gắt. Tôi nói rằng: "Cảm ơn Bill vì đã cho chúng ta biết nhiều điều về anh, nhưng chúng ta muốn biết Đức Chúa Trời thực sự là Đấng như thế nào, chứ không đơn thuần là theo ước muốn của chúng ta. Tại sao chúng ta lại cho rằng chỉ vì mình muốn một điều gì đó theo một cách nào đó, nên mọi thứ phải diễn ra đúng như vậy?"

Cả hội thảo im lặng trong giây lát. Các sinh viên cho rằng tôi hơi thiếu lịch sự, nhưng họ cũng đang suy xét quan điểm của tôi. Sau đó, chúng tôi tiếp tục bàn về bản chất và đặc tánh của Đức Chúa Trời như Kinh Thánh đã bày tỏ.

Khi chúng ta nghe mấy từ *Đức Chúa Trời*, chúng ta thường nghĩ đến điều gì? Tôi không hỏi chúng ta *thích* nghĩ gì về Đức Chúa Trời, nhưng giả dụ làm thế nào để chúng ta hòa hợp trong tâm trí của mình về Đức Chúa Trời của lễ Giáng sinh đầy ấm áp và yêu thương với Đức Chúa Trời của ngày phán xét sau cùng đây? Đối với vài người, toàn bộ cuộc bàn luận này nghe có vẻ vô nghĩa. Tại sao phải mất thời gian với những người đang đặt niềm tin vào một hữu thể vô hình như vậy? Nhưng Cơ Đốc nhân biết rằng điều quan trọng là phải hiểu Đức Chúa Trời là Đấng như thế nào.

Ngày hôm nay, người ta *tin* vào điều đúng đơn giản vì họ *muốn* đó là điều đúng. Những niềm tin lâu đời của Cơ Đốc giáo về mọi thứ, từ bản chất của Đức Chúa Trời cho đến đạo đức, đang được định hình lại hoặc thậm chí bị vứt bỏ dưới danh nghĩa muốn Cơ Đốc giáo phù hợp hơn, ngon miệng hơn và dễ đón nhận hơn đối với người nghe ngày nay. B. B. Warfield đã cảnh báo điều này khi viết rằng: "Tôi tớ của Đấng Christ tìm cách làm hài lòng loài người khi rao giảng Phúc Âm mà Chúa đã ban cho họ thì không phải là chuyện nhỏ. Làm như vậy, người đó không còn là tôi tớ của Đấng Christ nữa, không còn làm theo ý muốn Chúa nữa; mà trở thành nô lệ của loài người. Làm như vậy, người đó không còn là giáo sư chân lý cho loài người nữa, mà trở thành học trò của sự giả dối từ loài người".[1]

---

1.   B. B. Warfield, "Tinh thần Tín lý", trong quyển *Các bài viết ngắn chọn lọc của Benjamin B. Warfield*, biên soạn bởi John E. Meeter, quyển 2 (Nutley, NJ: P&R, 1970), 2:666.

Hết thảy những điều này không quan trọng với chúng ta sao? Niềm tin của chúng ta liên quan đến đời sống hàng ngày như thế nào? Lần cuối cùng chúng ta ngồi trong nhà thờ là khi nào, chúng ta đã xem xét lời cầu nguyện mà mình đã nghe bao giờ chưa? Chúng ta có suy nghĩ về lời ca tiếng hát của mình không? Hoặc Lời Chúa dạy ra sao? Điều chúng ta nói hay hát trong nhà thờ đúng hay sai có quan trọng với chúng ta không?

Như thế nào mới là quan trọng? Nếu tôi đi nhà thờ, tỏ ra thân thiện và cảm thấy được khích lệ, nếu tôi dành thời gian đi nhà thờ và thậm chí còn dâng hiến tiền bạc nữa, mà trong thâm tâm không hề tin những điều người ta nói và ngay cả những điều mình nói, thì thế nào mới là quan trọng đây? Niềm tin tôn giáo quan trọng như thế nào?

Theo Kinh Thánh, lối sống của chúng ta như thế nào không tùy thuộc vào cách chúng ta đối xử với nhau. Điều quan trọng nhất là những gì chúng ta biết và tin là chân lý về Đức Chúa Trời. Chính những điều chúng ta biết và tin về Chúa sẽ quyết định cách chúng ta liên hệ với Ngài, sau đó là cách chúng ta liên hệ với nhau. Nói cách khác, Kinh Thánh cho biết thần học rất quan trọng. Trong Hội thánh, chúng ta cần phải làm rõ về Tin lành đang cứu rỗi chúng ta. Cơ Đốc giáo có một tin tức. Đó là tin lành – tin lành tốt nhất mà thế giới từng nghe. Tuy nhiên, tin lành này thường bị xáo trộn và nhầm lẫn. Nhiều lần tin lành này trở thành một lớp vỏ mỏng phủ nhẹ lên các giá trị văn hóa của chúng ta, bị uốn éo và định hình theo đường lối văn hóa của chúng ta hơn là theo lẽ thật về Đức Chúa Trời.

Trong chương này tôi muốn đưa ra một quan điểm đơn giản. Công tác giảng giải Kinh phục vụ một Hội thánh và giúp Hội thánh vững mạnh hơn chỉ khi nội dung được rao giảng là đúng. Những điều được rao giảng phải thực sự là những điều Kinh Thánh nói. Thí dụ, một vài Hội thánh Tin lành ngày nay nói rằng đồng tính luyến ái là không sao cả. Nhiều người trong số đó thậm chí còn tuyên bố mình đang giảng giải Kinh. Nhưng giảng giải Kinh là giảng dạy những điều Kinh Thánh nói. Đối với một tội nhân đáng bị quăng vào địa ngục và được cứu bởi duy ân điển của Đức Chúa Trời, tôi muốn nghe thấy khi nào và những điều Kinh Thánh nói nghịch cùng tôi. Tôi không cần có một Hội thánh tâng bốc tôi. Tôi vốn đã có khuynh hướng tự tôn mình rồi. Tôi cần một Hội thánh nói rõ với tôi rằng: "Đừng tự dối mình nữa!" Điều kém giá trị nhất trên thế giới này là một Hội thánh cất lên những suy nghĩ vốn dĩ đã có ở trong đầu tôi. Ngày hôm nay, điều chúng ta cần hơn bao giờ hết là Hội thánh rao giảng lẽ thật về Đức Chúa Trời và Phúc Âm.

Ý tưởng về tin lành này không phải là loại bao bì Cơ Đốc của Cơ Đốc giáo ngày nay. Chính Chúa Jêsus phán về tin lành, quay lại với ngôn ngữ của Ê-sai cách đây hàng trăm năm về trước (Ê-sai 52:7; 61:1). Tuy nhiên, Chúa Jêsus có lẽ đã bày tỏ điều này bằng tiếng A-ram, còn các môn đồ của Ngài đã nghe và ghi nhớ tin lành này bằng từ *evangel* trong tiếng Hy Lạp, có nghĩa đen là "tin lành" hoặc "phúc âm".

Vậy, Phúc Âm hay Tin lành là gì? Đó là lẽ thật về Đức Chúa Trời có một và duy nhất, là Đấng thánh khiết, đã tạo nên chúng ta theo ảnh tượng của Ngài để biết Chúa. Nhưng chúng ta đã phạm tội và tự khiến mình xa cách Chúa. Bởi tình yêu lớn lao, Đức Chúa Trời đã đến làm người qua Chúa Jêsus, đã sống một đời hoàn hảo và chịu chết trên thập tự giá, làm ứng nghiệm luật pháp về chính Ngài và gánh chịu sự trừng phạt tội lỗi của hết thảy người nào chịu trừ bỏ tội lỗi của họ mà tin cậy vào Ngài. Chúa đã gánh hết tội lỗi như một của tế lễ. Ngài đã sống lại từ kẻ chết, thăng thiên về trời và dâng lên công tác đã hoàn thành của Ngài cho Cha thiên thượng, là Đấng chấp nhận của lễ hy sinh của Đấng Christ, tuyên bố cơn thịnh nộ của Ngài ở trên dân sự đã được làm thỏa mãn rồi. Giờ đây, Đức Chúa Trời ban Thánh Linh của Ngài để kêu gọi chúng ta bằng sứ điệp ăn năn và đức tin để tin cậy vào duy Đấng Christ mà được tha thứ tội lỗi của mình. Nếu chúng ta ăn năn tội lỗi và tin cậy vào một mình Đấng Christ, thì chúng ta được tái sinh trở thành tạo vật mới, có sự sống đời đời với Đức Chúa Trời. Đó là Tin lành. Đây là sứ điệp khác xa nội dung mà Cơ Đốc nhân ngày nay đã tạo ra; khi chúng ta đọc Phúc Âm, chúng ta thấy đây là sứ điệp chính xác mà Chúa Jêsus đã phán dạy. Sứ điệp này chẳng khác gì nội dung đã được dạy thời xa xưa; khi chúng ta đọc các sách Tiên tri và Luật pháp, chúng ta thấy sứ điệp này đã được tổng hợp lại và rao bảo trước trong 1,500 năm lịch sử của dân Y-sơ-ra-ên.

Tất cả đều có ý nghĩa khi được ở trong bối cảnh của toàn bộ Kinh Thánh. Vài năm trước, tôi đến tham quan một kiến trúc mà mình thích nhất trên thế giới: Nhà thờ King's College ở Cambridge, Anh. Đó là một mẫu kiến trúc Gothic tuyệt đẹp của thế kỷ 15, có cửa sổ kính màu lớn gấp hai mươi lần cửa sổ của Nhà thờ Báp-tít Capitol Hill và còn hơn bốn trăm năm tuổi nữa. Chúng là bộ sưu tập kính màu thời Phục Hưng đẹp nhất trên thế giới. Trong Chiến tranh Thế giới II, các lớp kính màu đã được gỡ bỏ khỏi khung cửa sổ để bảo vệ chúng khỏi bom đạn. (Người Anh không hề biết Hitler đã ra chỉ thị không được đánh bom Cambridge). Những tấm bảng khổng lồ này được giấu trong nhà kho và nhiều chỗ dưới lòng đất ở miền Đông Anglia. Sau chiến tranh, các lớp kính được lắp lại trong nhà thờ. Suốt quá trình tái thiết, những tấm màn lớn màu đen bao phủ tòa nhà, vừa để bảo vệ kính và mấy người thợ, vừa để che chắn công trình cho đến khi hoàn thành. Khi nhà thờ đã sẵn sàng, sinh viên tập trung ở sân chính và lắp đèn rọi ánh sáng từ bên trong nhà thờ. Đêm đó, họ kéo rèm xuống và bật đèn rọi lên, để lộ ra những ô cửa sổ tuyệt đẹp lần đầu tiên kể từ lúc chiến tranh bùng nổ.

Cũng vậy, Cựu Ước là ngọn đèn pha soi sáng những vinh quang của Tân Ước. Hiệu ứng ánh sáng xuyên qua khung cửa sổ kính màu giống như quá trình hiểu rõ Cựu Ước rồi đến Tân Ước. Mặc dù, có thể Cơ Đốc nhân chủ yếu đọc Tân Ước, nhưng điều này sẽ giúp chúng ta nhìn thấy chỉ những điều cơ bản trên khung cửa sổ. Nhưng nếu chúng ta dành thời gian để hiểu bức tranh lớn của Kinh Thánh, thì chúng ta sẽ thấy rằng hiểu rõ Cựu Ước càng làm cho Tân Ước tràn ngập ý nghĩa sâu sắc hơn. Thình lình, chúng ta bắt đầu thấy nhiều chi tiết đáng kinh ngạc hơn và kế hoạch của Đức Chúa Trời cũng trở nên phức tạp đến kỳ diệu. Phúc Âm sẽ trở nên sâu sắc hơn, có ý nghĩa hơn và ngọt ngào hơn đối với chúng ta.

Đó là lý do tại sao thần học Thánh Kinh và Phúc Âm phù hợp với nhau. Thần học Thánh Kinh là thần học của Kinh Thánh, đặc biệt là bộ môn này suy xét toàn bộ lịch sử của Kinh Thánh. Tín lý Thánh Kinh là tín lý Phúc Âm.

Mạch chính trong câu chuyện vĩ đại của Kinh Thánh là gì? Nếu chúng ta có thể nghe và thấy mạch chính rõ ràng – nếu chúng ta có sẵn khung sườn ở trong đầu – thì chúng ta sẽ hiểu hơn về Đức Chúa Trời trong Kinh Thánh, đặc biệt là Tin lành mà Chúa ban cho chúng ta qua Chúa Jêsus. Điều này có thể được thực hiện bằng nhiều cách. Theo tôi, một trong những cách đơn giản nhất là cách tôi đã giải thích Kinh Thánh cho một người Do Thái. Anh ta đã đọc vài phần Kinh Thánh tiếng Hy Bá Lai nhưng chưa đọc phần nào của Tân Ước. Vậy, tôi mới nói rằng: "Đối với anh, Kinh Thánh giống như một quyển sách rời rạc, nhưng anh có biết sứ điệp chính là gì không?" Anh ta tỏ vẻ thích thú, tôi giải thích thêm rằng: "Kinh Thánh chép về cuộc xuất hành". Tôi đã nói chuyện với anh ta về cuộc xuất hành là trung tâm của Cựu Ước như thế nào, rồi mới giải thích là một Cơ Đốc nhân như tôi biết rằng Tân Ước, có vẻ giống như 27 quyển sách rời rạc, thực ra đang nói về một điều duy nhất, đó là thập tự giá. Toàn bộ mục đích của cuộc xuất hành là chỉ về thập tự giá. Cuộc xuất hành báo trước về sự giải cứu mà Đức Chúa Trời sẽ hoàn thành qua Đấng Christ.

Từ thí dụ này, chúng ta có thấy sau khi đã hiểu bức tranh lớn của Kinh Thánh thì chúng ta hiểu và giải thích Phúc Âm tốt hơn như thế nào chưa? Khi chúng ta nhìn vào bức tranh lớn, Kinh Thánh đi từ một chuỗi các sự kiện phức tạp chẳng liên quan gì với nhau, đến chúng ta cũng không thể nhớ nổi, bỗng nhiên phản chiếu vinh quang rực rỡ của Phúc Âm, giống như mấy ô cửa sổ kính màu ở Anh vậy.

Một cách khác rất hữu ích để chúng ta tóm tắt mạch chính của Kinh Thánh là dùng năm từ này. Kinh Thánh dạy chúng ta biết rằng Đức Chúa Trời đang *sáng tạo*; Chúa là *Đấng thánh*; Chúa là *Đấng thành tín*; Chúa là *Đấng yêu thương*; Chúa là *Đấng tể trị*. Chúng ta sẽ xem thử Kinh Thánh trình bày từng lẽ thật này như thế nào nhé! Hãy chú ý vào sự khác biệt sẽ xảy ra nếu Đức Chúa Trời không phải là một trong năm điều kể trên. Khi làm vậy, chúng ta sẽ nhanh chóng nhận ra thêm một lần nữa là thần học thực sự quan trọng như thế nào.

ĐỨC CHÚA TRỜI CỦA KINH THÁNH LÀ TẠO HÓA

Đầu tiên, bắt đầu từ chỗ Kinh Thánh bắt đầu, chúng ta thấy Đức Chúa Trời là Tạo Hóa. Chúa tạo nên thế giới, Ngài còn tạo nên một người đặc biệt ở trong thế giới nữa. Đôi khi Kinh Thánh được trình bày giống như một tập hợp tình cảm cao thượng. Nhưng khi mọi người mô tả Kinh Thánh như vậy, thì tôi liền cho rằng họ chưa bao giờ đọc Kinh Thánh. Nếu chúng ta đã từng đọc Kinh Thánh, thì sẽ biết Kinh Thánh chứa đầy lịch sử. Kinh Thánh là một câu chuyện dài về những điều xảy ra với Đức Chúa Trời và thế giới mà Ngài đã dựng nên. Tôi biết rằng một số người cảm thấy nhàm chán với lịch sử ngay khi chúng ta đề cập đến mấy từ này. Nhưng câu chuyện Kinh Thánh không hề nhàm chán. Đó là một câu chuyện tuyệt vời! Câu chuyện bắt đầu từ chỗ trống không. Sau đó, trống không không còn trống không nữa. Đó là điều tuyệt vời nhất từng xảy ra! Thế là, sau khi từ cái trống không trở nên có hình thù, Đức Chúa Trời tạo nên sự vật đầu tiên. Tiếp theo là các vật sống động, cũng như Chúa tạo nên người nam và người nữ theo ảnh tượng của Ngài. Chúng ta biết được câu chuyện vườn Ê-đen và sau đó là sự sa ngã. Rồi muôn vật bị xuống dốc. Tất cả đều tan vỡ, từ đời Ca-in đến đời Nô-ê. Trận lụt xuất hiện, sau đời Nô-ê muôn vật vẫn còn ở trong sự tan vỡ, cho đến tháp Ba-bên.

Sau đó, Đức Chúa Trời kêu gọi Áp-ra-ham. Câu chuyện Kinh Thánh, theo một ý nghĩa nào đó, mới thực sự bắt đầu – câu chuyện đặc biệt về Đức Chúa Trời tạo dựng một dân tộc đặc biệt cho chính Ngài. Sau một thời gian sống trong sự thịnh vượng ngắn ngủi, dân Y-sơ-ra-ên bị bắt làm nô lệ hàng thế kỷ, đến khi có cuộc xuất hành, họ được dẫn ra khỏi ách nô lệ, được ban cho Luật pháp và bước vào Đất Hứa.

Có thời kỳ hỗn loạn dưới quyền các quan xét, rồi sau đó vương quốc được thành lập dưới quyền của Sau-lơ và Đa-vít. Con trai của Đa-vít là Sa-lô-môn lên ngôi sau khi Đa-vít qua đời, và sau đó con trai của Sa-lô-môn là Rô-bô-am lên ngôi. Tiếp theo, chúng ta thấy đất nước bị chia làm hai, vương quốc phía bắc và vương quốc phía nam. Sự thờ lạy hình tượng ngày càng trở nên phổ biến. Đức Chúa

Trời thông qua người A-si-ri hủy diệt vương quốc phía bắc Y-sơ-ra-ên vào năm 722 trước Công nguyên và phá hủy vương quốc phía nam Giu-đa bởi người Ba-by-lôn hơn một thế kỷ sau đó. Người Hê-bơ-rơ bị lưu đày đến Ba-by-lôn trong vài thập kỷ, cho đến khi họ trở về xứ Giu-đa và xây dựng lại Giê-ru-sa-lem cũng như đền thờ.

Đó là chỗ Cựu Ước kết thúc, bằng câu chuyện về dân Y-sơ-ra-ên còn sót lại – thiếu thốn, đáng thương, bị suy sụp hoàn toàn, hết thảy phụ thuộc vào Đức Chúa Trời. Đó là câu chuyện của Cựu Ước. Ấy không phải là thần học quái gở về Đức Chúa Trời hay một danh sách các ý tưởng triết học. Đó là một mặc khải đặc biệt về Đức Chúa Trời là ai và Ngài là Đấng như thế nào.

Chúng ta có lẽ cũng biết cảm giác khi nhận được sơ yếu lý lịch từ một ứng cử viên. Đọc qua sơ yếu lý lịch là một chuyện; còn làm việc với người đó là chuyện khác. Đó là lý do tại sao các nhà tuyển dụng tiềm năng sẽ thông qua những người giới thiệu – để biết rõ ứng viên sẽ như thế nào. Trong Cựu Ước, Đức Chúa Trời không chỉ gửi cho chúng ta một bản lý lịch gồm một số chân lý trừu tượng về Ngài. Không đâu, chúng ta có một câu chuyện cho biết cuộc sống với Đức Chúa Trời là như thế nào, nhận biết và liên hệ với Ngài sẽ ra sao. Qua lịch sử, chúng ta thấy trở thành dân sự của Đức Chúa Trời có ý nghĩa thế nào, chúng ta thấy Đức Chúa Trời là Đấng như thế nào nữa.

Lịch sử được ghi lại trong Kinh Thánh cho chúng ta thấy rõ Đức Chúa Trời vừa là Đấng sáng tạo vừa là Đấng chọn lựa. Cũng giống như cách Đức Chúa Trời tạo nên thế giới này, Ngài chọn lựa một vài người cho thấy Đức Chúa Trời là Đấng duy nhất khởi đầu sự sống và cuộc đời mới của chúng ta ở trong Đấng Christ. Mặc dù, chúng ta không thể hiểu hết về lẽ thật này, nhưng chúng ta không thể phủ nhận rằng đây là điều Kinh Thánh dạy. Điều này có thể mang hàm ý mà chúng ta không hiểu nổi, nhưng lại rất quan trọng. Nếu chúng ta biết rằng sự cứu rỗi đến từ Đức Chúa Trời chứ không phải tự chúng ta làm ra, thì chính hiểu biết đó ảnh hưởng đến cách chúng ta hiểu về Đức Chúa Trời. Điều này ảnh hưởng đến cách chúng ta hiểu bản thân. Điều này thậm chí còn ảnh hưởng đến cách chúng ta hiểu về Hội thánh của mình nữa.

Chúng ta phải thừa nhận rằng Đức Chúa Trời là Đấng khởi sự, Đấng ban cho, Đấng tạo dựng thế giới, Đấng tạo nên dân sự của Ngài, Cội rễ của đức tin. Đó là Đức Chúa Trời.

Chúng ta đặc biệt thấy Đức Chúa Trời là Đấng tạo hóa trong Phúc Âm bởi vì Ngài khởi sự điều này. Cũng như Đức Chúa Trời đã tạo dựng thế giới và tái sinh dân sự của Ngài bằng cách kêu gọi Áp-ram (Sáng thế ký 12), Đức Chúa Trời cũng lập nên dân sự của Ngài bằng cách kêu gọi Môi-se (Xuất Ê-díp-tô ký 4) rồi tiếp nhận dân Y-sơ-ra-ên làm tuyển dân của Ngài tại núi Si-na-i (Xuất Ê-díp-tô ký 20). Chúng ta thấy một bức tranh ấn tượng về Đức Chúa Trời ban sự sống qua khải tượng về thung lũng xương khô trong Ê-xê-chi-ên 37. Tất cả là để chuẩn bị chúng ta cho sự hiện đến của Ngôi Lời trở nên xác thịt qua sự làm người của Con Đức Chúa Trời, Chúa Jêsus (Giăng 1). Vậy, có gì phải ngạc nhiên khi chính Ngôi Lời ở giữa chúng ta ban sự sống mới cho chúng ta bằng cách tạo ra đức tin ở nơi Ngài (Rô-ma 10:17)?

Cơ Đốc nhân là đối tượng cho công tác tái sinh đặc biệt của Đức Chúa Trời! Chúng ta được tái sinh bởi Thánh Linh của Ngài (Giăng 3), sống cuộc đời mới (Rô-ma 6) xứng đáng nhận vương quốc (1 Tê-sa-lô-ni-ca 2:12), chiếu sáng như các vì sao (Phi-líp 2:15). Thậm chí chúng ta còn được gọi là bạn cùng làm việc với Đức Chúa Trời nữa (1 Cô-rinh-tô 3:9).

Theo nghĩa sâu xa nhất, Phúc Âm không dựa vào việc làm của

chúng ta, mà là lời tuyên bố của chúng ta. Chúng ta không tuyên bố Tin lành bởi việc làm của chúng ta; mà bởi mọi việc Đức Chúa Trời đã làm, đang làm và sẽ tiếp tục làm. Chúng ta phải biết rằng Đức Chúa Trời đã ban cho chúng ta sự sống mới trong Đấng Christ.

ĐỨC CHÚA TRỜI CỦA KINH THÁNH LÀ THÁNH KHIẾT

Nếu chúng ta muốn hiểu toàn bộ câu chuyện trong Kinh Thánh, thì chúng ta không thể chỉ hiểu rằng Đức Chúa Trời là Tạo Hóa, mà chúng ta còn phải hiểu rằng Tạo Hóa này không hề dửng dưng về mặt đạo đức. Một số người xem Đức Chúa Trời giống như người thợ làm đồng hồ: Chúa tạo ra chiếc đồng hồ, lên dây cót, rồi bỏ đi và mặc cho nó chạy sao thì chạy. Nhưng khi đọc Kinh Thánh, chúng ta thấy Đức Chúa Trời say mê sự thánh khiết. Chúa là Đấng rất tốt lành. Chấm hết. Đức Chúa Trời chẳng làm điều sai trái bao giờ. Nếu tìm điều sai trật về Đức Chúa Trời, thì chúng ta không tìm được gì đâu. Sự thánh khiết của Ngài thể hiện qua sự yêu thương, sự công bình và sự chân thật của Ngài. Đặc tánh của Đức Chúa Trời không có khuyết điểm. Ngài là Đấng trong sạch và toàn hảo về mặt đạo đức. Chúa còn là Đấng công bình nữa. Ngay cả sự toàn tri của Chúa cũng phản ánh sự thánh khiết, sự toàn hảo của Ngài. Tất cả tính cách tốt nhất của chúng ta đều là những phản ánh còn mờ nhạt về sự thánh khiết trọn vẹn và đời đời của Đức Chúa Trời. Tất cả đặc tánh của Ngài – sự yêu thương và sự thành tín, sự nhân từ và sự khôn ngoan – đều phản ánh sự thánh khiết, sự tốt lành tuyệt đối của Ngài.

Tuy nhiên, chính sự thật về Đức Chúa Trời là Đấng rất tốt lành làm cho toàn bộ câu chuyện trong Kinh Thánh trở nên phức tạp hơn – và gây ngạc nhiên nữa – bởi vì chúng ta chẳng giống như thế. Đây là chỗ Kinh Thánh thông minh hơn rất nhiều so với trường lớp thế tục mà chúng ta đã theo học. Đại học ngày nay có các giáo sư không quá lão luyện trong việc hiểu rõ thực trạng của loài người. Hoặc họ nghĩ rằng loài người vốn là tốt nên chỉ cần mày mò một chút để hoạt động cho đúng, hoặc là họ hoài nghi và nghĩ rằng loài người vốn là xấu. Nhưng đó là cách tốt nhất mà những kẻ "bị chột mắt" nhìn vào thế giới mà Chúa đã tạo ra. Để biết rõ chân lý về chúng ta và thế giới mà Đức Chúa Trời đã tạo nên, chúng ta cần biết Kinh Thánh. Đây là quyển sách thông minh hơn rất nhiều so với hầu hết các giáo sư cao đẳng.

Sự thật là Đức Chúa Trời là Đấng thánh khiết còn chúng ta thì không. Chúng ta cần biết điều này. Chúng ta cần biết điều tốt nên làm và điều xấu không nên làm. Nếu không, chúng ta sẽ khó chịu khi tỉnh dậy ở trong sự chết. Đức Chúa Trời không để yên cho tội lỗi. Đức Chúa Trời quan tâm đến những kẻ được tạo nên theo ảnh tượng của Ngài đang bày tỏ Ngài ra sao. Đúng vậy, toàn bộ bảy tỷ người còn sống trên hành tinh này đang bày tỏ điều gì đó về Đức Chúa Trời. Tất cả chúng ta, bằng cách này hay cách khác, đang nói dối về Đức Chúa Trời. Đó là vì sao chúng ta không chỉ cần một quyển sách nói về luật pháp hay hay lời tiên tri. Chúng ta cần một Cứu Chúa. Trong sự thánh khiết, Đức Chúa Trời đang cho loài người biết rằng chúng ta là những kẻ có tội. Còn tội lỗi của chúng ta phơi bày một điều sâu xa hơn đang diễn ra ở bên trong chúng ta, chứ không đơn thuần là tội lỗi thôi đâu. Tội lỗi của chúng ta cho thấy bản chất của con người đã có sự méo mó về mặt đạo đức.

Theo Kinh Thánh, Đức Chúa Trời không chỉ tạo ra chúng ta mà còn yêu thương chúng ta một cách ghen tương. Chúa muốn tất cả chúng ta thuộc về Ngài. Khi chúng ta nghĩ rằng mình có thể coi thường Ngài, tức là không quan tâm đến Chúa và bỏ qua một bên đường lối của Ngài nếu thấy không thích hợp, điều này cho thấy chúng ta hoàn toàn chẳng hiểu gì cả về mối liên hệ của mình với Đức Chúa Trời. Cách chúng ta liên hệ với Đức Chúa Trời giống như dân đối với Chủ, như con đối với cha. Chúa là Đấng đã tạo nên chúng ta, là Đấng đáng tin cậy của chúng ta. Chúng ta không thể nói mình là người tin Chúa mà vẫn cố ý, hết lần này đến lần khác, vui vẻ vi phạm luật pháp của Ngài. Nếu tôi cố ý, hết lần này đến lần khác và vui vẻ không làm điều tôi đã nói vợ là sẽ làm, thì mối liên hệ của chúng tôi sẽ bị tổn thương. Nếu điều này còn đúng ở cấp độ hôn nhân, thì sẽ đúng gấp mấy lần nữa trong mối liên hệ giữa chúng ta với Đức Chúa Trời, là Đấng đã tạo nên chúng ta và đáng để chúng ta kính sợ hơn thế nữa? Chúng ta không thể tùy tiện vâng lời Đức Chúa Trời là Đấng xứng đáng có được lòng trung thành tuyệt đối của chúng ta, mà nếu không có điều này thì không thể tuyên bố mình có mối liên hệ với Ngài được. Như thế là cho thấy chúng ta không có mối liên hệ với Chúa trong tình yêu thương. Nhưng đây lại là tình trạng của chúng ta. Chúng ta không chỉ *cảm thấy* mặc cảm tội lỗi, mà chúng ta *là* kẻ có tội ở trước mặt Ngài. Chúng ta không chỉ *cảm thấy* trong lòng có sự tranh chiến, mà chúng ta đang tranh chiến với Đức Chúa Trời. Chúng ta vi phạm luật pháp của Đức Chúa Trời hết lần này đến lần khác vì, sứ đồ Phao-lô nói, chúng ta đã chết trong tội lỗi và sự vi phạm của mình (Ê-phê-sô 2). Thư tín Rô-ma trong Tân Ước bắt đầu bằng một tranh luận về tình trạng tiến thoái lưỡng nan này, kết thúc ở chương 3 bằng cách kêu lên rằng:

> Thế nào! Chúng ta có điều gì hơn chăng? Chẳng có, vì chúng ta đã
>
> tỏ ra rằng người Giu-đa và người Gờ-réc thảy đều phục dưới quyền
>
> tội lỗi, như có chép rằng:

"Chẳng có một người công bình nào hết, dẫu một người cũng không".

. . . Vả, chúng ta biết rằng những điều mà luật pháp nói, là nói cho mọi kẻ ở dưới luật pháp, hầu cho miệng nào cũng phải ngậm lại, cả thiên hạ đều nhận tội trước mặt Đức Chúa Trời; vì chẳng có một người nào bởi việc làm theo luật pháp mà sẽ được xưng công bình trước mặt Ngài, vì luật pháp cho người ta biết tội lỗi (Rô-ma 3:9–10, 19–20).

Bây giờ, tất cả những điều này có vẻ quá nghiệt ngã để có một thứ gọi là "tin lành". Nhưng một hiểu biết chính xác về tình trạng của chúng ta là cần thiết để tiến đến chỗ tốt hơn. Chúng ta biết điều này từ việc sử dụng điện thoại để tìm đường. Điện thoại chỉ có thể giúp chúng ta tìm ra một nơi nào đó nếu nó xác định được vị trí hiện tại của chúng ta. Chúng ta phải bắt đầu bằng cách cho ứng dụng biết vị trí hiện tại của mình. Đó là cách các cuộc hành trình bắt đầu. Đời sống Cơ Đốc của chúng ta cũng vậy. Biết rõ nơi cần đến sẽ chẳng có ích gì nếu chúng ta không biết tình trạng đạo đức hiện tại của mình như thế nào ở trước mặt Đức Chúa Trời.

Một trong những giai đoạn đầu tiên để trở thành Cơ Đốc nhân là nhận ra vấn đề của tôi về cơ bản không phải do tôi đã phá hỏng cuộc đời của mình hay tôi đã không nhận ra tiềm năng của mình, mà là tôi đã phạm tội, không phải nghịch cùng bản thân hay thậm chí nghịch cùng người khác, mà nghịch cùng Đức Chúa Trời. Chính vì thế, tôi mới biết Đức Chúa Trời nổi cơn thịnh nộ với tôi, Chúa đoán xét tôi. Tôi đáng phải chết, ở trong địa ngục, xa cách Đức Chúa Trời, tâm linh tôi chẳng biết Ngài và thậm chí là bị Ngài trừng phạt bây giờ và mãi mãi.

Lúc này, tôi cần quyết tâm đọc Kinh Thánh, bởi vì chính sự kết hợp giữa dung nham gặp nước này của Đức Chúa Trời chạm trán tội lỗi của chúng ta đã tạo ra góc nhìn đầy kinh ngạc và ngoạn mục nhất về đặc tánh của Đức Chúa Trời trong toàn bộ Kinh Thánh.

Chính trong sự thánh khiết của Đức Chúa Trời mà chúng ta khám phá ra nhu cầu chuộc tội của mình, cũng chính trong sự thánh khiết của Đức Chúa Trời mà chúng ta thấy Đức Chúa Trời có thể đáp ứng nhu cầu đó. Cựu Ước giúp chúng ta ở điểm này. Từ *chuộc tội* [atonement] trong tiếng Anh có nghĩa đen là "đồng một thể [at-one-ment]". Hai đối tượng bị xa cách nhau được hiệp lại với nhau. Sự chuộc tội là cần thiết vì chúng ta cần được hòa giải với – hiệp làm một với – Đức Chúa Trời thánh khiết. Chúng ta đang đi tới phần sâu sắc nhất của câu chuyện Kinh Thánh, *Phúc Âm*, Tin lành. Tin lành này tập trung vào ý niệm về *của lễ hy sinh*. Trong Cựu Ước, sự chuộc tội liên quan đến của lễ hy sinh. Của lễ hy sinh là cách Đức Chúa Trời cung ứng cho chúng ta sự chuộc tội và khôi phục lại mối liên hệ của chúng ta với Ngài. Chúng ta không cố gắng xoa dịu ngọn núi lửa nào đó bằng sự thương hại, giống như chúng ta thấy trong phim vậy. Không giống như vậy đâu. Ý niệm về của lễ hy sinh trong Cựu Ước không hề có nỗ lực của con người để giành được ân điển của Đức Chúa Trời. Mà đó là sự mặc khải của Đức Chúa Trời ban cho dân sự để họ có cách nhận biết Ngài, để họ biết làm thế nào đến cùng Ngài khi đã phạm tội.

Của lễ hy sinh là ý niệm đã có từ ban đầu ở trong Kinh Thánh. Ca-in và A-bên đã dâng của lễ hy sinh. Khi Đức Chúa Trời đem dân Y-sơ-ra-ên ra khỏi Ê-díp-tô, toàn bộ cuộc xuất hành xoay quanh của lễ hy sinh là chiên con của lễ Vượt qua (Xuất Ê-díp-tô ký 12). Chiên con này không được có tì vít và phải bị giết. Huyết của chiên con dùng để đánh dấu các gia đình mà Đức Chúa Trời sẽ cứu rỗi. Mạng sống của con đầu lòng (đại diện cho cả gia đình) là đòi hỏi bắt buộc.

Đức Chúa Trời phán rằng: "khi ta hành hại xứ Ê-díp-tô, thấy huyết đó . . ." (Xuất Ê-díp-tô ký 12:13). Của lễ hy sinh này rõ ràng là để làm hài lòng chính Đức Chúa Trời. Những của lễ hy sinh trong Cựu Ước cho thấy mức độ nghiêm trọng của tội lỗi; phải trả giá bằng mạng sống. Tất cả lễ vật dâng lên đều là tình nguyện và quý giá từ tài sản riêng của mỗi người. Đức Chúa Trời đang làm gì vậy? Có lẽ Chúa đang gieo vào tâm trí của dân sự một ý tưởng về kẻ vô tội thay cho kẻ có tội.

Chúng ta còn thấy những biểu tượng trong việc xây dựng đền thờ của Đức Chúa Trời. Lối vào nơi chí thánh bị hạn chế cho thấy tội lỗi cản trở con người đến gần Đức Chúa Trời thánh khiết, phải có sự thanh tẩy, còn tội lỗi nghiêm trọng đến nỗi chỉ có cái chết mới chuộc được tội lỗi. Phải trả giá đắt mới có được sự cứu rỗi và sự tha thứ.

Chúng ta đặc biệt thấy điều này trong ngày Lễ chuộc tội, là ngày kiêng ăn duy nhất được ấn định cho toàn dân Y-sơ-ra-ên. Ngày Lễ chuộc tội tập trung vào một của lễ chuộc tội đặc biệt cho cả nước. Đó như là lời nhắc nhở về tất cả của lễ chuộc tội thông thường khác trong năm không hoàn toàn chuộc hết tội lỗi (xem Lê-vi-ký 16). Thầy tế lễ thượng phẩm đại diện cho dân sự vào nơi chí thánh một ngày duy nhất trong năm để gặp Đức Chúa Trời vì sự chuộc tội này phải được thực hiện trước sự hiện diện của Đức Chúa Trời. Thầy tế lễ thượng phẩm đem huyết của dê đực, tức là của lễ chuộc tội (xem Hê-bơ-rơ 9:7). Đầu tiên, ông chuộc tội của mình trước – vì chính ông phải được sạch đã – sau đó ông làm lễ chuộc tội cho dân sự. Khi ông đem huyết ấy vào nơi chí thánh, cho ai thấy? Chỉ có Đức Chúa Trời. Huyết đã đổ ra *vì Đức Chúa Trời*. Mục đích của lễ hy sinh, mục đích của lễ chuộc tội, là để Đức Chúa Trời được hòa giải với dân sự của Ngài. Lưu ý là lễ chuộc tội này được lặp lại hàng năm.

Chúng ta thấy không, các quốc gia khác sẽ điên cuồng dâng của lễ hy sinh bất cứ khi nào họ nghĩ rằng mọi chuyện không được suôn sẻ. Nhưng Đức Chúa Trời đã dạy cho dân Y-sơ-ra-ên biết rằng bất kể hoàn cảnh dù tốt hay xấu, họ phải dâng của lễ này hàng năm. Họ cần được nhắc nhở rằng mình vẫn còn ở trong tình trạng tội lỗi, chính tội lỗi khiến con người xa cách Đức Chúa Trời, họ không thể dâng lên một của lễ hoàn hảo nào cả, chỉ có Đức Chúa Trời mới có con đường để đến gần Ngài, khi Chúa tha thứ tội lỗi của chúng ta. Đức Chúa Trời là thánh có nghĩa là tội nhân cần sự chuộc tội; nhưng Đức Chúa Trời làm nên thánh có nghĩa là tội nhân tiếp nhận sự chuộc tội.

Hết thảy những điều nói trên có nghĩa gì với chúng ta ngày hôm nay? Chúng ta có xấu xa như dân sự trong Cựu Ước phải thực hiện của lễ hy sinh phức tạp này không? Chúng ta là hạng người thế nào? Cách chúng ta trả lời câu hỏi này sẽ quyết định cách chúng ta xây dựng Hội thánh của mình. Nếu chúng ta nghĩ rằng con người vốn tốt lành, thì Hội thánh chỉ là nơi chúng ta tìm kiếm sự cổ vũ hoặc là tâng bốc lòng tự trọng của mình. Chúng ta chỉ cần xây đắp cuộc đời này từ chỗ tốt lành đó mà thôi. Tuy nhiên, nếu chúng ta nghĩ rằng con người chẳng có gì tốt lành cả –nếu chúng ta nghĩ rằng mình đã chết về thuộc linh, phạm tội trước mặt Chúa, xa cách Ngài, đáng bị Ngài phán xét và trút cơn thịnh nộ – thì chúng ta sẽ xây dựng một Hội thánh hoàn toàn khác biệt. Chúng ta sẽ xây dựng một Hội thánh cầu nguyện xin Chúa vận hành cách siêu nhiên, Phúc Âm được rao giảng cách rõ ràng và mọi người thường xuyên được kêu gọi tiếp nhận Đấng Christ. Các Hội thánh cần kêu gọi hội chúng không chỉ cải thiện mà còn phải ăn năn nữa, không chỉ tự tin vào bản thân mà phải đặt niềm tin vào Đấng Christ!

Chúng ta cũng đừng cố gắng thay đổi Phúc Âm để sứ điệp trở

nên dễ chịu hơn. Đức Chúa Trời trong Kinh Thánh là Đức Chúa Trời thánh khiết, không có "phúc âm" nào bỏ qua sự thánh khiết của Đức Chúa Trời là phúc âm thật.

ĐỨC CHÚA TRỜI CỦA KINH THÁNH LÀ THÀNH TÍN

Đức Chúa Trời là Tạo Hóa và thánh khiết. Chúa cũng là Đức Chúa Trời thành tín nữa. Một số người tỏ vẻ ngạc nhiên khi thấy mỗi sách Phúc Âm ký thuật lại cuộc đời của Đấng Christ đều tập trung vào sự chết của Ngài. Sự chết ấy là hành động quả quyết của Đức Chúa Trời để bày tỏ cả tình yêu thương và công lý của Ngài. Vậy, Đấng Christ không chỉ là bạn hữu của chúng ta. Nếu cho rằng bạn hữu là danh tối cao của Ngài thì chúng ta đang báng bổ Chúa bằng "lời ngợi khen rất mờ nhạt". Đấng Christ là bạn hữu của chúng ta, nhưng Ngài còn hơn thế nữa. Bởi sự chết của Ngài ở trên thập tự giá, Đấng Christ đã trở thành Chiên Con bị giết vì chúng ta, Đấng Cứu Thế của chúng ta, Đấng trung bảo giữa chúng ta với Đức Chúa Trời, Đấng gánh thay tội lỗi của chúng ta, Đấng đắc thắng sự chết, Đấng đã làm thỏa mãn cơn thịnh nộ của Đức Chúa Trời. Đối với từng danh xưng kể trên, thì những lời hứa mà Đức Chúa Trời đã lập ra với dân sự của Ngài trong Cựu Ước đều được ứng nghiệm ở trong Tân Ước.

Chúng ta thấy có một danh xưng như vậy ở trong Xuất Ê-díp-tô ký 34:6-7, là chỗ Chúa đang phán cùng Môi-se. Điều Chúa phán thật là kỳ diệu, nhất là khi chúng ta cho rằng Đức Chúa Trời là Tạo Hóa đã dựng nên thế giới, còn tội lỗi của chúng ta đã phá hỏng tạo vật của Ngài. Chúa bày tỏ chính Ngài và đặc tánh của Ngài: "Giê-hô-va! Giê-hô-va! là Đức Chúa Trời nhân từ, thương xót, chậm giận, đầy dẫy ân huệ và thành thực, ban ơn đến ngàn đời, xá điều gian ác, tội trọng, và tội lỗi; nhưng chẳng kể kẻ có tội là vô tội". Câu cuối cùng có vẻ không phù hợp với câu trước đó. Làm thế nào Chúa là Đấng "nhân từ, thương xót, chậm giận, đầy dẫy ân huệ và thành thực, ban ơn đến ngàn đời, xá điều gian ác, tội trọng, và tội lỗi" mà cũng là Đấng "chẳng kể kẻ có tội là vô tội"?

Làm thế nào Chúa vừa là Đấng "xá điều gian ác" vừa là Đấng "chẳng kể kẻ có tội là vô tội"? Làm sao Đức Chúa Trời thành tín lại có những lời hứa mâu thuẫn như vậy? Điều khó hiểu trong Cựu Ước là điều bí ẩn trong cuộc đời của chúng ta có phải không? Làm sao Đức Chúa Trời có thể làm được hai điều này đối với chúng ta? Câu trả lời cho điều bí ẩn đó không được tìm thấy trong dân Y-sơ-ra-ên này đâu, nhưng trong Đức Chúa Trời và lời hứa của Ngài – đặc biệt là người mà Chúa đã hứa sẽ được sai đến. Trong Cựu Ước, sự hy vọng đòi hỏi phải có của lễ hy sinh chuộc tội, để làm thỏa mãn cơn thịnh nộ công bình của Đức Chúa Trời. Để có hy vọng thì đòi hỏi phải có sự chết thế và chịu khổ xảy ra với kẻ vô tội là hình phạt xứng đáng dành cho kẻ có tội. Điều này còn đòi hỏi một mối liên hệ giữa kẻ chịu chết và kẻ dâng lễ vật.

Vào thời của Đấng Christ, người ta không thắc mắc Đấng Mê-si có đến hay không. Họ xem đó là điều hiển nhiên. Qua các chương đầu của mỗi sách Phúc Âm, chúng ta có thể biết rằng người ta đang tìm kiếm một Đấng Mê-si. Không, câu hỏi mà mọi người đặt ra là: Đức Chúa Trời sẽ làm ứng nghiệm lời hứa của Ngài như thế nào? Đấng Mê-si sẽ như thế nào? Chúa đã phán qua Môi-se rằng Ngài sẽ dấy lên một đấng tiên tri (xem Phục truyền 18:15–19). Nhưng khi đấng tiên tri này đến, ông đã khiến mọi người ngạc nhiên, bởi vì ông – Chúa Jêsus – không chỉ làm ứng nghiệm các lời tiên tri về sự cai trị của Đấng Mê-si (là điều mọi người thấy rất hay) mà còn làm ứng nghiệm lời tiên tri về sự chịu khổ nữa, tức là một người bị bỏ ra và chịu khổ thay cho dân sự của mình. Chúa Jêsus đã tập hợp các lời tiên tri về Đấng Mê-si là Vua với các lời tiên tri khác về Đấng Mê-si sẽ chịu khổ thay cho dân sự của Ngài. Chúa đã kết hợp hai chuỗi tiên tri này lại với nhau. Cả Cựu Ước và Tân Ước đều dạy chúng ta biết rằng Đấng Mê-si sẽ chịu khổ và làm vua này là hy vọng duy nhất của chúng ta. Chúa Jêsus là câu trả lời cho điều bí ẩn trong Xuất Ê-díp-tô ký 34. Chúa bày tỏ cách Đức Chúa Trời có thể xá điều gian ác của chúng ta đồng thời không kể kẻ có tội là vô tội.

Trọng tâm của việc hiểu rõ Đức Chúa Jêsus Christ là hiểu rõ Ngài đã đến để làm gì. Chúa đã đến hầu cho nhờ Ngài mà chúng ta được làm hòa với Đức Chúa Trời. A-đam và dân Y-sơ-ra-ên đã thất bại và bất trung như thế nào, mỗi người chúng ta đã thất bại như thế nào, thì Chúa Jêsus là Đấng trung tín, bị cám dỗ mà chẳng phạm tội. Đây là Đấng tiên tri mà Môi-se đã hứa, Đức Vua mà Đa-vít đã báo trước và thậm chí là "Con người" ở trong Đa-ni-ên 7. Hết thảy đều có ở trong Chúa Jêsus người Na-xa-rét. Chúa là Ngôi Lời đã đến làm người. Chúa là Chiên Con của Đức Chúa Trời, bị giết vì tội lỗi của dân sự Ngài. Hết thảy những lời hứa ấy đều đã được ứng nghiệm một cách trung tín qua Chúa Jêsus theo lời Đức Chúa Trời đã hứa.

Vậy, chúng ta thấy rằng Đức Chúa Trời là Đấng tạo hóa, Đấng thánh khiết, cũng là Đấng trung tín nữa. Đức Chúa Trời của Kinh Thánh cũng là Đấng yêu thương.

ĐỨC CHÚA TRỜI CỦA KINH THÁNH LÀ YÊU THƯƠNG

Thậm chí người chưa tin Chúa cũng có thể trích dẫn thuộc làu rằng: "Đức Chúa Trời là sự yêu thương" (1 Giăng 4:8). Nhưng chính "Đức Chúa Trời là sự yêu thương" không phải là một tóm tắt tuyệt vời cho cả Kinh Thánh. Câu Kinh Thánh này không phải là một tóm tắt tuyệt vời cho Phúc Âm. Chúng ta cần nhấn mạnh hơn thế nữa mà đặt câu hỏi rằng: Đức Chúa Trời là Đấng yêu thương như thế nào?

Tình yêu của Đức Chúa Trời gắn chặt với sự thành tín của Ngài. Chúa là Đức Chúa Trời của sự yêu thương có một tình yêu đặc biệt dành cho dân giao ước của Ngài. Đức Chúa Trời đã tạo nên chúng ta để phản chiếu ảnh tượng của Ngài. Chúa đã tạo nên chúng ta để ở trong giao ước với Ngài. Vậy thì làm thế nào Chúa có thể "xá điều gian ác" nhưng lại "không kể kẻ có tội là vô tội"? Tất nhiên, câu trả lời được tìm thấy trong Chúa Jêsus. Chúa là Đấng dù chẳng có tội nhưng đã gánh thay tội lỗi của chúng ta và bị trừng phạt vì tội lỗi ấy. Đây là điều Chúa Jêsus đã dạy các môn đồ trong Lu-ca 24 chép rằng: "Đoạn, Ngài bắt đầu từ Môi-se rồi kế đến mọi đấng tiên tri mà cắt nghĩa cho hai người đó những lời chỉ về Ngài trong cả Kinh Thánh. Bấy giờ Ngài mở trí cho môn đồ được hiểu Kinh Thánh. Ngài phán: Có lời chép rằng Đấng Christ phải chịu đau đớn dường ấy, ngày thứ ba sẽ từ kẻ chết sống lại, và người ta sẽ nhân danh Ngài mà rao giảng cho dân các nước sự ăn năn để được tha tội, bắt đầu từ thành Giê-ru-sa-lem" (Lu-ca 24: 27, 45–47).

"Có lời chép rằng" là điều Chúa đã báo trước – Chúa sẽ bày tỏ tình yêu thương của Ngài với dân sự của Ngài như thế này. Hãy nhớ lại các lời tiên tri trong Ê-sai 53 chép rằng:

Thật người đã mang sự đau ốm của chúng ta, đã gánh sự buồn bực của chúng ta; mà chúng ta lại tưởng rằng người đã bị Đức Chúa Trời đánh và đập, và làm cho khốn khổ.

Nhưng người đã vì tội lỗi chúng ta mà bị vết, vì sự gian ác chúng ta mà bị thương, bởi sự sửa phạt người chịu chúng ta được bình an, bởi lằn roi người chúng ta được lành bịnh.

Chúng ta thảy đều như chiên đi lạc, ai theo đường nấy: Đức Giê-hô-va đã làm cho tội lỗi của hết thảy chúng ta đều chất trên người. (Ê-sai 53:4–6)

Đây là điều Đấng Christ đã làm ở trong tình yêu thương của Ngài! Cũng như Chúa đã dạy các môn đồ của Ngài rằng: "Vì Con người đã đến không phải để người ta hầu việc mình, song để hầu việc người ta, và phó sự sống mình làm giá chuộc cho nhiều người" (Mác 10:45).

Cũng vậy, sứ đồ Phao-lô đã mô tả Đức Chúa Jêsus Christ là Đấng "vốn có hình Đức Chúa Trời, song chẳng coi sự bình đẳng mình với Đức Chúa Trời là sự nên nắm giữ; chính Ngài đã tự bỏ mình đi, lấy hình tôi tớ và trở nên giống như loài người; Ngài đã hiện ra như một người, tự hạ mình xuống, vâng phục cho đến chết, thậm chí chết trên cây thập tự" (Phi-líp. 2:6–8). Đến ngày thứ ba Ngài đã sống lại! Như sứ đồ Phi-e-rơ đã nói rằng: Nhưng Đức Chúa Trời đã khiến Người sống lại, bứt đứt dây trói của sự chết, vì nó không thể giữ Người lại dưới quyền nó" (Công vụ 2:24).

Sau đó, chúng ta thấy trong Tân Ước rằng Đức Chúa Trời luôn thành tín với những lời hứa của Ngài vì tình yêu giao ước mà Chúa đã hứa cùng dân sự của Ngài. Nếu chung ta là Cơ Đốc nhân ngày hôm nay, ấy là vì Đức Chúa Trời vẫn tiếp tục thành tín với những lời hứa ấy. Đấng Christ gánh thay tội lỗi của chúng ta và ban cho chúng ta sự công bình của Ngài.

Ý nghĩa của việc trở thành dân giao ước của Đức Chúa Trời, trở thành Cơ Đốc nhân là gì? Chuyện gì sẽ xảy ra khi một người trở thành Cơ Đốc nhân? Có phải chỉ cần quyết định là xong phải không? Có phải chỉ cần cầu nguyện là xong phải không? Chúng ta có cần ăn năn không? Chúng ta có cần xác tín chăng? Nếu chúng ta ăn năn và tin Chúa, thì chúng ta có thể làm điều đó như thế nào – nếu chúng ta là kẻ xấu xa như Kinh Thánh nói? Nếu chúng ta đã chết trong tội lỗi và sự vi phạm của mình, thì làm thế nào chúng ta có thể ăn năn và tin Chúa như vậy?

Mối liên hệ giữa đức tin và sự ăn năn

Theo Tân Ước, chúng ta ăn năn tội lỗi của mình và tin cậy vào Đấng Christ. Đó là vì sao chúng ta thường thấy sự ăn năn và đức tin luôn xuất hiện cùng nhau khi được đề cập trong Tân Ước. Khi sứ đồ Phao-lô đang gặp các trưởng lão Hội thánh ở Ê-phê-sô, ông đã tóm tắt sứ điệp của mình như thế này: "tôi khuyến cáo cả người Do Thái lẫn người Hy Lạp về sự ăn năn đối với Đức Chúa Trời và đức tin nơi Đức Chúa Jêsus, Chúa chúng ta" (Công vụ 20:21). Đây là sứ điệp được chia sẻ rất rõ ràng xuyên suốt Tân Ước: ăn năn tội lỗi và tin cậy vào Đấng Christ. Đó là sứ điệp căn bản mà Chúa Jêsus đã truyền dạy, các môn đồ của Ngài đã truyền dạy và Hội thánh thật khắp nơi trên thế giới đang rao truyền. Một khi chúng ta đã nghe thấy lẽ thật về tội lỗi của mình và sự thánh khiết của Đức Chúa Trời, về tình yêu thương của Ngài khi sai Đấng Christ đến, về sự chết và sự sống lại của Đấng Christ để chúng ta được xưng công bình, sau đó chúng ta được kêu gọi để đáp ứng. Đáp ứng đúng đắn với sứ điệp về tình yêu thương của Đấng Christ dành cho chúng ta là gì – tức là Chúa đã vì chúng ta mà trở thành của lễ hy sinh ở trên thập tự giá thế chỗ cho hết thảy chúng ta là những kẻ sẽ đặt niềm tin nơi Ngài? Có phải là tiến lên tin nhận Chúa không? Có phải là điền tên vào tờ giấy hoặc giơ tay lên không? Có phải là hẹn gặp người diễn giả hoặc quyết định chịu phép báp-tem và trở thành tín hữu của Hội thánh không? Cho dù những điều kể trên cũng phải có, nhưng chúng không phải là đáp ứng đúng đắn. Đáp ứng với Tin lành – tức là sứ điệp mà sứ đồ Phao-lô đã rao giảng và Cơ Đốc nhân khác đã rao truyền xuyên suốt Tân Ước – là ăn năn và tin Chúa.² Cũng như mấy lời đầu tiên mà Chúa Jêsus đã căn dặn được ký thuật lại trong Phúc Âm Mác, đáp ứng của chúng ta là "hãy ăn năn và tin nhận Tin lành" (Mác 1:15). Ăn năn là gì? Đơn giản là trừ bỏ tội lỗi của chúng ta. Ăn năn là nhận biết mình là một tội nhân và trừ bỏ tội lỗi đó.

Bên cạnh sự ăn năn là đức tin. Một khi chúng ta thành thật nghĩ rằng những điều Phúc Âm nói là đúng, thì chúng ta phải bắt đầu nương cậy hoàn toàn vào Đấng Christ để được cứu rỗi. Chúng ta phải hiểu rõ sự thật là mình không thể làm được những đòi hỏi của Đức Chúa Trời cho dù đạo đức của chúng ta có tốt đến mấy đi nữa. Chúng ta không tin cậy vào bản thân mình một chút và cũng tin cậy vào Chúa một chút; chúng ta phải tin cậy hoàn toàn vào Đức Chúa Trời, chỉ tin cậy vào một mình Đấng Christ để chúng ta được sự cứu rỗi.

Niềm tin chân thật hoàn toàn nương cậy vào Đức Chúa Trời tạo nên sự khác biệt. Niềm tin này không đòi hỏi chỉ có đức tin mà còn

---

2. Xem Greg Gilbert, *"Phúc âm (không phải) là gì?"* (bài giảng, Together for the Gospel, Louisville, KY, 2020), https://t4g.org/resources/greg-gilbert/what-is-and-isnt-the-gospel/.

phải có sự ăn năn nữa; niềm tin này đòi hỏi đời sống của chúng ta phải thực sự thay đổi. Ăn năn và đức tin là hai mặt của đồng tiền. Niềm tin này cũng không phải là mô hình cơ bản để sau này khi chúng ta muốn nên thánh thì chỉ cần thêm sự ăn năn vào đó. Không, đó là một thông điệp chống lại Kinh Thánh. Ăn năn là điều chúng ta làm khi bắt đầu suy nghĩ đúng đắn về Đức Chúa Trời và bản thân – niềm tin mà không có sự thay đổi là giả tạo. Ăn năn là thay đổi từ gốc rễ, tin cậy vào Đức Chúa Trời tốt lành của chúng ta một cách siêu nhiên. Như sứ đồ Giăng đã viết rằng: "Này, sự yêu thương ở tại đây: ấy chẳng phải chúng ta đã yêu Đức Chúa Trời, nhưng Ngài đã yêu chúng ta, và sai Con Ngài làm của lễ chuộc tội chúng ta" (1 Giăng 4:10, 19).

Đức Chúa Trời của Kinh Thánh là Đấng yêu thương!

ĐỨC CHÚA TRỜI CỦA KINH THÁNH LÀ TỐI THƯỢNG

Cuối cùng, chúng ta thấy rằng Đức Chúa Trời là tối thượng và muôn vật ở dưới quyền tể trị của Ngài đều có phần ở trong tình yêu biến đổi của Ngài. Lời cầu nguyện mà Chúa Jêsus đã dạy các môn đồ phải có đức tin đâm rễ vững nền ở trong quyền tể trị của Đức Chúa Trời – tức là ý muốn Chúa được nên. "Nước Cha được đến; ý Cha được nên, ở đất như trời!" (Ma-thi-ơ 6:10). Chúng ta đã từng thắc mắc điều này có nghĩa là gì bao giờ chưa?

Một số người cố tình giới hạn sự trông cậy của họ chỉ trong phạm vi của ngày hôm nay, trong những điều mà họ có thể hứa hẹn và thực hiện bằng khả năng và sức lực của mình – tức là những điều họ có thể biết chắc. Họ không muốn để cho lòng mình tin cậy vào điều gì khác. Họ cẩn thận và bảo vệ tấm lòng của mình. Họ đã bị lừa quá nhiều lần. Họ không muốn đặt lòng tin vào lời hứa mà bản thân họ không thể đảm bảo thực hiện được lời hứa ấy.

Nhưng Cơ Đốc giáo chưa bao giờ như vậy. Cơ Đốc nhân luôn có sự trông cậy vượt xa bản thân và vượt quá khả năng của mình. Sứ đồ Phi-e-rơ đã viết rằng: "chúng ta chờ đợi trời mới đất mới, là nơi sự công bình ăn ở" (2 Phi-e-rơ 3:13). Điều này ám chỉ sự trông cậy đầu tiên và cuối cùng trong Kinh Thánh đều được ứng nghiệm – tức là sự trông cậy của cả thế gian được thành sự thật, khi kế hoạch tối cao của Đức Chúa Trời mở rộng từ Đấng Christ đến dân giao ước của Ngài cho đến muôn vật.

Chúng ta tìm thấy sự trông cậy này vào cuối Kinh Thánh. Sách Khải huyền tiếp tục truyền thống nói tiên tri của Cựu Ước, nhưng có một vài thay đổi. Sách Khải huyền cho thấy kế hoạch tối cao của Đức Chúa Trời được hoàn thành, tức là một dân tộc có mối liên hệ đúng đắn với Ngài. Khi Hội thánh chiến đấu trở thành Hội thánh khải hoàn, trời mới và đất mới xuất hiện (xem Khải huyền 21:1-4; 21:22-22:5). Chúng ta nhìn thấy tất cả lời hứa của Đức Chúa Trời dành cho dân sự của Ngài đều được ứng nghiệm đến đỉnh điểm. Sự thánh khiết của dân sự Đức Chúa Trời cuối cùng đã hoàn tất. Rốt cuộc, dân sự của Đức Chúa Trời thực sự là dân thánh và ở với Chúa. Vườn Ê-đen được phục hồi. Một lần nữa, Đức Chúa Trời ở với dân sự của Ngài. Thành thánh (Khải huyền 21:2) có hình lập phương, giống như nơi chí thánh trong Cựu Ước, là nơi có sự hiện diện của Đức Chúa Trời. Nhưng giờ đây, cả thế giới trở thành nơi chí thánh, một ngôi nhà có khu vườn đời đời tràn ngập sự hiện diện của Đức Chúa Trời và bao gồm tất cả dân sự của Ngài, từ mọi thời đại đến từ khắp mọi nơi.

Đây là Tin lành tuyệt vời mà Cơ Đốc nhân phải chia sẻ. Đấy là tầm nhìn của chúng ta về tương lai – không phải do chúng ta nghĩ ra hoặc do một ủy ban nào đó nghĩ ra. Không phải vì tính đơn giản mà chúng ta hằng mong đợi, giống như người bạn và sinh viên tên là Bill mà tôi đã đề cập ở đầu chương, nhưng vì đây là điều Đức Chúa Trời đã mặc khải.

Dưới ánh sáng của những lời hứa cho tương lai, hiện tại là giai đoạn chờ đợi. Đây là tư thế tự nhiên của Cơ Đốc nhân: tập trung, mong đợi, tìm kiếm Đức Chúa Trời trong khi đoán trước rằng Chúa sẽ thực hiện lời hứa của Ngài. Chúng ta biết Chúa đã hoàn thành một vài lời hứa trong số đó rồi, giống như một đứa trẻ vào buổi sáng của ngày lễ Giáng sinh, chúng ta háo hức trải qua cả ngày hôm đó. Trong khi chờ đợi, thật thích hợp khi Tân Ước kết thúc bằng sách Khải huyền. Sách Khải huyền không được viết bởi một người đang sống trên đỉnh cao của thế giới. Mà được viết bởi một ông già sắp qua đời. Sứ đồ Giăng đã bị lưu đày, hoàn toàn tuyệt vọng và yếu ớt, không có bạn bè xung quanh. Tuy nhiên, ông tràn đầy hy vọng ở trong Đức Chúa Trời tối cao vì ông biết rằng bất kể ai đang ngồi trên ngai vàng của thế gian đi nữa, thì họ không phải là người quyết định điều gì sẽ xảy ra trên thế giới. Ông biết rằng có một Đức Chúa Trời ở trên trời, chính Chúa sẽ làm thành mọi lời hứa của Ngài. Sứ đồ Giăng có thể ngồi trên đảo Bát-mô với tràn đầy hy vọng, vì ông biết Đức Chúa Trời là Đấng như thế nào. Chúa là Đấng có thẩm quyền cao nhất, tức là Đức Chúa Trời đã bày tỏ chính Ngài với dân sự là Chúa của các chúa, là Đức Chúa Trời tối cao.

Thần học Thánh Kinh thật là thực tế. Nó tạo nên sự khác biệt. Lời hứa của Đức Chúa Trời sẽ làm cho khắp đất đầy dẫy sự hiểu biết về Đấng tạo hóa sẽ được giữ vững ở trong tạo vật mới của Ngài. Đức Chúa Trời của Kinh Thánh lập ra những lời hứa, Đức Chúa Trời tối cao của Kinh Thánh có quyền giữ những lời hứa ấy.

Chúng ta có thấy điều này quan trọng không? Đối với Cơ Đốc

nhân, chúng ta cần biết rằng Đức Chúa Trời sẽ tiếp tục chăm sóc chúng ta, sự chăm sóc của Ngài vẫn không dựa vào sự trung tín của chúng ta, mà dựa vào sự thành tín của Ngài. Sống giả vờ cho rằng thế giới là nơi thế lực bóng tối và thế lực ánh sáng đang trổ tài bắn giết lẫn nhau cũng vui được một chút mà thôi. Chắc chắn có những thế lực xấu xa thật đến nỗi Cơ Đốc nhân đang chống trả ở trong thế giới và trong chính tấm lòng của mình. Nhưng kết quả không hề có sự cân bằng. Đức Chúa Trời của chúng ta là Đức Chúa Trời tối cao. Sứ đồ Giăng viết sách Khải huyền là người tràn trề hy vọng, không phải vì *ông* biết điều mình phải làm mà vì ông biết điều *Chúa* sẽ làm.

Những câu hỏi về quyền tể trị của Đức Chúa Trời không chỉ là vấn đề của các nhà thần học mọt sách hay các sinh viên thần học. Chúng là những câu hỏi quan trọng đối với tất cả Cơ Đốc nhân. Những gì chúng ta nghĩ về Đức Chúa Trời tác động đến lối sống và cách xây dựng Hội thánh của mình. Chúng ta phải có sự hiểu biết về Đức Chúa Trời theo Kinh Thánh để hiểu rõ Phúc Âm. Không có Phúc Âm, chúng ta không có hy vọng, không có đời sống Cơ Đốc và chắc chắn là không có Hội thánh thật nào cả.

Đặc biệt là các mục sư cần phải biết rằng Đức Chúa Trời theo Kinh Thánh là Đấng tạo hóa, thánh khiết, thành tín, yêu thương và tối thượng. Nếu chúng ta thay đổi suy nghĩ của mình về một trong những đặc tánh của Đức Chúa Trời kể ra ở trên, thì chúng ta sẽ thay đổi cách hành nghề của chúng ta. Chúng ta sẽ chăn bầy khác đi. Trung thành với Kinh Thánh đòi hỏi chúng ta phải nói về các vấn đề một cách rõ ràng và quyết đoán. Chúng ta sẽ chẳng hiểu gì về Kinh Thánh nếu chúng ta không hiểu Đức Chúa Trời của Kinh Thánh là ai.

Chúng ta đã thấy Đức Chúa Trời theo Kinh Thánh là Đấng tạo

hóa, thánh khiết, thành tín, yêu thương và tối thượng. Đặc tánh cuối cùng về Đức Chúa Trời tối cao thường bị chối bỏ ở trong Hội thánh. Nhưng chúng ta phải cẩn thận ở chỗ này. Vì Cơ Đốc nhân nào từ chối ý niệm về quyền tể trị của Đức Chúa Trời ở trên tạo vật hoặc sự cứu rỗi là đang đùa cợt với tà giáo. Rất nhiều Cơ Đốc nhân trung tín có những câu hỏi chân thành về quyền tể trị của Đức Chúa Trời như là làm thế nào Đức Chúa Trời tối cao và ý chí tự do của chúng ta hòa hợp với nhau. Nhưng liên tục từ chối quyền tể trị của Đức Chúa Trời là điều khiến chúng ta phải băn khoăn. Làm báp-tem cho một người phản đối quyền tể trị của Đức Chúa Trời là đang báp-tem cho một người vẫn chưa chịu tin cậy hoàn toàn vào Đức Chúa Trời. Sau cùng, đó là vấn đề liên quan đến quyền tể trị của Đức Chúa Trời. Chúng ta có sẵn lòng tin cậy Ngài không? Chúng ta có sẵn lòng nhận biết mình không phải là Đức Chúa Trời chăng? Chúng ta không phải là Quan Án? Chúng ta không phải là kẻ quyết định công bằng và bất công? Chúng ta có sẵn lòng trao phó cuộc đời mình trong tay Đức Chúa Trời và thực sự tin cậy Ngài không? Chối bỏ quyền tể trị của Đức Chúa Trời nguy hiểm như thế nào đối với đời sống thuộc linh của một Cơ Đốc nhân, thì lại càng nguy hiểm hơn đối với lãnh đạo của một hội chúng. Lựa chọn một lãnh đạo nghi ngờ quyền tể trị của Đức Chúa Trời, hoặc hiểu sai sự dạy dỗ của Kinh Thánh về đề tài này, tức là có một tấm gương không sẵn lòng tin cậy Đức Chúa Trời thật sâu sắc ở trong lòng. Điều đó sẽ cản trở Hội thánh tin cậy Chúa cùng với nhau.

Nếu chúng ta muốn trở thành một Hội thánh vững mạnh, thì chúng ta phải cẩn thận cầu thay cho các lãnh đạo trong Hội thánh hiểu đúng Kinh Thánh và tin cậy vào quyền tể trị của Đức Chúa Trời. Đạo lành, nếu hiểu đúng là sự vinh hiển theo Thánh Kinh, là dấu hiệu của một Hội thánh vững mạnh.

KẾT LUẬN

Chúng ta có thể không thích tin cậy. Đôi lúc chúng ta không tin cậy vì chúng ta thường bị thất vọng. Nhưng thất vọng đều có mục đích của nó. Những kế hoạch yêu dấu của chúng ta bị thất bại thường là các bước để tìm kiếm Đức Chúa Trời chân thật và điều tốt đẹp mà Ngài muốn ban cho chúng ta. Kinh Thánh chứa đựng nhiều câu chuyện giống như thế này. Hy vọng về Đấng Mê-si của dân Y-sơ-ra-ên hết lần này đến lần khác đã lèo lái dân tộc này đến chỗ tin cậy hoàn toàn vào Đức Chúa Trời. "Cái giằm xóc vào thịt" của sứ đồ Phao-lô đã khiến ông trở thành công cụ của Đức Chúa Trời, tin cậy vào Cứu Chúa và lệ thuộc vào Ngài cũng như làm cho ông trở thành một người đáng tin cậy đến nỗi sứ đồ Phao-lô không bao giờ làm được nếu không có cái giằm xóc ấy.

Đối với chúng ta cũng vậy. Đời sống thuộc linh của chúng ta rơi vào chỗ nguy hiểm nhất khi nghĩ rằng mọi chuyện đều ổn thỏa. Chúng ta cần biết rằng Đức Chúa Trời là Đấng công bình khi đoán phạt chúng ta trong cõi đời đời. Chúng ta biết rằng Đức Chúa Trời ở trong Đấng Christ đã cho chúng ta một con đường khác, nếu chúng ta không lệ thuộc vào sự công bình riêng của mình, sự tốt lành của mình và công trạng của mình nữa, mà chỉ lệ thuộc vào Đấng Christ mà thôi. Đó là cách để được hòa thuận với Đức Chúa Trời.

Nếu chúng ta thành thật, thì tin cậy như thế không phải là khuynh hướng tự nhiên của chúng ta. Chúng ta hết sức bám chặt vào những gì mình có ở trong thế giới này, cứ như chúng ta sẽ còn lại đời đời vậy. Nhưng không có điều gì chúng ta sở hữu trong đời này sẽ còn lại đời đời đâu.

Nhưng, nếu chúng ta là con cái của Đức Chúa Trời, chúng ta biết rằng Chúa có điều tốt hơn dành sẵn cho chúng ta. Dẫu cho đời này có những điều tốt bền lâu nào đi nữa, thì điều tốt nhất vẫn chưa đến đâu.

Trong đoạn cuối cùng của quyển sách cuối cùng trong Biên niên sử Narnia, C. S. Lewis viết rằng:

> Khi [Aslan] nói, ông không còn nhìn họ như một sư tử nữa; nhưng mọi thứ xảy ra sau đó thật tuyệt vời và đẹp đẽ đến nỗi tôi không thể viết ra được. Còn với chúng ta thì tới đây là kết thúc câu chuyện rồi, chúng ta gần như có thể nói rằng hết thảy bọn họ đã sống hạnh phúc kể từ đó. Nhưng với họ thì câu chuyện chỉ mới bắt đầu mà thôi. Trọn đời họ ở trong thế giới này và tất cả cuộc phiêu lưu của họ trong xứ Narnia mới chỉ là trang bìa và tựa đề mà thôi: lúc này họ đã bắt đầu Chương Một của Câu chuyện Vĩ đại mà không ai trên đất này đọc được: tức là câu chuyện còn mãi: trong đó chương sau lại càng tốt hơn chương trước nữa.[3]

Nếu chúng ta là con cái của Đức Chúa Trời, thì kết luận mà Chúa nghĩ về chúng ta là tốt đến không tưởng. Khi sứ đồ Giăng viết rằng: "Hỡi kẻ rất yêu dấu, chính lúc bây giờ chúng ta là con cái Đức Chúa Trời, còn về sự chúng ta sẽ ra thể nào, thì điều đó chưa được bày tỏ. Chúng ta biết rằng khi Ngài hiện đến, chúng ta sẽ giống như Ngài, vì sẽ thấy Ngài như vốn có thật vậy" (1 Giăng 3:2). Sứ đồ Phao-lô, suy nghĩ những điều tương tự, đã thốt lên lời ca tụng rằng: "Ôi! sâu nhiệm thay là sự giàu có, khôn ngoan và thông biết của Đức Chúa Trời! Sự phán xét của Ngài nào ai thấu được, đường nẻo của Ngài nào ai hiểu được!" (Rô-ma 11:33).

Đây là Đức Chúa Trời của Kinh Thánh – Đấng tạo hóa, thành

---

3. C. S. Lewis, *Trận chiến Cuối cùng* (New York: Macmillan, 1956), trang 183.

tín, thánh khiết, yêu thương, tối thượng của Kinh Thánh. Thật vậy, Kinh Thánh nói về Đức Chúa Trời như thế. Kinh Thánh nói về những lời hứa mà Đức Chúa Trời đã lập ra và những lời hứa mà Đức Chúa Trời đã làm thành. Trong Kinh Thánh, Đức Chúa Trời kêu gọi chúng ta đáp ứng với Ngài bằng cách tin cậy Chúa và đáp ứng với Lời Chúa bằng cách tin cậy Phúc Âm của Ngài

Trong Kinh Thánh, chúng ta thấy Đức Chúa Trời ban cho chúng ta Lời Chúa – tức là những lời hứa của Ngài – còn chúng ta đáp ứng lại bằng cách tin cậy Ngài – cũng giống như A-đam và Ê-va đã *không* làm vậy trong vườn Ê-đen; cũng giống như Chúa Jêsus *đã làm* vậy trong vườn Ghết-sê-ma-nê. Còn khi chúng ta nghe và tin Lời Đức Chúa Trời, thì chúng ta lại bắt đầu có mối liên hệ với Ngài như lúc ban đầu vậy. Đây là Đức Chúa Trời mà chúng ta có thể tin cậy và phải tin cậy, vì Lời Chúa sẽ không trở về luống công đâu. Đây là Tin lành ở trong Kinh Thánh.

Trung tâm của Phúc Âm là sự trao đổi tuyệt vời giữa sự công bình của Đấng Christ và tội lỗi của chúng ta. Chúa đã chịu chết thế cho chúng ta ở trên thập tự giá là trọng tâm của sứ điệp. Thật vô nghĩa khi nói về Đức Chúa Trời yêu thương mà không tin vào chân lý này và nương cậy vào Đấng Christ một cách hoàn toàn và duy nhất để chúng ta được cứu rỗi. Tin lành nói về chúng ta được hiệp một với Đấng Christ bởi đức tin nơi Đấng đã gánh chịu sự trừng phạt của chúng ta và ban cho chúng ta sự sống của Ngài!

Bill Sykes là một người bán trái cây nghèo vô tín ở Luân Đôn vào thế kỷ mười chín.[4] Khi ông mắc bệnh gần chết phải nằm ở nhà, một Cơ Đốc nhân đã gặp và chia sẻ Phúc Âm cho ông nghe. Thoạt

---

4. Câu chuyện này được thuật lại trong quyển sách *Archibald G. Brown* của Iain Murray (Carlisle, PA: Banner of Truth, 2011), trang 75–76.

đầu, Sykes tỏ ra không quan tâm. Rồi người đó chia sẻ với ông về Ê-sai 43:25 chép rằng: "Ấy chính ta, là Đấng vì mình ta mà xóa sự phạm tội ngươi; ta sẽ không nhớ đến tội lỗi ngươi nữa", anh ta đã giải thích về sự trao đổi diệu kỳ này. Sykes nói: "Bây giờ, tôi đã thấy Đấng Christ chịu khổ vì tôi". Sau này, Cơ Đốc nhân ấy nhớ lại rằng: "Tôi không ngần ngại nói rằng Bill Sykes đã vào miền vinh hiển".

Sau vài lần thăm viếng, người đó đã gặp con trai của Bill, đang ngồi bên giường của cha mình. Bill nói với Cơ Đốc nhân ấy rằng: "Hãy nói cho nó nghe một chút đi". Người đến thăm hỏi: "Một chút gì chứ?" "Một chút về Đấng Christ đã chết thế tôi và Ngài đã gánh chịu sự trừng phạt vì tôi như thế nào. Một chút đó đấy!"

Bill là một nhà thần học giỏi hơn nhiều các giáo sư thần học ngày hôm nay. Người đàn ông đang hấp hối ở trên giường đã hiểu được trọng tâm của Kinh Thánh mới là điều ông cần bám víu khi cái chết gần kề. Bill Sykes đã nghe rất nhiều về thần học – ông đã nghe Phúc Âm! Đây có phải là Phúc Âm được rao giảng trong Hội thánh của chúng ta không? Đây có phải là trọng tâm ở trong bài giảng và buổi nhóm của chúng ta không? Không hề có lời lẽ êm tai về con người chúng ta tốt đẹp ra sao, hoặc là Đức Chúa Trời chúng ta như thế nào, hoặc là Chúa Jêsus sẵn sàng làm bạn với tất cả, hoặc thậm chí là vài lời cáo trách để trừ bỏ tội lỗi ra khỏi đời sống của chúng ta – nhưng là sứ điệp kỳ diệu của Kinh Thánh về Đức Chúa Trời và chúng ta? Đây có phải là Tin lành hay nhất mà chúng ta từng nghe chăng? Tội lỗi được tha! Cuộc đời mới bắt đầu! Một sự liên hệ cá nhân với Đức Chúa Trời, là Đấng tạo hóa của chúng ta đến đời đời! Đây là Tin lành mà Đức Chúa Trời dành cho chúng ta ngày hôm nay ở trong Lời Chúa.

Chúng ta còn có Tin lành nào khác hay hơn chăng?

CÁC TÀI LIỆU KHÁC

- Nghiên cứu nhóm: *Toàn bộ Chân lý về Đức Chúa Trời: Thần học Thánh Kinh* của Bobby Jamieson (2012), nghiên cứu Kinh Thánh sáu tuần theo phương pháp quy nạp; và *Tin lành của Đức Chúa Trời: Phúc Âm* (2012), nghiên cứu Kinh Thánh bảy tuần theo phương pháp quy nạp.

- Nghiên cứu thêm: *Tín lý vững chắc: Hội thánh Tăng trưởng trong sự yêu thương và sự thánh khiết của Đức Chúa Trời như thế nào (2013)*, của Bobby Jamieson và *Thần học Thánh Kinh cho Sinh hoạt Hội thánh: Dẫn nhập Mục vụ (2010)* của Michael Lawrence.

- Cũng xem D. Martyn Lloyd-Jones, *Cảnh ngộ của con người và Quyền phép của Đức Chúa Trời* (1943); J. I. Packer, *Biết Đức Chúa Trời* (1973); Edmund Clowney, *Huyền nhiệm Khải tỏ: Khám phá Đấng Christ trong Cựu Ước* (1989); John MacArthur, *Phúc Âm theo Chúa Jêsus: Đức tin thật là gì?* (1994); Graeme Goldsworthy, *Phúc Âm và Vương quốc* (2002); Mark Dever, *Sứ điệp Tân Ước: Giữ lời hứa* (2005), *Sứ điệp Cựu Ước: Lập lời hứa* (2006) và *Đức Chúa Trời muốn chúng ta làm gì? Khái quát nhanh Toàn bộ Kinh Thánh* (2010); J. I. Packer và Mark Dever, *Chúa đã chết thay tôi: Sự chuộc tội vinh hiển* (2008); Mark Dever và Michael Lawrence, *Yên ninh thay: Giảng giải Kinh về Sự chết chuộc tội* (2010); Russell S. Woodbridge và David W. Jones, *Khỏe mạnh, Giàu có & Hạnh phúc: Phúc âm Thịnh vượng làm lu mờ*

Phúc Âm của Đấng Christ rồi sao? (2010); Michael Reeves, *Ngọn lửa Bất diệt: Khám phá Trọng tâm cuộc Cải Chánh* (2010); Greg Gilbert, *Chúa Jêsus là ai?* (2015) và *Tin lành là gì?* (2010); Greg Gilbert và Kevin DeYoung, *Sứ mạng của Hội thánh là gì? Hiểu rõ Công bằng Xã hội, Sha-lom và Đại Mạng Lịnh* (2011); Nick Roark và Robert Cline, *Thần học Thánh Kinh: Hội thánh Trung tín Dạy Phúc Âm Thế nào* (2018); Costi Hinn, *Đức Chúa Trời, Tham lam và Phúc Âm (Thịnh vượng): Chân lý Phơi bày Cuộc đời Dối trá Thế nào* (2019); và Dane Ortlund, *Nhu mì và Khiêm nhường: Tấm lòng của Đấng Christ cho Tội nhân và Khổ nhân* (2020).

Tiếp theo

Dấu hiệu 3: Thấu hiểu sự cải đạo và công tác truyền giảng theo Kinh Thánh

Thấu hiểu sự cải đạo theo Kinh Thánh
Thấu hiểu công tác truyền giảng theo Kinh Thánh
Truyền giảng là gì?
Tại sao chúng ta phải truyền giảng?
Chúng ta nên truyền giảng như thế nào?
Truyền giảng không phải là tiếp thị

DẤU HIỆU 3
THẤU HIỂU SỰ CẢI ĐẠO VÀ CÔNG TÁC TRUYỀN GIẢNG THEO KINH THÁNH

Chúng ta nghĩ gì khi nghe thấy cụm từ cải đạo? Chúng ta nghĩ sao về toàn bộ vấn đề liên quan đến sự biến đổi cá nhân? Ngày hôm nay, rất nhiều người hoài nghi về sự thay đổi thực sự của người khác. Chính khách, luật sư, giáo sư, phóng viên và các nhà hoạt động xã hội đều có những thói xấu, đúng không?

Đối với họ, sự khôn ngoan là học cách chấp nhận và thích ứng với bản chất còn hơn là cố gắng thay đổi chúng. Súc sắc đã ném ra, thăm đã bắt rồi, tính cách của chúng ta đã được an bài, nếu không có một biến cố lớn nào đó xảy ra, thì con báo không thay đổi được mấy cái đốm trên người của nó, con người không khỏi lo âu về tính cách của mình, hoặc vẫn mãi bất an về linh hồn của họ. "Đời là thế!" Sự trưởng thành – thậm chí đức tính – đến từ việc chấp nhận sự thật về bản thân và đầu phục sự thật phũ phàng ấy.

Bất kỳ ý kiến nào cho rằng chúng ta có thể thay đổi cách triệt để đều lẩn quẩn đâu đó sự nghi ngờ. Bất kỳ ý kiến nào như vậy đều được coi là một công cụ thao túng tiềm ẩn nguy hiểm trong tay những kẻ muốn ép buộc chúng ta tuân theo các tiêu chuẩn của họ, nuôi dưỡng trong lòng chúng ta sự tự ghét mình và ghê tởm một vài đặc điểm về bản thân, dù đó là ham muốn tình dục, tham vọng nghề nghiệp, tiêu chuẩn đạo đức, hoặc niềm tin tôn giáo của chúng ta. Họ nói rằng chúng ta vốn là như vậy, thay vì đưa ra thắc mắc về những ham muốn bẩm sinh từ đâu mà có, nên hãy tự hào về điều đó và thậm chí bày tỏ những điều ấy ra nữa!

Nhưng đứng trước tất cả sự không chắc và nghi ngờ về việc thay đổi, thì ai trong chúng ta cũng khao khát muốn được thay đổi. Có một sự bồn chồn về "vận may không mỉm cười" mà nếu người khác biết được sự thật thì chúng ta sẽ bất mãn với bản thân nhiều hơn, cũng như điều đó sẽ càng ăn sâu trong lòng mình hơn. Chúng ta không hài lòng, thế là phải sắp xếp lại đồ đạc trong nhà, sơn lại hành lang hoặc mua quần áo mới. Nếu mọi thứ trở nên tồi tệ hơn nữa, thì chúng ta nghĩ đến việc chuyển nhà. Chúng ta yêu cầu thời gian làm việc phải thật linh hoạt, hoặc thậm chí là thay đổi công việc. Đôi khi chúng ta còn muốn thay đổi người phối ngẫu của mình nữa cơ đấy! Ngày hôm nay, những ranh giới bất di bất dịch của truyền thống về giới tính, tình dục và cuộc sống cũng bị vi phạm chỉ vì muốn tìm kiếm sự thỏa mãn. Chưa hết, vì điều kiện công việc và nghề nghiệp, hôn nhân và gia đình, thậm chí cả giới tính và sự chết chỉ còn là những lựa chọn của chúng ta mà thôi, từ chỗ này đến chỗ khác bắt đầu hợp pháp hóa sự giết người trong ngành y khoa, chúng ta chỉ thấy mình là những kẻ thất bại, mắc bẫy và tuyệt vọng. Vậy, những kẻ hoài nghi có đúng không? Sự thay đổi thực sự có tồn tại chăng?

Kinh Thánh nói gì về sự thay đổi triệt để, thực sự và có ý nghĩa? Tất nhiên là trong quyển sách này, chúng ta đang nói về sự thay đổi lớn xảy ra trong sự cải đạo. Theo nghĩa đen, sự cải đạo có nghĩa là chuyển hướng: chuyển từ việc vi phạm tội lỗi sang ăn năn tội lỗi của mình và chuyển từ việc tin tưởng vào bản thân sang tin cậy vào Đấng Christ mà thôi, để chúng ta được hòa thuận với Đức Chúa Trời (xem tóm tắt bài giảng của sứ đồ Phao-lô trong Công vụ 20:21).

Nếu nghĩ sự cải đạo là do chúng ta tự làm, thì chúng ta sẽ truyền giáo một chiều. Nếu nghĩ cải đạo chủ yếu là do Chúa làm, thì chúng ta sẽ truyền giảng khác đi. Cách chúng ta truyền giảng sẽ quyết định không nhỏ đến sức khỏe của Hội thánh, chẳng khác gì thực phẩm mua ở cửa hàng sẽ ảnh hưởng đến sức khỏe thể chất của chúng ta vậy. Truyền giáo thiếu sốt sắng sẽ khiến chúng ta chết đói và sống lãng phí. Truyền giáo cẩu thả sẽ nhét đầy nhà thờ những kẻ chưa được cải đạo, khiến Hội thánh trở nên ốm yếu, hư hỏng và hoạt động kém hiệu quả, thậm chí sẽ dẫn tới cái chết. Nhưng thấu hiểu sự cải đạo theo Kinh Thánh sẽ thôi thúc chúng ta truyền giảng theo Kinh Thánh. Thấu hiểu sự cải đạo và công tác truyền giảng theo Kinh Thánh là dấu hiệu của một Hội thánh vững mạnh.

Hiểu rõ những vấn đề này theo Kinh Thánh sẽ cho phép chúng ta tự do nói ra tất cả mọi điều về Tin lành của Đức Chúa Jêsus Christ, khi chúng ta cố gắng giúp người khác hiểu sự thay đổi do Đức Chúa Trời làm nghĩa là gì bằng chính đời sống của mình và thuyết phục họ bằng lời lẽ của mình. Đức Chúa Trời đã hứa rằng Lời Chúa có quyền phép! Đức Chúa Trời hứa qua tiên tri Ê-sai rằng Lời Chúa "chẳng trở về luống nhưng, mà chắc sẽ làm trọn điều ta muốn, thuận lợi công việc ta đã sai khiến nó" (Ê-sai 55:11).

Vậy thì trước tiên, hãy suy xét kỹ hơn về sự cải đạo. Người ta có cần phải cải đạo, phải thay đổi không?

THẤU HIỂU SỰ CẢI ĐẠO THEO KINH THÁNH

Câu hỏi cơ bản về sự cải đạo có cần thiết hay không càng ngày càng biến thành một trở ngại đối với Cơ Đốc giáo theo Kinh Thánh. Rất nhiều điều được coi là tôn giáo ngày hôm nay chỉ đơn giản là sự khẳng định bản thân, làm cho nhiều người chọn sự tự mãn về tình trạng của loài người hơn là sự biến đổi theo Kinh Thánh. Khi đối mặt với ý kiến cho rằng họ cần vài thay đổi lớn trong cuộc sống, thì họ chỉ nói rằng: "Tại sao phải thay đổi? Anh chớ áp đặt ý tưởng của mình lên người khác nhé! Hơn nữa, anh có chắc là lối sống và quan điểm của mình tốt hơn người khác không? Nếu nói vậy, thì anh đúng là một kẻ đạo đức giả tự cho mình là đúng! Tôi sẽ cảm ơn rất nhiều nếu anh biết kiểm soát thần kinh của mình và để cho tôi yên!"

Nhưng Kinh Thánh rõ ràng dạy rằng thay đổi là điều cần thiết, chúng ta không "ổn" đâu. Thật ra, Kinh Thánh dạy rằng chúng ta đang có vấn đề.

Nhiều năm trước, một phóng viên hỏi siêu sao bóng rổ Sam Perkins rằng: "Ông sẽ chơi như thế nào khi bị dẫn trước ba mươi lăm điểm?"

Perkins đáp rằng: "Chúng tôi cần duy trì tốt sự nhất quán của mình".

Tất nhiên, sự nhất quán trong tình thế thua cuộc không hề hiệu quả. Sự nhất quán trong tình trạng đã chết về phương diện thuộc linh chẳng giúp gì được nữa. Chúng ta phải nhắc nhở bản thân rằng Chúa Jêsus hiểu rõ tình trạng tự nhiên của mọi người trên thế giới này: "Sự sáng đã đến thế gian, mà người ta ưa sự tối tăm hơn sự sáng, vì việc làm của họ là xấu xa. Bởi vì phàm ai làm ác thì ghét sự sáng và không đến cùng sự sáng, e rằng công việc của mình phải trách móc chăng" (Giăng 3:19–20).

Sứ đồ Phao-lô đã nhắc nhở Cơ Đốc nhân ở Ê-phê-sô rằng: trước khi cải đạo, họ đã chết trong tội lỗi và sự vi phạm của mình (Ê-phê-sô 2:1). Sứ đồ Phao-lô đã dạy rõ rằng nhân loại đều đã chết về phương diện thuộc linh. Nếu chúng ta còn nghi ngờ sự cải đạo có quan trọng với Kinh Thánh không, thì hãy đọc Rô-ma 2-3. Chân lý cho biết hết thảy chúng ta đều phạm tội nghịch cùng Đức Chúa Trời. Sứ đồ Phao-lô trích dẫn Cựu Ước để lên án mạnh mẽ bất kỳ lời tuyên bố nào cho rằng chúng ta có thể tự xưng công bình: "Chẳng có một người công bình nào hết, dẫu một người cũng không" (Rô-ma 3:10). Kinh Thánh dạy rằng chúng ta hoàn toàn sa đọa, nói vậy không có nghĩa là chúng ta vô cùng xấu xa, mà có nghĩa là toàn bộ con người của chúng ta đều nổi loạn chống nghịch Đức Chúa Trời. Tất cả ngóc ngách ở trong chúng ta đều có dấu vết của tội lỗi – tức là dấu vết của sự chết thuộc linh. Thậm chí, lưỡi của chúng ta cũng dùng để nói dối (Rô-ma 3:13). Vì thế, sứ đồ Phao-lô kết luận rằng: "Chẳng có một người nào bởi việc làm theo luật pháp mà sẽ được xưng công bình trước mặt [Đức Chúa Trời]" (Rô-ma 3:20). Hội thánh mà không làm rõ điều này thì không thể giúp chúng ta tốt hơn được. Chúng ta phải hiểu rõ vấn đề cơ bản là gì để biết rõ Hội thánh vận hành như thế nào.

Kinh Thánh cho chúng ta biết những hình ảnh khốc liệt về bản chất của loài người. Kinh Thánh nói rằng chúng ta mắc nợ, làm tôi mọi, phá sản và thậm chí là đã chết. Đây là tình trạng của chúng ta. Chúng ta đang ở trong trạng thái thê thảm. Rõ ràng là cần phải có sự thay đổi – mà sự thay đổi này chỉ có Chúa Jêsus mới làm được.

Hãy suy xét sự thật song sinh này: chúng ta rất cần ân điển của Đức Chúa Trời, nhưng Chúa không cần ban ân điển cho ai cả. Đó chính là bản chất của ân điển – không phải là món nợ. Đức Chúa Trời chỉ mắc nợ chúng ta một điều đó là thi hành công lý ở trên tội lỗi của chúng ta. Đó chính là án phạt mà Chúa Jêsus đã chịu thay cho hết thảy kẻ nào tin cậy Ngài. Vậy, khi Chúa Jêsus kêu gọi chúng ta bởi Thánh Linh của Ngài, thì chúng ta trừ bỏ tội lỗi của mình để đặt niềm tin nơi Chúa.

Khi Thánh Linh của Đức Chúa Trời bắt đầu kêu gọi chúng ta trừ bỏ tội lỗi của mình bằng quyền phép của Ngài, thì chúng ta cảm nghiệm được sự cáo trách rất lớn. Chúng ta bắt đầu cảm biết được tính nghiêm trọng của tội lỗi, đặc biệt là mức độ dẫn tới sự chết vì đó là hành động nổi loạn chống nghịch Đức Chúa Trời. Chúng ta không còn cảm thấy như "lẽ ra mình không nên làm điều đó" hoặc "lương tâm của mình bị cắn rứt vì điều đó". Thay vì thế, chúng ta bắt đầu thấy tội lỗi của mình phơi bày tình trạng không tin cậy vào Đức Chúa Trời, không ưu tiên điều Chúa ưu tiên và thiếu quan tâm những điều Chúa quan tâm. Chúng ta bắt đầu thấy bản chất xấu xa của tội lỗi. Chúng ta bắt đầu thấy mình giống như Đa-vít là kẻ ngoại tình đã cầu nguyện rằng: "Tôi đã phạm tội cùng Chúa, chỉ cùng một mình Chúa thôi, và làm điều ác trước mặt Chúa; hầu cho Chúa được xưng công bình khi Chúa phán, và được thanh sạch khi Chúa xét đoán" (Thi thiên 51:4).

Theo Kinh Thánh, đây là một phần quan trọng của Tin lành: chúng ta cần được cải đạo. Bản chất của chúng ta chẳng có gì tốt đẹp. Sự thay đổi mà chúng ta cần không đơn thuần là "khám phá" bản thân và khả năng của mình, mà còn phải *từ bỏ* nữa. Chúng ta không cần một phiên bản tốt hơn; chúng ta cần có một người mới! Đó là điều Đức Chúa Trời cung ứng cho chúng ta ở trong Đấng Christ. Khi cải đạo, chúng ta từ bỏ yêu cầu làm thẩm phán và làm vua muốn đưa ra phán quyết cho cuộc đời mình, chúng ta thừa nhận đó là vai trò của một mình Đức Chúa Trời mà thôi. Tội lỗi trong quá khứ của chúng ta cần được tha thứ. Cuộc sống hiện tại của chúng ta cần được định hướng lại. Tương lai của chúng ta cần được thay đổi từ việc bị Đức Chúa Trời tốt lành phán xét phải xuống địa ngục, sang việc được Đức Chúa Trời ở trong Đấng Christ giàu ơn tha thứ và đón nhận chúng ta vào thiên đàng. Có lẽ mọi tôn giáo khác trên hành tinh này đều rao giảng về sự tự cứu mình, nhưng Cơ Đốc giáo thì không. Cơ Đốc giáo rao giảng rằng chúng ta cần được thay đổi cách triệt để.

Sự cải đạo thật là thay đổi tâm trí, nhưng không chỉ thay đổi tâm trí. Phải có thay đổi tấm lòng nữa, mặc dù không phải là một trải nghiệm vô cảm về mặt cảm xúc. Khi Đức Chúa Trời cải đạo tấm lòng và làm sự tái sinh, chúng ta là tạo vật mới được hiệp một với Đấng Christ bởi đức tin mà có những hành vi mới.

Tôi thường xuyên cầu nguyện rằng lời chứng của cả Hội thánh sẽ thành công hơn lời chứng của từng cá nhân. Dĩ nhiên, đúng là Thánh Linh của Đức Chúa Trời hành động ở trong mỗi người chúng ta. Trong khi mỗi người chúng ta có thể là chứng nhân đắc lực của Chúa Jêsus, tôi cầu nguyện rằng cả Hội thánh đều sẽ như vậy, thì chúng ta thực ra đang khiến những người mới tin Chúa cảm thấy bối rối khi mới tương tác và làm quen với Hội thánh lần đầu tiên – vì nhiều người chỉ là những kẻ bất toàn đã được Thánh Linh của Đức Chúa Trời làm nên mới. Mặc dù chẳng có người nào là hoàn hảo cả, nhưng khi xét kỹ hơn thì rõ ràng là Chúa vẫn đang hành động ở trong chúng ta. Chúng ta đã thực sự thay đổi và Thánh Linh của Ngài đã ban cho chúng ta sự sống mới như có chép trong Rô-ma 6.

Theo Kinh Thánh, sự cải đạo thật trong Cơ Đốc giáo xuất phát từ việc chỉ trông cậy vào Đấng Christ. Chúng ta không chỉ cố gắng tự cho mình là công bình ở trước mặt Đức Chúa Trời hoặc là cải thiện đời sống của mình ở chỗ này chỗ kia, rồi nghĩ rằng những thay đổi ấy sẽ che giấu tội lỗi của chúng ta khỏi Đức Chúa Trời hoặc làm cho lòng chúng ta có cảm giác công chính ở trước mặt Ngài. Trong sự cải đạo thật, chúng ta bắt đầu yên nghỉ nơi Đấng Christ, tin cậy Chúa và chỉ dựa vào công tác của duy Ngài ở trước mặt Đức Chúa Trời mà thôi. Sự thay đổi lớn này là để nhận ra việc đi nhà thờ, tham gia các lớp trường Chúa Nhật, dâng hiến tiền bạc, sự tử tế hoặc sự xinh đẹp, hay là hạnh phúc hoặc đời sống tôn giáo của mình không bao giờ xứng đáng nhận được ý muốn tốt lành của Đức Chúa Trời.

Chúng ta phải biết rằng vì cớ tội lỗi mà loài người hoàn toàn tuyệt vọng ở trước mặt Đức Chúa Trời. Hy vọng duy nhất của chúng ta là khi biết rằng Đức Chúa Trời đã mặc lấy xác thịt ở trong Đấng Christ, Chúa đã sống một cuộc đời hoàn hảo và chịu chết thế trên thập tự giá cho hết thảy kẻ nào quay lại tin cậy nơi Ngài, Chúa đã sống lại đắc thắng tội lỗi của chúng ta và đầy dẫy Thánh Linh của Ngài ở trong lòng chúng ta. Bắt đầu tin cậy vào Đức Chúa Trời và chỉ tin Ngài mà thôi là bản chất của sự thay đổi lớn xảy ra trong sự cải đạo.

Chúng ta phải ăn năn tội lỗi của mình và tin cậy vào Đấng Christ. Chúng ta chỉ làm được điều này nhờ quyền phép của Thánh Linh Đức Chúa Trời, là Đấng lấy những lời chúng ta đọc, nghe và dùng chúng để tạo ra sự sống và niềm tin ở trong tâm hồn đen tối và đã chết trước đây của chúng ta. Chúng ta cần Đức Chúa Trời ban sự sống. Chúng ta cần Đức Chúa Trời ban một tấm lòng mới. Kinh Thánh cho chúng ta biết chính xác điều Đức Chúa Trời đã hứa làm: "Ta sẽ ban cho chúng nó một lòng đồng nhau, phú thần mới trong các ngươi; bỏ lòng đá khỏi xác thịt chúng nó, và sẽ cho chúng nó lòng thịt" (Ê-xê-chi-ên 11:19). Chúng ta tìm thấy ý tưởng này xuyên suốt Kinh Thánh. Sự thay lòng đổi dạ này là công tác của Đức Chúa Trời. Chỉ có Ngài mới làm được. Chúa phải thực hiện sự thay đổi này ở trong chúng ta nếu Chúa muốn chúng ta tiếp nhận chân lý thuộc linh của Kinh Thánh (xem 1 Cô-rinh-tô 2:14). Chúa Jêsus đã phán rằng: "Ví bằng Cha, là Đấng sai ta, không kéo đến, thì chẳng có ai được đến cùng ta" (Giăng 6:44).

Đôi khi Cơ Đốc nhân nói về "sự tái sinh". Chúng ta có bao giờ suy nghĩ về điều này chưa? Chúng ta biết điều này từ chính Chúa Jêsus. Đó không phải là một mánh khóe tiếp thị của Giáo hội Báp-tít Nam Phương vào những năm 1970 đâu. Không, điều này ra từ Chúa Jêsus được chép ở trong Giăng 3. Trong đó, chúng ta đọc thấy một lãnh đạo tôn giáo tên là Ni-cô-đem đến thưa chuyện với Chúa Jêsus bằng một câu hỏi rất cụ thể.

> "Thưa thầy, chúng tôi biết thầy là giáo sư từ Đức Chúa Trời đến; vì những phép lạ thầy đã làm đó, nếu Đức Chúa Trời chẳng ở cùng, thì không ai làm được. Đức Chúa Jêsus cất tiếng đáp rằng: Quả thật, quả thật, ta nói cùng ngươi, nếu một người chẳng sanh lại, thì không thể thấy được nước Đức Chúa Trời. Ni-cô-đem thưa rằng: Người đã già thì sanh lại làm sao được? Có thể nào trở vào lòng mẹ và sanh lần thứ hai sao? Đức Chúa Jêsus đáp rằng: Quả thật, quả thật, ta nói cùng ngươi, nếu một người chẳng nhờ nước và Thánh Linh mà sanh, thì không được vào nước Đức Chúa Trời". (Giăng 3:2–5)

Người lãnh đạo tôn giáo này muốn biết ông phải làm gì để nhìn thấy nước Đức Chúa Trời. Chúa Jêsus không phán rằng ông chỉ cần tiếp tục làm việc lành, tiếp tục sống tốt đời đẹp đạo, hoặc tiếp tục giảng dạy. Không, Chúa Jêsus phán rằng người lãnh đạo tài đức này cần một đời sống mới. Ni-cô-đem hỏi Chúa Jêsus làm sao một người có được sự sống mới như vậy. Chúa Jêsus phán rằng chỉ có Đức Chúa

Trời mới làm được điều đó, cho nên Ni-cô-đem chỉ đơn giản tin nơi Chúa Jêsus và sống theo lẽ thật.

Chúa Jêsus dạy rõ rằng chúng ta phải hành động, nhưng Chúa cũng dạy rằng chúng ta chỉ có thể hành động nếu hành động của Đức Chúa Trời yểm trợ cho hành động của chúng ta. Khi giảng dạy như thế, Chúa Jêsus đã phản ánh Cựu Ước. Chẳng hạn, hãy xem sách Giô-ên. Giô-ên là một tiên tri mà Chúa đã dùng để nói tiên tri về sự phán xét lớn. Nhưng Giô-ên cũng đưa ra mấy lời đầy hy vọng rằng: "Ai cầu khẩn danh Đức Giê-hô-va thì sẽ được cứu" (Giô-ên 2:32). Sứ đồ Phao-lô trích dẫn câu đó trong Rô-ma 10, nếu chúng ta đã từng chia sẻ Phúc Âm với người khác, thì có thể chúng ta cũng đã trích dẫn câu Kinh Thánh này. Giô-ên đã viết hai chương về sự phán xét sẽ giáng xuống trên dân Y-sơ-ra-ên vì sự vô tín của họ. Nhưng tại sao những kẻ vô tín như thế lại cầu xin Chúa cứu rỗi? Chúng ta tìm thấy câu trả lời trong phần còn lại của Giô-ên 2:32 chép rằng: "Bấy giờ ai cầu khẩn danh Đức Giê-hô-va thì sẽ được cứu; vì theo lời Đức Giê-hô-va, thì ở trên núi Si-ôn và trong Giê-ru-sa-lem, sẽ có những người trốn khỏi, và trong những người còn sống sót, sẽ có kẻ mà Đức Giê-hô-va kêu gọi". Ai kêu cầu danh Chúa? Kẻ mà Đức Giê-hô-va kêu gọi!

Chúng ta có thấy tại sao hiểu rõ điều này lại quan trọng đối với sức khỏe thuộc linh của mình và của bất kỳ Hội thánh nào mà chúng ta đến nhóm lại không? Nếu tưởng sự cải đạo của chúng ta, sự trở lại đạo của chúng ta, là việc làm của chúng ta thay vì là công tác của Đức Chúa Trời hành động ở trong chúng ta, thì chúng ta đã hiểu sai rồi. Sự cải đạo chắc chắn cũng có hành động của chúng ta nữa. Chúng ta phải thực hiện một cam kết thật chân thành. Chúng ta phải đưa ra một quyết định tự giác. Mặc dù vậy, sự cải đạo thật cần nhiều hơn thế nữa. Kinh Thánh nói rõ rằng không phải tất cả chúng ta đều trên đường đến với Đức Chúa Trời đâu. Thay vào đó, Kinh Thánh cho biết chúng ta cần phải thay lòng, đổi trí và tâm linh có sự sống. Chúng ta không thể tự làm điều này cho mình được. Sự cải đạo thật là công tác của Thánh Linh Đức Chúa Trời, có kết quả khác với xác thịt. Vậy, nếu chúng ta muốn biết mình đã cải đạo thật hay chưa, chúng ta có thể thực hiện một bài kiểm tra được tìm thấy trong Ga-la-ti 5:19-24. Trong đó, sứ đồ Phao-lô, bởi Đức Thánh Linh cảm động, đã đặc biệt nêu ra bông trái của xác thịt và bông trái của Thánh Linh. Chúng ta có thể xem thử mình thuộc về danh sách nào.

Mỗi người cần có sự thay đổi này dù chúng ta có vẻ bề ngoài như thế nào đi nữa. Sự thay đổi này triệt để đến nỗi chỉ có Đức Chúa Trời mới làm được. Vậy, để có một Hội thánh vững mạnh, chúng ta cần được cải đạo và chúng ta cần biết rằng Đức Chúa Trời là Đấng cải đạo chúng ta.

Nhưng sự thật về việc chúng ta cần Đức Chúa Trời cải đạo không nên được kết luận rằng chúng ta không cần truyền giảng nữa! Lời Đức Chúa Trời rõ ràng có dạy về tầm quan trọng của công tác truyền giảng.

THẤU HIỂU CÔNG TÁC TRUYỀN GIẢNG THEO KINH THÁNH

Một người bạn của tôi đã lớn lên ở một quốc gia Hồi giáo, được nuôi dưỡng trong một gia đình nổi tiếng nhiệt thành với Hồi giáo. Khi còn học ở nước ngoài, anh ta mơ thấy Chúa Jêsus hiện ra và bảo anh đến nói chuyện với một mục sư Cơ Đốc mà anh chưa từng gặp bao giờ. Anh sợ giấc mơ ấy đến nỗi không để ý tới nó nữa. Nhưng giấc mơ cứ lặp đi lặp lại. Sau nhiều lần phớt lờ giấc mơ ấy, cuối cùng anh đã tìm gặp vị mục sư kể với anh về Chúa Jêsus và anh được cải đạo!

Tôi đã nghe hoặc đọc nhiều câu chuyện tương tự từ thế giới Hồi giáo – nào là thiên sứ hiện ra trong giấc mơ nói với mọi người đến nói chuyện với Cơ Đốc nhân. Tôi luôn để ý đến chuyện Đức Chúa Trời ban giấc mơ, nhưng Ngài còn sai người nằm mơ đến gặp một sứ giả nào đó sẽ cho người nằm mộng biết Tin Lành.

Trong mấy câu chuyện này, ai là người truyền giáo? – thiên sứ ở trong giấc mơ hay Cơ Đốc nhân mà người nằm mộng tìm đến nói chuyện? Câu trả lời là Cơ Đốc nhân mà người đó gặp nói chuyện. Trong trường hợp này, đó là vị mục sư đã chia sẻ Tin Lành cho bạn của tôi. Đó là truyền giảng. Đức Chúa Trời đã ban công tác truyền giảng – một vinh dự – cho chúng ta! Giống như sứ đồ Phao-lô lập luận trong Rô-ma 10:14 rằng: "Chưa nghe nói về Ngài thì làm thế nào mà tin?" Nói cách khác, nếu chúng ta không nói với người ta, thì họ sẽ không biết. Đức Chúa Trời đã giao phó công tác vĩ đại này cho chúng ta! Đó là vì sao Đấng Christ đã sống lại truyền dạy các môn đồ rằng: "Vậy, hãy đi dạy dỗ muôn dân" (Ma-thi-ơ 28:19). Khi chúng ta nhìn vào sách Công vụ, chúng ta thấy không chỉ các sứ đồ mà tất cả Cơ Đốc nhân đều dự phần vào công tác mở mang Hội thánh và truyền giảng.

Để giúp chúng ta hiểu rõ và thực hiện công tác truyền giảng, chúng ta sẽ suy xét một vài câu hỏi đơn giản: Truyền giảng là gì? Tại sao chúng ta phải truyền giảng? Chúng ta nên truyền giảng như thế nào?

GỢI Ý SÁCH VỀ CÔNG TÁC TRUYỀN GIẢNG

Đối với sách ngắn và dễ hiểu dành cho hội chúng, thì chúng ta sẽ không tìm được tài liệu nào tốt hơn bằng quyển sách của Isaac Adams tựa đề là *Chuyện gì xảy ra nếu tôi thấy chán công tác truyền giảng?* (2020).

Cách sách của Mack Stiles đều là tài liệu tốt, nhưng đặc biệt là quyển sách *Truyền giảng: Toàn thể Hội thánh chia sẻ về Chúa Jêsus như thế nào* (2014). Các sách của Mack chứa nhiều chuyện hay về cách chúng ta có thể trò chuyện với bạn bè về Chúa Jêsus cách thực tiễn. Trong quyển sách này, ông cho thấy làm thế nào Hội thánh địa phương là công cụ truyền giảng mạnh mẽ.

Quyển sách *Phục hưng và chủ nghĩa phục hưng: Sự hình thành và sự thất bại của Tin Lành ở Hoa Kỳ* của Iain Murray, 1750-1858 (1994) là một tài liệu nặng ký nhưng rất tuyệt vời. Murray đã tra xét cách thực hiện công tác truyền giảng ở Hoa Kỳ đã thay đổi từ 1750 cho đến 1850 và làm thế nào những thay đổi vẫn còn ảnh hưởng chúng ta ngày hôm nay.

Để mở rộng hiểu biết về nền tảng của công tác truyền giảng theo Kinh Thánh và thần học, thì hãy đọc quyển *Công tác Truyền giảng và Quyền tối thượng của Đức Chúa Trời* của J. I. Packer (2008). Quyển sách này chỉ có bốn chương và dưới một trăm trang, nhưng độc giả sẽ không ngừng tìm thấy lời giải đáp cho nhiều câu hỏi căn bản về công tác truyền giảng theo Kinh Thánh.

Nếu suy nghĩ đến việc thuyết phục là một phần trong công tác môn đồ hóa của chúng ta, thì quyển sách *Chuyện dại: Khôi phục Khả năng Thuyết phục Cơ Đốc* của Os Guiness (2015) là tài liệu đầy khích lệ và gây chú ý.

Cuối cùng, tôi đã viết một quyển sách về truyền giảng để mở

rộng những ý tưởng trong chương này. Quyển sách *Phúc Âm và Truyền giảng Cá nhân* (2007) sẽ là một dẫn nhập về công tác truyền giảng.

TRUYỀN GIẢNG LÀ GÌ?

Truyền giảng là người này với người khác nghe sứ điệp Phúc Âm mà người đó có thể được hòa thuận với Đức Chúa Trời bằng cách tin nhận Chúa Jêsus. Một trong những cách tốt nhất để hiểu rõ điều này là nhớ lại công tác truyền giảng thường bị hiểu lầm như thế nào. Tôi sẽ đưa ra sáu điều.

1. Truyền giảng không phải là áp đặt niềm tin của chúng ta ở trên người khác. Có lẽ sự phản đối phổ biến nhất về công tác truyền giảng ngày hôm nay là "Áp đặt niềm tin của chúng ta ở trên người khác có sai không?" Vài người nghĩ truyền giảng là áp đặt. Tôi có thể thông cảm cho sự bối rối vì cách thức truyền giảng được thực hiện ngày hôm nay. Nhưng khi chúng ta hiểu rõ điều Kinh Thánh nói về truyền giảng, thì vấn đề không còn là có được phép áp đặt niềm tin của chúng ta hay không.

Trước tiên, chúng ta phải hiểu rằng niềm tin của Cơ Đốc nhân là những dữ kiện. Chúng không chỉ là niềm tin hay quan điểm. Chúng ta không thể "áp đặt" Phúc Âm ở trên người khác nhiều hơn trọng lực "áp đặt" ở trên họ. Cũng giống như trọng lực, lẽ thật khách quan của Phúc Âm ở ngoài nhận thức chủ quan về lẽ thật của chúng ta.

Thứ hai, những dữ kiện này không phải *của chúng ta*, tức là chúng không chỉ liên quan đến một mình chúng ta, hoặc là góc nhìn của chúng ta, hoặc là kinh nghiệm của chúng ta, hoặc là chúng ta tự tạo nên chúng. Khi truyền giảng, chúng ta trình bày những dữ kiện về Phúc Âm Cơ Đốc.

Chúng ta không *áp đặt* gì cả khi truyền giảng theo Kinh Thánh. Thực ra, chúng ta không thể làm được điều đó. Theo Kinh Thánh, truyền giảng đơn giản chỉ là chia sẻ thông điệp Phúc Âm; không hề đảm bảo rằng người nghe sẽ đáp ứng một cách đúng đắn. Ước gì chúng ta có thể khiến người ta đáp ứng với Phúc Âm tốt hơn, nhưng chúng ta không thể làm được điều này. Theo Kinh Thánh, kết quả của công tác truyền giảng đến từ Đức Chúa Trời, không đến từ những kỹ thuật khéo léo hoặc lòng sốt sắng của chúng ta ở trong công tác này. Sứ đồ Phao-lô đã viết cho tín hữu Cô-rinh-tô rằng: "Thế thì, A-bô-lô là ai, và Phao-lô là ai? Ấy là kẻ tôi tớ, mà bởi kẻ đó anh em đã tin cậy, y theo Chúa đã ban cho mọi người. Tôi đã trồng, A-bô-lô đã tưới, nhưng Đức Chúa Trời đã làm cho lớn lên. Vậy, người trồng, kẻ tưới, đều không ra gì, song Đức Chúa Trời là Đấng làm cho lớn lên" (1 Cô-rinh-tô 3:5–7; xem 2 Cô-rinh-tô 3:5–6).

Đây là điểm quan trọng mà chúng ta cần nắm bắt, đặc biệt là trong thế giới thù địch với công tác truyền giảng. Cách đây nhiều năm ở Cambridge, tôi đã nói chuyện với một người bạn Lebanon theo Hồi giáo về một người bạn của chúng tôi, cũng là một người theo Hồi giáo nhưng bị sa đọa. Bạn của tôi muốn người đó sống trung thành với đạo Hồi nhiều hơn, còn tôi muốn người đó tin Chúa. Thế là, chẳng biết sao cả tôi và anh ta đang có một điểm chung. Cả hai chúng tôi đều lo lắng cho cái tật uống rượu của người đó, mặc dù chúng tôi có nhiều cách khác nhau để giải quyết vấn đề của anh ta. Chúng tôi chia sẻ về những khó khăn khi sống trong văn hóa thế tục ở nước Anh. Sau đó, bạn của tôi nhận xét về sự tham nhũng của đất nước Cơ Đốc này. Tôi trả lời rằng Vương quốc Anh không phải là quốc gia Cơ Đốc, thực ra làm gì có quốc gia Cơ Đốc. Bạn của tôi chộp lấy cơ hội để khẳng định rằng: "Đó là vấn đề của Cơ Đốc giáo khi so sánh với Hồi giáo. Cơ Đốc giáo không có lời giải đáp và hướng dẫn cụ thể cho tất cả phức tạp ở trong đời thực. Cơ Đốc giáo không có mô hình chính trị xã hội tổng thể để giải đáp những thắc mắc mà người ta gặp phải trong cuộc sống".

Tôi suy nghĩ một lúc xem mình nên trả lời như thế nào, rồi nói rằng: "Cơ Đốc giáo khá thực tế về tình trạng của con người hơn là Hồi giáo". Anh ta hỏi ý tôi là sao. Tôi nói rằng: "Thành thật mà nói, Hồi giáo thật nông cạn khi nghĩ rằng vấn đề của loài người chỉ đơn giản là hành vi của họ có vấn đề. Theo đạo Hồi, đó là vấn đề liên quan đến ý chí. Nhưng Cơ Đốc giáo dạy rằng vấn đề còn sâu xa hơn thế nữa và đây là sự hiểu biết chính xác hơn về tình trạng của loài người. Cơ Đốc giáo thẳng thắn thừa nhận tội lỗi của loài người không đơn thuần là tập hợp những hành động gian ác, mà còn là biểu hiện của tấm lòng xấu xa, một tấm lòng nổi loạn chống lại Đức Chúa Trời. Cơ Đốc giáo nhìn nhận vấn đề của loài người liên quan đến phẩm chất, bản chất của con người. Cơ Đốc giáo không có chương trình chính trị toàn diện, vì rốt cuộc vấn đề thực sự của loài người không thể được giải quyết bằng sức mạnh chính trị".

Để làm rõ chỗ này, tôi đã nói với anh ta rằng: "Này, tôi có thể lấy con dao đâm thẳng vào cổ họng của ai đó và ít nhất có thể làm cho người đó vẫn giữ được tư cách tốt đẹp của một người Hồi giáo".

Anh ta đồng ý là đúng.

Tôi nói tiếp: "Nhưng, tôi không thể đâm thẳng con dao vào cổ họng của một người rồi khiến người đó trở thành Cơ Đốc nhân được. Chắc hẳn phải có một thay đổi xảy ra *ở bên trong* người đó. Trở thành Cơ Đốc nhân không chỉ là vấn đề được làm cái này và không được làm cái kia, hoặc là phải làm theo luật pháp và không được phép làm việc khác. Trở thành Cơ Đốc nhân là cuộc đời của chúng ta được Đức Chúa Trời biến đổi. Kinh Thánh cho biết nan đề của loài người không thể giải quyết bằng cách ép buộc hay áp đặt từ loài người. Tất cả mọi việc tôi có thể làm là chia sẻ Tin Lành một cách chính xác, sống yêu thương và cầu xin Đức Chúa Trời cáo trách tội lỗi của anh ta. Tôi có thể cầu xin Chúa bày tỏ cho anh biết rằng mình cần một Cứu Chúa, giúp anh ăn năn và có đức tin. Nhưng tôi không thể khiến anh trở thành Cơ Đốc nhân".

Bản chất của công tác truyền giảng Cơ Đốc không hề có sự áp đặt, chỉ có sự thuyết phục bằng tình yêu thương. Chúng ta phải chia sẻ Phúc Âm một cách tự do cho tất cả mọi người; chúng ta không thể dụ dỗ người khác tiếp nhận Tin Lành được. Truyền giảng theo Kinh Thánh không bao giờ có sự áp đặt.

2. Truyền giảng không chỉ là làm chứng cá nhân. Vài người cho rằng truyền giảng có thể tối giản thành chia sẻ kinh nghiệm gặp Chúa cá nhân. Một bài làm chứng cá nhân là thuật lại những điều Đức Chúa Trời đã làm trong đời sống của chúng ta cũng có phần chia sẻ Phúc Âm nữa, nhưng thực chất không phải là truyền giáo. Trong thời đại đa nguyên của chúng ta, người ta chúc mừng chúng ta vì tìm được đủ thứ hy vọng ở trong thế giới này. Chúng ta có thể tìm được tất cả hy vọng từ cái chân đèn ở trong phòng của mình và người ta cảm thấy không sao cả, miễn là chúng ta không đụng đến cuộc đời của họ. Nhưng một khi chúng ta đi từ chỗ Đức Chúa Trời đã hành động ở trong cuộc đời của mình đến những chân lý về Đức Chúa Jêsus Christ, rồi giải thích những ngụ ý áp dụng cho cuộc đời của đối tượng đang lắng nghe chúng ta, thì người ta bắt đầu nói rằng: "Anh không được phán xét tôi" hoặc "Chị không có quyền nói như vậy". Truyền giảng có thể bao gồm làm chứng lại những điều Chúa đã làm trong cuộc đời của mình, nhưng không chỉ có thế thôi. Truyền giảng phải dẫn tới những dữ kiện khách quan, không thể bàn cãi, có thể phải đối chất về Phúc Âm.

3. *Truyền giảng không giống như hoạt động xã hội hay chính trị.* Ngày hôm nay, những vấn đề theo chiều ngang – tức là vấn đề giữa mọi người – thường làm phai mờ đi vấn đề căn bản theo chiều dọc giữa chúng ta với Đức Chúa Trời. Thông thường, những gì được coi là truyền giảng có thể là các chiến dịch vì đạo đức của cộng đồng, các chương trình từ thiện hoặc vận động thay đổi xã hội. Phần lớn mọi người muốn "hợp tác với Đức Chúa Trời" và "giải cứu cộng đồng của chúng ta". Nhưng truyền giảng không phải là giải cứu xã hội; mà là cứu rỗi tội nhân. Truyền giảng là công bố Phúc Âm cho từng người nam và người nữ. Xã hội bị thách thức và thay đổi khi Chúa dùng Phúc Âm để đem từng người nam và người nữ vào Hội thánh để bày tỏ đặc tánh của Ngài với những kẻ mà Chúa đã cứu chuộc.

Đối với tội nhân được tái sinh, sự trung tín đi theo tiếng gọi của Đức Chúa Trời ở trong cuộc đời sẽ khiến họ yêu thương người lân cận và đấu tranh vì công lý bằng hàng ngàn cách khác nhau.[1] Đôi khi, tín hữu trong cùng Hội thánh sẽ bất đồng với nhau về cách tốt nhất để yêu thương người lân cận của mình.[2] Nhưng mục tiêu của

---

1. Xem chương *"Truyền giáo theo Cứu thục học: Tập trung vào Công tác Cứu chuộc"* của Jonathan Leeman trong quyển *Bốn quan điểm về Công tác Truyền giáo của Hội thánh*, biên tập bởi Jason S. Sexton (Nashville, TN: Zondervan Academic, 2017), trang 17-45, cũng như quyển *Các nước náo loạn như thế nào: Suy xét lại Đức tin và Chính trị trong Thời đại Chia rẽ* của Leeman (Nashville, TN: Thomas Nelson, 2018) và quyển *Nghĩ tốt và nghĩ xấu về Tôn giáo và Chính trị* của Robert Benne (Grand Rapids, MI: Eerdmans, 2010).
2. Để thảo luận về những bất đồng giữa người tin Chúa với nhau về các vấn đề lương tâm, xem quyển sách ngắn *Tôi cần phải yêu các tín hữu Hội thánh có chính kiến khác biệt như thế nào?* của Jonathan Leeman và Andy Naselli (Wheaton, IL: Crossway, 2020). Để đào sâu nghiên cứu sự dạy dỗ của Kinh Thánh về lương tâm, xem quyển *Lương tâm: Là gì, Rèn luyện thế nào và yêu thương người khác biệt* của Andy Naselli và J. D. Crowley (Wheaton, IL: Crossway, 2016).

chúng ta sẽ bị chi phối bởi mạng lịnh của Đức Chúa Trời, ngay cả khi phương tiện để đạt được điều đó tùy thuộc vào kế hoạch đa dạng và không hoàn hảo của chúng ta. Thí dụ, mỗi Cơ Đốc nhân nên chống lại chủ nghĩa phân biệt chủng tộc. Nhưng tín hữu trong cùng Hội thánh có thể tranh cãi về cách tốt nhất để chống lại chủ nghĩa phân biệt chủng tộc, hoặc thậm chí bất đồng về chủ nghĩa phân biệt chủng tộc ở trong văn hóa, mà không bàn cãi về Phúc Âm hoặc tính cần thiết của công tác chia sẻ Phúc Âm với người khác. Vì truyền giảng không giống như hoạt động xã hội, nên Hội thánh và tín hữu Hội thánh có thể đồng công với nhau trong công tác truyền giảng ngay cả khi bất đồng về từng vấn đề xã hội.

4. *Truyền giảng không đơn giản là khuyến khích suy nghĩ tích cực.* Có người nghĩ truyền giảng là thúc đẩy "suy nghĩ tích cực" hoặc chia sẻ các câu Kinh Thánh hứa hẹn sự thịnh vượng. Một người có tên tuổi lẫy lừng như Creflo Dollar đã đăng dòng trạng thái trên mạng xã hội Twitter rằng: "Chúa Jêsus đã đổ huyết ra và chết thay cho chúng ta hầu cho chúng ta có thể công bố lời hứa thịnh vượng về tài chính".[3] Tất nhiên, sức khoẻ và giàu có là điều ai cũng muốn, nhưng trái với những gì ông Dollar đã nói thì Chúa Jêsus không bao giờ hứa hẹn sức khoẻ và giàu có trong đời này. Kỳ thực, điều Chúa hứa là rắc rối, khước từ và thậm chí là bắt bớ (xem Giăng 15:20). Khi chúng ta đi theo ai đó, chúng ta không nên ngạc nhiên khi mình cũng có kết cuộc giống như người đó. Một vài truyền đạo có thể khoe máy bay riêng của mình và khẳng định có đến hàng ngàn người hâm mộ. Có lẽ chúng ta bị cám dỗ tin rằng hễ ai đi theo người lãnh đạo như vậy cũng được thành công. Nhưng nếu chúng ta đi theo Chúa Jêsus, chúng ta không nên ngạc nhiên khi mình cũng

---

3. Dòng trạng thái trên Twitter này đã bị xóa khỏi tài khoản Twitter của ông.

kết thúc giống như Ngài – hãy vác thập tự giá của mình *và được* Đức Chúa Trời tiếp nhận. Đó là sức khỏe và sự giàu có đời đời mà chúng ta cần quan tâm nhất, chứ không phải sự giàu có tạm bợ của đời này.

5. *Truyền giảng không giống như biện giáo.* Phạm trù biện giáo ám chỉ quá trình giải đáp thắc mắc và phản đối mà người ta đưa ra về niềm tin Cơ Đốc. Cũng giống như chia sẻ bài làm chứng cá nhân của mình, thì công tác giải đáp thắc mắc và bênh vực thường là một phần trong cuộc đối thoại với người khác về Đấng Christ, mà trong đó cũng có ý truyền giảng. Nhưng biện giáo không giống như truyền giảng. Tôi có thể bênh vực sự không sai lạc của Kinh Thánh mà không cần chia sẻ Phúc Âm. Tôi có thể bênh vực vấn đề Đấng Christ sinh bởi nữ đồng trinh hoặc tính lịch sử của sự sống lại, những điều này rất quan trọng nhưng không phải là truyền giảng. Vì biện giáo là đáp ứng nhu cầu của người ta, còn truyền giảng là làm theo yêu cầu của Đấng Christ: chia sẻ Phúc Âm về Ngài. Truyền giảng là hành động sốt sắng chia sẻ Phúc Âm về Đức Chúa Jêsus Christ và chính Ngài là con đường cứu rỗi.

6. Công tác *truyền giảng không được nhầm lẫn với kết quả truyền giảng.* Cuối cùng, một trong những sai lầm nguy hiểm và thường gặp nhất là nhầm lẫn *kết quả truyền giảng* và công tác truyền giảng. Có lẽ đây là sự hiểu lầm tinh vi nhất. Công tác truyền giảng không được nhầm lẫn với kết quả truyền giảng. Nếu chúng ta kết hợp sự hiểu lầm này – tức là nghĩ rằng công tác truyền giảng là kết quả truyền giảng – với sự hiểu biết về Phúc Âm và sự cải đạo không theo Kinh Thánh, thì có thể dẫn tới suy nghĩ không chỉ truyền giảng đơn giản là nhìn thấy nhiều người được cải đạo, mà còn cho rằng người ta được cải đạo là nhờ công sức của mình. Chính suy nghĩ này sẽ khiến chúng ta trở thành kẻ thao túng. Rất nhiều Cơ Đốc nhân và

Hội thánh ngày nay tập trung vào tốc độ tăng trưởng. Nhưng tăng trưởng nhanh không nhất thiết là tăng trưởng tốt – hoặc thậm chí là tăng trưởng thật. Kỳ thực, tăng trưởng nhanh có thể là ung thư. Hết thảy chúng ta đều biết trẻ em cần ăn uống để sống. Hãy thử hình dung một cặp vợ chồng kết luận rằng ăn nhiều là sống thọ. Họ tìm đồ ăn con cái thích và cho chúng ăn vào. Con cái ăn trong hạnh phúc và rất nhanh, rồi muốn ăn nữa. Sự tăng trưởng nhanh xảy ra – nhưng không phải là kiểu tăng trưởng mà cha mẹ muốn! Ăn kem và khoai tây chiên có thể duy trì sự sống được một lúc, nhưng chúng không giúp con cái khỏe mạnh.

Sự phát triển bất ngờ của công tác Phúc Âm mà chúng ta thấy ở trong Kinh Thánh là rất ít – như cuộc xuất hành, sự giáng sinh, sự sống lại, lễ Ngũ Tuần. Nhưng công tác trung tín thầm lặng mỗi ngày hầu hết được phơi bày ở trong Kinh Thánh, cũng như trong phần lớn cuộc sống của dân sự Đức Chúa Trời. Tại sao chúng ta nghĩ rằng mình sẽ thu hoạch được tất cả hạt giống đã gieo ra – hoặc nhiều hơn thế nữa? Có phải lòng sốt sắng về sự tăng trưởng nhanh đã gạt bỏ sự tăng trưởng thật rồi chăng? Có phải đây là lý do vì sao quá nhiều công tác đã thực hiện dưới danh nghĩa truyền giảng ở trong nước và hải ngoại đều thu về cỏ dại chứ không phải cây sồi? Có phải vấn đề nằm ở chỗ chúng ta chỉ muốn mọi thứ tăng trưởng thật nhanh không?[4]

Theo Kinh Thánh, truyền giảng không được định nghĩa bằng kết quả mà bằng sự trung thành với sứ điệp được rao giảng. Trong sách Công vụ, sứ đồ Phao-lô đã rao giảng Phúc Âm rất nhiều lần, chỉ có

---

4. Hãy tìm đọc quyển sách sắp xuất bản là *Không đi tắt đến thành công: Tuyên ngôn về Công tác Truyền giáo* của Matt Rhodes về đề tài này (Wheaton, IL: Crossway, 2022).

vài người đáp ứng lại. Nhưng ông đã viết rằng: "Vì chúng tôi ở trước mặt Đức Chúa Trời là mùi thơm của Đấng Christ, ở giữa kẻ được cứu, và ở giữa kẻ bị hư mất: Cho kẻ nầy, mùi của sự chết làm cho chết; cho kẻ kia, mùi của sự sống làm cho sống. Ai xứng đáng cho những sự nầy?" (2 Cô-rinh-tô 2:15–16).

Sứ đồ Phao-lô không hề nói ông đã chia sẻ hai sứ điệp khác nhau. Ông không thể nhìn đám đông mà nói rằng: "Tôi biết ai là người được chọn. Đối với anh chị em, tôi sẽ giảng sứ điệp này. Còn đối với hết thảy người nào không tin Chúa, tôi sẽ giảng sứ điệp khác". Không. Sứ đồ Phao-lô đã rao giảng một sứ điệp Phúc Âm cho mọi người và cũng truyền giáo cùng một cách với mọi người, ông là mùi của sự sống cho người này và mùi của sự chết cho người kia. Một chức vụ có hai tác dụng khác nhau.

Chúa Jêsus đã dạy điều tương tự trong chuyện ngụ ngôn về các loại đất (Ma-thi-ơ 13:1-23). Trong câu chuyện này, người gieo giống rải cùng một hột giống ra trên nhiều loại đất khác nhau. Câu chuyện không nói về phương pháp gieo giống. Có lẽ mỗi lần người này gieo giống đều dùng cùng một cách. Thông điệp của câu chuyện ngụ ngôn là có người đáp ứng với Phúc Âm và có người không tin, ngay cả khi tất cả đều nghe cùng một sứ điệp. Dẫu sao, chúng ta không thể đánh giá công tác truyền giảng bằng đáp ứng tức thì trước mắt được. Nếu các tổ chức truyền giáo ở Bắc Mỹ hiểu rõ điều này, thì sự tấn tới rất lớn của Phúc Âm sẽ xảy ra. Không hiểu rõ chân lý này sẽ khiến nhiều Hội thánh có thiện ý rơi vào trạng thái thực dụng và làm cho các mục sư trở thành kẻ thao túng người khác. Chúng ta đang mắc sai lầm lớn khi hiểu sai về truyền giảng đến nỗi có thể tự cho rằng mình đang truyền giảng rất đúng qua kết quả tức thời. Đối với Cơ Đốc nhân, chúng ta nên biết rằng cho dù có trung tín chia sẻ Phúc Âm đi nữa, thì chưa chắc người ta sẽ đáp ứng. Sự từ chối tiếp nhận Phúc Âm của họ không nhất thiết có nghĩa là chúng ta chưa chia sẻ Phúc Âm đúng cách.

Hiểu sai điểm này có thể khiến Cơ Đốc nhân bị tê liệt trong sự thất bại, mỉa mai hơn nữa là có thể tạo ra ác cảm trong công tác truyền giảng. Có người sẽ nói rằng: "Tôi không thấy công tác truyền giảng có kết quả gì cả, nên tôi không muốn làm truyền giảng nữa". Hãy thử hình dung cảm giác mặc cảm của vài Cơ Đốc nhân chỉ vì họ đã chia sẻ Phúc Âm suốt ba mươi năm mà người đó vẫn không biết Chúa. Họ thấy lỗi tại mình. Nhưng Kinh Thánh dạy rằng sự cải đạo xảy ra không dựa vào kỹ năng truyền giáo và biệt tài của chúng ta đâu, cũng như sự chống cự Phúc Âm xảy ra không phải do chúng ta thất bại trong công tác truyền giáo. Cơ bản mà nói, sự thành công trong công tác truyền giảng không phải vì chúng ta đã dùng phương pháp nào, mà là chúng ta phải trung thành với Phúc Âm.

Vài người trở thành Cơ Đốc nhân khi nghe Phúc Âm được rao giảng rất đơn sơ. Người nào đã chia sẻ Phúc Âm với chúng ta có lẽ cảm thấy rất sợ, nói lắp bắp, hay quên, hối hả, hoặc chẳng có sự thu hút. Nhưng bằng cách nào đó lẽ thật lại len lỏi ở trong những sai sót ấy, rồi Đức Thánh Linh dùng tình huống như vậy để dẫn chúng ta đến chỗ ăn năn và đức tin. Nếu Đức Chúa Trời có thể dùng nỗ lực nói lắp bắp của một người nào đó, thì chắc chắn Ngài có thể dùng chúng ta! Hãy chia sẻ về Chúa Jêsus.

Đức Chúa Trời tể trị ở trên công tác truyền giảng. Một tấm lòng chai đá sẽ có ngày trở thành đất thịt màu mỡ cho Phúc Âm nhờ vào hành động của Đức Chúa Trời. Tín lý về sự tuyển chọn khiến vài người sợ hãi. Nhưng khi sứ đồ Phao-lô nản lòng, Chúa đã dùng tín lý về sự tuyển chọn để khuyến khích ông tiếp tục rao giảng Phúc Âm: "Đừng sợ chi; song hãy nói và chớ làm thinh; ta ở cùng ngươi, chẳng ai tra tay trên ngươi đặng làm hại đâu; vì ta có nhiều người trong thành này" (Công vụ 18:9-10). Đức Chúa Trời không ám chỉ về dân số trong thành Cô-rinh-tô, mà về nhiều người mà Ngài đã chọn để cứu rỗi trong tương lai! Đức Chúa Trời đã dùng tín lý về sự tuyển chọn để khuyến khích sứ đồ Phao-lô trong công tác truyền giảng. Công tác rao giảng của ông sẽ không vô ích đâu.

TẠI SAO CHÚNG TA PHẢI TRUYỀN GIẢNG?

Khi chúng ta hiểu rằng truyền giảng không cải đạo người ta, mà nói cho họ biết lẽ thật kỳ diệu về Đức Chúa Trời, Phúc Âm về Đức Chúa Jêsus Christ, thì việc thực hiện công tác truyền giảng sẽ chắc chắn hơn và có niềm vui. Hiểu rõ điều này sẽ gia tăng công tác truyền giáo, bởi vì chúng ta không còn thấy nặng nề nữa mà lấy làm vui mừng xem đó là một đặc ân. Cơ Đốc nhân thích nghe Phúc Âm – sứ điệp này xây dựng và khuyến khích chúng ta – chúng ta cũng thích chia sẻ sứ điệp này nữa. Thật đẹp thay khi chia sẻ với người khác sứ điệp Phúc Âm này, phải không?

Mỗi Cơ Đốc nhân đều nhận mạng lịnh phải kính mến Đức Chúa Trời và yêu thương người lân cận của mình. Làm sao chúng ta có thể yêu Đức Chúa Trời hơn việc chia sẻ chân lý diệu kỳ về công lý và tình yêu của Ngài được bày tỏ ở trong Phúc Âm? Làm sao chúng ta có thể yêu thương người khác hơn việc chia sẻ cho họ biết sự tha thứ và tình yêu thương của Đức Chúa Trời? Điều tốt nhất có thể là điều khó chịu và kỳ quặc. Cơ Đốc nhân cần phải vâng lời. Vậy, chúng ta tôn vinh hiển Đức Chúa Trời khi truyền giảng, cho dù không thấy kết quả tức thì.

Hết thảy Cơ Đốc nhân, không chỉ mục sư, phải rao truyền Phúc Âm. Một phần trong công tác truyền giáo liên quan đến cách những người tin Chúa liên hệ với nhau. Chúa Jêsus phán rằng: "Nếu các ngươi yêu nhau, thì ấy là tại điều đó mà thiên hạ sẽ nhận biết các ngươi là môn đồ ta" (Giăng 13:35). Cuối cùng, chính sự kính mến Đức Chúa Trời dẫn tới việc khao khát nhìn thấy Ngài được vinh hiển. Trong cả Kinh Thánh, Đức Chúa Trời bày tỏ chính Ngài với tạo vật. Chúng ta chia sẻ Phúc Âm làm vinh hiển Đức Chúa Trời khi chia sẻ chân lý về Ngài với tạo vật của Ngài. Tiếng gọi truyền giảng là lời kêu gọi phải thay đổi đời sống của chúng ta hướng ra bên ngoài, đừng tập chú vào bản thân và nhu cầu của mình nữa, hãy bắt đầu tập chú vào Đức Chúa Trời và thế giới mà Ngài đã tạo nên. Điều này bao gồm cả việc yêu thương loài người đã được tạo nên theo ảnh tượng của Ngài mà hiện nay vẫn còn thù địch với Chúa, cách xa Ngài và cần được cứu khỏi tội lỗi. Chúng ta làm vinh hiển Đức Chúa Trời khi chia sẻ điều vĩ đại mà Chúa đã làm qua Đấng Christ bởi vì loài người được tạo nên theo ảnh tượng của Ngài.

Tuy nhiên, nếu thành thật mà nói thì lý do chủ yếu ngăn trở chúng ta truyền giảng là vì không biết phải làm thế nào.

CHÚNG TA NÊN TRUYỀN GIẢNG NHƯ THẾ NÀO?

Chúng ta truyền giảng bằng cách rao giảng Lời Chúa, rao truyền sứ điệp, chia sẻ Phúc Âm. Theo Kinh Thánh, đó là câu trả lời đơn giản cho câu hỏi chúng ta nên truyền giảng như thế nào.

Chúng ta có thể rao giảng Lời Chúa công khai trên mạng xã hội, truyền hình, hoặc qua các buổi nhóm công cộng, chúng ta cũng có thể chia sẻ Lời Chúa khi trò chuyện riêng tư với ai đó. Cho dù bối cảnh ra sao, cho dù bằng ấn phẩm hoặc lời nói, trò chuyện hoặc học Kinh Thánh, sau đây là tám điều cần suy xét khi chúng ta truyền giảng.

1. Hãy cầu nguyện. Cầu nguyện là điều quan trọng vì sự cứu rỗi là công tác của Đức Chúa Trời. Chúng ta lệ thuộc vào Chúa hoàn toàn để nhìn thấy thuộc linh của người chưa tin Chúa được thức tỉnh. Sứ đồ Phao-lô viết rằng: "Sự ước ao trong lòng tôi và lời tôi vì dân Y-sơ-ra-ên cầu nguyện cùng Đức Chúa Trời, ấy là cho họ được cứu" (Rô-ma 10:1). Hãy thường xuyên cầu thay cho bạn bè và họ hàng chưa tin Chúa của chúng ta. Đây là điều chúng tôi thường làm vào mỗi tối Chúa Nhật khi nhóm lại để hát thờ phượng, cầu nguyện và suy gẫm Lời Chúa. Nếu là mục sư, chúng ta có thường hướng dẫn Hội thánh cầu thay cho công tác truyền giáo trong đời sống của tín hữu chăng? Hãy làm gương về sự cầu nguyện cho cả công tác truyền giảng và cải đạo.

2. Hãy thành thật nói với người khác biết rằng nếu họ ăn năn và tin Chúa thì họ sẽ được cứu – nhưng họ phải trả giá. Chúng ta phải nói thật chính xác, không được che giấu bất kỳ chi tiết quan trọng nào của sứ điệp chỉ vì sợ rằng đó là những chi tiết kỳ quặc hoặc khó giải thích. Rất nhiều người không thích sự tiêu cực khi trình bày Phúc Âm. Nói về tội lỗi, phạm tội, ăn năn và hy sinh được coi là quá tiêu cực đối với thời đại tôn vinh lòng tự trọng ngày nay. Nhưng chúng ta phải trừ bỏ cái tôi. Theo Kinh Thánh, giúp người khác nhận biết sự hư mất và tội lỗi của họ là một phần không thể thiếu khi chia sẻ Phúc Âm của Đức Chúa Jêsus Christ. Khi chúng ta mắc bệnh, một bác sĩ được gọi là lương y khi người đó cho biết bệnh trạng thực sự của chúng ta. Một bác sĩ tồi sẽ cho biết phần tích cực trong khi thân thể của chúng ta bị bào mòn bởi bệnh tật. Nhưng chúng ta cần có lương y để biết rõ sự thật và cách giải quyết.

Trong các chương đầu của sách Công vụ, sứ đồ Phi-e-rơ đang hồi hộp nói ra sự thật về tội lỗi của những người đang lắng nghe mình. Che giấu các chi tiết quan trọng và khó nuốt của chân lý là hành vi thao túng. Chẳng khác gì bán hàng giả mạo.

3. *Hãy khẩn trương nói với người khác rằng nếu họ ăn năn và tin Chúa thì họ sẽ được cứu – nhưng họ phải quyết định ngay bây giờ.* Chúng ta phải làm rõ tính cấp bách của sứ điệp, còn người nghe không nên chờ đợi cho đến khi "có ưu đãi" thì mới tin.

Chúng ta có phải hạng người dành nhiều thời gian để so sánh giá cả trên mạng để tìm giá ưu đãi tốt không? Chúng ta có đang trả góp để mua điện thoại không? Chúng ta có thể dùng hết phần tốt trong cuộc đời để tìm kiếm những ưu đãi. Nhưng khi nói về Phúc Âm thì không nên trì hoãn đến khi tìm được ưu đãi tốt. Theo Tân Ước, Chúa Jêsus là con đường duy nhất để đến cùng Đức Chúa Trời (Giăng 14:6; Công vụ 4:12; Rô-ma 10). Có cách nào khác để tội nhân và Đức Chúa Trời thánh khiết được hòa thuận chăng? Không có con đường nào khác ngoài Đấng Christ, mà nếu Đấng Christ là con đường duy nhất thì chúng ta còn chờ đợi gì nữa? Kinh Thánh cảnh báo rằng: "Ngày nay nếu các ngươi nghe tiếng Ngài, thì chớ cứng lòng" (Hê-bơ-rơ 4:7; trích từ Thi thiên 95:7-8). Đưa ra mấy lời cảnh báo cấp bách như thế không phải là thao túng hay nhạy cảm. Chẳng qua đó là chân lý. Không ai trong chúng ta có dư thời gian để quyết định tin theo Đấng Christ hay không. Chúng ta cần làm rõ tính cấp bách.

4. *Hãy vui mừng nói với người khác biết rằng nếu họ ăn năn và tiếp nhận Phúc Âm, thì họ sẽ được cứu.* Trong Hê-bơ-rơ 11 thuật lại nhiều câu chuyện của những người đã chịu khổ vì đức tin mà vẫn bền đỗ. Đỉnh điểm xuất hiện trong Hê-bơ-rơ 12:2 khi chúng ta đọc thấy chính Chúa Jêsus đã chịu lấy thập tự giá "vì sự vui mừng đã đặt trước mặt mình". Chúng ta cũng phải xem tất cả hoạn nạn là "nhẹ và tạm" (2 Cô-rinh-tô 4:17) khi so sánh với ích lợi mà chúng ta nhận

được trong Đấng Christ. Vì vậy, khi chia sẻ thật về sự trả giá không hề khiến chúng ta trở thành những nhà truyền giáo nhẫn tâm đâu! Tin theo Đấng Christ thì phải trả giá, nhưng điều chúng ta phải trả giá lại là những thứ không cần phải nắm giữ. Chúng ta sẽ nhận được những điều tuyệt vời bất diệt. Jim Elliot là một giáo sĩ tuận đạo đã nói rằng: "Người khôn ngoan biết từ bỏ những điều không thể nắm giữ để có được những điều không thể hư mất"[5]

Chúng ta sẽ được gì khi đến với Đấng Christ? Chúng ta có được mối liên hệ với Đức Chúa Trời. Chúng ta nhận được sự tha thứ, ý nghĩa, mục đích, tự do, cộng đồng, chắc chắn và hy vọng. Thành thật về những khó khăn khi chia sẻ Phúc Âm không có nghĩa là chúng ta phải che giấu những phước hạnh. Trong tất cả khó khăn mà chúng ta phải đối diện, thì quyết định trừ bỏ cái tôi và tin theo Đấng Christ còn đáng giá đến đời đời.

5. Hãy sử dụng Kinh Thánh. Kinh Thánh không chỉ dùng để rao giảng trước mặt hội chúng. Hãy tự học Kinh Thánh và chia sẻ với người khác khi truyền giảng. Họ sẽ thấy sứ điệp của chúng ta không phải từ suy nghĩ hay ý riêng của mình. Thí dụ, trong Công vụ 8, Phi-líp chia sẻ Phúc Âm với một vị quan người Ê-thi-ô-pi-a. Phi-líp dùng Cựu Ước mà ông đang đọc để chia sẻ về Chúa Jêsus cho vị quan này. Vì Đức Chúa Trời bày tỏ chính Ngài qua Lời Chúa, nên chúng ta hãy dùng Kinh Thánh để truyền giảng.

6. Hãy biết rằng đời sống của mỗi Cơ Đốc nhân và Hội thánh tập trung vào công tác truyền giảng. Đời sống của chúng ta, tín hữu cũng như hội chúng, phải trung tín với Phúc Âm mà chúng ta đang

---

5. Jim Elliot, ngày 28 tháng 10 năm 1949, nhật ký, trích từ quyển *Dưới bóng Toàn năng: Cuộc đời và Di chúc của Jim Elliot* của Elisabeth Elliot (New York: Harper & Brothers, 1958), trang 108.

rao truyền. Đây là lý do vì sao trở thành tín hữu Hội thánh rất quan trọng. Hội thánh có trách nhiệm cho thế gian biết ý nghĩa của việc trở thành Cơ Đốc nhân. Khi một hội chúng có lối sống khác biệt, đạo đức khác biệt, xuất thân khác biệt và dân số khác biệt hiệp lại để thờ phượng Đức Chúa Trời duy nhất, thì hành động này tạo ra sức mạnh đáng kể mà không ai trong chúng ta có thể tự mình làm được.[6] Chúng ta phải hiểu rõ ý nghĩa của vai trò tín hữu Hội thánh, chúng ta cũng phải giúp tín hữu khác hiểu điều này nữa. Đức Chúa Trời được vinh hiển không chỉ lúc chúng ta rao giảng sứ điệp mà ngay cả khi chúng ta sống đúng với sứ điệp ấy nữa. Đúng là chúng ta không thể sống cách hoàn hảo được, nhưng chúng ta có thể tập sống tôn cao Phúc Âm. Hãy ghi nhớ lời Chúa Jêsus phán trong Bài giảng trên núi rằng: "Sự sáng các ngươi hãy soi trước mặt người ta như vậy, đặng họ thấy những việc lành của các ngươi, và ngợi khen Cha các ngươi ở trên trời" (Ma-thi-ơ 5:16; xem 1 Phi-e-rơ 2:12). Chúng ta phải làm sao để sống làm vinh hiển Đức Chúa Trời hầu cho khi người khác nhìn thấy thì họ cũng tin vào Phúc Âm.

Một lần nữa, hãy ghi nhớ lời Chúa Jêsus phán rằng: "Ta ban cho các ngươi một điều răn mới, nghĩa là các ngươi phải yêu nhau; như ta đã yêu các ngươi thể nào, thì các ngươi cũng hãy yêu nhau thể ấy. Nếu các ngươi yêu nhau, thì ấy là tại điều đó mà thiên hạ sẽ nhận biết các ngươi là môn đồ ta" (Giăng 13:34–35).

Hãy sống cam kết bày tỏ tình yêu thương với tín hữu khác trong

---

6. Xem "Tìm lại ý nghĩa trở thành tín hữu Hội thánh" trong quyển *Khôi phục sự chính trực trong Hội thánh Báp-tít* của Mark Dever, biên tập bởi Thomas White (Grand Rapids, MI: Kregel, 2008), trang 45-61; Mack Stiles, *Truyền giảng: Toàn thể Hội thánh chia sẻ Chúa Jêsus như thế nào* (Wheaton, IL: Crossway, 2014); Mark Dever và Jamie Dunlop, Một cộng đồng quyết liệt: *Khi quyền phép của Đức Chúa Trời thu hút mọi người đến Hội thánh* (Wheaton, IL: Crossway, 2015).

Hội thánh địa phương của mình, đó là một phần không thể thiếu trong sự nên thánh cá nhân và công tác truyền giáo của chúng ta. Đời sống cá nhân của chúng ta không thôi vẫn chưa đủ để làm chứng. Đời sống sinh hoạt của cả Hội thánh mới là lời chứng vang dội.

7. *Hãy xây dựng mối liên hệ với người chưa tin Chúa.* Tất cả hướng dẫn ở trên có thể áp dụng cho tất cả tình huống chia sẻ Phúc Âm: người đi chung thang máy với chúng ta, hoặc trên xe buýt, hoặc trên máy bay. Nhưng một hạng mục trong công tác truyền giảng còn bao gồm cả những người mà chúng ta đã biết – bạn bè hoặc gia đình – là những người chưa tin Chúa. Bao gồm cả những người mà chúng ta chỉ cần dành chút thời gian để tìm hiểu họ và chuẩn bị sẵn một địa điểm để gặp những người chưa biết Đấng Christ, hãy chủ động xây dựng mối liên hệ với họ. (Mục sư ơi, điều này có nghĩa là Hội thánh không thể bận rộn hoài với các buổi họp hành và hoạt động khiến họ không có thời gian xây dựng mối liên hệ với người chưa tin Chúa).

Hãy thực hiện truyền giáo theo kiểu "truy tìm dấu vết". Hãy viết xuống tất cả người chưa tin Chúa mà chúng ta đã trò chuyện trong tuần vừa qua. Chắc chắn chúng ta sẽ gặp lại người nào trong số đó? Chúng ta cần phải lập kế hoạch để gặp ai? Hãy ưu tiên chia sẻ Phúc Âm với họ và cầu nguyện cho sự cải đạo của họ.

8. *Hãy đồng công với Cơ Đốc nhân khác để chia sẻ Phúc Âm cho người nào không ở gần Cơ Đốc nhân.* Đây là phần mở rộng cho điểm vừa rồi – chủ động xây dựng mối liên hệ với người chưa tin Chúa – nhưng chúng ta cần phải đi xa hơn nữa. Chúng ta cần tính đến khả năng người ta không hề biết Cơ Đốc nhân nào cả. Vì kế hoạch của Đức Chúa Trời đó là cả thế giới sẽ biết đến Tin Lành và Chúa đã giao phó nhiệm vụ chia sẻ Phúc Âm cho chúng ta, nên

chúng ta phải sai phái và chúng ta phải ra đi (Ma-thi-ơ 28:18-20; Rô-ma 10:14-15)! Không lẽ chúng ta muốn những người được tạo nên theo ảnh tượng của Đức Chúa Trời tiếp tục sống mà không biết tình yêu thương của Đức Chúa Trời ở trong Đấng Christ sao? Một Hội thánh địa phương vững mạnh sẽ nhìn thấy nhu cầu truyền giảng không chỉ dành cho những người ở xung quanh họ, trong cộng đồng của họ, mà còn cho những người chưa gặp bao giờ, cho người nào chưa nghe bao giờ. Một bài kiểm tra cho Hội thánh địa phương của chúng ta đó là xem thử dự chi của Hội thánh có tập trung vào công tác truyền giáo cho các dân tộc không. Chúng ta sẽ quay lại đề tài này trong chương 9.

TRUYỀN GIẢNG KHÔNG PHẢI LÀ TIẾP THỊ

Tôi muốn nói thêm một điều nữa. Trong vài thế kỷ gần đây, sự cầu nguyện tiếp nhận Đấng Christ – là điều không được truyền dạy trong Tân Ước – đã gần như phổ biến trong một số cộng đồng Cơ Đốc. "Lời cầu nguyện tiếp nhận Chúa" đã trở thành tiêu chuẩn như việc làm phép báp-tem vậy, có lẽ còn được nhất trí phổ biến rộng rãi hơn thế nữa. Gần đây, điều này đã bị các mục sư trẻ tuổi phê bình là sự truyền khẩu của loài người và không phải là một mạng lịnh theo Kinh Thánh. Điều này còn bị gọi là câu thần chú và bị coi thường. Nhiều người đã cùng nhau loại bỏ cách này, thường là dưới danh nghĩa cố gắng trung tín, và cố gắng không tạo ra thêm những kẻ cải đạo giả.

Tuy nhiên, mấy người phê phán lời cầu nguyện tiếp nhận Chúa là sai lại đang thực hiện "làm phép báp-tem tức thời". Ít ngoạn mục và bí ẩn hơn việc tự bốc cháy, làm phép báp-tem tức thời vẫn đang khiến nhiều người không khỏi ngạc nhiên. Về mặt lịch sử, các Hội thánh đã sắp xếp lịch làm phép báp-tem trước nhiều tuần hoặc thậm chí nhiều tháng, thường có vài lớp báp-tem diễn ra nữa. Nhưng nhiều năm gần đây, một vài Hội thánh đã bắt đầu thực hiện các buổi nhóm lớn công khai có hồ làm báp-tem và hết thảy người nào muốn làm báp-tem đều được mời tiến lên phía trước. Việc làm này là do thiếu hiểu biết về sách Công vụ.[7]

Làm báp-tem tức thời có khác với lời cầu nguyện tiếp nhận Chúa không? Trong Tân Ước, phép báp-tem là dấu chỉ về ân điển cứu rỗi của Đức Chúa Trời tiếp nhận người đó vào nước Đức Chúa Trời. Nhưng làm báp-tem tức thời thường là những quyết định vội vàng – có lẽ cũng không cho thấy đó là quyết định tiếp nhận sự cứu rỗi!

Một mục sư là bạn của tôi được mời tham dự vào buổi nhóm làm báp-tem tức thời tại một Hội thánh mà ông được mời làm diễn giả. Ông đã đồng ý, nhưng lại rất bất ngờ khi một phụ nữ trẻ tuổi xin ông làm báp-tem cho cô ta "vì mẹ cô bị bệnh". Bạn tôi thấy khó chịu trước suy nghĩ sai trật về phép báp-tem nên đã lịch sự từ chối, anh còn khuyên cô gái trẻ đến gặp các mục sư trong Hội thánh.

Sau buổi nhóm, một mục sư đến gặp bạn tôi, tỏ thái độ bất bình vì anh đã không làm báp-tem cho cô gái trẻ đó. Rõ ràng hơn nữa là rất nhiều "phép báp-tem" của họ không gì khác ngoài những lời cầu nguyện ướt át! Nhưng ngôn ngữ của Tân Ước về báp-tem sẽ làm bối rối những người đã được "báp-tem" nhiều thế kia – họ không nói gì về sự cứu rỗi mà chỉ làm lễ nghi với hy vọng sẽ được Chúa ban phước.

---

7. Xem "Sách Công vụ có dạy làm báp-tem tức thời không?" của Caleb Morell tại trang điện tử của 9Marks vào ngày 10 tháng 3 năm 2020, https://www.9marks.org/article/does-the-book-of-acts-teach-spontaneous-baptisms.

Chúng ta không biết vì sao người ta tiến lên nhận phép báp-tem tức thời như vậy. Có thể một số người đã nghe Phúc Âm, được cải đạo và muốn được làm báp-tem. Nhưng cũng có người chịu phép báp-tem không hề thực sự ăn năn và tin Chúa. Một Hội thánh sắp đặt phần "cố vấn lễ báp-tem" ở trong hội chúng – giống như đại hội truyền giảng của Billy Graham ở trong quá khứ cũng có những người tâm vấn – hướng dẫn mọi người tiến lên phía trước ngay khi có lời mời. Chủ đích là để lấy đà, tạo ra dòng người tiến lên phía trước, giúp người khác cảm thấy thoải mái để tiến lên phía trước chịu phép báp-tem. Một Hội thánh khác thậm chí còn xuất bản cách hướng dẫn của họ trên mạng điện tử, khuyên các cố vấn báp-tem "nên di chuyển ra vị trí dễ nhìn thấy và có lối đi dài nhất". Tại sao lại tiến ra vị trí dễ nhìn thấy và có lối đi dài nhất? Vì mục đích không chỉ khuyến khích người ta tiến lên phía trước để được tâm vấn làm phép báp-tem, mà còn để thúc giục người khác tiến lên phía trước nữa. Một lần nữa, chủ đích vẫn là muốn làm cho việc tiến lên phía trước và chịu phép báp-tem trở nên dễ dàng hơn. Nhưng không có chỗ nào trong Tân Ước khuyến khích chúng ta đón nhận biểu tượng và dấu hiệu môn đồ hóa dễ dàng hơn chính công tác môn đồ hóa bao giờ. Làm như vậy là mời gọi thêm nhiều người suy nghĩ sai rằng họ đã được cải đạo mà thật ra vẫn chưa được cải đạo. Điều này tạo ra sự sai trật mà một số mục sư như thế muốn loại bỏ khi họ dừng việc sử dụng lời cầu nguyện tiếp nhận Chúa.

Chính áp lực xã hội có thể tạo ra nhiều Hội thánh lớn hơn, nhưng không vững mạnh hơn. Một hiểu biết theo Kinh Thánh về sự cải đạo ngăn cản chúng ta nhìn nhận công tác truyền giáo chỉ là tiếp thị, đây là điều khiến chúng ta phải thay đổi cách truyền giảng cho đến khi tìm được cách đáng tin cậy nhất để hô lên rằng "đúng rồi"!

Vài năm trước, sau một buổi nhóm vào sáng Chúa Nhật, một

người đến gặp tôi, nắm lấy tay tôi, kéo tôi lại gần, rồi nói rằng: "Thưa Tiến sĩ Dever, tôi chỉ muốn ông biết đó là một trong những bài giảng đắt giá nhất mà tôi từng nghe trong đời. Nhưng chỉ có một vấn đề: ông vẫn chưa chốt đơn!"

Tôi không biết phải đáp lại người này như thế nào. Tôi cũng chẳng nói gì nhiều. Nhưng tôi đã nghĩ rằng: "Thưa ông, tôi biết mình phải chốt đơn hàng thế nào, tôi cũng biết mình không được chốt đơn hàng nào, còn sự cứu rỗi một linh hồn đời đời là đơn hàng mà tôi, bằng sức riêng của mình, không thể tự chốt được".

Tôi cần hiểu rõ điều này không phải để tôi dừng rao giảng Phúc Âm, mà để tôi không cho phép bài giảng Phúc Âm của mình bị rập khuôn theo điều tôi nghĩ là sẽ có người đáp ứng và để "chốt đơn". Thay vì dùng hết sức của mình để cáo trách và thay đổi tội nhân, trong khi Đức Chúa Trời lặng lẽ chờ đợi cái xác thuộc linh thù địch với Chúa mời Ngài ngự vào lòng họ, thì tôi sẽ rao giảng Phúc Âm, cố gắng thuyết phục nhưng cũng biết rằng mình không thể cải đạo ai cả, rồi nhường chỗ cho Đức Chúa Trời sử dụng tất cả quyền năng của Ngài để cáo trách, cải đạo và thay đổi tội nhân. Sau đó, chúng ta sẽ thấy rõ ai mới là người khiến kẻ chết sống lại. Đó là Phúc Âm mà chúng ta muốn gây dựng ở trong Hội thánh của mình – không phải những việc *chúng ta* có thể làm, mà những việc Đức Chúa Trời đã làm và sẽ làm, nếu chúng ta tin nhận Đấng Christ!

Cơ Đốc nhân nên chia sẻ Phúc Âm với mọi người. Tất cả chúng ta nên truyền giảng. Chúng ta nên làm bằng sự chân thật, cấp bách và vui mừng, sống để làm chứng về sứ điệp và cầu thay cho người nào đã nghe chia sẻ Phúc Âm sẽ được cải đạo. Tất cả vinh hiển thuộc về

Đức Chúa Trời khi người ta được cứu và Hội thánh vững mạnh được mở ra.

CÁC TÀI LIỆU KHÁC

- Nhóm nhỏ: *Sự thay đổi thật: Cải đạo* (2012) của Bobby Jamieson, bài học bảy tuần nghiên cứu Kinh Thánh theo phương pháp quy nạp; *Vươn đến người hư mất: Truyền giảng* (2012), bài học sáu tuần nghiên cứu Kinh Thánh theo phương pháp quy nạp; và *Tin Lành của Đức Chúa Trời: Phúc Âm* (2012), bài học bảy tuần nghiên cứu Kinh Thánh theo phương pháp quy nạp.

- Phân phát cho người tin Chúa và người chưa tin Chúa: *Phúc Âm là gì?* (2010) và *Chúa Jêsus là ai?* (2015) của Greg Gilbert.

- Cũng xem quyển *Một Chỉ dẫn Chắc chắn vào Thiên Quốc* (1671) của Joseph Alleine; *Công tác Truyền giảng và Quyền tối thượng của Đức Chúa Trời* (1961) của J. I. Packer; *Nói thật: Toàn bộ Phúc Âm được truyền đạt chân thật và yêu thương trong ân điển* (1984) của Will Metzger; *Đức Chúa Trời là nhà truyền giáo: Đức Thánh Linh kéo con người đến như thế nào* (1987) và *Trở về với Chúa: Sự cải đạo theo Kinh Thánh trong Thế giới Hiện đại* (1989) của David F. Wells; *Làm sao biết chắc tôi là Cơ Đốc nhân? Kinh Thánh nói gì về sự cứu rỗi chắc chắn* (1994) của Donald S. Whitney; *Phúc Âm và Truyền giảng Cá nhân* (2007) của Mark Dever; *Sống lại* (2009) của John Piper; *Tôi có phải là Cơ Đốc nhân?* (2011) của

Mike McKinley; *Truyền giảng: Làm thế nào cả Hội thánh chia sẻ về Chúa Jêsus* (2014) của J. Mack Stiles; *Kẻ dại nói: Khôi phục Nghệ thuật Biện giáo Cơ Đốc* (2015) của Os Guinness; và *Đảm bảo: Khám phá Ân điển, Từ bỏ Tội lỗi và Yên ninh trong sự cứu rỗi của bạn* (2019) của Greg Gilbert.

Tiếp theo

Dấu hiệu 4: Thấu hiểu vai trò tín hữu Hội thánh theo Kinh Thánh
Hội thánh là gì?
Tại sao phải trở thành tín hữu Hội thánh?

1. Để bảo vệ bản thân
2. Để truyền giảng cho thế giới
3. Để phơi bày phúc âm giả
4. Để gây dựng Hội thánh
5. Để tôn vinh hiển Đức Chúa Trời

Yêu cầu dành cho tín hữu Hội thánh là gì?
1. Về hành động, trước hết phải chịu phép báp-tem
2. Về văn bản, phải Đồng ý với Tuyên ngôn Đức tin và Trách nhiệm Đặc biệt trong Giao ước Hội thánh của Tín hữu tại Hội thánh Báp-tít Capitol.

DẤU HIỆU 4
THẤU HIỂU VAI TRÒ TÍN HỮU
HỘI THÁNH THEO KINH THÁNH

Tất cả số liệu thống kê dường như chỉ ra thời đại của chúng ta là một kỷ nguyên mắc "chứng sợ cam kết". Chứng sợ cam kết là muốn hứa làm điều tốt mà sợ bỏ lỡ điều tốt hơn. Vì thế, mặc dù chúng ta muốn làm điều tốt đẹp, nhưng vẫn "bỏ ngỏ các lựa chọn của mình". Đó chính là sự khôn ngoan của thời đại ngày nay. Một nhà văn đã nhận xét rằng:

Nghiên cứu ý kiến chung chỉ ra một nghịch lý ngày càng sâu sắc trong xã hội: sự kết hợp giữa cam kết tôn giáo và chủ nghĩa tương đối về đạo đức. Thí dụ, trong khi 91% người Mỹ xem tôn giáo là rất quan trọng ở trong đời sống của họ, thì 63% người Mỹ bác bỏ khái niệm này cách tuyệt đối.[1]

Chúng ta có thể vừa sợ cam kết vừa là Cơ Đốc nhân không? Tôi không hỏi Cơ Đốc nhân có thể không biết chắc về mọi thứ hay

---

1. *Khôi phục xã hội lành mạnh: Tầm nhìn mới về chính trị và văn hóa* của Don E. Eberly (Grand Rapids, MI: Baker, 1994), trang 38.

không. Hầu hết Cơ Đốc nhân đều có sự nghi ngờ. Nhưng còn gì "tốt hơn" bằng việc đi theo Chúa Jêsus là Đấng phán cùng các môn đồ rằng nếu ai muốn theo Ngài thì phải "vác thập tự giá mình" (Ma-thi-ơ 16:24)?

Thêm vào đó là vấn đề của sự cô độc: Tại sao phải phụ thuộc vào người khác nếu chúng ta có thể tự làm điều đó? Ngày hôm nay, chúng ta quan tâm đến sự dễ dàng và đơn giản. Tại sao chúng ta phải hòa mình với người khác? Chúng ta có thể là gánh nặng cho họ; họ cũng có thể là gánh nặng cho chúng ta.

Hãy đem những khuynh hướng này lại với nhau thì chúng ta sẽ có một nền văn hóa khá thù địch với Cơ Đốc giáo của Tân Ước, chắc chắn một cam kết trở thành tín hữu Hội thánh không hề thoải mái tí nào.

Không phải ý tưởng trở thành tín hữu Hội thánh bị phản tác dụng rồi sao? Có phải khi nói chúng tôi được vào còn bạn phải ở ngoài là thiếu thân thiện, thậm chí bị coi là thứ xa xỉ không? Chúng ta có thể đi xa đến mức cho rằng như vậy là không theo Kinh Thánh và phi Cơ Đốc không? Phần cuối của Công vụ 2 chép rằng: "Chúa lấy những kẻ được cứu thêm vào Hội thánh" (Công vụ 2:47). Không phải đó là tất cả sao? Không phải Hội thánh chỉ là một hiện thực được tạo ra bởi sự cứu rỗi của chúng ta sao? Thí dụ, khi hoạn quan Ê-thi-ô-bi đáp lại Phúc Âm và chịu phép báp-tem, không phải ông tự nhiên trở thành một tín hữu của Hội thánh sao (xem Công vụ 8)?

Tôi tin rằng hiểu đúng khái niệm tín hữu Hội thánh là bước quan trọng để vực dậy Hội thánh của chúng ta, truyền giáo cho dân tộc mình, mở mang cơ nghiệp của Đấng Christ trên khắp thế giới, làm vinh hiển Đức Chúa Trời. Hãy nhớ rằng chương này nằm trong quyển sách có tựa đề là *Chín dấu hiệu của một Hội thánh vững mạnh*. Quyển sách này không nói hết tất cả về một Hội thánh vững mạnh, nhưng tôi muốn chúng ta chú ý vào một số khía cạnh quan trọng của chín chương này đã bị bỏ qua hoặc thậm chí bị lãng quên ở trong sinh hoạt của Hội thánh.

Hội thánh của tôi là một thí dụ điển hình. Theo một nghiên cứu mới đây của Giáo hội Báp-tít Nam Phương, thì một Hội thánh Báp-tít Nam Phương điển hình có 176 tín hữu, chỉ có 69 tín hữu đi nhóm đều đặn mỗi sáng Chúa Nhật.[2] Thế 107 tín hữu còn lại ở đâu? Có phải họ cáo bệnh ở nhà, đang ở nhà chơi, hoặc ở trường cao đẳng nào đó chăng? Có phải họ đi chơi hoặc được gọi nhập ngũ? Một người thì có thể lắm, nhưng hết thảy 107 tín hữu đều bị như vậy hết sao? Tình trạng Hội thánh như vậy đang cho thế giới quanh ta biết gì về Cơ Đốc giáo? Chúng ta hiểu điều này có ý nghĩa thế nào đối với tầm quan trọng của Cơ Đốc giáo trong đời sống của mình chăng? Tình trạng thuộc linh của những người đã đi nhà thờ được vài tháng hoặc thậm chí lâu hơn đang như thế nào? Những người không đi nhóm có liên quan đến cuộc đời của chúng ta không?

Trong chương này, chúng ta sẽ suy xét ba câu hỏi:

1. Hội thánh là gì?
2. Tại sao phải trở thành tín hữu Hội thánh?
3. Yêu cầu dành cho tín hữu Hội thánh là gì?

HỘI THÁNH LÀ GÌ?

Cụm từ *Hội thánh* không chỉ đơn giản đề cập đến một đơn vị tổ chức của bất kỳ tôn giáo nào đó. Chúng ta sẽ không nghe người ta

---

2. SBC 2011 Hồ sơ Hội thánh hàng năm. Cảm ơn Ed Stetzer đã cung cấp thông tin này.

nói về "Hội thánh" theo đạo Phật hoặc "Hội thánh" theo Do Thái giáo đâu. Như vậy, *Hội thánh* là một cụm từ hoàn toàn thuộc về Cơ Đốc giáo. Về cơ bản, *Hội thánh* không có nghĩa là một nhà thờ; đó là ý nghĩa thứ cấp mà thôi. Nhà thờ đơn giản là nơi Hội thánh nhóm lại – còn Thanh giáo Tân Anh đặt tên cho nhà thờ là "nơi nhóm họp". Các Hội thánh đầu tiên ở Tân Anh có vẻ ngoài giống như mấy ngôi nhà cao to – đó là những ngôi nhà thờ mà Hội thánh đã nhóm lại.

Theo Tân Ước, Hội thánh chủ yếu là một nhóm người tuyên xưng và làm chứng rằng họ đã được cứu bởi ân điển của Đức Chúa Trời, chỉ duy vinh hiển của Ngài, chỉ duy đức tin, chỉ duy Đấng Christ. Đây chính là Hội thánh theo Tân Ước; chứ Hội thánh không phải là một nhà thờ. Cơ Đốc nhân đầu tiên không hề có nhà thờ nào cả trong gần ba trăm năm kể từ khi thành lập Hội thánh. Hội thánh là tập hợp dân sự tại địa phương cam kết tin theo Đấng Christ, thường xuyên nhóm lại, rao giảng và làm theo Lời Chúa, bao gồm cả những mạng lịnh làm phép báp-tem và tổ chức Lễ tiệc thánh theo lời dặn dò của Đấng Christ.

Một vài phân đoạn trong Tân Ước còn đề cập về Hội thánh một cách trừu tượng, hoặc phổ quát, nhưng phần lớn các tài liệu tham khảo về Hội thánh đều là tập hợp dân sự tại địa phương, có sự sống động và tình yêu thương, cam kết tin theo Đấng Christ và sống với nhau. Đó là ý nghĩa của cụm từ "Hội thánh" hết lần này đến lần khác ở trong Tân Ước. Đó là một thân thể mà chúng ta có thể bị loại ra và được đón nhận. Hãy suy xét điều này: nếu không có lý do khiến chúng ta *bị loại trừ* khỏi Hội thánh địa phương, thì có lẽ là vì chúng ta vẫn chưa hoàn toàn *dự phần* vào như Kinh Thánh nói.

Một lưu ý thú vị cho các sử gia: ý tưởng về Hội thánh là một cộng đồng giao ước của những người tin Chúa – không chỉ cho người nào đang sinh sống tại một địa phương cụ thể – là một đóng góp quan trọng mà tín hữu Báp-tít nói riêng đã tạo ra sự tự do tôn giáo cho đất nước của chúng ta. Cuối cùng, Hội thánh không phải là nguồn gốc sinh học tự nhiên của chúng ta và từng thành viên trong gia đình của chúng ta, hoặc cũng không tự nhiên thuộc về một công dân trong đất nước nào cả. Mặc dù tất cả đều được chào đón, nhưng Tân Ước dạy rằng mục đích và tín hữu của Hội thánh chỉ dành cho người tin Chúa, tức là những ai được Thánh Linh của Đức Chúa Trời tái sinh và sống trong một cộng đồng giao ước. Hoa Kỳ ngày hôm nay có các đạo luật cho phép Hội thánh sinh hoạt tự do. Một số người chưa tin Chúa sợ rằng Cơ Đốc nhân đang tìm kiếm một kiểu Hội thánh có văn phòng hoặc "nhà thờ" ở Hoa Kỳ. Nhưng Cơ Đốc nhân đã thừa hưởng sự hiểu biết của Báp-tít nói trên về Hội thánh mới là kẻ thù khó chịu nhất đối với một Hội thánh có nhà thờ. Chính sự hiểu biết của chúng ta về Hội thánh sẽ không cho phép điều đó. Thay vì vậy, chúng ta muốn truyền giáo cho cả nước thông qua một Hội thánh mà người tin Chúa được phép tự do hợp tác với nhau.

Nếu chúng ta đã biết câu chuyện về Hội thánh đầu tiên được ký thuật lại trong sách Công vụ, thì chúng ta sẽ không tìm được bằng chứng nào cho thấy Hội thánh cho phép người chưa tin Chúa trở thành tín hữu. Khi chúng ta đọc các thư tín của sứ đồ Phao-lô, dường như sứ đồ Phao-lô cũng viết rằng Hội thánh là tập hợp những người tin Chúa; do đó ông gọi họ là thánh đồ – tức là những người được Đức Chúa Trời tuyển chọn. Hội thánh là thân thể của Đấng Christ, là tập hợp Cơ Đốc nhân tại địa phương cam kết tin theo Đấng Christ và sống với nhau.

TẠI SAO PHẢI THUỘC VỀ MỘT HỘI THÁNH?

Bất kỳ chuyên gia phát triển Hội thánh nào cũng sẽ nói với tôi rằng mời gọi mọi người vào Hội thánh chính là việc làm sai trật của ngày hôm nay. Họ sẽ cảnh báo tôi rằng: "Mark ơi, ông chỉ đang khiến họ thêm bất mãn mà thôi. Tại sao ông không đề cập đề tài khác?" Nhưng tôi nghĩ đây là một đề tài bắt buộc dành cho Hội thánh của chúng ta, cũng như đối với chúng ta là Cơ Đốc nhân ngày nay. Vai trò tín hữu Hội thánh là một đề tài quan trọng để hiểu rõ những điều Đấng Christ đang kêu gọi chúng ta làm môn đồ của Ngài. Gia nhập vào một Hội thánh chẳng khác gì việc lành, giáo dục, văn hóa, tình bạn, đóng góp tài chính hoặc phép báp-tem, những điều này không thể cứu rỗi chúng ta. Những người chưa tin Chúa không nên tìm cách gia nhập vào một Hội thánh, nhưng phải tìm hiểu thêm ý nghĩa của việc trở thành Cơ Đốc nhân.

Nhưng đối với người nào tự xưng là Cơ Đốc nhân, thì sống cuộc đời Cơ Đốc có nghĩa là gì? Chúng ta có sống cuộc đời Cơ Đốc một mình được không? Có phải chúng ta cần cải thiện tính cách cá nhân của mình, hoặc là kỷ luật thuộc linh hơn – tức là trung thực ở nơi công sở, không ngoại tình, tin vào những điều đúng chăng?

Hoặc có thể những điều này không phải là chúng ta. Có lẽ chúng ta biết rằng đời sống Cơ Đốc là phải liên quan đến những người khác. Nhưng họ là ai? Có phải là đồng nghiệp, hoặc bạn cùng lớp học Kinh Thánh dành cho phụ nữ, hoặc bạn bè hồi đi học, hoặc nhóm thông công nào đó ở trường cao đẳng? Chúng ta được kêu gọi để có mối liên hệ với Cơ Đốc nhân nào? Hội thánh là nơi nhóm lại của Cơ Đốc nhân. Hội thánh không phải là tập thể đồng nhất, tập trung vào một nhiệm vụ như truyền giáo cho sinh viên đại học, hoặc xuất bản một tạp chí. Hội thánh Cơ Đốc không chỉ dành cho chúng ta và bạn bè của chúng ta; mà dành cho tất cả người tin Chúa.

Trách nhiệm và nghĩa vụ của tín hữu trong Hội thánh Cơ Đốc đơn giản là trách nhiệm và nghĩa vụ của Cơ Đốc nhân.[3] Tín hữu Hội thánh, giống như Cơ Đốc nhân, phải chịu phép báp-tem và thường xuyên dự Lễ tiệc thánh. Chúng ta phải lắng nghe và làm theo Lời Chúa. Chúng ta phải thường xuyên thông công để gây dựng lẫn nhau. Chúng ta phải kính mến Đức Chúa Trời, yêu thương lẫn nhau, và thương yêu những người còn ở ngoài mối thông công của chúng ta, chúng ta còn phải kết quả bông trái Thánh Linh nữa (Ga-la-ti 5:22–23). Chúng ta phải thờ phượng Đức Chúa Trời trong tất cả hoạt động ở nhà, công sở, cộng đồng và đời sống của chúng ta.[4] Cơ Đốc nhân cũng có những bổn phận đặc biệt liên quan đến hội chúng. Millard Erickson viết rằng: "Cơ Đốc giáo là chuyện của tập thể, còn đời sống Cơ Đốc chỉ kết quả khi giữ mối liên hệ với những người khác".[5] Bổn phận cơ bản nhất của Cơ Đốc nhân đối với hội chúng là

---

3. Để biết thêm về nghĩa vụ của tín hữu Hội thánh, hãy xem qua những đóng góp của Benjamin Keach, Benjamin Griffith, Hiệp hội Charleston, Samuel Jones, W. B. Johnson, Joseph S. Baker và Eleazer Savage trong quyển *Chính thể: Lý lẽ của Kinh Thánh về cách điều hành Hội thánh: Vài tài liệu lịch sử Báp-tít* của Mark Dever biên soạn (Washington, DC: 9Marks, 2000), trang 65–69, 103–05, 125–26, 148–51, 221–22, 276–79, 510–11. Mặc dù quyển sách đã không còn xuất bản nữa, nhưng vẫn còn miễn phí trực tuyến tại https://www.9marks.org/.

4. Để biết thêm về vai trò tín hữu Hội thánh, hãy xem quyển *Tín hữu Hội thánh: Làm sao thế giới biết đại sứ của Chúa Jêsus* của Jonathan Leeman (Wheaton, IL: Crossway, 2012). Cũng xem các bài góc nhìn trong *Tạp chí 9Marks* tháng 5–6 năm 2011 tại https://www.9marks.org/journal/church-membership-holding-body-together/. Xem thêm quyển *Những kẻ phải giải trình: Nghiên cứu vai trò tín hữu Hội thánh và kỷ luật Hội thánh* của John S. Hammett và Benjamin L. Merkle biên soạn (Nashville, TN: B & H Academic, 2011).

5. Millard J. Erickson, *Thần học Cơ Đốc* (ấn bản thứ 2), Grand Rapids, MI: Baker, 1998), trang 1058. Dành cho nghiên cứu tỉ mỉ về nghĩa vụ của tập thể Cơ Đốc trong

thường xuyên nhóm lại với hội chúng (xem Hê-bơ-rơ 10:25; xem Thi thiên 84:4, 10; Công vụ 2:42). Nói chung, bổn phận của tín hữu là có nghĩa vụ với tín hữu khác và nghĩa vụ đối với mục sư.

Tín hữu Hội thánh thực hành những điều Kinh Thánh dạy về cam kết tự nguyện ở trong một Hội thánh – những cam kết giữa một Cơ Đốc nhân, mục sư của mình, và sự nhóm lại của tập thể Cơ Đốc.

Bổn phận và trách nhiệm của tín hữu Hội thánh *đối với nhau* hình thành nên đời sống xã hội mới là Hội thánh. Đối với môn đồ của Đức Chúa Jêsus Christ, Cơ Đốc nhân có nghĩa vụ yêu thương lẫn nhau (Giăng 13:34–35; 15:12–17; Rô-ma 12:9–10; 13:8–10; Ga-la-ti 5:14; 6:10; Ê-phê-sô 1:15; 1 Phi-e-rơ 1:22; 2:17; 3:8; 4:8; 1 Giăng 3:16; 4:7–12; xem Thi thiên 133). Cơ Đốc nhân là thành viên trong một gia đình, thậm chí là chi thể của nhau (1 Cô-rinh-tô 12:13–27). Nếu không yêu thương nhau, thì bổn phận nào của người tín hữu Hội Thánh sẽ mang lại sự thỏa mãn và giá trị? Tình yêu thương buộc tín hữu Hội thánh phải tránh xa bất kỳ điều gì "có

---

các thư tín của sứ đồ Phạo-lô, xem quyển *Trở nên giống như Đấng Christ trong cộng đồng: Nghiên cứu sự chín chắn, trưởng thành và Hội thánh địa phương qua thư tín của sứ đồ Phao-lô* của James Samra (London; T & T Clark, 2006), Anh ngữ chuyên ngành. trang 133–70.

khuynh hướng khiến tình yêu trở nên nguội lạnh"[6]. Bởi tình yêu thương này, mà bản chất của Phúc Âm được bày tỏ.

Tín hữu Hội thánh cũng có nghĩa vụ tìm kiếm hòa bình và sự hiệp một trong hội chúng của họ (Rô-ma 12:16; 14:19; 1 Cô-rinh-tô 13:7; 2 Cô-rinh-tô 12:20; Ê-phê-sô 4:3–6; Phi-líp 2:3; 1 Tê-sa-lô-ni-ca 5:13; 2 Tê-sa-lô-ni-ca 3:11; Gia-cơ 3:18; 4:11). Khao khát sự hòa bình và hiệp một nên xảy ra tự nhiên sau khi thực hiện xong nghĩa vụ yêu thương (Rô-ma 15:6; 1 Cô-rinh-tô 1:10–11; Ê-phê-sô 4:5, 13; Phi-líp 2:2; xem Sô-phô-ni 3:9). Hơn nữa, nếu Cơ Đốc nhân có chung một tâm thần và tâm trí – tức là Thánh Linh của Đấng Christ – thì sự hiệp một là biểu hiện tự nhiên của Đức Thánh Linh. Tuy nhiên, vì tội lỗi vẫn còn ở trong đời sống người tin Chúa, nên sự hiệp một thường đòi hỏi phải có sự nỗ lực. Vậy, Cơ Đốc nhân "một lòng đứng vững, đồng tâm chống cự vì đức tin của đạo Tin lành" (Phi-líp 1:27). Chủ động né tránh xung đột (Châm ngôn 17:14; Ma-thi-ơ 5:9; 1 Cô-rinh-tô 10:32; 11:16; 2 Cô-rinh-tô 13:11; Phi-líp 2:1-3). Tình yêu thương được thể hiện và sự hiệp một được vun trồng khi tín hữu Hội thánh tích cực cảm thông cho nhau. Sứ đồ Phao-lô khuyên hội chúng ở Rô-ma rằng: "Hãy vui với kẻ vui, khóc với kẻ khóc" (Rô-ma 12:15; xem Gióp 2:11; Ê-sai 63:9; 1 Cô-rinh-tô 12:26; Ga-la-ti 6:2; 1 Tê-sa-lô-ni-ca 5:14; Hê-bơ-rơ 4:15; 12:3). Tín hữu Hội thánh cũng cần phải làm những điều sau đây.

- Chăm sóc nhau về thuộc thể và thuộc linh (Ma-thi-ơ 25:40; Giăng 12:8; Công vụ 15:36; Rô-ma 12:13; 15:26;

---

6. Samuel Jones, "Luận án về sự kỷ luật Hội thánh" trong quyển *Chính thể* của Dever, trang 150; xem 2 Cô-tinh-tô 12:20; 1 Ti-mô-thê 5:13; 6:4; Gia-cơ 4:11.

1 Cô-rinh-tô 16:1–2; Ga-la-ti 2:10; 6:10; Hê-bơ-rơ 13:16;
Gia-cơ 1:27; 1 Giăng 3:17; Phục truyền 15:7–8, 11)

- Hãy lo lắng cho nhau và giải trình với nhau về mọi việc
  (Rô-ma 15:14; Ga-la-ti 6:1–2; Phi-líp 2:3–4; 2 Tê-sa-lô-
  ni-ca 3:15; Hê-bơ-rơ 12:15; xem Lê-vi-ký 19:17; Thi
  thiên 141:5)
- Gây dựng lẫn nhau (1 Cô-rinh-tô 14:12–26; Ê-phê-sô
  2:21–22; 4:12–29; 1 Tê-sa-lô-ni-ca 5:11; 1 Phi-e-rơ 4:10;
  2 Phi-e-rơ 3–18)
- Hãy dung chịu lẫn nhau (Ma-thi-ơ 18:21–22; Mác 11:25;
  Rô-ma 15:1; Ga-la-ti 6:2; Cô-lô-se 3:12), kể cả việc
  không kiện cáo nhau (1 Cô-rinh-tô 6:1–7)
- Cầu nguyện cho nhau (Ê-phê-sô 6:18; Gia-cơ 5:16)
- Hãy tránh xa những kẻ muốn hủy phá Hội thánh (Rô-ma
  16:17; 1 Ti-mô-thê 6:3–5; Tít 3:10; 2 Giăng 10–11)
- Từ chối đánh giá mọi người bằng tiêu chuẩn thế gian
  (Ma-thi-ơ 20:26–27; Rô-ma 12:10–16; Gia-cơ 2:1–13)
- Tranh luận với nhau vì Phúc Âm (Phi-líp 1:27; Giu-đe 3)
- Hãy làm gương cho nhau (Phi-líp 2:1–18)

Tín hữu Hội thánh cũng có trách nhiệm đặc biệt đối với các lãnh
đạo Hội thánh, ngay cả khi các lãnh đạo cũng làm vậy với họ nữa.
Sứ đồ Phao-lô đã nói với người Cô-rinh-tô rằng: "Vậy, ai nấy hãy
coi chúng tôi như đầy tớ của Đấng Christ, và kẻ quản trị những sự
mầu nhiệm của Đức Chúa Trời" (1 Cô-rinh-tô 4:1). Các lãnh đạo
trong Hội thánh nên được kính trọng và tôn kính (Phi-líp 2:29; 1
Tê-sa-lô-ni-ca 5:12–13). Nếu Cơ Đốc nhân mong đợi mục sư của
họ hoàn thành mọi trách nhiệm theo Lời Chúa dạy, thì tín hữu Hội
thánh phải cho họ biết chúng ta là ai. Họ phải đối xử với mục sư

như là món quà từ Đấng Christ được ban cho Hội hánh vì ích lợi của họ. Điều này giống như các sứ đồ được coi là đại diện của Đấng Christ (Lu-ca 10:16; xem 1 Cô-rinh-tô 16:10). Mục sư của Lời Chúa là quản gia của nhà Đức Chúa Trời và là người chăn bầy chiên của Đức Chúa Trời. Họ tình nguyện và sốt sắng phục vụ (1 Phi-e-rơ 5:1–3). Tiếng tăm của họ có thể và nên được bênh vực, lời nói của họ được tin tưởng và sự dạy dỗ của họ được tuân theo trừ khi mâu thuẫn với Kinh Thánh hoặc sự thật bị bóp méo hoàn toàn (Hê-bơ-rơ 13:17, 22; 1 Ti-mô-thê 5:17–19). Mục sư có sự trung tín nên được kính trọng đơn giản là vì họ giảng Lời Chúa cho hội chúng của mình; họ không thay thế Lời Chúa bằng lời lẽ của riêng mình.

Tín hữu Hội thánh nên nhớ đến các lãnh đạo của mình và bắt chước đời sống và đức tin của họ (1 Cô-rinh-tô 4:16; 11:1; Phi-líp 3:17; Hê-bơ-rơ 13:7). Những người truyền đạo và giáo sư tốt xứng đáng được tôn kính bội phần, theo sứ đồ Phao-lô trong 1 Ti-mô-thê 5:17, bao gồm cả việc hỗ trợ về vật chất. (Cụm từ "kính trọng" được sử dụng trong 1 Ti-mô-thê 5:17 có ý nghĩa về tài chính rất rõ ràng. Cũng xem Công vụ 6:4; 1 Cô-rinh-tô 9:7–14; Ga-la-ti 6:6). Tín hữu Hội hánh nên vừa cầu thay cho mục sư của mình vừa hỗ trợ họ bằng mọi cách (Ê-phê-sô 6:18–20; Cô-lô-se 4:3–4; 2 Tê-sa-lô-ni-ca 3:1; Hê-bơ-rơ 13:18–19). Người hầu việc Chúa đã được giao phó nhiệm vụ rao giảng Lời Chúa cho dân sự của Đức Chúa Trời. Sứ đồ Phao-lô đã nói với tín hữu Cô-rinh-tô rằng: "Vậy chúng tôi làm chức khâm sai của Đấng Christ, cũng như Đức Chúa Trời bởi chúng tôi mà khuyên bảo. Chúng tôi nhân danh Đấng Christ mà nài xin anh em: Hãy hòa thuận lại với Đức Chúa Trời" (2 Cô-rinh-tô 5:20).

Không thuyết phục sao? Hãy để tôi giải thích điều này dễ hiểu hơn chút nữa. Dưới đây là năm lý do chính đáng (có lẽ chúng ta có thể suy nghĩ nhiều hơn) để gia nhập vào một Hội thánh rao giảng Phúc Âm và nếp sống Cơ Đốc.

1. Để bảo vệ bản thân

Chúng ta không nên gia nhập vào Hội thánh để được cứu rỗi, nhưng chúng ta có thể muốn gia nhập vào Hội thánh để giúp mình biết chắc đã được cứu rỗi. Hãy nhớ lời Chúa Jêsus phán:

> Ai có các điều răn của ta và vâng giữ lấy, ấy là kẻ yêu mến ta; người nào yêu mến ta sẽ được Cha ta yêu lại, ta cũng sẽ yêu người, và tỏ cho người biết ta. Nếu các ngươi vâng giữ các điều răn của ta, thì sẽ ở trong sự yêu thương ta, cũng như chính ta đã vâng giữ các điều răn của Cha ta, và cứ ở trong sự yêu thương Ngài. Ví thử các ngươi làm theo điều ta dạy, thì các ngươi là bạn hữu ta. Ví bằng các ngươi biết những sự nầy, thì có phước, miễn là các ngươi làm theo. (Giăng 14:21; 15:10, 14; 13:17)

Tôi có thể trích dẫn nhiều lời từ Chúa Jêsus dạy về cách chúng ta phải tin theo Ngài và chúng ta phải cẩn thận làm sao để không tự dối mình. Khi gia nhập vào một Hội thánh, chúng ta đang yêu cầu anh chị em của mình giúp chúng ta giải trình để sống với điều mình đã xưng ra bằng miệng. Chúng ta phải xin anh chị em xung quanh khuyên dỗ chúng ta, bằng cách nhắc cho chúng ta nhớ lại những điều mình đã thấy Đức Chúa Trời hành động ở trong đời sống của chúng ta, cũng có lúc phải thách thức chúng ta khi mình không làm theo lời Chúa.[7]

---

7. Tài liệu cùng đề tài, hãy xem quyển *Tôi có phải là Cơ Đốc nhân? Câu hỏi quan*

Thật dễ lừa dối bản thân khi nghĩ rằng chúng ta là Cơ Đốc nhân chỉ vì mình đã có một quyết định đầy ướt át và sau đó gia nhập vào một Hội thánh. Có lẽ chúng ta sinh hoạt với Hội thánh đã nhiều năm, hỗ trợ các tổ chức của Hội thánh, kết bạn trong công việc, thích một số bài thánh ca và than phiền về người khác, nhưng vẫn chưa thực sự biết Đấng Christ. Mối liên hệ giữa chúng ta với Đấng Christ có đang thay đổi đời sống của mình và cuộc đời của những người xung quanh không?

Làm sao biết? Một trong những cách chúng ta có thể khám phá sự thật về cuộc đời của mình là đặt câu hỏi này: Tôi có hiểu rằng tin theo Đấng Christ sẽ liên quan đến cách mình đối xử với người khác, đặc biệt là những tín hữu trong Hội thánh của mình không? Tôi có yêu thương họ như lời giao ước và tôi có sống hết mình vì điều đó không?

Hoặc, chúng ta có từng tuyên bố rằng mình đã biết tình yêu thương của Đức Chúa Trời ở trong Đấng Christ nhưng đời sống lại mâu thuẫn với lời tuyên bố ấy chăng? Chúng ta có quả quyết rằng mình đã biết tình yêu thương này không có giới hạn, nhưng khi yêu thương người khác, chúng ta lại đặt ra giới hạn và nói rằng: "Tôi chỉ làm được bấy nhiêu đó thôi, không thể đi xa hơn được nữa"?

Một lời tuyên bố về tình yêu thương, mà cuộc đời không có tình yêu thương, là một dấu hiệu tồi tệ. Tuy nhiên, nếu chúng ta chỉ đi nhóm mà không gia nhập vào một Hội thánh, thì Cơ Đốc nhân khác không thể giúp chúng ta. Chúng ta đang tự lái con tàu nhỏ của riêng mình theo ý riêng của chúng ta. Chúng ta sẽ đi nhà thờ nếu thích bài

---

trọng nhất chúng ta cần phải trả lời của Mike McKinley (Wheaton, IL: Crossway, 2011) và quyển *Chắc chắn: Khám phá ân điển, từ bỏ tội lỗi và yên ninh trong sự cứu rỗi* của Greg Gilbert (Grand Rapids, MI: Baker Books, 2019).

giảng, chúng ta sẽ đi nhóm nếu thích bài nhạc hoặc nếu chúng ta thích thú một hoạt động nào đó của Hội thánh, sau đó chúng ta sẽ lái tàu đến chỗ khác nếu thích.

Vai trò tín hữu trong một Hội thánh địa phương không phải là thứ tiện ích lỗi thời và không cần thiết so với làm chi thể trong một Hội thánh phổ thông của Đấng Christ; vai trò tín hữu trong Hội thánh địa phương chính là bằng chứng cho vai trò chi thể trong Hội thánh phổ thông. Vai trò tín hữu Hội thánh không mang lại sự cứu rỗi, nhưng lại phản ánh về sự cứu rỗi. Nếu không có phản ánh về sự cứu rỗi, thì làm sao chúng ta biết chắc mình thực sự được cứu? Sứ đồ Giăng giải thích rằng: "Ví có ai nói rằng: Ta yêu Đức Chúa Trời, mà lại ghét anh em mình, thì là kẻ nói dối; vì kẻ nào chẳng yêu anh em mình thấy, thì không thể yêu Đức Chúa Trời mình chẳng thấy được" (1 Giăng 4:20).

Khi trở thành tín hữu của Hội thánh, chúng ta đang nắm chặt tay nhau để biết rõ về nhau và để mọi người cũng biết rõ về mình nữa. Chúng ta đồng ý giúp đỡ và khuyến khích lẫn nhau khi chúng ta cần được nhắc nhở về công tác của Đức Chúa Trời ở trong đời sống của mình hoặc khi chúng ta cần được thách thức về sự khác biệt lớn giữa lời nói và việc làm của mình.

2. Để truyền giảng cho *thế giới*

Một lý do khác chúng ta nên gia nhập vào một Hội thánh địa phương là vì công tác truyền giáo thế giới. Khi chúng ta hành động cùng với nhau, chúng ta có thể rao truyền Phúc Âm tốt hơn ở trong nước và ở hải ngoại. Chúng ta có thể làm điều này bằng lời nói của mình, khi chúng ta chia sẻ Phúc Âm với người khác và khi chúng ta giúp đỡ người khác làm tương tự. Về bản chất, một Hội thánh địa phương là một tổ chức truyền giáo. Chúng tôi ủng hộ truyền giáo bằng hành động, tức là bày tỏ tình yêu thương của Đức Chúa Trời bằng cách đáp ứng nhu cầu vật chất của trẻ mồ côi và những người có hoàn cảnh khó khăn.

Chúng tôi truyền bá Phúc Âm bằng cách hợp tác để đem Tin Lành đến với những người chưa biết Chúa Jêsus và làm cho Phúc Âm trở nên hữu hình cho cả thế giới bằng chính đời sống của chúng ta. Những người chưa được cứu có thể thấy chúng ta và cũng thấy một chút gì đó về Phúc Âm nữa. Dù chúng ta không hoàn hảo, nhưng nếu Thánh Linh của Đức Chúa Trời thực sự hành động ở trong chúng ta, thì Ngài sẽ dùng đời sống của chúng ta để chứng minh cho người khác biết chân lý về Phúc Âm của Ngài. Đây là một vai trò đặc biệt mà chúng ta sẽ không có trong thiên quốc – để dự phần vào kế hoạch của Đức Chúa Trời và rao truyền Phúc Âm của Ngài cho cả thế giới. Nếu chúng ta đọc tới chỗ này mà chưa dự phần vào công tác vĩ đại này, thì hãy làm ngay hôm nay.

3. Để phơi bày phúc âm giả

Khi tương tác với Cơ Đốc nhân khác, chúng ta cho thế giới thấy Cơ Đốc giáo thực sự là gì; chúng ta xua tan quan niệm sai lầm cho rằng Cơ Đốc nhân là những kẻ tự xưng công bình đáng kinh tởm lo lắng cho ai đó đang vui vẻ ở đâu đó và là những kẻ hơn ai hết tin vào chính sự tốt lành của họ. Đây là cách rất nhiều người chưa tin Chúa nghĩ về Cơ Đốc giáo. Chúng ta có thể đập tan hình ảnh sai lầm đó bằng một Hội thánh không có thái độ như vậy.

Vài năm trước, tôi đến thăm một người họ hàng mà mình đã gặp lúc còn thơ ấu. Tôi đến vì muốn thông báo mình sẽ trở thành một truyền đạo Báp-tít, nhưng mọi chuyện đã không diễn ra tốt đẹp. Bà dừng lại, nhìn xuống tách cà phê của mình, rồi nói rằng: "Bà đã từ bỏ tôn giáo. Bà đã quả quyết rằng Hội thánh là những cái hố cực kỳ nguy hiểm".

"Thật ư?" Tôi đáp. Bà nói: "Đúng vậy".

Tôi nói rằng: "Bà có thực sự nghĩ rằng thế giới ngoài kia tốt đẹp hơn nhiều chăng?" Bà suy nghĩ thật nhanh và nói rằng: "Có lẽ là không. Họ cũng là rắn độc. Nhưng ít nhất họ cũng *biết* mình là rắn độc".

Tôi nói: "Bà sẽ ngạc nhiên khi cháu nói đồng ý với quan điểm của bà. Cháu biết thế giới ngoài kia là một cái hang rắn độc. Cháu biết Hội thánh cũng là một cái hang rắn độc. Nhưng sự khác biệt nằm ở chỗ cháu không thực sự nghĩ rằng thế giới ngoài kia biết họ là rắn độc đâu. Cháu nghĩ rằng Cơ Đốc nhân biết họ là ai, đó là tại sao chúng ta đi nhà thờ – bởi vì chúng ta biết mình cần được giúp đỡ. Bởi vì chúng ta biết mình phụ thuộc vào Đức Chúa Trời, chúng ta được cứu chỉ duy ân điển của Ngài mà thôi. Sau đó, tôi còn mỉm cười nói thêm rằng: "Chúng cháu vẫn còn chỗ cho ai muốn bò vào nữa đấy".

Hết thảy những điều chúng ta có thể đóng góp vào sự cứu rỗi là tội lỗi của chính mình. Chỉ có tình yêu thương của Đức Chúa Trời ở trong Đấng Christ mới cứu rỗi chúng ta. Chúa đã đến và sống một cuộc đời hoàn hảo vì chúng ta, Chúa đã chịu chết trên thập tự giá thay cho hết thảy những ai muốn trở lại và tin cậy Ngài, Chúa đã sống lại đắc thắng sự chết và tội lỗi. Đức tin của chúng ta nơi một mình Chúa là cách duy nhất để được cứu rỗi.

Vậy, hãy gia nhập vào một Hội thánh đặt niềm tin vào Phúc Âm *như thế*. Hãy cùng với Cơ Đốc nhân khác sống trong giao ước để bày tỏ chân lý.

4. Để gây dựng Hội thánh

Lý do thứ tư chúng ta nên gia nhập vào Hội thánh là để giúp gây dựng hoặc phát triển tín hữu khác. Gia nhập vào một Hội thánh sẽ giúp chống lại chủ nghĩa cá nhân sai trật của chúng ta, điều này sẽ giúp chúng ta nhận ra bản chất tập thể của Cơ Đốc giáo.

Chúng ta cần từ bỏ nỗ lực tự sống cuộc đời Cơ Đốc của mình. Chúng ta cần giao ước với những người khác để tin theo Đấng Christ. Cơ Đốc nhân phải chấm dứt sự ích kỷ trong sự hiểu biết của họ về Cơ Đốc giáo. Đời sống Cơ đốc không chỉ tập trung vào bản thân mình và những đối tượng mà chúng ta cố gắng tiếp cận bằng Phúc Âm. Đức Chúa Trời cũng muốn chúng ta cam kết giúp đỡ công tác môn đồ hóa bầy chiên mà Ngài đã cứu chuộc.

Nếu chúng ta cam kết với một Hội thánh, thì chúng ta đang cam kết với một thân thể tại địa phương sẽ cố gắng giúp chúng ta vượt qua những thử thách và nan đề. Thí dụ, nếu chúng ta bị phát hiện phạm tội nói hành, thì anh chị em sẽ cố gắng khuyên lơn mình về vấn đề đó. Nếu chúng ta thấy chán nản và ngã lòng, thì anh chị em sẽ cố gắng khuyến khích chúng ta.

Tân Ước cho thấy rõ ràng khi chúng ta tin theo Chúa Jêsus thì đương nhiên phải quan tâm và chăm sóc lẫn nhau. Đó là một phần ý nghĩa của việc trở thành Cơ Đốc nhân. Cho dù chúng ta làm điều đó không hoàn hảo, nhưng chúng ta phải cam kết gây dựng lẫn nhau và nhờ đó mà Hội thánh cũng được gây dựng nữa.

Tôi có một người bạn ngày xưa làm việc cho mục vụ sinh viên Cơ Đốc cũng nhóm lại với một Hội thánh mà tôi đã từng là tín hữu ở đó. Anh ấy luôn lẻn vào ngay sau khi hát thánh ca, ngồi nghe giảng, rồi đi về. Một ngày nọ, tôi hỏi anh ấy tại sao không dự cả giờ nhóm. Anh ta nói: "Tôi không học được gì từ các tiết mục còn lại".

"Anh có từng suy nghĩ nên gia nhập một Hội thánh bao giờ chưa?"
Tôi đáp lại. Anh ấy nghĩ đó là một lời nhận xét ngớ ngẩn. Anh nói
rằng: "Tại sao tôi phải gia nhập Hội thánh? Nếu gia nhập thì họ chỉ
khiến đời sống thuộc linh của tôi bị trì trệ mà thôi".

Tôi hỏi: "Anh có bao giờ nghĩ rằng Đức Chúa Trời muốn anh
liên kết với người khác, mặc dù họ sẽ khiến anh đi chậm lại một
chút, nhưng anh cũng có thể giúp họ tăng tốc mà – đó có phải là một
phần kế hoạch mà Đức Chúa Trời muốn Cơ Đốc nhân đối xử với
nhau không? Có lẽ Đức Chúa Trời quan tâm đến việc khác nhiều
hơn là cá nhân mỗi người chúng ta – có lẽ Chúa cũng quan tâm đến
toàn bộ Hội thánh nữa.

Tất nhiên, chúng ta không gia nhập một Hội thánh vì chúng ta
hoàn hảo và chúng ta chỉ mang lại ích lợi cho Hội thánh mà thôi. Hễ
khi nào chúng ta gia nhập vào một Hội thánh, chúng ta sẽ đem nan
đề vào trong Hội thánh đó! Nhưng chớ để điều này cản trở chúng ta
– Hội thánh vốn dĩ đã có nan đề rồi! Đó là vì sao Cơ Đốc nhân ở
trong Hội thánh. Tôi có nan đề; bạn có nan đề. Nhưng chúng ta biết
rằng Jêsus là Chúa, Thánh Linh của Ngài ở trong chúng ta đã bắt
đầu xử lý những nan đề ấy rồi. Thí dụ, giả sử chúng ta bị hoang
tưởng rằng mình không tin tưởng ai cả. Trong Đấng Christ, Đức
Chúa Trời có thể cho chúng ta thấy Chúa là Đấng đáng tin cậy và
những người khác cũng đáng tin cậy nữa. Hết nan đề này đến nan đề
khác, chúng ta sẽ thấy Đức Chúa Trời hành động trong đời sống của
mình. Dần dần, đôi khi cũng không nhận ra, nhưng Chúa sẽ chủ
động giải quyết nan đề của chúng ta và Chúa có thể làm điều này
thông qua Hội thánh của Ngài.

Cho dù chúng ta có nhân danh Đấng Christ đi nữa, thì Cơ Đốc
nhân không được lập chú vào cái tôi. Đức Chúa Trời không chỉ quan
tâm đến độ dài và thói quen tĩnh nguyện của chúng ta vào mỗi sáng

thôi đâu; Chúa còn quan tâm đến cách chúng ta đối xử với người khác – điều này bao gồm cả việc đối xử với những người mà chúng ta không có điểm chung nào hết ngoại trừ Đức Chúa Jêsus Christ. Đó là lý do vì sao chúng ta cần đầu tư cuộc đời của mình cho người khác và cho phép người khác đầu tư cuộc đời của họ cho mình. Trở thành tín hữu một Hội thánh nên khắc sâu trong chúng ta một cam kết quan tâm đến người khác. Sự tăng trưởng Cơ Đốc không đơn thuần là vấn đề của cá nhân; đúng hơn, đó là vấn đề của cả Hội thánh.

Phân đoạn Hê-bơ-rơ 10:19–25 được gọi là "vườn rau" của Tân Ước. Tác giả cứ nói rằng: "hãy . . . hãy" xuyên suốt phân đoạn này. Đây là những câu Kinh Thánh rất hay để suy gẫm trong thời đại tôn vinh chủ nghĩa cá nhân của chúng ta:

> Hỡi anh em, vì chúng ta nhờ huyết Đức Chúa Jêsus được dạn dĩ vào nơi rất thánh, bởi đường mới và sống mà Ngài đã mở ngang qua cái màn, nghĩa là ngang qua xác Ngài, lại vì chúng ta có một thầy tế lễ lớn đã lập lên cai trị nhà Đức Chúa Trời, nên chúng ta hãy lấy lòng thật thà với đức tin đầy dẫy trọn vẹn, lòng được tưới sạch khỏi lương tâm xấu, thân thể rửa bằng nước trong, mà đến gần Chúa. Hãy cầm giữ sự làm chứng về điều trông cậy chúng ta chẳng chuyển lay, vì Đấng đã hứa cùng chúng ta là thành tín. Ai nấy hãy coi sóc nhau để khuyên giục về lòng yêu thương và việc tốt lành; chớ bỏ sự nhóm lại như mấy kẻ quen làm, nhưng phải khuyên bảo nhau, và hễ anh em thấy ngày ấy hầu gần chừng nào, thì càng phải làm như vậy chừng nấy. (Hê-bơ-rơ 10:19–25)

Vai trò tín hữu Hội thánh là cơ hội để chúng ta có trách nhiệm và yêu thương nhau. Bằng cách gia nhập vào một Hội thánh, chúng ta để cho mục sư và tín hữu khác biết rằng mình muốn cam kết tham dự, dâng hiến, cầu nguyện và phục vụ. Chúng ta cho phép tín hữu khác cũng kỳ vọng những điều này ở chúng ta, chúng ta cũng cho biết mình là người có trách nhiệm với Hội thánh địa phương. Chúng ta đảm bảo với Hội thánh về cam kết của mình với Đấng Christ trong việc phục vụ họ, chúng ta cũng kêu gọi họ cam kết phục vụ và khuyến khích chúng ta nữa.

Chúng ta thấy khái niệm sinh hoạt với Hội thánh được phản ánh qua hình ảnh thân thể mà sứ đồ Phao-lô dùng để mô tả Hội thánh địa phương, so với nhiều chỗ khác trong Kinh Thánh. Chúng ta cũng thấy những phân đoạn Kinh Thánh đề cập "với nhau" và "lẫn nhau" nữa.

Gia nhập vào một Hội thánh làm tăng ý thức về công việc, cộng đồng, dự chi và mục tiêu của Hội thánh là trách nhiệm của chúng ta. Chúng ta chuyển từ đối tượng thụ động chỉ biết tiếp nhận trở thành đối tượng hăng hái biết chịu trách nhiệm. Chúng ta ngừng đến muộn và phàn nàn không nhận được chính xác những gì mình muốn; thay vào đó, chúng ta đến sớm và cố gắng đáp ứng nhu cầu của người khác. Chúng ta phải bắt đầu nhìn nhận vai trò tín hữu không còn là một liên kết lỏng lẻo chỉ hữu ích khi nào có nhu cầu nữa, mà là những người thường xuyên có trách nhiệm, hiểu rõ đời sống của nhau vì mục đích của Phúc Âm.

Rất nhiều Cơ Đốc nhân ngày nay dường như đã quên mất vai trò tín hữu trong Hội thánh – hoặc là họ đã quên hoàn toàn Hội thánh là gì. Đó là lý do vì sao chúng ta thấy các sách Cơ Đốc nói về sự tăng trưởng Cơ Đốc nhưng hoàn toàn bỏ qua vai trò của Hội thánh.

Trong thư tín đầu tiên của sứ đồ Phao-lô gửi cho tín hữu ở thành Cô-rinh-tô, mục đích của các ân tứ thuộc linh là "gây dựng Hội thánh" (1 Cô-rinh-tô 14:12). Đây là một trong những mục tiêu chính ở trong đời sống Cơ Đốc của chúng ta. Theo sứ đồ Phao-lô, điều này áp dụng cho mỗi Cơ Đốc nhân.

Gia nhập vào Hội thánh vừa là đặc ân cao cả vừa là giải pháp thiết thực. Gia nhập vào một Hội thánh sẽ giúp chúng ta khuyến khích và xây dựng Cơ Đốc nhân khác, đồng thời chúng ta cũng được họ khuyến khích và gây dựng nữa. Hành động này sẽ giúp cả chúng ta và những người khác khi gặp phải cám dỗ và tranh chiến. Trong Hội thánh địa phương của tôi, chúng tôi giao ước với nhau sẽ sống trong tình yêu thương anh em, khi trở thành tín hữu của một Hội thánh Cơ Đốc, thực hành sự chăm sóc và coi sóc lẫn nhau, trung tín khuyên nhủ và nài xin lẫn nhau khi cần.

Còn chúng ta thì sao? Chúng ta có yêu thương dân sự của Đức Chúa Trời không? Chúng ta có đối xử tốt với họ, hoặc là chúng ta có thực sự, tích cực ban cho người khác không? Chúng ta có tìm cách giúp đỡ họ không? – Tiền bạc của chúng ta thì sao? Môi miệng của chúng ta thì sao?

Trong Hội Thánh, công tác môn đồ hóa vừa là dự án cá nhân vừa là hoạt động chung khi chúng ta tin theo Đấng Christ và giúp đỡ lẫn nhau trên hành trình này. Chúng ta có thể giải trình với nhau khi bị cám dỗ. Chúng ta có thể học Lời Chúa cùng với nhau để chuẩn bị cho chiến trận thuộc linh. Chúng ta có thể cùng nhau ca ngợi Chúa và cùng nhau cầu nguyện. Chúng ta có thể thêm cho nhau niềm vui và san sẻ gánh nặng của nhau. Chúa Jêsus đã phán cùng chúng ta rằng: "Điều răn của ta đây nầy: Các ngươi hãy yêu nhau, cũng như ta đã yêu các ngươi. Ta truyền cho các ngươi những điều răn đó, đặng các ngươi yêu mến lẫn nhau vậy" (Giăng 15:12, 17). Sứ đồ Giăng củng cố điều này khi ông viết rằng: "Hỡi các con cái bé mọn, chớ yêu mến bằng lời nói và lưỡi, nhưng bằng việc làm và lẽ thật" (1 Giăng 3:18). Hãy liên kết với

Cơ Đốc nhân khác đang ở xung quanh chúng ta, để gây dựng Hội thánh.

5. Để tôn vinh hiển Đức Chúa Trời

Cuối cùng, nếu chúng ta là Cơ Đốc nhân, chúng ta nên gia nhập vào một Hội thánh vì sự vinh hiển của Đức Chúa Trời. Mặc dù đây là điều thật kinh ngạc, nhưng lối sống của chúng ta có thể tôn vinh hiển Đức Chúa Trời. Sứ đồ Phi-e-rơ đã viết cho một số Cơ Đốc nhân đầu tiên rằng: "Phải ăn ở ngay lành giữa dân ngoại, hầu cho họ, là kẻ vẫn gièm chê anh em như người gian ác, đã thấy việc lành anh em, thì đến ngày Chúa thăm viếng, họ ngợi khen Đức Chúa Trời" (1 Phi-e-rơ 2:12). Tuyệt vời quá, phải không? Chúng ta có thể nói rằng sứ đồ Phi-e-rơ đã lắng nghe lời dạy dỗ của Thầy mình. Hãy nhớ những gì Chúa Jêsus đã dạy trong Bài giảng trên núi: Sự sáng các ngươi hãy soi trước mặt người ta như vậy, đặng họ thấy những việc lành của các ngươi, và ngợi khen Cha các ngươi ở trên trời (Ma-thi-ơ 5:16).

Một lần nữa, giả định đầy kinh ngạc dường như nói rằng Đức Chúa Trời sẽ được vinh hiển vì các việc lành của chúng ta. Nếu điều này thực sự xảy ra ở trong đời sống cá nhân của mỗi chúng ta, thì chúng ta không cần phải ngạc nhiên khi điều này cũng xảy ra ở trong đời sống của *cả hội chúng* Cơ Đốc. Đức Chúa Trời muốn cách chúng ta yêu thương nhau sẽ cho thấy chúng ta là môn đồ của Đấng Christ. Còn nhớ lời Chúa Jêsus phán trong Giăng 13:34–35 chép rằng: "Ta ban cho các ngươi một điều răn mới, nghĩa là các ngươi phải yêu nhau; như ta đã yêu các ngươi thể nào, thì các ngươi cũng hãy yêu nhau thể ấy. Nếu các ngươi yêu nhau, thì ấy là tại điều đó mà thiên hạ sẽ nhận biết các ngươi là môn đồ ta".

Sống với nhau là dấu hiệu cho thấy chúng ta thuộc về Ngài và dâng lên Ngài lời ngợi khen và sự vinh hiển. Chúa Jêsus phán rằng: "Ta sẽ lập Hội thánh ta trên đá này" (Ma-thi-ơ 16:18). Nếu Chúa Jêsus cam kết với Hội thánh, thì chúng ta có nên thoái lui trong sự cam kết với Hội thánh hay không? Hầu hết Cơ Đốc nhân thường xuyên nhóm lại với Hội thánh rao giảng Kinh Thánh, chú trọng vào Đức Chúa Trời đều bị thất vọng tại một thời điểm nào đó, nhưng chúng ta nên suy xét kỹ bổn phận và cơ hội trong vai trò của tín hữu. Hội thánh phải luôn *sống với nhau* hơn là chỉ làm việc cùng nhau. Nếu chúng ta gia nhập một Hội thánh, chúng ta không thuộc về Hội thánh chỉ để làm việc (dù là vì ích lợi của chúng ta hay của Hội thánh đi nữa), mà chúng ta được nhận làm con nuôi trong một gia đình. Các mối liên hệ mà chúng ta đã quyết định cam kết với họ sẽ làm vinh hiển Đức Chúa Trời. Đây là lý do vì sao, nếu chúng ta là Cơ Đốc nhân, chúng ta nên gia nhập vào một Hội thánh.

YÊU CẦU DÀNH CHO TÍN HỮU HỘI THÁNH LÀ GÌ?

Về cơ bản, vai trò tín hữu Hội thánh đòi hỏi một đời sống biết ăn năn và tin Chúa. Đức Chúa Trời đã lập Hội thánh trở thành cộng đồng của những người đã được tái sinh. Ân điển của Ngài ở trong đời sống của chúng ta, ban cho chúng ta sự ăn năn và đức tin, được nhìn thấy qua hai điều.

1. Về mặt cư xử, bắt đầu bằng phép báp-tem

Chúng ta đã bàn vào cuối chương 3, Kinh Thánh cho biết làm phép báp-tem là bước đầu tiên của người mới tin Chúa; Tân Ước cho rằng tất cả Cơ Đốc nhân đã được làm báp-tem. Thí dụ, trong Rô-ma 6, sứ đồ Phao-lô cho rằng Cơ Đốc nhân mà ông nói đến trong thư đều được làm báp-tem. Việc làm phổ thông này được bắt nguồn từ mạng lịnh của Đấng Christ đã được ký thuật lại trong Đại Mạng Lịnh (Ma-thi-ơ 28:18–20) và được chép trong sách Công vụ và trong cả Tân Ước. Có người thắc mắc vì sao một số người nói họ là môn đồ của Đấng Christ lại từ chối thực hiện những điều mà họ biết rõ là mạng lịnh. Một nhà văn đã nhận xét rằng:

> Hội thánh không được giao cho thẩm quyền để tạo ra điều răn; mà nghĩa vụ của Hội thánh là tuân giữ các điều răn đã được ban cho. Sửa đổi, tối giản hoặc gây khó hiểu bất kỳ điều răn nào của Đức Chúa Jêsus Christ vừa không phải là đặc quyền vừa không phải là vinh dự của một Hội thánh nào cả.[8]

Từ chối làm báp-tem hoặc không nhận Lễ tiệc thánh hoặc bỏ qua bất kỳ mạng lịnh rõ ràng nào trong Kinh Thánh tức là từ chối vai trò tín hữu trong vòng các môn đồ của Đấng Christ – tức là giữa vòng những kẻ làm theo các mạng lịnh của Ngài.

2. Về mặt giấy tờ, đồng ý với Tuyên ngôn Đức tin và Giao ước Hội thánh

Ngoài các điều răn trong Kinh Thánh đã nói ở trên, nhiều người thuộc hệ phái Báp-tít và các Hội thánh Tin Lành khác bày tỏ lòng

---

8. O. C. S. Wallace, *Báp-tít tin gì: Tín điều New Hampshire. Giảng giải Kinh* (Nashville, TN: Ủy ban trường Chúa Nhật của Giáo hội Báp-tít Nam Phương, 1934), trang 89.

cam kết với Đức Chúa Trời và với nhau bằng văn bản ký tên vào một "giao ước Hội thánh". Đây là một thỏa thuận mà tín hữu thực hiện với nhau và với Chúa để sống đúng đời sống Cơ Đốc cùng với nhau trong một Hội thánh địa phương.

Trong phần nghiên cứu, tôi có một quyển sách nhỏ mà hệ phái của chúng tôi vẫn còn xuất bản hơn bảy mươi năm qua. Mục đích của quyển sách là để khuyến khích tân tín hữu. Điều đầu tiên trong quyển sách là một thí dụ về một giao ước Hội thánh. Ở dưới cùng của bản giao ước mẫu là chỗ ký tên. Ký kết vào một giao ước như thế này không phải là điều mới mẻ; nó đã không còn được sử dụng vào các thập kỷ giữa thế kỷ 20. Nhưng trước đó trong lịch sử Hoa Kỳ, ký kết là một thông lệ chung. Trong Hội thánh của chúng tôi có treo chữ ký của các tiền nhân đã mở mang Hội thánh tại một nơi rất nổi bật, đó là nằm bên dưới bản giao ước mà họ đã đăng ký khi gia nhập vào Hội thánh. Hãy ghi nhớ các chữ ký và mức độ nghiêm túc của họ. Những người nam và người nữ này đã chọn giao ước với nhau để đáp lại ân điển của Đức Chúa Trời ở trong đời sống của họ. Chúng ta có đang giảm bớt những điều này khi gia nhập vào Hội thánh không?

Trách nhiệm đặc biệt của vai trò tín hữu trong Hội thánh Báp-tít Capitol Hill

Tại Hội thánh Báp-tít Capitol Hill, người ta phải dự các lớp tín hữu trước khi được phỏng vấn để trở thành tín hữu. Chúng tôi dạy về năm trách nhiệm của tín hữu như sau.[9]

---

9. Tài liệu về cách chúng ta áp dụng chín dấu hiệu này, xem quyển *Làm thế nào xây dựng một Hội thánh vững mạnh: Hướng dẫn thực tiễn cho lãnh đạo có chủ đích của*

1. Đi nhóm thường xuyên. Trong Hê-bơ-rơ 10:25 cho biết chúng ta không được bỏ qua "sự nhóm lại". Có nghĩa là chúng ta nên thường xuyên nhóm lại hàng tuần với Hội thánh. Tại Hội thánh Báp-tít Capitol Hill, trước hết chúng tôi nhóm lại vào sáng Chúa Nhật, rồi nhóm lại lần nữa vào tối Chúa Nhật để dành nhiều thời gian cầu nguyện với nhau.

2. Dự lễ tiệc thánh. Trong Lu-ca 22:19, Đấng Christ truyền dạy các môn đồ ghi nhớ và rao truyền sự chết của Ngài bằng cách thường xuyên tổ chức Lễ tiệc thánh với nhau. Thói quen của Hội thánh Báp-tít Capitol Hill cách đây một trăm năm là tổ chức "nhóm giao ước" tối thứ Năm để tín hữu làm mới lại giao ước của mình và tra xét mối liên hệ của họ với nhau trước khi dự Lễ tiệc thánh vào Chúa Nhật tới. Rất nhiều Hội thánh lúc ấy, người nào không có lý do chính đáng cho việc không dự Lễ tiệc thánh là cơ sở hợp lệ để bị loại ra khỏi vòng tín hữu của Hội thánh. Trong Hội thánh, chúng tôi không làm như vậy, nhưng đôi khi tôi cũng thắc mắc là chúng tôi có nên làm vậy hay không.

3. Trung tín tham dự buổi nhóm dành cho tín hữu. Đối với một Hội thánh, buổi nhóm dành cho tín hữu là thời gian quan trọng ở trong cuộc đời của chúng ta. Đó là buổi nhóm của Hội thánh để cả Hội thánh cùng đưa ra những quyết định, đó là cách để hoàn thành nghĩa vụ ở trong Ma-thi-ơ 18.

4. Thường xuyên cầu nguyện. Sứ đồ Phao-lô nói rằng chúng ta nên cầu nguyện "không thôi" (1 Tê-sa-lô-ni-ca 5:17). Nếu Hội thánh

---

Mark Dever và Paul Alexander (Wheaton, II.: Crossway, 2021). Chúng tôi cũng tổ chức một hội thảo cuối tuần tại Hội thánh diễn ra ba lần trong năm gọi là Weekender. Các lãnh đạo Hội thánh muốn tham dự có thể truy cập https://www.9marks.org/events/what-is-a-weekender/ để biết thêm thông tin.

của chúng ta có danh sách tín hữu, thì hãy dùng làm danh sách cầu thay. Chúng ta sẽ bàn thêm về vấn đề này trong chương 8.

5. Thường xuyên dâng hiến. Kinh Thánh có đủ các hướng dẫn về dâng hiến. Chẳng hạn, vua Sa-lô-môn đã dạy rằng: "Hãy lấy tài vật và huê lợi đầu mùa của con, mà tôn vinh Đức Giê-hô-va" (Châm ngôn 3:9; xem Ma-la-chi 3-10). Chúa Jêsus đã dạy các môn đồ rằng: "Hãy cho, người sẽ cho mình; họ sẽ lấy đấu lớn, nhận, lắc cho đầy tràn, mà nộp trong lòng các ngươi; vì các ngươi lường mực nào, thì họ cũng lường lại cho các ngươi mực ấy" (Lu-ca 6:38; xem 1 Cô-rinh-tô 16:1b–2). Sứ đồ Phao-lô đã viết cho tín hữu ở thành Cô-rinh-tô rằng: "Mỗi người nên tùy theo lòng mình đã định mà quyên ra, không phải phàn nàn hay là vì ép uổng; vì Đức Chúa Trời yêu kẻ dâng của cách vui lòng" (2 Cô-rinh-tô 9:7).

Năm trách nhiệm này là một trong số những yêu cầu dành cho một tín hữu Hội thánh.

Chúng ta có lo ngại rằng những kỳ vọng cao như vậy sẽ làm cho mọi người khó chịu hoặc khiến họ cảm thấy bị loại trừ không? Tôi nghĩ rằng những kỳ vọng như thế sẽ rất hữu ích. Tôi muốn nói rằng nếu bạn là một tín hữu Hội thánh, thì *chúng tôi* sẽ đối xử với bạn như là người đã cải đạo. Chúng tôi sẽ cho rằng bạn ngày càng kính mến Chúa và ghét tội lỗi, bạn đang sống giống như vậy và bạn muốn chúng tôi giúp bạn làm được điều đó.

Rất nhiều Hội thánh thỏa hiệp những kỳ vọng cao này để có được số lượng tín hữu tăng đột ngột, nhưng khi làm vậy họ thường tự đánh mất Phúc Âm và rốt cuộc sẽ bị mai một dần. Đem người chưa được cải đạo trở thành tín hữu một Hội thánh Cơ Đốc chắc chắn sẽ làm mờ Phúc Âm. Nếu Phúc Âm bị hạ thấp hoặc bị nhầm lẫn, thì mạch máu của Hội thánh sẽ bị chặn đứng, còn Hội thánh sẽ

càng ngày mất đi sự khác biệt so với thế gian vô tín. Nếu mất mặn đi
. . . Muối ấy không dùng chi được nữa (Ma-thi-ơ 5:13).

Vậy thì Hội thánh của chúng ta nên khác biệt đến mức nào? Hội
thánh của chúng ta có nên điều chỉnh thời gian nhóm lại, độ dài của
bài giảng và phong cách âm nhạc sao cho phù hợp với đối tượng
chưa tin Chúa mà chúng ta muốn tiếp cận không? Sự nhóm lại của
chúng ta có quan trọng bằng những người chưa tin Chúa không?
Chúng ta có hiểu những buổi nhóm của chúng ta chủ yếu dành để
truyền giảng cho người chưa tin, hay là chúng ta hiểu rằng những
buổi nhóm chủ yếu dành để gây dựng tín hữu trong Đấng Christ?

Các lãnh đạo Hội thánh thường hỏi rằng chúng ta nên *hòa nhập*
như thế nào? Tất nhiên, ai cũng muốn được hòa nhập. Đây rõ ràng
là tình yêu thương. Nhưng câu hỏi chúng ta nên *khác biệt* rõ ràng
như thế nào có lẽ đi vào trọng tâm nhanh hơn. Chúng ta có nhận ra
rằng mình không hề có ân điển của Đức Chúa Trời trước khi được ở
dưới ân điển ấy không? Chúng ta có thấy công tác truyền giảng của
Hội thánh đầu tiên trong sách Công vụ chăng?

Tôi có đề cập về người chưa tin Chúa trong bài giảng mỗi tuần.
Chẳng hạn, tôi đã nói rằng: "Kính thưa anh chị em nào chưa tin
Chúa, có một sự gián đoạn không tránh khỏi giữa cuộc đời của
chúng tôi và cuộc sống của quý vị. Chúng tôi hết lòng phục vụ anh
chị em một cách tốt nhất nếu chúng tôi bày tỏ sự khác biệt một cách
rõ ràng. Nếu quý vị thấy thoải mái với chúng tôi, nào là sự thân
thiện, sự giúp đỡ của các anh chị em trong hội chúng, thì thật là
tuyệt vời phải không! Tôi hi vọng điều này sẽ tiếp tục. Nhưng Tin
Lành còn tuyệt vời hơn tất cả mọi điều anh chị em đã trải nghiệm
trong ngày hôm nay".

"Hãy thuộc về trước khi tin cậy" là ý tưởng phổ biến giữa vòng
các lãnh đạo Hội thánh ngày nay. Tất nhiên, chúng ta nên hết lòng

chào đón và tỏ ra thân thiện với người chưa tin Chúa trong Hội thánh của mình, thậm chí mời họ dự phần vào cuộc sống của chúng ta nữa. Nhưng chúng ta phải cẩn thận khi nói với người chưa tin Chúa về sự dối trá thần học mà họ, theo nghĩa sâu xa nhất, thuộc về. Theo nghĩa sâu xa nhất thì họ không biết, còn chúng ta phục vụ họ nếu nói cho họ điều đó. Chúng ta nên giải thích cho người chưa tin Chúa biết rằng có một Đấng còn quan trọng hơn cộng đồng hoặc một cảm giác còn mơ hồ về sự hiện diện của Đức Chúa Trời trong hội chúng của chúng ta.

Kết luận

Nếu Hội thánh là một tòa nhà, thì chúng ta phải là những viên gạch; nếu Hội thánh là một thân thể, thì chúng ta là những chi thể; nếu Hội thánh là gia đình đức tin, thì chúng ta là một phần của gia đình. Con cừu ở trong bầy cừu, còn nhánh nho ở trên cây nho. Theo Kinh Thánh, nếu chúng ta là Cơ Đốc nhân, thì chúng ta phải là tín hữu của một Hội thánh. Vai trò tín hữu không chỉ đơn thuần là thuộc lòng một phát biểu mà chúng ta đã nói ra hoặc lưu giữ thiện cảm về một nơi quen thuộc. Mà phải bày tỏ một cam kết sống, bằng không vai trò ấy chẳng có giá trị.

Tệ hơn chẳng có giá trị là nguy hiểm. Những người tin Chúa không có cam kết sẽ gây bối rối cho cả tín hữu và người chưa tin Chúa về ý nghĩa của việc trở thành Cơ Đốc nhân. Chúng ta là tín hữu "năng động" chẳng giúp được người tin Chúa "thụ động" điều gì cả khi cho phép họ tiếp tục nhóm lại với Hội thánh. Vai trò tín hữu là sự công nhận của tập thể trong Hội thánh về sự cứu rỗi của một người. Tuy nhiên, làm thế nào một Hội thánh có thể làm chứng cách trung thực cho một người không cam kết đang trung tín chạy về đích đây? Nếu tín hữu đã rời khỏi Hội thánh của chúng ta mà không gia nhập vào bất kỳ Hội thánh Cơ Đốc khác, thì làm sao chúng ta có bằng chứng cho thấy họ đã từng ở với chúng ta? Chúng ta không cần biết người không có cam kết ấy không phải là Cơ Đốc nhân; chúng ta chỉ đơn giản là không thể khẳng định họ là Cơ Đốc nhân. Chúng ta không cần nói với họ rằng mình biết họ sẽ xuống địa ngục, nhưng chúng ta không thể nói với họ rằng mình biết chắc họ sẽ vào thiên quốc. Cơ Đốc nhân không có cam kết nên hiệp một với một Hội thánh địa phương.

Tại Hội thánh Báp-tít Capitol Hill, nhờ ân điển của Đức Chúa Trời, chúng tôi đã thấy vai trò tín hữu trở nên ý nghĩa hơn, vì tất cả người tin Chúa trong danh sách đều trở thành tín hữu. Rất nhiều tín hữu đã tái cam kết để tiếp tục sinh hoạt với Hội thánh. Tân tín hữu đang được dạy dỗ về niềm tin. Khi chúng tôi tìm cách trở thành Hội thánh vững mạnh như ngày xưa, số lượng tham dự một lần nữa vượt quá số lượng tín hữu. Chúng tôi cũng thấy nhiều tín hữu đi ra để giúp các Hội thánh địa phương khác ở gần nơi họ sống và thậm chí mở ra Hội thánh mới ở nơi nào chưa có Hội thánh.

Hãy cầu nguyện để vai trò tín hữu Hội thánh trở nên ý nghĩa hơn tình trạng hiện tại trong Hội thánh của chúng ta, hầu cho Hội thánh của chúng ta có thể biết rõ trách nhiệm của mình, để cầu thay cho họ, khuyến khích họ và thách thức họ nữa.

Chúng ta không nên cho phép mọi người giữ vai trò tín hữu Hội thánh chỉ vì cảm tình. Theo Kinh Thánh, vai trò tín hữu như vậy không phải là tín hữu. Trong giao ước của Hội Thánh, chúng tôi cam kết rằng: "Chúng ta sẽ, bắt đầu từ bây giờ, càng sớm càng tốt, hiệp một với Hội thánh khác có cùng tinh thần giao ước này và các nguyên tắc của Lời Chúa". Cam kết như thế là một phần của công tác môn đồ hóa lành mạnh, đặc biệt là trong thời đại tức thời của chúng ta.

Vai trò tín hữu Hội thánh có nghĩa là được tham gia một cách thực tiễn vào thân thể của Đấng Christ. Có nghĩa là cùng nhau sống như kẻ ở trọ và khách lạ trong thế giới này khi chúng ta hướng về nhà trên trời của mình. Dĩ nhiên, một dấu hiệu khác của một Hội thánh vững mạnh là hiểu rõ vai trò tín hữu Hội thánh theo Kinh Thánh. Trong cảnh kế cuối của vở kịch Người đàn ông bốn mùa của Robert Bolt, con gái của ngài Thomas More tên là Meg đến phòng giam để thuyết phục anh ta khai ra những điều cần nói để tự giải phóng mình. Meg cầu xin rằng: "Vậy thì hãy nói ra lời thề và tiếng nói con tim của anh đi, hãy nghĩ khác đi mà".

Nàng tiếp tục tranh cãi với anh ta.

More nói: "Vậy là vấn đề không phải là có lý do chính đáng gì cả, mà vấn đề nằm ở tình yêu".[10]

Gia nhập vào một Hội thánh địa phương là hành động bày tỏ lòng yêu mến – dành cho Đấng Christ và cho dân sự của Ngài. Chúng ta thường thấy trong cuộc sống, tình yêu vĩ đại nhất hiếm khi tự phát; mà thường phải có kế hoạch, dự tính và có dấu hiệu của sự cam kết.

Chúng ta đọc thấy Ê-phê-sô 5:25 chép rằng: "Đấng Christ yêu Hội thánh và phó chính mình vì Hội thánh". Công vụ 20:28 nhắc nhở chúng ta rằng Chúa đã chuộc mua Hội thánh của mình bằng huyết của chính Ngài. Nếu chúng ta là môn đồ của Đấng Christ, chúng ta cũng yêu Hội thánh mà Chúa đã phó chính mình Ngài vì họ.

Vậy, đừng chỉ đi nhà thờ (mặc dù chúng ta nên đi), nhưng hãy

---

10. Robert Bolt, *Người đàn ông bốn mùa* (New York: Ngẫu nhiên, 1990), trang 141.

gia nhập vào một Hội thánh. Hãy liên kết với Cơ Đốc nhân khác. Hãy tìm một Hội thánh để gia nhập và làm điều đó để người chưa tin Chúa nghe và thấy Phúc Âm, để Cơ Đốc nhân yếu đuối được coi sóc, để Cơ Đốc nhân mạnh mẽ biết tận dụng năng lượng của họ cho tốt, để các lãnh đạo Hội thánh được khuyến khích và giúp đỡ, để Đức Chúa Trời được tôn vinh hiển.

Cơ Đốc nhân ở trong nước đã từng biết tất cả điều này, nhưng khi thế kỷ 19 diễn ra, hoạt động xã hội đã thay thế cho sinh hoạt Hội thánh. Cơ Đốc nhân đã không còn sử dụng năng lượng của họ để giữ sạch Hội thánh hầu cho cộng đồng cũng được thanh tẩy theo[11]. Vào những năm 1920 và 1930, người Tin Lành đã biết được sự bất định trong thế giới của chúng ta thông qua cuộc xét xử Scopes nổi tiếng và bãi bỏ Luật cấm nấu và bán rượu. "Những người theo trào lưu chính thống" đã rút lui và cố gắng gìn giữ Phúc Âm. Trong tất cả hoạt động xã hội vào các thập kỷ trước, Phúc Âm không bị mất đi, nhưng Hội thánh đã gần như không còn. Một thế kỷ kể từ đó trở đi phần lớn là giai đoạn của chủ nghĩa cá nhân cực đoan tồn tại trong Phúc Âm của Hoa Kỳ. Còn bây giờ, chúng ta mong rằng tất cả đang trên đà khôi phục lại Hội thánh là công cụ tuyệt vời của Đức Chúa Trời để truyền giảng, môn đồ hóa và nhiều công tác khác nữa. Bởi vì chúng ta yêu thương nhau, nên hy vọng rằng tình yêu thương của Đức Chúa Trời ban cho thế gian sẽ trở nên rõ ràng một lần nữa.

---

11. Dành cho thảo luận sâu hơn về sự thay đổi từ việc làm sạch Hội thánh cho đến thanh tẩy xã hội trong chương 5 và trong quyển *Tôn giáo Dân chủ. Tự do, Thẩm quyền và Kỷ luật Hội thánh trong Báp-tít Nam Phương* của Gregory A. Wills vào năm 1785-1900 (New York: Oxford University Press, 1996).

CÁC TÀI LIỆU KHÁC

- Dành cho nhóm nhỏ: *Cam kết với nhau: Vai trò tín hữu Hội thánh* (2012) của Bobby Jamieson, bài học Kinh Thánh theo phương pháp quy nạp bảy tuần.
- Dành cho nghiên cứu sâu hơn: *Vai trò tín hữu Hội thánh: Làm sao thế giới biết những đại sứ của Chúa Jêsus* (2012) của Jonathan Leeman và *Tín hữu Hội thánh vững mạnh là gì?* (2008) của Thabiti Anyabwile.
- Xem thêm *Rèn luyện tâm linh trong nếp sống Cơ Đốc* (1991) của Donald S. Whitney; Chương "Khôi phục ý nghĩa của vai trò tín hữu Hội thánh" của Mark Dever, trong quyển *Khôi phục sự chính trực trong Giáo hội Báp-tít* (2008); *Cộng đồng hấp dẫn: Quyền phép của Đức Chúa Trời khiến Hội thánh trở nên cuốn hút* (2015) của Mark Dever và Jamie Dunlop; *Hiểu rõ thẩm quyền của hội chúng (2016)* và *Luật yêu thương: Hội thánh địa phương nên phản ánh tình yêu và thẩm quyền của Đức Chúa Trời như thế nào* (2018) của Jonathan Leeman; *Tại sao tôi nên gia nhập vào một Hội thánh?* của Mark Dever (2020).

Tiếp theo

Dấu hiệu 5: Sự kỷ luật trong Hội thánh theo Kinh Thánh
Có phải kỷ luật đều là tiêu cực?
Sự kỷ luật trong Hội thánh là gì?
Kinh Thánh nói gì về sự kỷ luật trong Hội thánh?

Hê-bơ-rơ 12:1–14
Ma-thi-ơ 18:15–17
1 Cô-rinh-tô 5:1–11
Ga-la-ti 6:1
2 Tê-sa-lô-ni-ca 3:6–15
1 Ti-mô-thê 1:20
1 Ti-mô-thê 5:19–20
Tít 3:9–11

Có bao nhiêu Cơ Đốc nhân đã từng bị kỷ luật trong Hội thánh?
"Hội thánh của chúng ta không làm thế đâu, có phải không?"
Tại sao phải thực hành sự kỷ luật trong Hội thánh?
Chuyện gì xảy ra nếu chúng ta không thực hành sự kỷ luật trong Hội thánh?

DẤU HIỆU 5
SỰ KỶ LUẬT TRONG HỘI THÁNH THEO KINH THÁNH

Emily Sullivan Oakey sinh ra và được giáo dục ở Albany, New York, sau này bà đã trở thành một giáo viên. Cũng như rất nhiều phụ nữ khác vào giữa thế kỷ 19, bà đã dành chút thời gian viết xuống suy nghĩ của mình trong nhật ký, bài báo và làm thơ. Bà đã xuất bản rất nhiều bài báo và bài thơ của mình mỗi ngày trên báo và tạp chí. Đến khi 21 tuổi, có lẽ được thôi thúc bởi câu chuyện ngụ ngôn của Chúa Jêsus về người gieo giống, bà đã sáng tác một bài thơ về gieo giống và gặt hái. Khoảng 25 năm sau, vào năm 1875, bài thơ đã được Philip Bliss phổ nhạc và xuất hiện lần đầu tiên với tựa đề là "Mùa gặt sẽ thế nào?"[1] Một nhóm Cơ Đốc nhân gặp nhau thường xuyên sau này gọi là Hội thánh Báp-tít Capitol Hill đã chọn bài hát đó đầu tiên trong buổi nhóm của họ vào tháng 2 năm 1878:

---

1. Theron Brown và Hezekiah Butterworth, *Câu chuyện Thánh ca và Giai điệu* (New York: George H. Doran, 1923), trang 434.

Gieo giống vào ban ngày, gặt hái vào ban trưa, gieo giống khi chiều tà, gặt hái khi đêm xuống. Mùa gặt sẽ thế nào? Mùa gặt sẽ thế nào?[2]

Lời lẽ thật hay vang lên giữa các bức tường trần trụi và nền nhà bằng gỗ là nơi mọi người đang nhóm lại. Đó là 30 người đang dự định lập giao ước để mở ra một Hội thánh đồng thanh hát rằng: "Mùa gặt sẽ thế nào?"

Cũng trong Hội thánh ấy, hơn một thế kỷ sau, chúng tôi vẫn đang tìm kiếm lời giải đáp cho câu hỏi mùa gặt sẽ thế nào của các tiền nhân. Chúng tôi làm điều đó bằng tư duy và lối sống, gặp gỡ và làm việc, cảm nhận và quan tâm, hy sinh và cầu nguyện. Mùa gặt đã thế nào và sẽ thế nào?

Điều này dẫn chúng ta đến với câu hỏi trọng tâm của chương này là: Chúng ta có tự mình trở thành Cơ Đốc nhân được không? Hay chúng ta có vài nghĩa vụ phải làm với nhau? Những nghĩa vụ phải làm với nhau chỉ có khuyến khích nhau thôi sao? Hay còn có trách nhiệm phải nói thật với nhau về những sai sót, khuyết điểm, những điều không theo Kinh Thánh, hoặc tội lỗi? Trách nhiệm của chúng ta ở trước mặt Chúa cũng bao gồm cả việc đưa vấn đề ra trước hội chúng có phải không?

Bàn luận về một Hội thánh vững mạnh cũng bao gồm cả đề tài về sự kỷ luật trong Hội thánh.

CÓ PHẢI SỰ KỶ LUẬT ĐỀU LÀ TIÊU CỰC?

Tôi thừa nhận rằng sự kỷ luật trong Hội thánh nghe giống như một

---

2. Emily S. Oakley, "Mùa gặt sẽ thế nào?", 1850.

đề tài tiêu cực. Trong "Kinh Thánh tích cực" làm gì có sự kỷ luật phải không? Khi chúng ta nghe mấy chữ *kỷ luật*, chúng ta thường nghĩ đến sửa trị hoặc đánh đòn; chúng ta nghĩ đến lúc còn ở với cha mẹ hồi nhỏ. Nếu có học thức, chúng ta tưởng ngay đến Hester Prynne mang chữ A đỏ thắm đi vòng quanh một thị trấn Thanh Giáo ở Tân Anh ác mộng của trí tưởng tượng vu khống và thiếu thông tin của Nathaniel Hawthorne.

Ngay lập tức, hết thảy chúng ta phải thừa nhận mình cần có sự kỷ luật. Không có người nào hoàn hảo cả, chấm hết. Chúng ta cần được thôi thúc, nuôi dưỡng, hoặc chữa lành; chúng ta cần được sửa trị, thách thức, hoặc tan vỡ. Cho dù phương thuốc là gì đi nữa, ít ra hãy thừa nhận mình cần có sự kỷ luật. Đừng giả vờ hoặc giả định về bản thân, cứ như Đức Chúa Trời đã làm xong công tác của Ngài ở trên chúng ta rồi vậy.

Tuy nhiên, một khi chúng ta đã thành thật thú nhận, thì mới thấy sự kỷ luật là điều tích cực, hoặc người ta thường gọi là "khuôn phép". Đó là cái cọc giúp cây phát triển đúng hướng, là cái niềng răng, là hai bánh phụ của xe đạp. Đó là bài học dạy chúng ta khi ăn không được nói, hoặc là lời khuyên phải ăn nói cách cẩn thận. Sự kỷ luật theo khuôn phép ám chỉ những điều hình thành nên con người khi họ phát triển cảm xúc, thể chất, tâm lý và tâm linh. Đó là sự uốn nắn cơ bản ở trong gia đình cũng như trong Hội thánh. Chúng ta được dạy dỗ qua sách vở ở trường, bài giảng, buổi nhóm và các lớp trường Chúa Nhật. Tất cả đều có phần tích cực, khuôn phép và ích lợi trong sự kỷ luật. Mỗi lẽ thật mà chúng ta đã từng nghe đều có phần trong sự kỷ luật. Chương này suy xét sự kỷ luật theo nghĩa rộng nhất, chứ không chỉ những khía cạnh "tiêu cực".

SỰ KỶ LUẬT TRONG HỘI THÁNH LÀ GÌ?

Khi người ta nghe đến phạm trù *sự kỷ luật trong Hội thánh*, họ tỏ vẻ lo lắng mà nói rằng: "Không phải Chúa Jêsus phán 'đừng đoán xét ai, để mình khỏi bị đoán xét' sao"? Chắc chắn, trong Ma-thi-ơ 7:1 Chúa Jêsus cấm đoán xét, chúng ta cũng sẽ suy xét câu Kinh Thánh này sau. Nhưng hãy để ý một chỗ khác trong Phúc Âm Ma-thi-ơ, Chúa Jêsus cũng phán rõ với chúng ta là hãy quở trách những kẻ khác về tội lỗi của họ, thậm chí phải công khai nếu cần (Ma-thi-ơ 18:15–17; xem Lu-ca 17:3). Dù Chúa Jêsus phán trong Ma-thi-ơ 7 là đừng đoán xét, nhưng Chúa không áp dụng ý nghĩa tương tự cho trách nhiệm ở trong Ma-thi-ơ 18.

Hãy nhớ rằng chính Đức Chúa Trời là Quan Án và theo nghĩa thấp hơn thì Chúa cũng muốn những người khác phán xét. Chúa đã ban cho chính quyền trách nhiệm phán xét (Rô-ma 13:1–7). Chúng ta được dạy phải tra xét bản thân (1 Cô-rinh-tô 11:28; 2 Cô-rinh-tô 13:5; Hê-bơ-rơ 4; 2 Phi-e-rơ 1:5–10). Chúng ta cũng được dạy phải tra xét lẫn nhau ở trong Hội thánh (không phải theo cách phán xét của Đức Chúa Trời trong ngày sau rốt). Mấy lời Chúa Jêsus phán trong Ma-thi-ơ 18, những điều sứ đồ Phao-lô nói trong 1 Cô-rinh-tô 5–6 và các phân đoạn khác (mà chúng ta sẽ xem xét) rõ ràng cho thấy Hội thánh phải thực hành sự phán xét ở trong Hội thánh.

Chẳng có gì phải ngạc nhiên khi Hội thánh được dạy phải thi hành sự phán xét. Sau cùng, nếu chúng ta không thể nói với Cơ Đốc nhân *không nên* sống thế nào, thì làm sao nói với Cơ Đốc nhân *nên* sống thế nào cho được?

Vài năm trước, tôi được mời hướng dẫn một hội thảo đặc biệt vì Hội thánh của chúng tôi đang trên đà tăng trưởng về số lượng và rất nhiều Hội thánh khác muốn biết làm thế nào cũng như vì sao điều này xảy ra. Để chuẩn bị cho buổi hội thảo, tôi đã nghiên cứu một vài tài liệu về sự tăng trưởng của Hội thánh đã xuất bản bởi cơ quan đầu não của hệ phái. Một văn bản nói rằng để các Hội thánh phát triển mạnh trở lại, chúng ta nên "mở cửa trước và đóng cửa sau". Tác giả này đang nói rằng chúng ta cần mở cửa trước với ngụ ý muốn làm cho các Hội thánh dễ hiểu hơn bằng cách giúp người khác hiểu rõ chúng ta đang làm gì. Sau đó, tác giả nói chúng ta cần đóng cửa sau với ngụ ý phải làm sao để người ta không đi qua đi lại giữa các Hội thánh mà thiếu sự chăm sóc và kỷ luật.

Đây là mấy lời phê bình hợp lý cho rất nhiều Hội thánh của chúng ta. Nhưng tôi càng suy gẫm về điều này, tôi không nghĩ hai điều kể trên là vấn đề mà chúng ta đang đối diện. Điều chúng ta cần làm đó là đóng cửa trước và mở cửa sau! Nếu chúng ta muốn nhìn thấy các Hội thánh tăng trưởng, chúng ta cần làm cho đầu vào khó khăn hơn và chúng ta cần phải làm tốt phần loại trừ. Chúng ta cần cho thấy có một sự tách biệt giữa Hội thánh và thế gian – tức là phải hiểu Cơ Đốc nhân nghĩa là gì. Nếu có người tự xưng mình là Cơ Đốc nhân mà từ chối sống như một Cơ Đốc nhân, thì chúng ta cần làm theo điều sứ đồ Phao-lô nói, vì sự vinh hiển của Đức Chúa Trời và ích lợi cá nhân của người đó, chúng ta cần phải loại trừ họ khỏi vòng tín hữu ở trong Hội thánh.

Sự kỷ luật theo Kinh Thánh trước hết phải thể hiện rõ qua cách tiếp nhận tân tín hữu. Trong 1 Cô-rinh-tô 5, khi giải quyết một tình huống khó khăn ở trong Hội thánh tại thành Cô-rinh-tô, sứ đồ Phao-lô đã đưa ra một nhận định mà chúng ta cần phải xem xét: "Trong thơ tôi viết cho anh em, có dặn đừng làm bạn với kẻ gian dâm, đó tôi chẳng có ý nói chung về kẻ gian dâm đời này, hay là kẻ tham lam, kẻ chắt bóp, kẻ thờ hình tượng, vì nếu vậy thì anh em phải lìa khỏi thế gian" (1 Cô-rinh-tô 5:9–10).

Hãy để ý, sứ đồ Phao-lô có một sự phân định rõ ràng giữa Hội thánh và thế gian. Cơ Đốc nhân ngày nay có phân biệt như thế chăng? Chúng ta có nhận định Hội thánh phải khác biệt với thế gian không? Không phải vì Hội thánh toàn là thánh nhân và thế gian toàn là tội nhân, nhưng chúng ta có biết lối sống của tín hữu trong Hội thánh phải khác với thế gian chăng? Sứ đồ Phao-lô vạch ra một sự tương phản rõ rệt. Tín hữu ở trong một Hội thánh địa phương cần phản ánh (hết sức có thể) vai trò tín hữu thật ở trong thân thể của Đấng Christ.

Vậy, khi chúng ta bàn về tân tín hữu, chúng ta phải xét xem họ có đang sống tôn kính Đấng Christ không. Chúng ta có hiểu rõ sự nghiêm túc mà tân tín hữu đã cam kết với Hội thánh chưa, chúng ta có truyền đạt cho họ biết sự nghiêm túc mà họ đã cam kết với chúng ta chưa? Nếu chúng ta cẩn thận hơn về cách nhìn nhận và tiếp nhận tân tín hữu, thì chúng ta sẽ ít thực hành sự kỷ luật trong Hội thánh sau này.

GỢI Ý SÁCH VỀ CHỦ ĐỀ SỰ KỶ LUẬT TRONG HỘI THÁNH

Vì chủ đề sự kỷ luật trong Hội thánh chưa được nói nhiều trong vòng 100 năm qua, nên tôi sẽ đề xuất những tài liệu sau đây để nghiên cứu thêm.

Tác phẩm đơn giản rất hay mà tôi biết đó là quyển sách *Sự kỷ luật trong Hội thánh: Làm sao Hội thánh bênh vực danh của Chúa Jêsus*, Jonathan Leeman. Để biết thêm về khái niệm bối cảnh của sự kỷ luật trong Hội thánh, hãy đọc *Nguyên tắc Yêu thương: Làm sao Hội thánh địa phương bày tỏ tình yêu và thẩm quyền của Đức Chúa Trời*, Leeman (2018).

Paul Alexander và tôi mô tả thêm về cách Hội thánh của chúng tôi thực hành sự kỷ luật ở trong chương 5 của quyển sách *Làm thế nào xây dựng một Hội thánh vững mạnh: Một dẫn nhập thực tiễn về Lãnh đạo Chủ đích* (2021).

Về bối cảnh lịch sử, hãy đọc quyển *Tôn giáo Dân chủ: Tự do, Thẩm quyền và Kỷ luật trong Giáo hội Báp-tít Nam Phương 1785–1900*, Gregory A. Wills, (1996). Wills đã nghiên cứu về thực hành kỷ luật trong Hội thánh giữa vòng các Hội thánh Báp-tít ở Nam Phương, cụ thể là ở Georgia, vào thế kỷ 19. Quyển sách cũng đề cập vài câu chuyện hay và những quan sát sắc sảo.

Tôi cũng biên tập quyển *Chính thể: Những tranh luận theo Kinh Thánh về Sinh hoạt Hội thánh* (2000), một tóm tắt các tác phẩm của thế kỷ 18 và 19 về sự kỷ luật Hội thánh và chính thể, do 9Marks xuất bản và có sẵn trong định dạng PDF tại www.9marks.org.

KINH THÁNH NÓI GÌ VỀ SỰ KỶ LUẬT TRONG HỘI THÁNH?

Rất nhiều phân đoạn Kinh Thánh nói về sự kỷ luật; tôi sẽ suy xét tám phân đoạn.

Hê-bơ-rơ 12:1–14

Trong Hê-bơ-rơ 12 trình bày sự kỷ luật là nền tảng tích cực và cho thấy chính Đức Chúa Trời kỷ luật chúng ta:

> Thế thì, vì chúng ta được nhiều người chứng kiến vây lấy như đám mây rất lớn, chúng ta cũng nên quăng hết gánh nặng và tội lỗi dễ vấn vương ta, lấy lòng nhịn nhục theo đòi cuộc chạy đua đã bày ra

cho ta, nhìn xem Đức Chúa Jêsus, là cội rễ và cuối cùng của đức tin, tức là Đấng vì sự vui mừng đã đặt trước mặt mình, chịu lấy thập tự giá, khinh điều sỉ nhục, và hiện nay ngồi bên hữu ngai Đức Chúa Trời. Vậy, anh em hãy nghĩ đến Đấng đã chịu sự đối nghịch của kẻ tội lỗi dường ấy, hầu cho khỏi bị mỏi mệt sờn lòng. Anh em chống trả với tội ác còn chưa đến nỗi đổ huyết; lại đã quên lời khuyên anh em như khuyên con, rằng: Hỡi con, chớ dể ngươi sự sửa phạt của Chúa, Và khi Chúa trách, chớ ngã lòng; Vì Chúa sửa phạt kẻ Ngài yêu, Hễ ai mà Ngài nhận làm con, thì cho roi cho vọt.

Ví bằng anh em chịu sửa phạt, ấy là Đức Chúa Trời đãi anh em như con, vì có người nào là con mà cha không sửa phạt? Nhưng nếu anh em được khỏi sự sửa phạt mà ai nấy cũng phải chịu, thì anh em là con ngoại tình, chớ không phải con thật. Cha về phần xác sửa phạt, mà chúng ta còn kinh sợ thay, huống chi Cha về phần hồn, chúng ta há chẳng càng nên vâng phục lắm để được sự sống sao? Và, cha về phần xác theo ý mình mà sửa phạt chúng ta tạm thời, nhưng Đức Chúa Trời vì ích cho chúng ta mà sửa phạt, để khiến chúng ta được dự phần trong sự thánh khiết Ngài. Thật các sự sửa phạt lúc đầu coi như một cớ buồn bã, chớ không phải sự vui mừng; nhưng về sau sanh ra bông trái công bình và bình an cho những kẻ đã chịu luyện tập như vậy.

Vậy, hãy dở bàn tay yếu đuối của anh em lên, luôn cả đầu gối lỏng lẻo nữa. Khá làm đường thẳng cho chân anh em theo, hầu cho kẻ nào què khỏi lạc đường mà lại được chữa lành nữa. Hãy cầu sự bình an với mọi người, cùng tìm theo sự nên thánh, vì nếu không nên thánh thì chẳng ai được thấy Đức Chúa Trời.

Chính Đức Chúa Trời kỷ luật chúng ta và, chúng ta sẽ thấy, Chúa truyền lịnh cho chúng ta phải làm điều tương tự cho nhau. Hội thánh địa phương có một trách nhiệm đặc biệt và một thẩm quyền đặc biệt để thực hành việc này.

Ma-thi-ơ 18:15–17

Ma-thi-ơ 18 là một trong hai phân đoạn (phân đoạn kia là 1 Cô-rinh-tô 5) thường được trích dẫn nhiều nhất để bàn về sự kỷ luật trong Hội thánh. Chúng ta phản ứng thế nào khi người khác phạm tội nghịch cùng mình? Chúng ta nói với họ một lần rồi không nói chuyện với họ nữa chăng? Chúng ta có để bụng không? Đây là điều Chúa Jêsus đã dạy các môn đồ phải làm theo:

> Nếu anh em ngươi phạm tội cùng ngươi, thì hãy trách người khi chỉ có ngươi với một mình người; như người nghe lời, thì ngươi được anh em lại. Ví bằng không nghe, hãy mời một hai người đi với ngươi, hầu cứ lời hai ba người làm chứng mà mọi việc được chắc chắn. Nếu người không chịu nghe các người đó, thì hãy cáo cùng Hội thánh, lại nếu người không chịu nghe Hội thánh, thì hãy coi người như kẻ ngoại và kẻ thâu thuế vậy.

Theo Chúa Jêsus, đó là cách giải quyết sự bất đồng và sự khó chịu giữa vòng người tin Chúa với nhau. Chúng ta và người khác có làm theo lời dạy dỗ của Đấng Christ chăng?

1 Cô-rinh-tô 5:1–11

Đây là phân đoạn dài nhất và phổ biến nhất về sự kỷ luật trong Hội thánh. Dường như ai đó trong Hội thánh tại Cô-rinh-tô đang sống trái đạo lý. Sứ đồ Phao-lô nói rằng:

Có tin đồn ra khắp nơi rằng trong anh em có sự dâm loạn, dâm loạn đến thế, dẫu người ngoại đạo cũng chẳng có giống như vậy: là đến nỗi trong anh em có kẻ lấy vợ của cha mình. Anh em còn lên mình kiêu ngạo! Anh em chẳng từng buồn rầu, hầu cho kẻ phạm tội đó bị trừ bỏ khỏi vòng anh em thì hơn! Về phần tôi, thân dầu xa cách mà lòng ở tại đó, (vì anh em và lòng tôi được hội hiệp với quyền phép của Đức Chúa Jêsus, là Chúa chúng ta), nên tôi đã dường như có mặt ở đó, nhân danh Đức Chúa Jêsus là Chúa chúng ta, tuyên án kẻ phạm tội đó rằng, một người như thế phải phó cho quỉ Sa-tan, để hủy hoại phần xác thịt, hầu cho linh hồn được cứu trong ngày Đức Chúa Jêsus.

Thật anh em chẳng có cớ mà khoe mình đâu! Anh em há chẳng biết rằng một chút men làm cho cả đống bột dậy lên sao? Hãy làm cho mình sạch men cũ đi, hầu cho anh em trở nên bột nhồi mới không men, như anh em là bánh không men vậy. Vì Đấng Christ là con sinh lễ Vượt qua của chúng ta, đã bị giết rồi. Vậy thì, chúng ta hãy giữ lễ, chớ dùng men cũ, chớ dùng men gian ác độc dữ, nhưng dùng bánh không men của sự thật thà và của lẽ thật.

Trong thơ tôi viết cho anh em, có dặn đừng làm bạn với kẻ gian dâm, đó tôi chẳng có ý nói chung về kẻ gian dâm đời nầy, hay là kẻ tham lam, kẻ chắt bóp, kẻ thờ hình tượng, vì nếu vậy thì anh em phải lìa khỏi thế gian. Nhưng tôi viết khuyên anh em đừng làm bạn với kẻ nào tự xưng là anh em, mà là gian dâm, hoặc tham lam, hoặc thờ hình tượng, hoặc chưởi rủa, hoặc say sưa, hoặc chắt bóp, cũng không nên ăn chung với người thể ấy.

Vì sao sứ đồ Phao-lô nói những điều trên? Vì ông ghét kẻ phạm tội phải không? Không, nhưng vì con người bị lừa dối. Họ tưởng mình có thể là Cơ Đốc nhân mà vẫn có thể làm trái lời Chúa. Hoặc có lẽ họ tưởng – và Hội thánh cho phép họ tưởng – rằng lấy vợ của cha mình chẳng có gì sai trái cả. Sứ đồ Phao-lô nói rằng người như thế đã bị lừa dối, để giúp đỡ một người bị lừa dối và để làm vinh hiển Đức Chúa Trời, chúng ta cần phơi bày niềm tin ảo tưởng của người đó qua lối sống của người.

Một chỗ khác trong các thư tín, sứ đồ Phao-lô còn đưa ra ánh sáng một quá trình cần phải tiếp cận hạng người như vậy trong tình yêu thương.

Ga-la-ti 6:1

Câu Kinh Thánh này là phần bổ sung quan trọng để suy nghĩ về sự kỷ luật trong Hội thánh. Sứ đồ Phao-lô mô tả những điều Cơ Đốc nhân cần làm để phục hồi một người đã phạm tội.

> Hỡi anh em, ví bằng có người nào tình cờ phạm lỗi gì, anh em là kẻ có Đức Thánh Linh, hãy lấy lòng mềm mại mà sửa họ lại; chính mình anh em lại phải giữ, e cũng bị dỗ dành chăng.

Sứ đồ Phao-lô không chỉ quan tâm đến vấn đề cần phải giải quyết là gì, mà còn phải giải quyết như thế nào trong tình huống khó khăn này.

2 Tê-sa-lô-ni-ca 3:6–15

Dường như có vai người trong Hội thánh tại Tê-sa-lô-ni-ca có sự lười biếng. Vấn đề còn tệ hơn thế nữa, họ đang bào chữa cho sự thụ động của mình bằng cách nói rằng đó là ý muốn của Đức Chúa Trời. Sứ đồ Phao-lô nói ý muốn của Chúa không phải như vậy đâu.

Hỡi anh em, nhân danh Đức Chúa Jêsus Christ chúng ta, chúng tôi khuyên anh em phải lánh người anh em nào không biết tu đức hạnh mình, và không bước theo các điều dạy dỗ mà anh em đã nhận lãnh nơi chúng tôi. Chính anh em biết điều mình phải làm để học đòi chúng tôi; vì chúng tôi không có ăn ở sái bậy giữa anh em, chưa từng ăn dưng của ai, nhưng đêm ngày làm lụng khó nhọc, để khỏi lụy đến một người nào trong anh em hết. Chẳng phải chúng tôi không có quyền lợi được ăn dưng, nhưng muốn làm gương cho anh em, để anh em bắt chước. Khi chúng tôi ở cùng anh em, cũng đã rao bảo cho anh em rằng: nếu ai không khứng làm việc, thì cũng không nên ăn nữa.

Và, chúng tôi nghe trong anh em có kẻ ăn ở bậy bạ, chẳng hề làm lụng, trở chăm những sự vô ích thôi. Chúng tôi nhân danh Đức Chúa Jêsus Christ, bảo và khuyên những kẻ đó phải yên lặng mà làm việc, hầu cho ăn bánh của mình làm ra. Hỡi anh em, phần anh em chớ nên chán mệt làm sự lành. Ví bằng có ai không tuân theo lời chúng tôi nói trong thơ nầy, thì hãy ghi lấy, chớ giao thông với họ, hầu cho họ nhân đó biết xấu hổ. Tuy vậy, chớ coi người đó như kẻ nghịch thù, nhưng hãy răn bảo người như anh em vậy.

Không giao thông với một người nào đó là một phần thiết yếu của sự kỷ luật trong Hội thánh. Trong khi các học giả đã tranh luận về cách kỷ luật làm sao để người bị kỷ luật vẫn được đối xử như anh em, thì họ không thể tranh cãi một vài hành động của cả hội chúng để sửa trị một cá nhân phạm tội.

1 Ti-mô-thê 1:20

Khi viết thư gửi cho Ti-mô-thê, là mục sư của Hội thánh tại Ê-phê-sô, sứ đồ Phao-lô nói đến vài người đã có sự "lầm lạc" trong niềm tin của họ. Hãy xem ông đã nói những điều cần làm đối với hạng người này.

Trong số ấy có Hy-mê-nê và A-léc-xan-đơ, ta đã phó cho quỉ Sa-tan rồi, hầu cho họ học biết đừng phạm thượng nữa.

Chúng ta không được xao lãng trong việc chăm lo cho sự thánh khiết của bầy chiên. Như sứ đồ Phao-lô, Ti-mô-thê, A-léc-xan-đơ và Hy-mê-nê, nếu chúng ta đi theo Đấng Christ thì chúng ta cần được giúp đỡ. Đó là điều sứ đồ Phao-lô đang làm: giúp đỡ. Mục đích của sự kỷ luật – ngay cả trong câu Kinh Thánh này – là cho những kẻ lầm lạc có cơ hội ăn năn.

1 Ti-mô-thê 5:19–20

Khi nói tiếp trong thư tín gửi cho Ti-mô-thê, sứ đồ Phao-lô đã cụ thể viết về điều cần làm khi các lãnh đạo Hội thánh phạm tội.

> Đừng chấp một cái đơn nào kiện một trưởng lão mà không có hai hoặc ba người làm chứng. Kẻ có lỗi, hãy quở trách họ trước mặt mọi người, để làm cho kẻ khác sợ.

Sự tôn trọng dành cho các lãnh đạo trong Hội thánh địa phương mang lại nhiều trách nhiệm đặc biệt cho những lãnh đạo ấy. Họ phải sống làm sao để không gây tai tiếng mà phải thêm sự kính trọng cho Phúc Âm. Sự minh bạch vừa là ích lợi vừa phải trả giá, vừa là cơ hội vừa là nguy hiểm.

Tít 3:9–11

Rõ ràng có vài người trong Hội thánh mà Tít làm mục sư đã gây chia rẽ về những vấn đề không mấy quan trọng. Sứ đồ Phao-lô đã viết rằng:

> Nhưng hãy lánh những điều cãi lẽ dại dột, những gia phổ, những sự cạnh tranh nghị luận về luật pháp, vì mấy sự đó đều là vô ích và hư không. Sau khi mình đã khuyên bảo kẻ theo tà giáo một hai lần rồi, thì hãy lánh họ, vì biết rằng người như thế đã bội nghịch mà cứ phạm tội, thì tự đoán phạt lấy mình.

Kết hợp tất cả phân đoạn Kinh Thánh này lại, chúng ta thấy Đức Chúa Trời quan tâm đến cách chúng ta hiểu biết lẽ thật của Ngài và làm theo những lẽ thật ấy. Chúa đặc biệt quan tâm đến cách Cơ Đốc nhân sống với nhau. Tất cả sự kiện được đề cập trong các phân đoạn Kinh Thánh ở trên, theo Kinh Thánh dạy, là những lĩnh vực quan trọng mà chúng ta cần phải quan tâm – tức là những lĩnh vực mà Hội thánh nên áp dụng sự kỷ luật. Một điều nữa là: Chúng ta có thấy những hậu quả mà sứ đồ Phao-lô đưa ra nghiêm túc như thế nào khi mô tả về sự kỷ luật trong Hội thánh chăng? ". . . kẻ phạm tội đó bị trừ bỏ khỏi vòng anh em thì hơn . . . người như thế phải phó cho quỉ Sa-tan . . . đừng làm bạn với . . . không nên ăn chung với người thể ấy . . ." (1 Cô-rinh-tô 5:2–11); "phải lánh" (2 Tê-sa-lô-ni-ca 3:6); "hãy ghi lấy, chớ giao thông với họ, hầu cho họ nhân đó biết xấu hổ" (2 Tê-sa-lô-ni-ca 3:14–15); "đã phó cho quỉ Sa-tan rồi" (1 Ti-mô-thê 1:20); "hãy quở trách họ trước mặt mọi người" (1 Ti-mô-thê 5:20); "hãy lánh họ" (Tít 3:10).

Có phải sứ đồ Phao-lô khắt khe cách bất thường không? Chúa Jêsus đã phán gì về người từ chối không chịu nghe Hội thánh? "Nếu người không chịu nghe Hội thánh, thì hãy coi người như kẻ ngoại và kẻ thâu thuế vậy" (Ma-thi-ơ 18:17). Đây là Kinh Thánh nói về sự kỷ luật trong Hội thánh.

CƠ ĐỐC NHÂN NGÀY XƯA ÁP DỤNG SỰ KỶ LUẬT TRONG HỘI THÁNH NHƯ THẾ NÀO?

Trong quá khứ, Cơ Đốc nhân thường áp dụng sự kỷ luật trong Hội thánh. Thật ra, sự kỷ luật là một phần không thể thiếu trong các buổi họp mặt tín hữu của các Hội thánh Báp-tít vào thế kỷ 18 và 19. Học giả người Hy Lạp là H. E. Dana đã viết cách đây gần 80 năm trước rằng:

> Lạm dụng sự kỷ luật là đáng trách và tiêu cực, nhưng vẫn chưa bằng thiếu kỷ luật. Cách đây hai thế hệ, các Hội thánh còn áp dụng sự kỷ luật theo hình thức trừng phạt và tùy tiện làm cho sự kỷ luật có tiếng xấu; ngày nay con lắc đã quay ngoắt về thái cực còn lại – tức là không còn sự kỷ luật nữa. Đã đến lúc các mục sư ngày hôm nay khôi phục lại chức năng quan trọng này về đúng vị trí của nó trong sinh hoạt của Hội thánh.[3]

Greg Wills, một giáo sư môn lịch sử Hội thánh tại Chủng viện Thần học Báp-tít Nam Phương, làm sáng tỏ một thay đổi quan trọng giữa thế hệ ông bà cố và thế hệ ông bà của chúng ta: sự sửa phạt chính thức biến mất khỏi Hội thánh. Quyển sách *Tôn giáo Dân chủ* của Wills cung ứng vô vàn trích dẫn để nhắc chúng ta nhớ rằng các mục sư vào đầu những năm 1800 đã cân nhắc cẩn thận nhiệm vụ quan

---

3. H. E. Dana, *Một Cẩm nang về Nhà thờ* (Kansas City, KS: Central Seminary Press, 1944), trang 244.

trọng nhất của họ là trung tín giảng dạy Lời Chúa và thực hành sự kỷ luật cách tin kính. Thật ra, kết ước của Giáo hội Báp-tít về tự do tín ngưỡng trong lịch sử được thúc đẩy bằng một khao khát, đó là Hội thánh có quyền tự do thực hành sự kỷ luật trong Hội thánh mà không bị nhà nước can thiệp.[4] Wills cho thấy trước cuộc Nội Chiến, "Giáo hội Báp-tít Nam Phương đã rút phép thông công gần 2% tín hữu của họ mỗi năm"![5] Điều lạ lùng là các Hội thánh của họ đã tăng trưởng! Thật ra, các Hội thánh của họ đã tăng trưởng với tỷ lệ gấp hai mức độ phát triển dân số. Vậy, mối lo ngại về việc thực hành sự kỷ luật theo Kinh Thánh ở trong Hội thánh là "làm trái Phúc Âm" có vẻ là chuyện vô căn cứ, đây mới chỉ là nói giảm.

Thí dụ này cũng cho chúng ta thấy sự kỷ luật trong Hội thánh không hề hoàn hảo. Cũng chính những Hội thánh ấy đã cho phép các chủ nô làm tín hữu bằng một cách mà chúng ta sẽ bị tai tiếng trong ngày hôm nay. Con dao mổ không bao giờ khôn ngoan hơn bác sĩ phẫu thuật biết sử dụng nó.

Chúa Jêsus muốn nếp sống làm chứng cho lời lẽ của chúng ta. Nếu không thì công tác truyền giảng sẽ bị tổn hại, như chúng ta đã chứng kiến ở Mỹ. Các Hội thánh vô kỷ luật đã khiến người ta cảm thấy Phúc Âm nói về cuộc đời mới ở trong Chúa Jêsus thật khó nghe.

Điều gì đã xảy ra? Tại sao chúng ta ngừng thực hành sự kỷ luật trong Hội thánh? Wills cho biết: "Cam kết trở thành một Hội thánh làm chứng cho thế gian đã suy giảm khi những điều khác thu hút sự chú ý của Cơ Đốc nhân vào cuối thế kỷ [mười chín] và đầu thế kỷ [hai mươi]". Wills viết rằng:

---

4. Wills, *Tôn giáo Dân chủ*, trang 32.
5. Wills, *Tôn giáo Dân chủ*, trang 22.

Trên thực tế, Hội thánh càng quan tâm đến trật tự xã hội chừng nào, thì họ càng ít thực hành sự kỷ luật trong Hội thánh chừng nấy. Kể từ khoảng năm 1850 đến năm 1920, một giai đoạn mở rộng mối quan tâm đến công tác truyền giảng để cải cách xã hội đã làm cho sự thực hành kỷ luật trong Hội thánh suy giảm cách đều đặn. Từ cải cách tình trạng say xỉn cho đến nếp sống trong ngày Sa-bát, người Tin lành đã thuyết phục cộng đồng của họ chấp nhận các chuẩn mực đạo đức của Hội thánh ở trong xã hội nói chung. Đối với các Hội thánh Báp-tít đã biết cách cải cách xã hội với quy mô rộng lớn, họ đã quên mình đã từng được cải cách như thế nào. Sự kỷ luật trong Hội thánh giả định một sự phân đôi rõ rệt giữa những tiêu chuẩn của xã hội và vương quốc của Đức Chúa Trời. Người Tin lành càng cải cách xã hội chừng nào, họ càng chần chừ áp dụng sự kỷ luật để biệt riêng Hội thánh khỏi thế gian chừng nấy.[6]

Wills cũng giải thích rằng:

Sau cuộc Nội chiến . . . các nhà quan sát bắt đầu than vãn rằng sự kỷ luật trong Hội thánh đang suy sụp, thực chất điều này đã xảy ra. Sự suy giảm này một phần vì sự kỷ luật đã trở thành gánh nặng nhiều hơn ở trong những Hội thánh lớn. Các Hội thánh Báp-tít còn trẻ tuổi đã ngày càng từ chối áp dụng sự kỷ luật đối với việc nhảy múa, Giáo hội Báp-tít không muốn loại trừ họ. Các Hội thánh ở đô thị, bị áp lực trước nhu cầu phải có tòa nhà lớn, mong muốn âm nhạc thờ phượng và sự giảng luận được cải thiện, làm cho sự kỷ luật trong Hội thánh lệ thuộc vào nhiệm vụ giúp Hội thánh trả nợ. Rất nhiều Hội thánh Báp-tít đã chia sẻ một khải tượng mới về Hội

---

6. Wills, *Tôn giáo Dân chủ*, trang 10.

thánh, thay thế việc theo đuổi sự thánh khiết bằng việc tìm kiếm sự hiệu quả. Họ đã đánh mất quyết tâm sàng lọc các tín hữu lầm lạc ra khỏi Hội thánh của mình. Không ai công khai bênh vực cho sự kỷ luật đang bị suy giảm. Không lãnh đạo Báp-tít nào kêu gọi mọi người chấm dứt việc trách móc hội chúng. Không có nhà thần học nào tranh luận rằng sự kỷ luật đang thiếu lành mạnh về nguyên tắc hoặc cách áp dụng. Điều này tự nhiên mất đi, cứ như các Hội thánh Báp-tít đã trở nên mệt mỏi trong việc chịu trách nhiệm giải trình cho nhau vậy.[7]

Khi các Hội thánh Báp-tít vào thế kỷ 19 không còn áp dụng sự kỷ luật trong Hội thánh nữa, thì công tác của mục sư cũng thay đổi theo. Việc này rất khó thấy nhưng đang trở nên công khai hơn trước. Trước đây, người ta cứ tưởng vai trò của mục sư là giúp mọi người thay đổi bằng cách gặp riêng gia đình hoặc cá nhân. Nhưng ngày càng có nhiều buổi nhóm, buổi giải trí và những lời kêu gọi nhiệt tình để đưa ra quyết định nhanh chóng, thỉnh thoảng mục sư chỉ được nhờ giải quyết những vấn đề nghiêm trọng liên quan đến sự kỷ luật trong Hội thánh. Càng ngày có nhiều Hội thánh không muốn giải quyết những vấn đề như thế nữa và thực chất không hề biết gì cả về lĩnh vực này. Không còn cộng đồng giao ước nào giải trình cho nhau nữa. Thay vào đó, mọi người kỳ vọng mục sư sẽ giải quyết một vài trường hợp – tức là những vấn đề làm xấu hổ Hội thánh trước mặt công chúng.

Trước tất cả thay đổi kể trên, ranh giới quan trọng đã bị xóa mất. Vai trò của mục sư bị hiểu sai. Ngay cả điều cơ bản nhất để phân biệt Hội thánh với thế gian cũng bị mất đi. Sự mất mát này đã gây

---

7. Wills, *Tôn giáo Dân chủ*, trang 9.

bất lợi lớn cho công tác truyền giảng của các Hội thánh và cho chính đời sống Cơ Đốc của chúng ta nữa.

Tất cả Cơ Đốc nhân trong quá khứ đã thực hành sự kỷ luật theo Kinh Thánh ở trong Hội thánh. Vào năm 1561, Cơ Đốc nhân theo phong trào Cải Chánh đã bày tỏ sự hiểu biết của họ về vấn đề này trong Tín điều Belgic:

> Những dấu hiệu của Hội thánh thật là: tín lý Phúc Âm thuần túy được rao giảng; Hội thánh duy trì thực hiện những lễ nghi thuần túy do Đấng Christ thiết lập; sự kỷ luật trong Hội thánh được thực hành để trừng phạt tội lỗi; nói tóm lại, tất cả mọi sự đều bị chi phối bởi Lời Đức Chúa Trời, tất cả mọi sự trái ngược đều bị phủ nhận, Đức Chúa Jêsus Christ được công nhận là đầu của Hội thánh. Qua đó, Hội thánh thật được bày tỏ, không ai có quyền tự tách mình khỏi Hội thánh.[8]

Trong quá khứ, các Hội thánh rõ ràng có chủ đích trong việc thực hành sự kỷ luật theo Kinh Thánh.

"HỘI THÁNH CỦA CHÚNG TA KHÔNG LÀM THẾ ĐÂU, CÓ PHẢI KHÔNG?"

Đôi khi tín hữu Hội thánh bị ngỡ ngàng trước khái niệm sự kỷ luật trong Hội thánh khi họ nhìn thấy lần đầu tiên, rồi chúng ta nghe họ nói những điều đại loại như: "Hội thánh của chúng ta không làm thế

---

8. Philip Schaff, *Tín điều Cơ Đốc: Có ghi chú lịch sử và phê bình* (Grand Rapids, MI: Baker, 1983), trang 419–20.

đâu, có phải không?" Trên thực tế, phản ứng đó cho thấy một thói quen của cộng đồng Cơ Đốc rất dễ bị quên lãng sau nhiều thế kỷ.

Hội thánh địa phương mà tôi làm mục sư ở Washington, DC, từ những ngày đầu đã công nhận tầm quan trọng của sự kỷ luật trong Hội thánh. Khi một nhóm Cơ Đốc nhân gặp nhau vào ngày đầu tiên và hát thánh ca, họ đã họp lại thành một Hội thánh. Một trong những điều đầu tiên họ đã làm vào ngày hôm đó của tháng 2 năm 1878 là áp dụng các quy tắc phê bình mọi người bằng cách khuyên răn (cảnh báo) hoặc bằng cách loại trừ, điều này đã xảy ra ngay sau khi họ được cảnh báo. Đối với việc khuyên răn một tín hữu, họ nói rằng:

> Khi một tín hữu trong Hội thánh gây cớ vấp phạm cho một tín hữu khác, nếu hành vi phạm tội không phải là một phẩm chất thấy được, thì trách nhiệm của người bị vấp phạm là tìm cơ hội để trò chuyện riêng với người gây cớ vấp phạm, nhằm giải quyết mọi khúc mắc, theo quy tắc được đề cập trong Ma-thi-ơ 18:15.

> Nếu người gây cớ vấp phạm từ chối hợp tác, thì người bị vấp phạm có trách nhiệm chọn ra một hoặc hai tín hữu trong Hội thánh, nhờ họ giúp đỡ để làm hòa với người gây cớ vấp phạm, theo quy tắc được đề cập trong Ma-thi-ơ 18:16.

> Nếu những nỗ lực này không thể giải quyết được hết uẩn khúc, thì người bị vấp phạm có trách nhiệm trình bày vấn đề trước mặt Hội thánh, như đã đề cập trong Ma-thi-ơ 18:17, nếu sau khi người gây cớ vấp phạm đã được khuyên răn trong sự nhu mì và kiên nhẫn, mà người đó vẫn ngoan cố và không chịu thay đổi, thì Hội thánh có trách nhiệm điều tra vụ việc và giải quyết vấn đề cách cần thiết. Mọi cáo buộc chống lại một tín hữu phải được lập thành văn bản, không được thông báo trước Hội thánh nếu chưa có sự cho phép của Mục sư và ban trị sự, cũng như phải đợi cho

đến khi người gây cớ vấp phạm nhận được bản sao của văn bản ấy.

Họ cũng bàn bạc đến vấn đề nếu người gây cớ vấp phạm không chịu ăn năn. Bước tiếp theo là loại trừ. Họ nói sự loại trừ . . . là một hành động tư pháp của Hội thánh, dành cho người gây cớ vấp phạm dưới thẩm quyền của Đức Chúa Jêsus Christ, trong đó người này không còn là tín hữu và không được thông công với Hội thánh, theo nguyên tắc . . . trong Ma-thi-ơ 18:17.

Không tín hữu nào bị loại trừ cho đến khi người đó đã được thông báo phải xuất hiện trước Hội thánh và đã có cơ hội đích thân trả lời những lời buộc tội mình, ngoại trừ những trường hợp phạm tội quá rõ ràng, thì Hội thánh phải có nghĩa vụ bảo vệ sự thánh khiết bằng cách dứt phép thông công với người tín hữu ấy ngay lập tức.

Vấn đề này nghiêm trọng như thế nào mà những người lập Hội thánh phản ứng theo Kinh Thánh cách khắt khe đến như vậy?

Tín hữu phải chịu sự kỷ luật của Hội thánh vì những lý do sau đây:

> *Vi phạm về mặt đạo đức.*
> *Thực hiện những điều gây tai tiếng cho thân thể, theo*
>   *đánh giá của Hội thánh.*
> *Thường xuyên vắng mặt trong Hội thánh vào những*
>   *ngày cần phải biệt riêng cho sự nhóm lại mà*
>   *không có lý do chính đáng.*
> *Nắm giữ và biện hộ cho những tín lý trái với tuyên*
>   *ngôn đức tin.*
> *Phớt lờ hoặc từ chối đóng góp vào những chi tiêu*
>   *của Hội thánh tùy vào khả năng của họ.*

Coi thường những hành động và việc làm của Hội
thánh, hoặc theo đuổi sự bất hòa.
Để lộ chi tiết cuộc họp của Hội thánh cho những
người ngoài cuộc.
Theo đuổi những phẩm chất không giúp mình trở
thành công dân tốt và giữ vững niềm tin Cơ Đốc.

Nếu ai là tín hữu của Hội thánh Báp-tít Capitol Hill vào năm 1878, chúng ta có làm gì để bị cảnh báo chăng? Tôi thường thấy tên của những người lập Hội thánh. Những chữ ký của họ cũng xuất hiện trên bản giao ước của Hội thánh treo nổi bật trên tường của nhà thờ. Trong số ba mươi chữ ký, tôi cũng thấy tên vài người xuất hiện trong những lần bị kỷ luật đầu tiên của Hội thánh. Tôi tìm ra hai người bị dứt phép thông công (trong tổng số tám tín hữu của Hội thánh lúc bấy giờ) vào năm 1880. Họ là ai và đã làm gì? Chúng ta không biết nhiều, nhưng thư ký Hội thánh có đề cập về tình cảnh khó khăn này trong thư ngỏ gửi đi hàng năm của Hội thánh; trong báo cáo đặc sắc của ông cho năm 1879, chúng ta có một lưu ý ngắn từ thư ký Francis McLean:

> Có một điều tôi cần phải nói: sự phát triển màu mỡ và tán lá rậm rạp không thể che giấu một vài chi thể đã chết ở trên cây. Đây là một trách nhiệm – một sự quan tâm – mà chúng ta phải hành động cách khôn ngoan và tốt đẹp.

Dường như một trong những "chi thể đã chết" là một trong những người lập Hội thánh đã ký tên. Tên của ông là Charles L. Patten. Ông đã giữ vai trò thư ký trưởng Chúa Nhật. Nhưng, trong biên bản cuộc họp vào ngày 17 tháng 12 năm 1879, chúng ta thấy một lưu ý nhỏ thế này:

> Mục sư đã nộp đơn từ chức khỏi Hội thánh cho Giáo hội Báp-tít First trong thành phố này, mỗi bức thư có đề ngày 30 tháng 10 năm 1879, từ bà Alma C. Smith và ông Charles L. Patten. Mục sư nói rằng những bức thư này đã được giữ lại, theo quyết định của ông, và bây giờ ông trình lên tất cả để Hội thánh quyết định. Ông Williamson đã cảm động khi bà Smith nhận được những bức thư từ chức. Không biết làm gì. Thế là, theo đề nghị của ông Kingdon, một Uỷ ban được thành lập, trong đó có Mục sư C. W. Longan và Ward Morgan, để xem xét lá thư của ông Patten, và yêu cầu ông đến gặp uỷ ban để trình bày lý do vì sao ông đã ly thân với vợ của mình.

Chính trong cuộc họp với toàn thể Hội thánh. Họ không muốn người ta nghĩ rằng Cơ Đốc nhân là những kẻ bỏ vợ. Một tháng sau, Hội thánh nhóm lại vào ngày 21 tháng 1 năm 1880, chúng ta đọc thấy điều này:

> Mục sư, thay mặt Uỷ ban điều tra trường hợp của ông Patten, báo cáo rằng chúng tôi đã gửi thư cho ông ta, sau đó ông ấy cũng đã gửi thư trả lời, nhưng hành động của Uỷ ban đã không nhận được hồi đáp thích đáng. Uỷ ban đã quyết định theo như tiến độ giải quyết rằng vẫn giữ nguyên quyết định.

Đồng thời, một vấn đề kỷ luật thứ hai đã xảy ra với một trong những người lập Hội thánh:

Thư ký đã trình bản kiến nghị sau đây: Một Uỷ ban, có mục sư và các chấp sự, đang thẩm định những dữ kiện liên quan đến trường hợp của bà Lucretia E. Douglas, sau khi giải thích với nhiều lý do về việc bà không tham dự các buổi nhóm của Hội thánh hơn một năm qua, rồi đề nghị buổi họp hàng quý tiếp theo phải giải quyết vấn đề này trong Hội thánh sao cho thật khôn ngoan và tốt đẹp.

Không nhóm lại, như trường hợp của bà Douglas, được xem là một trong những tội lỗi xấu xa nhất vì thường có sự che đậy tội lỗi khác nữa. Khi người nào bắt đầu sống trong tội lỗi, họ thường không đi nhóm nữa.

Vậy, không chỉ Hội thánh Báp-tít Capitol Hill thực hành sự kỷ luật Hội thánh – mà chúng ta cũng có thể và phải làm nữa đấy! Cũng như rất nhiều Hội thánh khác nữa. Vì hầu hết trong lịch sử Hội thánh, thì đây chính là công việc thường xuyên trong Hội thánh.

TẠI SAO PHẢI THỰC HÀNH SỰ KỶ LUẬT TRONG HỘI THÁNH?

1. Vì ích lợi của người bị kỷ luật. Một người ở thành Cô-rinh-tô đã lầm lạc trong tội lỗi của mình, tưởng rằng Đức Chúa Trời ưng thuận cho việc ngủ với vợ của cha mình (xem 1 Cô-rinh-tô 5:1–5). Tín hữu trong các Hội thánh ở xứ Ga-la-ti tưởng rằng tin cậy vào việc làm hơn là tin cậy vào Đấng Christ cũng không sao (xem Ga-la-ti 6:1–5). A-léc-xan-đơ và Hy-mê-nê tưởng rằng phạm thượng với Đức Chúa Trời không phải là tội (xem 1 Ti-mô-thê 1:20). Nhưng không ai trong số những trường hợp kể trên được công bình ở trước mặt Đức Chúa Trời. Vì yêu thương những kẻ đó, chúng ta muốn áp dụng sự kỷ luật trong Hội thánh. Chúng ta không muốn Hội thánh của mình khuyến khích những kẻ giả hình vốn cứng lòng, có tật xấu và âm thầm ở trong tội lỗi. Chúng ta không muốn cá nhân hoặc Hội thánh sống trong tình trạng như thế.

2. *Vì ích lợi của Cơ Đốc nhân khác, để họ thấy được nguy cơ của tội lỗi.* Sứ đồ Phao-lô đã nói với Ti-mô-thê rằng nếu một lãnh đạo phạm tội, người đó phải bị quở trách trước mặt Hội thánh (1 Ti-mô-thê 5:20). Điều này không có nghĩa là mỗi khi tôi, còn giữ vai trò mục sư, làm sai, thì tín hữu trong Hội thánh phải đứng dậy trong giờ nhóm nói rằng: "Mark, làm như vậy là sai". Mà có nghĩa là khi một người phạm tội trọng (tức là không ăn năn tội lỗi nào đó), thì người đó phải bị đưa ra trước Hội thánh hầu cho mọi người được cảnh báo về sự nghiêm trọng của tội lỗi.

3. *Vì sức khỏe của Hội thánh nói chung.* Sứ đồ Phao-lô nài xin tín hữu tại thành Cô-rinh-tô rằng họ không được khoe mình về việc dung thứ cho tội lỗi ở trong Hội thánh (1 Cô-rinh-tô 5:6–8). Ông đã đặt câu hỏi tu từ rằng: "Anh em há chẳng biết rằng một chút men làm cho cả đống bột dậy lên sao?" (5:6). Men đại diện cho sự dơ dáy và lan tràn của tội lỗi. Vì thế, sứ đồ Phao-lô nói rằng:

> Hãy làm cho mình sạch men cũ đi, hầu cho anh em trở nên bột nhồi mới không men, như anh em là bánh không men vậy. Vì Đấng Christ là con sinh lễ Vượt qua của chúng ta, đã bị giết rồi. Vậy thì, chúng ta hãy giữ lễ, chớ dùng men cũ, chớ dùng men gian ác độc dữ, nhưng dùng bánh không men của sự thật thà và của lẽ thật. (1 Cô-rinh-tô 5:7–8)

Vì trong lễ Vượt qua, dân sự phải giết một con chiên và ăn bánh không men. Sứ đồ Phao-lô nói với người Cô-rinh-tô rằng con chiên (Đấng Christ) phải bị giết, còn dân sự (Hội thánh Cô-rinh-tô) là bánh không men. Họ phải sống không có men của tội lỗi. Cả Hội thánh phải trở thành một của lễ sống đẹp lòng Đức Chúa Trời.

Tất nhiên, nói như thế không có nghĩa là sự kỷ luật là trọng tâm của Hội thánh. Sự kỷ luật không phải là trọng tâm của Hội thánh giống như thuốc men không phải là trọng tâm của cuộc đời. Có lúc chúng ta cần phải áp dụng sự kỷ luật, nhưng đa phần sự kỷ luật chẳng khác gì một hình thức để giúp chúng ta tập chú vào nhiệm vụ chính của mình. Sự kỷ luật không phải là nhiệm vụ chính của Hội thánh.

4. Vì sự làm chứng của cả Hội thánh. Sự kỷ luật Hội thánh là một công cụ năng quyền trong công tác truyền giảng. Người ta để ý đến đời sống khác biệt của chúng ta, đặc biệt là khi cả cộng đồng có đời sống khác biệt – không phải họ có đời sống hoàn hảo, mà cuộc đời của họ có dấu hiệu kính mến Đức Chúa Trời và yêu thương lẫn nhau. Khi Hội thánh biến hóa theo thế gian, thì công tác truyền giáo của chúng ta trở nên khó khăn càng hơn. Chúng ta chẳng khác gì người chưa tin Chúa nên họ đâu cần phải thắc mắc về chúng ta làm gì. Hy vọng rằng chúng ta sẽ sống làm sao để người khác phải tò mò muốn tìm hiểu (Xem Ma-thi-ơ 5:16; Giăng 13:34–35; 1 Cô-rinh-tô 5:1; 1 Phi-e-rơ 2:12).

5. Vì sự vinh hiển của Đức Chúa Trời, khi chúng ta phản ánh sự thánh khiết của Ngài. Kinh Thánh nói rõ rằng Đức Chúa Trời đã tạo nên chúng ta vì sự vinh hiển của Ngài (xem Ê-phê-sô 5:25–27; Hê-bơ-rơ 12:10–14; 1 Phi-e-rơ 1:15–16; 2:9–12; 1 Giăng 3:2–3). Lý do thuyết phục nhất để thực hành sự kỷ luật Hội thánh là để làm vinh hiển Đức Chúa Trời. Đó là lý do chúng ta còn sống! Loài người được tạo nên theo ảnh tượng của Đức Chúa Trời, bày tỏ đặc tánh của Ngài cho muôn vật (Sáng thế ký 1:27). Vậy nên, hiển nhiên là xuyên suốt Cựu Ước, khi Đức Chúa Trời hình thành một dân tộc mang ảnh tượng của Ngài, Chúa đã dạy họ sống thánh khiết hầu cho tâm tánh của họ bày tỏ phần nào đặc tánh của Ngài (xem Lê-vi-ký 11:44; 19:2). Đây là điều cơ bản để sửa phạt và trục xuất trong thời Cựu Ước, khi Đức Chúa Trời uốn nắn một dân tộc cho riêng Ngài; đây cũng là cơ sở để xây dựng Hội thánh trong Tân Ước nữa (xem 2 Cô-rinh-tô 6:14–7:1). Cơ Đốc nhân phải sống thánh khiết, không phải vì danh tiếng mà vì danh của Đức Chúa Trời.

Chúng ta phải là ánh sáng của thế gian, hầu cho mọi người nhìn thấy những việc lành của chúng ta thì ngợi khen Đức Chúa Trời (Ma-thi-ơ 5:16). Sứ đồ Phi-e-rơ nói rằng: "Phải ăn ở ngay lành giữa dân ngoại, hầu cho họ, là kẻ vẫn giềm chê anh em như người gian ác, đã thấy việc lành anh em, thì đến ngày Chúa thăm viếng, họ ngợi khen Đức Chúa Trời" (1 Phi-e-rơ 2:12). Đây là lý do Đức Chúa Trời kêu gọi, cứu rỗi và biệt riêng chúng ta (Cô-lô-se 1:21–22).

Chúng ta sẽ như thế nào nữa nếu sống vì danh của Đấng Christ? Sứ đồ Phao-lô đã viết cho Hội thánh ở thành Cô-rinh-tô rằng:

Anh em há chẳng biết những kẻ không công bình chẳng bao giờ hưởng được nước Đức Chúa Trời sao? Chớ tự dối mình: Phàm những kẻ tà dâm, kẻ thờ hình tượng, kẻ ngoại tình, kẻ làm giáng yếu điệu, kẻ đắm nam sắc, kẻ trộm cướp, kẻ hà tiện, kẻ say sưa, kẻ chửi rủa, kẻ chắt bóp, đều chẳng hưởng được nước Đức Chúa Trời đâu. Trước kia anh em ít nữa cũng có một đôi người như thế; nhưng nhân danh Đức Chúa Jêsus Christ, và nhờ Thánh Linh của Đức Chúa Trời chúng ta, thì anh em được rửa sạch, được nên thánh, được xưng công bình rồi. (1 Cô-rinh-tô 6:9–11)

Từ lúc ban đầu, Chúa Jêsus đã dạy các môn đồ của Ngài để dạy người khác hết thảy mọi điều Chúa đã dạy (Ma-thi-ơ 28:19–20).

Đức Chúa Trời sẽ có một dân thánh bày tỏ đặc tánh của Ngài. Hình ảnh Hội thánh ở cuối sách Khải huyền là một nàng dâu vinh hiển bày tỏ đặc tánh của Đấng Christ, trong khi "những loài chó, những thuật sĩ, những kẻ tà dâm, những kẻ giết người, những kẻ thờ hình tượng, và những kẻ ưa thích cùng làm sự giả dối đều ở ngoài hết thảy" (Khải huyền 22:15).

Hãy dùng 1 Cô-rinh-tô 5 làm cơ sở, các Hội thánh đã có sự kỷ luật trong Hội thánh từ lâu đời là một trong những giới hạn làm cho vai trò tín hữu có ý nghĩa. Giả thiết cho rằng tín hữu Hội thánh mới là những người có quyền dự Lễ tiệc thánh mà không gây tai tiếng trong Hội thánh, tự định tội bản thân, hoặc sỉ nhục Đức Chúa Trời và Phúc Âm của Ngài (xem 1 Cô-rinh-tô 11).

Khi chúng ta suy gẫm những phân đoạn như thế, nhìn thấy những phẩm chất của các lãnh đạo trong Hội thánh, chúng ta thấy rằng Cơ Đốc nhân là những người chủ động duy trì tiếng tốt nhiều hơn mọi người khác trong thế gian. Tòa án tại thế này yêu cầu một bằng chứng hết sức khắt khe đối với kẻ nào muốn buộc tội người khác. Chúng ta được cho là vô tội cho đến khi ai đó bị chứng minh là có tội. Nhưng trong Hội thánh, trách nhiệm của chúng ta tuy có ít khác biệt nhưng vô cùng quan trọng. Cuộc đời của chúng ta cần phải bày tỏ đặc tánh của Đức Chúa Trời ở trong thế giới của Ngài. Chúng ta không thể kiểm soát suy nghĩ của người khác về mình, chúng ta biết rằng mình sẽ bị chống đối kịch liệt đến mức sẽ bị bắt bớ vì sự công bình. Nhưng hễ chừng nào còn sống, chúng ta phải sống để bày tỏ Phúc Âm với người khác. Chúng ta có một trách nhiệm là phải sống làm sao để ngợi khen và tôn vinh hiển Đức Chúa Trời, chứ không phải khinh bỉ và làm hổ danh Chúa.

Thần học theo Kinh Thánh của chúng ta có thể giải thích về sự kỷ luật trong Hội thánh. Sự dạy dỗ và sự giảng dạy của chúng ta có thể truyền đạt điều này. Các lãnh đạo Hội thánh của chúng ta có thể khuyến khích việc ấy. Nhưng chỉ có Hội thánh mới có quyền và phải thực hiện sự kỷ luật. Sự kỷ luật theo Kinh Thánh trong Hội thánh đơn giản là vâng lời Đức Chúa Trời và thừa nhận rằng chúng ta cần sự giúp đỡ. Chúng ta không thể sống cuộc đời Cơ Đốc một mình được. Mục đích của chúng ta trong sự kỷ luật Hội thánh là giúp đỡ rèn luyện mỗi cá nhân, để Cơ Đốc nhân khác nhìn thấy nguy cơ thực sự của tội lỗi, để Hội thánh được vững mạnh và Hội thánh có lời chứng tốt đối với người chưa tin Chúa. Hầu hết, sự nên thánh của chúng ta cần phản ánh sự thánh khiết của Đức Chúa Trời. Có nghĩa là trở thành tín hữu của Hội thánh, không phải để chúng ta lên mình kiêu ngạo, mà vì sự vinh hiển của danh Đức Chúa Trời. Sự kỷ luật theo Kinh Thánh ở trong Hội thánh là một dấu hiệu của Hội thánh vững mạnh.

CHUYỆN GÌ XẢY RA NẾU CHÚNG TA KHÔNG THỰC HÀNH SỰ KỶ LUẬT TRONG HỘI THÁNH?

Chúng ta phải tự hỏi rằng Hội thánh có nghĩa là gì nếu Hội thánh của chúng ta không thực hành sự kỷ luật trong Hội thánh.[9] Cuối cùng, đây là câu hỏi về bản chất của Hội thánh.

Greg Wills viết cho nhiều Cơ Đốc nhân ngày xưa rằng: "Một Hội thánh không có sự kỷ luật sẽ khó được gọi là Hội thánh".[10] John Dagg viết rằng: "Khi sự kỷ luật không còn trong Hội thánh nữa, thì

---

9. Điều này khác với việc mục sư cam kết khôi phục lại sự kỷ luật trong Hội thánh, mà ai đã quyết định trì hoãn việc thực hiện sự kỷ luật để trước hết có thể dạy về đề tài này. Xem Phụ lục 2, "'Đừng làm điều đó!' Tại sao chúng ta không nên thực hành sự kỷ luật trong Hội thánh".
10. Wills, *Tôn giáo Dân chủ*, trang 33.

Đấng Christ cũng không có trong Hội thánh".[11] Nếu chúng ta không thể nói ra điều sai, thì chúng ta không thể nói ra điều đúng được. Nếu chúng ta không thể nói với một Cơ Đốc nhân về lối sống sai trật, thì làm sao chúng ta có thể nói với người đó về lối sống Cơ Đốc đúng đắn đây.

Cuộc đời của chúng ta phải làm chứng cho đức tin của chúng ta. Chúng ta cần phải yêu thương nhau. Chúng ta cần có sự giải trình với nhau, vì xác thịt của hết thảy chúng ta đều muốn làm theo ý riêng khác với những điều Đức Chúa Trời bày tỏ trong Kinh Thánh. Một trong những lý do chúng ta phải yêu thương nhau là vì chúng ta phải thành thật với nhau, xây dựng mối liên hệ với nhau và khuyên bảo nhau trong tình yêu thương. Chúng ta cần phải yêu thương lẫn nhau, chúng ta cần phải yêu thương những người chưa tin Chúa vẫn còn ở ngoài Hội thánh. Chúng ta cần phải kính mến Đức Chúa Trời là Đấng thánh khiết, chính Chúa kêu gọi chúng ta không được sỉ nhục danh của Ngài, mà phải nên thánh vì Chúa là thánh. Đó là một vinh dự rất lớn và cũng là một trách nhiệm cao cả.

Nếu chúng ta muốn thấy Hội thánh của mình được vững mạnh, chúng ta phải chủ động chăm sóc lẫn nhau, thậm chí là đến mức đối chất với nhau. Có phải khi đi sâu hơn thì mới thấy mọi thứ đều rất thực tiễn chăng – tất cả mọi điều chúng ta đang nói về Hội thánh, đời sống mới, giao ước và mối liên hệ chặt chẽ?

Mùa gặt sẽ thế nào?

Gieo giống ở bên đường, gieo giống ở trên đá sẽ

---

11. John L. Dagg, *Cẩm nang Tổ chức Hội thánh* (Harrisonburg, VA: Gano, 1982), trang 274.

> *chết, gieo giống ở trên gai gốc sẽ hư, gieo giống*
> *ở trên đất thịt:*
> *Gieo giống bằng lòng đau đớn, gieo giống bằng giọt*
> *lệ, gieo giống bằng hy vọng đến khi con gặt đến*
> *vui mừng thu hoạch về nhà:*
> *Ôi, mùa gặt sẽ thế nào?[12]*

CÁC TÀI LIỆU KHÁC

- Dành cho nhóm nhỏ: *Coi sóc lẫn nhau: Sự kỷ luật trong Hội thánh* (2012) của tác giả Bobby Jamieson, bài học Kinh Thánh theo phương pháp quy nạp sáu tuần từ Mục vụ 9Marks.

- Dành cho mục sư: *Sự kỷ luật trong Hội thánh: Hội thánh bảo vệ danh Chúa Jêsus như thế nào* (2012) của tác giả Jonathan Leeman.

- Cũng xem Jonathan Leeman, *Nguyên tắc Yêu thương: Hội thánh địa phương nên bày tỏ tình yêu thương và thẩm quyền của Đức Chúa Trời như thế nào* (2018) và Gregory A. Wills, *Tôn giáo Dân chủ: Tự do, Thẩm quyền và Sự kỷ luật trong Hội thánh của Báp-tít miền Nam, 1785–1900* (1996).

---

12. Oakley, "Mùa gặt sẽ thế nào?"

Tiếp theo

Dấu hiệu 6: Môn đồ hóa và sự tăng trưởng theo Kinh Thánh
Thần học về sự tăng trưởng theo Kinh Thánh
Thực hành sự tăng trưởng theo Kinh Thánh

Giảng giải Kinh
Thấu hiểu sự cải đạo và truyền giảng theo Kinh Thánh
Thấu hiểu vai trò tín hữu Hội thánh theo Kinh Thánh
Thấu hiểu sự kỷ luật trong Hội thánh theo Kinh Thánh
Thấu hiểu vai trò lãnh đạo trong Hội Thánh theo Kinh Thánh
Thấu hiểu và thực hành sự cầu nguyện theo Kinh Thánh
Thấu hiểu và thực hành công tác truyền giáo theo Kinh
Thánh

Hy vọng về sự tăng trưởng

Vai trò thăm viếng của mục sư
Hội Thánh cùng nhau tăng trưởng

Tầm quan trọng của sự tăng trưởng tốt

Chuyện gì sẽ xảy ra nếu chúng ta không tăng trưởng?

DẤU HIỆU 6
MÔN ĐỒ HÓA VÀ SỰ TĂNG TRƯỞNG THEO KINH THÁNH

Rob đã cầu nguyện tiếp nhận Đấng Christ khi ông mười bảy tuổi. Ông đã trải qua vài tháng khó khăn, cảm thấy chán nản. Nếu nói chàng trai ngày xưa đã kiệt quệ thì có hơi quá đáng, nhưng đó là cảm giác của Rob. Ông chưa bao giờ quan tâm nhưng cũng không phản đối nhà thờ. Ông không phải là người vô tín, ông chỉ không thấy nhà thờ có gì hay ho.

Sau đó, Shawn là một người bạn đã mời ông đến dự một buổi nhóm Cơ Đốc, lúc ấy Rob đang tuyệt vọng đến mức nghĩ rằng *biết đâu chuyện này sẽ có ích lợi thì sao*. Tại buổi nhóm đó, ông đã nói chuyện với Shawn và một cô gái trẻ tốt bụng tên là Sarah cho đến gần nửa đêm.

Cuộc trò chuyện ban đầu nhẹ nhàng nhưng dần trở nên nghiêm túc khi lần lượt Shawn đến Sarah chia sẻ những điều mà họ đã trải qua gần đây. Cuối cùng thì tới lượt Rob. Tuy không gục xuống than khóc, nhưng ông cũng cởi mở và thành thật với hai người hơn trước. "Tôi thấy cuộc sống của mình bị mất kiểm soát. Mọi thứ dường như đang đi sai hướng, những điều không có gì sai trái thì chẳng đáng bận tâm".

Sau khi nghe Rob trải lòng, trong vòng chưa đầy năm phút, Sarah và Shawn đã nói với ông về cuộc đời phước hạnh mà ông sẽ nhận được khi trở thành Cơ Đốc nhân, cùng món quà miễn phí mà ông sẽ nhận được ngay bây giờ là sự tha thứ của Đức Chúa Trời cho mọi điều sai trật mà ông đã làm, còn khi qua đời ông sẽ được sống đời đời ở trong thiên quốc với Đức Chúa Trời. Có vẻ đây là điều tốt nhất mà Rob được nghe sau một khoảng thời gian dài, cũng thật hay khi hai người bạn ngồi lắng nghe ông, nói cho ông biết những điều đó.

Khi Rob hỏi ông có thể "đăng ký" như thế nào, thì Shawn và Sarah đưa cho ông một quyển sách nhỏ và chỉ vào một đoạn có chữ in đậm ở bìa sau. Đó là một lời cầu nguyện. Shawn nói: "Hãy lặp lại theo tôi" và Rob đã làm theo. Mỗi lần Shawn đọc một câu và dừng lại, Rob lặp lại câu đó. Ông đang đọc cho Đức Chúa Trời nghe. Ông đang cầu nguyện. Chỉ có vậy thôi. Shawn và Sarah hào hứng nói rằng ông đã trở thành Cơ Đốc nhân, vì Đức Chúa Trời hứa rằng người nào thừa nhận tội lỗi của mình, thì Đức Chúa Trời sẽ tha thứ cho người đó. Rob biết mình đã làm những việc xấu. Thế là, ông đã cầu nguyện. Chỉ có vậy thôi. Mọi chuyện đã xong xuôi. Rob đã được cứu.

Suốt nhiều năm sau đó, Rob sống một cuộc đời khá đàng hoàng. Khi ông được bốn mươi tuổi, vài người thậm chí còn nghĩ ông là một trụ cột của Hội thánh.

Ông nhóm lại với một Hội thánh có sự giảng luận đầy phấn khích. Những bài giảng súc tích, đi vào trọng tâm, chứa đầy những câu chuyện ý nghĩa, những giai thoại đáng nhớ và những minh họa truyền cảm. Rob rất thích nghe những bài giảng, đặc biệt là những câu chuyện lồng ghép trong đó.

Nhưng nếu ai gặng hỏi, thì ông buộc phải thừa nhận rằng mình không hề biết rõ Kinh Thánh. Mặc dù ông đã dạy trường Chúa Nhật nhiều năm, nhưng ông không biết hầu hết các sách trong Kinh Thánh ở đâu, vì sao sách Xuất Ê-díp-tô ký lại quan trọng, hoặc sách Khải huyền nói gì. Rob có những hiểu biết riêng về Đức Chúa Trời và ông đã chia sẻ những điều này với mọi người, nhưng ông không thực sự hiểu biết những điều đó từ Kinh Thánh. Đó chỉ là những điều ông đã nghe và tự nghĩ ra.

Ông đã tưởng Phúc Âm là một đề nghị thẳng thắn từ Đức Chúa Trời – để tha thứ tội lỗi nếu chúng ta mắc phải tội lỗi nào đó ("Đúng rồi, mình có tội này"). Ông biết Chúa Jêsus và thập tự giá rất quan trọng; nhưng ông không biết rõ vì sao lại quan trọng.

Có thể nói, Rob nghĩ về sự cải đạo giống như quyết định mua một chiếc xe mới hoặc đưa ra vài quyết định quan trọng khác trong cuộc đời. Đó là một quyết định lớn và hơi đáng sợ, nhưng là điều cần phải làm. Ông tưởng rằng ai cũng nghĩ đến vấn đề này vào một lúc nào đó, mà họ nên nghĩ tới chúng càng sớm càng tốt . . . vì cuộc đời đâu ai biết được chữ ngờ . . .

Đối với Rob, truyền giảng là trọng trách của các nhân sự trong Hội thánh, chính ông cũng thực hiện vài lần. Có lúc mục sư rất sốt sắng đi gõ cửa từng nhà, rồi một lần khác ông đi cùng với ban thanh niên và mấy chàng thanh niên đặt vài câu hỏi về ý nghĩa của lễ báp-tem và đi nhà thờ – nên ông đã nói chuyện với họ.

Thật ra, bản thân Rob chưa bao giờ là một tín hữu của một Hội thánh, nhưng không ai biết cả. Có lúc ông tham gia rất nhiều thứ và cũng có lúc ông làm rất ít. Có khi ông đến nhà thờ vào mỗi Chúa Nhật trong một năm, có khi ông không đi nhà thờ một ngày nào cả trong một tháng, hai tháng, hoặc ba tháng; thành thật mà nói, ông thấy như vậy cũng ổn. Ông có thể chọn tham gia những hoạt động mà ông thích. Xét cho cùng, ông coi sự dự phần vào một Hội thánh giống như đưa cho người ta một tấm séc không ghi chữ nào cả.

Sau đó, có nhiều chuyện xảy ra, vài năm trước con gái của ông tham gia ca đoàn của Hội thánh và được dạy dỗ vài điều mà ông cho là điên rồ. Vì sao, nếu họ tiếp tục thì con gái của ông có thể trở thành một giáo sĩ ở hải ngoại, hoặc làm một việc gì đó đại loại như vậy! Thế là, ông đã cấm đứa con gái không được tham gia ca đoàn, ban thanh niên, học Kinh Thánh, hoặc thậm chí là không được đến nhà thờ một khoảng thời gian, chính ông cũng không đi nhà thờ suốt mấy tháng còn lại trong năm đó. Ông cũng không lo lắng mấy về chuyện này, vì ông tin rằng "một khi đã được cứu thì sẽ mãi được cứu", ông biết mình đã được cứu vì đã cầu nguyện tiếp nhận Chúa cùng với Sarah và Shawn. Ông thực sự chẳng có gì phải lo lắng cả.

Bên cạnh đó, ông không thích mục sư của Hội thánh, ông đã chờ đợi cho đến khi vị mục sư này chuyển đi chỗ khác. Ông đã thấy nhiều mục sư đến rồi đi. Có vài điều vị mục sư này muốn làm khiến ông thấy khó chịu. Mục sư mới về quản nhiệm Hội thánh muốn chi nhiều tiền hơn cho công tác truyền giáo trong khi vẫn còn nhiều việc cần phải làm. Ông nói về những thay đổi của Hội thánh, chẳng hạn như có trưởng lão; ông còn nói về "sự kỷ luật của Hội thánh" (là điều mà Rob thấy sợ, hay phê phán và cho là phi Cơ Đốc). Rob biết rằng hầu hết các mục sư đều không ở lại lâu, đặc biệt là khi Rob cho mọi người biết ông không đến nhà thờ nữa vì cớ vị mục sư.

Chẳng có gì phải ngạc nhiên khi Rob không có sự tăng trưởng trong đời sống Cơ Đốc có phải không? Hơn thế nữa, ông chẳng thấy buồn phiền khi mình không có sự tăng trưởng Cơ Đốc gì cả?

Đối với những tình huống tương tự như của Rob, chúng ta cần phải suy xét năm câu hỏi sau đây:

1. Khao khát tăng trưởng thuộc linh có thuận theo Kinh Thánh không? Hoặc là người tin Chúa có thể sống ổn định, thoải mái và an toàn như Rob được không?
2. Nếu chúng ta muốn tăng trưởng thuộc linh – cá nhân và Hội thánh – chúng ta phải làm như thế nào?
3. Tôi đang làm gì trong Hội thánh để góp phần vào sự tăng trưởng thuộc linh của mình?
4. Sự tăng trưởng thuộc linh có quan trọng đến thế không?
5. Nếu chúng ta không có sự tăng trưởng thì sao?

Đặc điểm của một Hội thánh vững mạnh là tín hữu quan tâm sâu sắc đến sự tăng trưởng thuộc linh của họ. Trong Hội thánh vững mạnh, ai cũng muốn đi theo Chúa Jêsus thật trung tín.

THẦN HỌC VỀ SỰ TĂNG TRƯỞNG THEO KINH THÁNH

Đầu tiên, khao khát tăng trưởng thuộc linh có thuận theo Kinh Thánh không, hay chỉ là một kiểu tiến bộ của người Mỹ hiện đại – chúng ta tôn thờ sự tiến bộ trong mọi sự, nên chúng ta cũng đưa giá trị đó vào Cơ Đốc giáo có phải không? Hoặc tập trung vào sự tăng trưởng thuộc linh là tập chú vào cái tôi, khi ấy chúng ta trở thành Cơ Đốc nhân ái kỷ, quan tâm thái quá đến những đặc điểm thuộc linh của mình?

Khi nghiên cứu Kinh Thánh, chúng ta thấy sự tăng trưởng thuộc linh không chỉ là mối bận tâm của người Mỹ hiện đại, mà cũng là mối quan tâm của Kinh Thánh nữa.

Trong đoạn Kinh Thánh đầu tiên, Đức Chúa Trời đã truyền lịnh cho tạo vật trên đất và dưới biển phải sanh sản thêm nhiều: "Đức Chúa Trời ban phước cho các loài đó mà phán rằng: Hãy sanh sản, thêm nhiều, làm cho đầy dẫy dưới biển; còn các loài chim hãy sanh sản trên đất cho nhiều" (Sáng thế ký 1:22). Vài câu sau đó, Chúa cũng phán mạng lịnh này và nhiều điều khác cho A-đam và Ê-va rằng: "Đức Chúa Trời ban phước cho loài người và phán rằng: Hãy sanh sản, thêm nhiều, làm cho đầy dẫy đất; hãy làm cho đất phục tùng, hãy quản trị loài cá dưới biển, loài chim trên trời cùng các vật sống hành động trên mặt đất" (1:28).

Vài chương tiếp theo, sau khi Đức Chúa Trời đã huỷ diệt thế gian bằng nước lụt, thì điều đầu tiên Chúa phán dặn các con trai của Nô-ê là gì? "Đức Chúa Trời ban phước cho Nô-ê cùng các con trai người, mà phán rằng: Hãy sanh sản, thêm nhiều, làm cho đầy dẫy trên mặt đất" (Sáng thế ký 9:1).

Sau đó cũng trong sách Sáng thế ký, Đức Chúa Trời đã hứa với Áp-ra-ham là dòng dõi của ông sẽ đông như sao trên trời. Khi dân Y-sơ-ra-ên xuống xứ Ê-díp-tô bị bắt làm nô lệ, họ đã sanh sản thêm nhiều. Đó là dấu hiệu ban phước của Đức Chúa Trời. Chúa đã chúc phước cho họ lần nữa khi tiến vào Đất Hứa. Ngay cả khi họ bị lưu đày ở Ba-by-lôn, điều gì đã xảy ra? Chúa đã dạy dỗ họ qua tiên tri Giê-rê-mi: "Hãy lấy vợ, đẻ con trai và con gái; hãy lấy vợ cho con trai, gả chồng cho con gái, hầu cho chúng nó đẻ ra con trai và con gái. Số các ngươi khá thêm nhiều ra ở đó và đừng kém đi" (Giê-rê-mi 29:6).

Đức Chúa Trời không tán thành ý tưởng nhỏ mới đẹp! Có khi ít thêm nhiều, nhưng không phải lúc nào cũng vậy đâu. Tôi không nói rằng Đức Chúa Trời đến từ tiểu bang Texas, nhưng Chúa xem sự dư dật là phước hạnh. Một trong những cách Đức Chúa Trời bày tỏ sự công bình trong Cựu Ước là Chúa ban phước dư dật cho sự tăng trưởng và sự thịnh vượng. Chúng ta đọc thấy trong Thi thiên 92:12–13 chép rằng:

> Người công bình sẽ mọc lên như cây kè, và lớn lên như cây bá hương ở Li-ban. Những người được trồng trong nhà Đức Giê-hô-va sẽ trổ hoa trong hành lang của Đức Chúa Trời chúng ta.
>
> Còn trong Châm ngôn, Đức Chúa Trời dạy dỗ chúng ta biết cách tăng trưởng. Về cơ bản, Chúa dạy chúng ta hãy gia tăng sức lực bằng cách gia tăng sự khôn ngoan, còn gia tăng sự khôn ngoan bằng cách tiếp xúc với người khôn ngoan (Châm ngôn 24:5; 13:20).

Tất nhiên, chúng ta không nên tăng trưởng cách sai trật. Chúng ta không nên ấn tượng trước sự gia tăng về vật chất cũng như của cải và tài sản. Trong Thi thiên 49:16–17 cảnh báo rằng:

> Chớ sợ khi người nào trở nên giàu có, Lúc sự vinh hiển nhà người ấy tăng lên; Vì khi người chết chẳng đem đi gì được, sự vinh hiển người cũng không theo người xuống mồ mả đâu.

Sự chết sẽ cướp khỏi chúng ta tất cả tài sản mà mình đã tích lũy trong đời. Vậy, chúng ta không nên đắm mình vào những điều ấy.

Kinh Thánh dạy một điều về sự tăng trưởng đó là nước thiên đàng sẽ tăng trưởng. Điều này đã được báo trước trong Cựu Ước, Chúa Jêsus cũng hứa như vậy. Chúng ta hát vang lời tiên tri trong Ê-sai 9:6 vào mùa giáng sinh hàng năm, trong đó nói Chúa đã hứa rằng vương quốc của Đấng Mê-si sẽ lớn mạnh:

Quyền cai trị và sự bình an của Ngài cứ thêm mãi không thôi, ở trên ngôi Đa-vít và trên nước Ngài, đặng làm cho nước bền vững, và lập lên trong sự chánh trực công bình, từ nay cho đến đời đời. Thật, lòng sốt sắng của Đức Giê-hô-va vạn quân sẽ làm nên sự ấy!

Chính Chúa Jêsus đã phán vương quốc của Ngài sẽ tấn tới để làm ứng nghiệm lời tiên tri này. Chúa phán rằng nước trời sẽ từ một hạt cải rất nhỏ trở thành cây to nhất trong vườn: "Hột ấy thật nhỏ hơn cả các giống khác, song khi đã mọc lên, thì lớn hơn các thứ rau, và trở nên cây cối, cho đến nỗi chim trời tới làm ổ trên nhành nó được" (Ma-thi-ơ 13:32).

Tất nhiên, hạt giống đã rơi xuống đất và chết đi. Nhưng dẫu Chúa Jêsus đã bị đóng đinh và bị chôn, Chúa đã sống lại, còn nước Đức Chúa Trời mà Chúa đã khởi sự phát triển đúng như điều Ngài đã báo trước. Nước trời bắt đầu tăng trưởng. Sách Công vụ Các sứ đồ lặp lại điều này rất nhiều lần:

Trong lúc đó, bởi số môn đồ càng thêm lên . . . lời của Đức Chúa Trời được rao truyền. Đạo Đức Chúa Trời càng ngày càng tràn ra, số môn đồ tại thành Giê-ru-sa-lem thêm lên nhiều lắm. Cũng có rất nhiều thầy tế lễ vâng theo đạo nữa. (Công vụ 6:1, 7)

Lời của Đức Chúa Trời tiếp tục gia tăng và lan rộng. (Công vụ 12:24)

Lời của Chúa lan tràn khắp miền ấy. (Công vụ 13:49)

Ấy vậy, nhờ quyền phép của Chúa, đạo bèn đồn ra, càng ngày càng được thắng. (Công vụ 19:20)

Chúng ta đã thấy sự tăng trưởng số lượng trong Tân Ước cũng giống như trong Cựu Ước. Nhưng sự tăng trưởng được bàn đến, thúc giục và cầu nguyện trong Tân Ước không đơn thuần là sự tăng trưởng về số lượng. Nếu Hội thánh của chúng ta bây giờ đông hơn so với vài năm trước, thì có phải là Hội thánh vững mạnh không? Không hẳn thế.[1] Có một loại tăng trưởng khác. Ý tưởng tăng trưởng của Tân Ước không chỉ bao hàm số lượng, mà còn có tín hữu đang phát triển, trưởng thành và đức tin sâu sắc nữa. Chúng ta thấy trong Ê-phê-sô 4:15–16 chép rằng: "Nhưng muốn cho chúng ta lấy lòng yêu thương nói ra lẽ chân thật, để trong mọi việc chúng ta đều được thêm lên trong Đấng làm đầu, tức là Đấng Christ. Ấy nhờ Ngài mà cả thân thể ràng buộc vững bền bởi những cái lắt léo, khiến các phần giao thông với nhau, tùy lượng sức mạnh của từng phần, làm cho thân thể lớn lên, và tự gây dựng trong sự yêu thương".

Sự tăng trưởng này diễn ra như thế nào? Hiển nhiên là bởi quyền phép của Đức Chúa Trời. Đức Chúa Trời làm cho thân thể của Đấng Christ lớn lên chừng nào, thì chúng ta tăng trưởng chừng nấy. Theo Cô-lô-se 2:19, Đấng Christ là "đầu, là nhờ đầu đó mà cả thân thể xếp đặt kết hiệp bởi các lắt léo, và được sự sanh trưởng từ Đức Chúa Trời đến".

Người truyền đạo không làm cho Hội thánh tăng trưởng. Đức Chúa Trời có thể dùng người truyền đạo; tuỳ ý muốn của Ngài. Sứ đồ Phao-lô đã viết cho tín hữu ở thành Cô-rinh-tô về vấn đề này. Họ đã có khuynh hướng tôn sùng những truyền đạo có tài hùng biện. Sứ đồ Phao-lô đã nhắc họ rằng ông "đã trồng, A-bô-lô đã tưới, nhưng Đức Chúa Trời đã làm cho lớn lên. Người trồng, kẻ tưới, đều bằng

---

1. Vài năm trước, Hội Thánh Cộng Đồng Willow Creek đã tiến hành một chương trình tự học thú vị. Xem Greg Hawkins và Cally Parkinson, *Phơi bày*(Barrington, IL: Willow Creek Resources, 2007).

nhau; ai nấy sẽ nhận phần thưởng tùy theo việc mình đã làm" (1 Cô-rinh-tô 3:6–7).

Sứ đồ Phao-lô là môn đồ hiền lành của Chúa Jêsus, chính ông đã dạy rằng sự tăng trưởng của nước Đức Chúa Trời đến từ Đức Chúa Trời và không phụ thuộc vào chúng ta. Trong Mác 4, Chúa Jêsus ví nước Đức Chúa Trời giống như một hột giống nảy mầm trong khi người nông dân nằm ngủ; cho dù người đó thức hay ngủ, giống ấy vẫn tiếp tục tăng trưởng. "Người ngủ hay dậy, đêm và ngày, giống cứ nảy chồi mọc lên, mà người không biết thể nào" (Mác 4:27). Chúa Jêsus không hề phán rằng chúng ta có quyền lười biếng, mà ý của Chúa là sự tấn tới của nước Đức Chúa Trời không hoàn toàn phụ thuộc vào chúng ta đâu. Chính Đức Chúa Trời cam kết đảm bảo Hội thánh của Ngài sẽ tăng trưởng.

Đây là lý do vì sao, khi sứ đồ Phao-lô viết thư cho người Tê-sa-lô-ni-ca, ông không có lời khen về sự tăng trưởng của họ – "Anh em tăng trưởng tốt quá!" – mà ông cảm tạ Đức Chúa Trời vì sự tăng trưởng của họ. "Hỡi anh em, chúng tôi phải vì anh em cảm tạ Đức Chúa Trời luôn luôn; điều đó là phải lắm, vì đức tin anh em rất tấn tới, và lòng yêu thương của mỗi người trong hết thảy anh em đối với nhau càng ngày càng thêm" (2 Tê-sa-lô-ni-ca 1:3). Sự tăng trưởng không nhất thiết tạo ra sự kiêu ngạo. Sự tăng trưởng có thể tạo ra sự hạ mình và sự nhận biết Đức Chúa Trời mới là Đấng làm ra sự tăng trưởng.

Chính vì thế, mỗi khi sứ đồ Phao-lô muốn một hội chúng có sự tăng trưởng, thì ông cầu thay cho họ. Ông nhận biết sự tăng trưởng đều đến từ Đức Chúa Trời. Trong thư tín đầu tiên sứ đồ Phao-lô gửi cho người Tê-sa-lô-ni-ca, ông đã cầu nguyện rằng:

Nguyền xin chính Đức Chúa Trời, Cha chúng ta, và Đức Chúa Jêsus, Chúa chúng ta, dẫn chúng tôi đến cùng anh em! Lại nguyền xin Chúa làm cho anh em thêm và đầy lòng yêu thương đối với nhau cùng đối với mọi người, cũng như lòng yêu thương của chúng tôi đối với anh em vậy, hầu cho lòng anh em được vững vàng, và thánh sạch không trách được trước mặt Đức Chúa Trời, là Cha chúng ta, khi Đức Chúa Jêsus chúng ta sẽ đến với hết thảy thánh đồ Ngài! (1 Tê-sa-lô-ni-ca 3:11–13)

Trong Cô-lô-se, sứ đồ Phao-lô lại cầu thay cho các độc giả của mình có sự tăng trưởng thuộc linh: "hầu cho anh em ăn ở cách xứng đáng với Chúa, đặng đẹp lòng Ngài mọi đường, nẩy ra đủ các việc lành, càng thêm lên trong sự hiểu biết Đức Chúa Trời" (Cô-lô-se 1:10).

Nãy giờ, tôi không hề nói rằng chúng ta chẳng có trách nhiệm trong sự phát triển thuộc linh của cá nhân mình. Tôi phải viết ra mấy dòng này vì tôi tin rằng Cơ Đốc nhân có trách nhiệm trong sự tăng trưởng thuộc linh của riêng họ. Trong 2 Phi-e-rơ 3:18, sứ đồ Phi-e-rơ kết thúc thư tín của mình bằng lời khuyên: "Hãy tấn tới trong ân điển và trong sự thông biết Chúa và Cứu Chúa chúng ta là Đức Chúa Jêsus Christ". Đây là điều cực kỳ quan trọng. "Hãy tăng trưởng!" ông nói.

Chúng ta phải có khao khát tăng trưởng thuộc linh. Nhưng làm thế nào đây? Trong chương đầu tiên của thư tín, sứ đồ Phi-e-rơ nói rằng: "Vì nếu các điều đó có đủ trong anh em và đầy dẫy nữa, thì ắt chẳng để cho anh em ở dưng hoặc không kết quả trong sự nhận biết Đức Chúa Jêsus Christ chúng ta đâu" (2 Phi-e-rơ 1:8).

Đó là những điều gì?

Vậy nên, về phần anh em, phải gắng hết sức thêm cho đức tin mình sự nhân đức, thêm cho nhân đức sự học thức, thêm cho học thức sự tiết độ, thêm cho tiết độ sự nhịn nhục, thêm cho nhịn nhục sự tin kính, thêm cho tin kính tình yêu thương anh em, thêm cho tình yêu thương anh em lòng yêu mến. Vì nếu các điều đó có đủ trong anh em và đầy dẫy nữa, thì ắt chẳng để cho anh em ở dưng hoặc không kết quả trong sự nhận biết Đức Chúa Jêsus Christ chúng ta đâu. (2 Phi-e-rơ 1:5–8)

Chúng ta nên khao khát muốn được tăng trưởng. Chúng ta tăng trưởng bằng cách trau dồi những điều kể trên. Sứ đồ Phi-e-rơ cũng nhấn mạnh tầm quan trọng của việc học Lời Chúa. Nếu chúng ta muốn tăng trưởng, hãy làm điều này:

Hãy ham thích sữa thiêng liêng của Đạo, như trẻ con mới đẻ vậy, hầu cho anh em nhờ đó lớn lên mà được rỗi linh hồn, nếu anh em đã nếm biết Chúa là ngọt ngào. Hãy đến gần Ngài, là hòn đá sống, bị người ta loại ra, song được chọn và quý trước mặt Đức Chúa Trời, và anh em cũng như đá sống, được xây nên nhà thiêng liêng, làm chức tế lễ thánh, đặng dâng của tế lễ thiêng liêng, nhờ Đức Chúa Jêsus Christ mà đẹp ý Đức Chúa Trời. (1 Phi-e-rơ 2:2-5)

Sự tăng trưởng thuộc linh là một khái niệm theo Kinh Thánh. Không chỉ có người Mỹ mới quan tâm đến sự tăng trưởng, điều này không phải là một khái niệm bắt nguồn từ văn hoá Mỹ đâu. Đây là ý tưởng vốn ở trong Kinh Thánh từ buổi sáng thế.

THỰC HÀNH SỰ TĂNG TRƯỞNG THEO KINH THÁNH

Cơ Đốc Nhân cần tăng trưởng như thế nào? Một Hội thánh duy trì tinh thần môn đồ hoá giữa vòng tín hữu như vậy là Hội thánh như thế nào? Một mặt, đây là điều chúng ta đang bàn với nhau trong quyển sách này. Nhưng làm thế nào để tám dấu hiệu còn lại ở trong quyển sách này ảnh hưởng đến sự tăng trưởng của Cơ Đốc nhân – cá nhân và tập thể? Tôi tin rằng từng dấu hiệu đều sẽ góp phần vào quá trình tin theo Đấng Christ của chúng ta được tốt hơn. Vì sức khỏe thuộc linh của từng Cơ Đốc nhân, vì ích lợi của nhiều Cơ Đốc nhân khác, vì sức khoẻ của cả Hội thánh, vì công tác chứng nhân của chúng ta cho người chưa tin Chúa và cũng vì sự vinh hiển của Đức Chúa Trời, nên mỗi dấu hiệu đều đóng góp một phần.

Giảng giải Kinh

Một Hội thánh có giảng giải Kinh sẽ là nơi khuyến khích sự tăng trưởng của Cơ Đốc nhân. Lời của Đức Chúa Trời là điều chúng ta cần nếu muốn tăng trưởng. Văn hoá ở xung quanh sẽ không cho chúng ta biết những điều mình cần nhất. Chúng ta cũng không thể tìm thấy tri thức ở trong tấm lòng của mình đâu.

Để có được điều cần nhất cho đời sống, chúng ta cần phải tìm kiếm Đức Chúa Trời. Chúng ta cần lắng nghe Lời Chúa – tất cả – được giảng giải Kinh, để chúng ta không chỉ nghe những bài giảng theo đề tài. Có những điều ở trong Kinh Thánh mà chúng ta muốn tránh xa. Không ai trong chúng ta thánh khiết, hoàn hảo và trưởng thành thuộc linh đến nỗi tiếp nhận mọi điều trong Kinh Thánh cách vui mừng đâu. Đức Chúa Trời cứu chúng ta ra khỏi một Hội thánh chỉ rao giảng sứ điệp chọn lọc từ Kinh Thánh. Chúng ta nên cầu xin Đức Chúa Trời ban cho Hội thánh của Ngài những truyền đạo sẽ rao truyền Lời Chúa cách trọn vẹn.

Khi nghiên cứu Lời Chúa, chúng ta thấy Chúa vùa giúp và chăm lo cho dân sự của Ngài suốt lịch sử. Chúng ta nhận thức được kế hoạch tốt đẹp của Đức Chúa Trời. Chúng ta thấy sự vinh hiển của Phúc Âm. Chúng ta thấy cách Đức Chúa Trời sửa phạt chúng ta. Điều ngạc nhiên là khi nghe giảng giải Kinh, chúng ta dần trở nên ít phụ thuộc hơn vào người truyền đạo. Chúng ta quan tâm nhiều hơn đến Lời của Đức Chúa Trời. Do đó, nếu mục sư của chúng ta đi vắng và người khác giảng thế thì cũng không ảnh hưởng gì. Chúng ta yêu quý các mục sư của mình, nhưng chúng ta yêu Lời Đức Chúa Trời nhiều hơn. Đó là điều chúng ta muốn nghe. Đó là nền tảng để xây dựng Hội thánh: lắng nghe Lời của Đức Chúa Trời phán với chúng ta trong khi Đức Thánh Linh dùng mấy lời ấy hành động ở trong lòng của chúng ta. Qua Lời Chúa, chúng ta muốn biết Đức Chúa Trời và đặc tách của Ngài nhiều hơn.

Hãy cẩn trọng trước khi nhóm lại với một Hội thánh không chú trọng vào giảng giải Kinh hoặc trước khi gọi một người là truyền đạo nếu người đó không biết giảng giải Kinh, không trung tín rao giảng toàn bộ Lời Đức Chúa Trời, cho dù có những chỗ không làm cho chúng ta thấy thoải mái đi nữa.

Giáo lý Phúc Âm

Chúng ta tăng trưởng khi hiểu rõ chân lý về Đức Chúa Trời và loài người. Chúng ta tăng trưởng khi hiểu rõ đặc tánh và tình yêu thương của Ngài. Chúng ta tăng trưởng khi đọc những chỗ ký thuật lại trong Kinh Thánh về Đức Chúa Trời tuyển chọn một dân tộc và làm việc với họ qua mọi gian khổ. Chúng ta được nâng đỡ khi nhìn thấy bức tranh lớn, kế hoạch, ý nghĩa. Chúng ta bắt đầu tăng trưởng khi hiểu biết Chúa hơn. Chúng ta bắt đầu tin cậy Ngài hơn.

Chúng ta phải làm gì để tăng trưởng trong sự tin cậy Chúa? Chúng ta tăng trưởng khía cạnh này một phần qua những khó khăn mà Đức Chúa Trời cho phép chúng ta trải qua. Trải nghiệm chỉ chiếm một nửa. Đó là yếu tố làm cho chúng ta có cơ hội tin cậy vào Ngài. Nhưng vì sao phải tin cậy Chúa? Chúng ta tin cậy Đức Chúa Trời vì Chúa đã bày tỏ Ngài là Đấng hoàn toàn đáng tin cậy. Sự mặc khải của Đức Chúa Trời về chính Ngài trong cả Kinh Thánh, xuyên suốt lịch sử, cho thấy Chúa là Đấng đáng để chúng ta tin cậy cho dù chuyện gì xảy ra đi nữa.

Khi chúng ta càng ngày càng nhận ra nhu cầu sâu xa của mình, thì chúng ta được rèn luyện để tin cậy vào Đấng Christ. John Newton, tác giả bài thánh ca "Ân điển lạ lùng", cũng viết một bài thánh ca về sự tin cậy Đấng Christ và sự tăng trưởng của Cơ Đốc Nhân như sau:

> *Tôi đã xin Chúa giúp mình tăng trưởng*
> *Đức tin, yêu thương và ân điển;*
> *Để biết rõ sự cứu rỗi của Ngài,*
> *Để tìm kiếm mặt Ngài sốt sắng hơn.*
> *Tôi hy vọng sẽ có một ngày,*
> *Chúa giải đáp mọi thắc mắc của tôi,*
> *Nhờ sức lực trong tình yêu của Ngài,*
> *Tôi trừ bỏ tội lỗi và nằm nghỉ.*
> *Nào ngờ Chúa bày tỏ mới biết*
> *Những xấu xa chất kín trong lòng;*
> *Để sức mạnh dữ tợn của địa ngục*

Khiến linh hồn tôi phải sầu não.[2]

Khi bắt đầu hiểu Kinh Thánh nói về tình trạng của loài người, dù đau buồn trước vô số hậu quả của sự sa ngã – chẳng hạn như sự phân biệt chủng tộc hoặc các cuộc tấn công khủng bố đầy bạo lực – chúng ta không còn bị bất ngờ trước hành động của người chưa tin Chúa nữa. Chúng ta hiểu thêm về khả năng khác thường của những kẻ mang ảnh tượng của Đức Chúa Trời và những hành động sai trái sẽ xảy ra khi chúng ta không biết phục sự Đức Chúa Trời. Khi bắt đầu hiểu rõ về sự bất toàn và sự nổi loạn của mình, chúng ta cũng bắt đầu hiểu rõ về sự yêu thương của Ngài.

Đôi khi người ta phân biệt truyền đạo của "lửa địa ngục" và truyền đạo hiểu biết sự yêu thương của Đức Chúa Trời. Nhưng sự khác biệt chẳng qua là một hình ảnh châm biếm. Các truyền đạo chỉ nói về sự yêu thương của Đức Chúa Trời sẽ càng ít chia sẻ về điều đó hơn trong mỗi bài giảng của mình, vì sự yêu thương của Đức Chúa Trời không còn lạ lùng với họ nữa thì họ tưởng mình xứng đáng được Chúa yêu. Vấn đề nghiêm trọng sẽ không còn là điều đáng lo ngại nữa. Đấng Christ không còn trọng lượng nữa. Sự yêu thương của Đức Chúa Trời không còn quan trọng với chúng ta nữa.

Tuy nhiên, khi bắt đầu hiểu rõ tội lỗi của mình đã chống lại Đức Chúa Trời, thì chúng ta mới hiểu rõ sự yêu thương của Đức Chúa Trời đối với chúng ta trong Đấng Christ.

Một Hội thánh hiểu rõ Phúc Âm sẽ giúp chúng ta tăng trưởng đời sống Cơ Đốc. Hội thánh sẽ giúp chúng ta càng tin quyết hơn vào sự yêu thương của Đức Chúa Trời. Thật vậy, chúng ta không thể làm gì được trừ việc tăng trưởng tùy theo sự hiểu biết của mình về

---

2. John Newton, "Tôi đã hỏi Chúa", 1779.

những điều Đức Chúa Trời đã làm cho chúng ta trong Đấng Christ. Chúng ta có muốn là Cơ Đốc nhân tăng trưởng không? Hãy suy gẫm bài thánh ca rất hay của Charles Wesley có tựa đề là "Thật kỳ diệu thay?" Hãy tìm lại sự kinh ngạc về Phúc Âm. Giáo lý theo Kinh Thánh là giáo lý của Phúc Âm.

Thấu hiểu sự cải đạo và truyền giảng theo Kinh Thánh

Khi nhận ra thực trạng thuộc linh và đời sống Cơ Đốc của mình phải lệ thuộc vào Đức Chúa Trời, chúng ta sẽ không thờ ơ nữa mà bắt đầu biết ơn Đức Chúa Trời vô cùng vì Chúa đã thương xót chúng ta và nhiều người khác. Hy vọng của chúng ta trở nên chắc chắn hơn, vì chúng ta biết rằng sự trông cậy của mình không dựa vào sự trung tín của chúng ta, mà dựa vào sự thành tín của Đức Chúa Trời. Đó là điều mang lại sự khích lệ to lớn cho người nào biết mình là tội nhân. Đức Chúa Trời yêu thương chúng ta vì Chúa là sự yêu thương.

Khi bắt đầu biết rằng sự cứu rỗi là kết quả từ công tác của Đức Chúa Trời ở trong cuộc đời của mình, chúng ta sẽ không dễ bị cám dỗ rơi vào sự kiêu ngạo ở trong đời sống thuộc linh, vì chúng ta biết rõ Kinh Thánh nói gì về sự cải đạo. Chúng ta biết rõ làm thế nào để trở thành Cơ Đốc nhân thật – nhờ ân điển của Đức Chúa Trời.

Người nào tự xưng mình là Cơ Đốc nhân mà thiếu sự tăng trưởng thuộc linh chính là bằng chứng cho thấy họ đã không được nghe Phúc Âm cách đúng đắn. Chúng ta khiến người ta lầm tưởng họ là Cơ Đốc nhân. Một cố vấn về sự tăng trưởng của Hội thánh tuyên bố rằng: "năm đến mười triệu người trong thế hệ bùng nổ sinh sản sẽ quay lại trong vòng một tháng nếu các Hội thánh áp dụng ba thay đổi đơn giản: 1) Quảng cáo 2) Cho mọi người biết lợi ích của sản phẩm 3) Tử tế với thân hữu".[3] Chỉ vậy thôi sao? Quảng cáo, đưa ra những lợi ích, tử tế với thân hữu, thì năm đến mười triệu người sẽ quay lại với Hội thánh trong vòng một tháng sao? Có lẽ vậy. Nhưng tôi không biết chúng ta có thực sự thấy họ cải đạo hay không.

Đừng hiểu lầm. Không phải tôi muốn gỡ bỏ bảng hiệu và không quảng cáo gì hết. Không phải tôi không muốn nói với mọi người những điều tốt đẹp khi trở thành Cơ Đốc nhân và chỉ giữ bí mật cho riêng mình. Không phải tôi muốn chúng ta đối xử tệ với những người mới đi nhà thờ đâu. Nhưng chúng ta phải hiểu rằng công tác truyền giảng không chỉ có bấy nhiêu mà thôi. Hội thánh không phải là một cỗ máy tăng áp. Chúng ta đang chia sẻ với mọi người một sứ điệp nghiêm túc về thực trạng của họ ở trước mặt Đức Chúa Trời và Tin lành về sự sống mới mà Đức Chúa Trời ban cho họ ở trong Đấng Christ. Chúng ta đang mời họ bước vào cuộc sống ấy bằng những công cụ đáng sợ và liều lĩnh – đó là ăn năn và đức tin.

Khi chúng ta bắt đầu hiểu ra những điều Kinh Thánh dạy về công tác truyền giảng, thì chúng ta bắt đầu tin cậy Đức Chúa Trời sẽ vùa giúp mình rao truyền Tin lành. Chúng ta sẽ muốn vâng lời Chúa hơn khi nhận ra mình không có nhiệm vụ cải đạo người khác mà chỉ đơn giản là trung tín chia sẻ Tin lành mà thôi. Đó là sự tự do. Tôi không cần bắt ép chính mình trả lời bằng được câu hỏi của người khác. Tôi chỉ cần nói với người khác chân lý về Chúa Jêsus, yêu thương và cầu nguyện cho họ. Tôi được kêu gọi để trung tín rao truyền sứ điệp và chính điều này mang lại sự tự do rất tuyệt vời. Sự hiểu biết trọn vẹn về công tác của Đức Chúa Trời khuyến khích tôi tin cậy Chúa. Hiểu rõ điều Kinh Thánh dạy về cải đạo và công tác

---

3. Os Guinness, *Bữa tối với Quỷ: Phong trào Megachurch đùa cợt với tính hiện đại* (Grand Rapids, MI: Baker, 1993), trang 38.

truyền giảng giúp tôi trở thành Cơ Đốc nhân tốt hơn và giúp Hội thánh của tôi trở nên vững mạnh hơn.

Thấu hiểu vai trò tín hữu Hội thánh theo Kinh Thánh

Sống cuộc đời Cơ Đốc nghĩa là cam kết với nhau. Điều này đòi hỏi chúng ta phải trở thành thành viên trong một cộng đồng tôn cao Đức Chúa Jêsus Christ. Khi cọ xát với nhau, chúng ta buộc phải giải quyết những khía cạnh ở trong đời sống thường hay né tránh; vì chúng ta đã cam kết sẽ yêu thương nhau, nên chúng ta cầu nguyện và suy xét những khía cạnh đó, rồi ăn năn. Vì chúng ta là tín hữu Hội thánh có sự cam kết và trách nhiệm, nên chúng ta hiểu rõ hơn về tình yêu thương Cơ Đốc đích thực là gì. Chúng ta được khích lệ khi thấy công tác của Đức Chúa Trời trong đời sống của những người khác. Chúng ta được khích lệ khi thấy tín hữu lớn tuổi được chăm sóc và người mới tin Chúa đang trưởng thành. Ngay cả khi mọi thứ trong cuộc đời không diễn ra tốt đẹp, nhưng chúng ta vẫn được khích lệ trước công tác của Đức Chúa Trời ở trong đời sống của người khác. Mọi thứ nên diễn ra như vậy. Đó là một trong những lý do vì sao Đức Chúa Trời không kêu gọi chúng ta đi một mình. Trở thành tín hữu của Hội thánh cũng khuyến khích tinh thần trách nhiệm. Điều này giúp Cơ Đốc nhân tăng trưởng bằng nhiều cách.

Thấu hiểu sự kỷ luật trong Hội thánh theo Kinh Thánh

Một trong những hậu quả không mong muốn khi Hội thánh sao lãng sự kỷ luật là công tác môn đồ hoá trở nên khó khăn hơn rất nhiều. Hội thánh nào thiếu sự kỷ luật sẽ không có quy tắc rõ ràng và cơ cấu tổ chức không chặt chẽ. "Có người kia là tín hữu của một Hội thánh được bốn mươi năm rồi, nhưng hãy xem ông ta kìa". "Lúc nào cũng thấy xuất hiện".

Cỏ dại là vị khách không mời cũng đến. Người nông dân không muốn trồng cỏ dại. Chúng gây ảnh hưởng không tốt đến cây trồng. Đức Chúa Trời cũng không muốn chúng ta cho phép cỏ dại mọc khắp nơi. Vì sự vinh hiển của Ngài nên Đức Chúa Trời muốn Hội thánh là tập hợp những kẻ không hoàn hảo, nhưng Chúa muốn những người đó yêu mến Ngài và Chúa muốn hành động ở trong đời sống của họ – để khiến họ nên thánh.

Vì ích lợi của người nào có sự kỷ luật, vì ích lợi của Cơ Đốc nhân nào thấy sự kỷ luật là lời cảnh báo, vì sức khỏe của Hội thánh nói chung, vì ích lợi của công tác chứng nhân cho người chưa tin Chúa và cũng vì sự vinh hiển của Đức Chúa Trời, chúng ta sẽ được vùa giúp để tăng trưởng khi thực hành sự kỷ luật trong Hội thánh.

Thấu hiểu vai trò lãnh đạo trong Hội Thánh theo Kinh Thánh

Đối với Cơ Đốc Nhân, sự hiểu biết về vai trò lãnh đạo theo Kinh Thánh cũng giúp chúng ta tăng trưởng. Khi Đức Chúa Trời đặt để những người mà Chúa đã kêu gọi trở thành lãnh đạo thuộc linh ở trong đời sống của chúng ta, thì chúng ta sẽ có những tấm gương giữ vai trò thực tiễn và nhìn thấy những khải tượng tin kính. Đức Chúa Trời đã sắm sẵn các giáo sư và Cơ Đốc nhân mà chúng ta có thể noi theo để tăng trưởng. Chúa không hề có ý định cho đời sống Cơ Đốc mà không có sự trợ giúp của họ. Chúng ta sẽ bàn thêm về vấn đề này trong chương 7.

Thấu hiểu và thực hành sự cầu nguyện theo Kinh Thánh

Thật quá rõ ràng để nói đến phần áp dụng của những điều học được từ Kinh Thánh về sự cầu nguyện sẽ giúp Cơ Đốc nhân tăng trưởng, nhưng đó là sự thật. Hãy hiểu rằng Đức Chúa Trời của cõi hoàn vũ không chỉ phán với chúng ta qua Lời Chúa, mà còn muốn chúng ta trò chuyện với Ngài qua sự cầu nguyện là một điều vô cùng kinh ngạc, khiêm tốn và vô cùng khích lệ.

Trên hết, chúng ta nhận ra sự cầu nguyện là một đặc ân mà Đức Chúa Jêsus Christ đã chuộc lại cho chúng ta. Chúng ta có thể dạn dĩ biết rằng Đức Chúa Trời lắng nghe lời cầu nguyện của chúng ta vì cớ Ngài. Sự cầu nguyện làm cho lòng kính mến Chúa của chúng ta phát triển và gia tăng. Đó là lý do vì sao Cơ Đốc nhân trong Tân Ước thường xuyên và tin tưởng vào sự cầu nguyện.

Khi Đức Thánh Linh khiến chúng ta được nên thánh và khao khát của chúng ta được biến hóa theo ý muốn của Ngài, thì lời cầu nguyện của chúng ta sẽ thay đổi. Chúng ta thấy mình không còn cầu nguyện cho những hoàn cảnh trong đời sống nữa và cầu nguyện nhiều hơn cho ý định của Đức Chúa Trời. Chúng ta thấy mình mạnh dạn cất lên những lời cầu nguyện cao cả hơn về sự cải đạo và sự tấn tới của Phúc Âm trong thành phố, quốc gia và trên toàn thế giới. Chúng ta khao khát Đức Chúa Trời sẽ được vinh hiển càng hơn nữa.

Cầu nguyện với nhau trong Hội thánh địa phương sẽ định hình và thúc đẩy sự tăng trưởng trong chính tấm lòng của chúng ta. Chúng ta sẽ thấy mình yêu mến những điều tốt đẹp nhất và những điều Chúa muốn. Thay vì tránh né giờ cầu nguyện với Hội thánh của mình, chúng ta bắt đầu khát khao thì giờ đó nhiều hơn. Chúng ta bắt đầu quan tâm đến đời sống thuộc linh của mình nhiều hơn và cởi mở hơn ở trước mặt Đức Chúa Trời và anh chị em trong Chúa của chúng ta. Chúng ta xót xa. Chúng ta mong chờ. Chúng ta thừa nhận. Chúng ta kêu khóc. Chúng ta hy vọng. Chúng ta cầu xin. Chúng ta thắc mắc và muốn biết. Chúng ta cảm tạ Đức Chúa Trời và ngợi khen Chúa. Tất cả những điều này xuất phát từ việc thấu hiểu những điều Kinh Thánh dạy về sự cầu nguyện, khi chúng ta càng học hỏi và càng biết cầu nguyện với mọi người trong Hội thánh. Chúng ta nhận ra lời cầu nguyện của mình làm vinh hiển Đức Chúa Trời. Cầu nguyện là tuyên bố chúng ta phụ thuộc vào Đức Chúa Trời. Khi chúng ta nhờ cậy Đức Chúa Trời cách công khai, thì Chúa được tôn kính và Hội thánh được gây dựng. Chúng ta sẽ bàn về điểm này trong chương 8.

Thấu hiểu và thực hành công tác truyền giáo theo Kinh Thánh

Thấu hiểu và thực hành công tác truyền giáo theo Kinh Thánh cũng giúp chúng ta tăng trưởng trong Đấng Christ. Điều này củng cố sự hiểu biết của chúng ta về cảnh ngộ của mọi người ở xung quanh mình. Điều này giữ Phúc Âm luôn nằm ở mặt tiền và trung tâm ở trong suy nghĩ và đời sống của chúng ta trong Hội thánh địa phương. Điều này còn kéo chúng ta ra khỏi cái tôi của mình, giúp chúng ta thấy ý định cao cả của Đức Chúa Trời và nhắc nhở chúng ta luôn hướng về Ngài. Điều này cũng giúp tái thiết lại những kỳ vọng và khao khát của chúng ta nữa.

Nghiên cứu kế hoạch Phúc Âm của Đức Chúa Trời cho toàn cầu khiến chúng ta nhìn vào Lời của Ngài. Chúng ta phải tìm hiểu câu chuyện chính của Kinh Thánh, từ Áp-ra-ham cho đến thiên thành. Chúng ta còn được đào sâu sự hiểu biết của mình về những điều quan trọng mà Hội thánh địa phương đang làm nữa. Điều này khiến chúng ta sẵn sàng chịu hy sinh. Chúng ta sẽ quan tâm đến ngân sách của Hội thánh hơn. Chúng ta sẽ bị thách thức về cách lập kế hoạch cho kì nghỉ của mình. Tình yêu thương của chúng ta dành cho những người có sự khác biệt với mình sẽ nhiều hơn.

Tăng trưởng sự hiểu biết và thực hành công tác truyền giáo theo Kinh Thánh sẽ ảnh hưởng đến những điều chúng ta cầu nguyện. Chúng ta sẽ thay đổi lối suy nghĩ của mình về công tác thành lập Hội thánh mới. Chúng ta sẽ thay đổi lối suy nghĩ của mình về ngày tháng còn lại trên đất để phục sự Đức Chúa Trời. Chúng ta sẽ quan tâm đến đời sống và công việc của người khác nhiều hơn. Chúng ta sẽ có tấm lòng muốn tạo vật của Ngài được biến hóa để thuộc riêng về Chúa, hầu cho Đức Chúa Trời được tôn vinh hiển. Đó là sự tăng trưởng thuộc linh, có phải không? Khi hết thảy những điều này xảy ra trong Hội thánh địa phương, không chỉ xảy ra với chúng ta thôi đâu. Những tín hữu khác cũng kinh nghiệm được điều đó. Họ tận mắt nhìn thấy sự tốt lành và ân điển của Đức Chúa Trời ở mức độ to lớn chưa từng có trước đây. Khoảng thời gian mà Hội thánh biệt riêng để cầu nguyện cho công tác rao truyền Phúc Âm khắp mọi nơi trở thành ký ức khó quên, nhắc nhở chúng ta về sự thành tín của Đức Chúa Trời trong quá khứ và khuyến khích chúng ta tin cậy Chúa hơn trong tương lai. Thông qua hết thảy mọi sự, sự hiệp một của chúng ta ngày càng sâu sắc và tăng trưởng hơn. Một lần nữa, chúng ta sẽ nói thêm về hết thảy những điều này trong chương 9.

Có vài cách mà tám dấu hiệu khác của Hội thánh vững mạnh góp phần vào sự tăng trưởng thuộc linh của Cơ Đốc nhân.

HY VỌNG VỀ SỰ TĂNG TRƯỞNG

Trước khi bàn về *tầm quan trọng* của sự tăng trưởng thuộc linh, tôi muốn chia sẻ một vài hy vọng – về mục vụ của mình và của Hội thánh tôi – liên quan đến khía cạnh tăng trưởng thuộc linh này.

Vai trò thăm viếng của mục sư

Trong vai trò làm mục sư, tôi đặc biệt hy vọng, tuy chậm nhưng chắc chắn, rằng mình sẽ thực hiện được công tác thăm viếng thường xuyên đều đặn như nhiều năm qua.[4] Khi lần đầu đặt chân đến Hội thánh Báp-tít Capitol Hill, tôi đã họp với các tín hữu đương thời lúc bấy giờ. Chính tôi hoặc một trưởng lão khác phỏng vấn tất cả tân tín hữu để kiểm tra sự hiểu biết của họ về Phúc Âm và họ đã tin Chúa như thế nào. Chúng tôi hy vọng sẽ hiểu họ hơn qua mấy lần gặp gỡ rất ngắn ngủi ở trước cửa nhà thờ vào sáng Chúa Nhật. Rất nhiều mục sư đã thực hiện điều này bằng cách tổ chức đi thăm viếng thường xuyên, gặp gỡ từng tín hữu để cầu nguyện và hỏi thăm về cuộc sống của họ. Những câu hỏi sau đây đã được một mục sư khác chia sẻ với tôi, chúng giúp chúng tôi biết rõ tín hữu của mình:

- Kể từ lần gặp nhau cuối cùng cho đến bây giờ, bạn đã làm gì để giúp bản thân hiểu rõ hơn về đời sống Cơ Đốc?

---

4. Để biết thêm tài liệu dành cho vai trò mục sư tại Hội thánh Báp-tít Capitol Hill, hãy xem quyển *Làm thế nào để xây dựng Hội thánh vững mạnh: Cẩm nang thực tiễn cho vai trò lãnh đạo có chủ đích* của Mark Dever và Paul Alexander (Wheaton, IL: Crossway, 2021), hoặc đi nhóm vào cuối tuần. Xem https://www.9marks.org/events/what-is-a-weekender/.

- Kể từ lần gặp nhau cuối cùng cho đến bây giờ, bạn đã làm gì để thực hành đời sống Cơ Đốc?
- Bạn có cần được chỉ dẫn thêm trong lĩnh vực cụ thể nào không?
- Bạn có thất vọng khi theo đuổi sự thánh khiết của mình không? Nếu có, hãy giải thích.
- Bạn có điều gì cần được cầu thay không?

Tôi muốn thấy những điều này xảy ra trong Hội thánh mà mình đang chăm sóc, tôi cũng mong điều này sẽ xảy ra với Hội thánh của mọi người nữa.

Hội Thánh cùng nhau tăng trưởng

Tôi hy vọng rằng càng ngày tín hữu của Hội thánh Báp-tít Capitol Hill sẽ càng sống đúng theo những điều chúng ta đã cam kết với Đức Chúa Trời và với nhau trong giao ước của Hội thánh như sau.

Nhờ ân điển tối thượng mà chúng ta có thể ăn năn và tin nhận Đức Chúa Jêsus Christ, phó dâng đời sống mình cho Ngài, được làm phép báp-tem để tuyên xưng đức tin, trong danh Đức Chúa Cha, Đức Chúa Con và Đức Thánh Linh, giờ đây chúng ta nhờ cậy sự vùa giúp nhân từ của Ngài để tái kết ước lại giao ước của chúng ta với nhau.

Chúng ta sẽ hành động và cầu thay cho sự hiệp một trong Đức Thánh Linh bằng sự hòa bình.

Chúng ta sẽ sống yêu thương nhau như anh em tín hữu trong một Hội thánh Cơ Đốc; quan tâm lẫn nhau cũng như trung tín khuyên nhủ và cầu thay cho nhau khi cần.

Chúng ta sẽ không bỏ qua sự nhóm lại, cũng không bỏ quên sự cầu nguyện cho bản thân và cho người khác.

Chúng ta sẽ cố gắng nói với người thân bất kỳ lúc nào, trong sự nuôi dưỡng và khuyên răn của Chúa, sống làm gương và yêu thương để tìm cách cứu rỗi gia đình và bạn bè.

Chúng ta sẽ vui mừng khi người khác có sự vui mừng, cố gắng thông cảm để mang lấy gánh nặng và đau buồn của nhau. Nhờ Chúa phù hộ, chúng ta sẽ tìm cách sống cẩn thận trong thế gian, tránh xa tội lỗi và ham muốn xác thịt, luôn nhớ rằng chúng ta đã tình nguyện đồng chết với Chúa qua thánh lễ báp-tem và đồng sống lại với Ngài từ mộ phần, thì chúng ta có nghĩa vụ đặc biệt là sống một cuộc đời mới và thánh khiết.

Chúng ta sẽ cùng nhau thực hiện công tác truyền giáo cách trung tín trong Hội thánh cũng như tổ chức sự thờ phượng, lễ nghi, kỷ luật và học giáo lý. Chúng ta sẽ dâng hiến thường xuyên cách vui mừng để hỗ trợ cho mục vụ, cho các chi tiêu của Hội thánh, cứu trợ người nghèo và truyền bá Phúc Âm.

Chúng ta sẽ liên hiệp với Hội thánh khác để thực thi tinh thần của giao ước này và những nguyên tắc của Lời Chúa càng sớm càng tốt.

Cầu xin ân điển của Đức Chúa Jêsus Christ, tình yêu thương của Đức Chúa Trời và sự thông công của Đức Thánh Linh ở cùng chúng ta. Amen.

Mỗi khi chúng ta nhóm lại ở trước bàn tiệc của Chúa và ở trong giờ nhóm, tín hữu của Hội thánh đều đứng và cùng nhau đọc lớn tiếng giao ước này. Đó là một cách để chúng ta bày tỏ sự cam kết của mình với nhau như là một phần cam kết của chúng ta với Đức Chúa Trời.

Giao ước này cũng cho thấy sự hiểu biết của Cơ Đốc nhân về sự tăng trưởng không phải là trách nhiệm của riêng mỗi cá nhân. Cũng không chỉ là trách nhiệm của mục sư. Tín hữu của Hội thánh phải dạy dỗ lẫn nhau. Đó là một phần để chúng ta gắn kết với nhau trong thân thể của Đấng Christ. Giao ước của Hội thánh bao gồm những điều mà Cơ Đốc nhân cần phải làm để giúp nhau tăng trưởng. Chúng ta sẽ làm không tốt – đây là điều hiển nhiên. Nhưng tôi hy vọng rằng: Hội thánh của chúng ta sẽ không ngừng hành động và cầu nguyện với nhau, đồng hành với nhau, không bỏ qua sự nhóm lại, cố gắng nâng đỡ những người mà Chúa đã giao phó cho chúng ta theo ý muốn và đường lối của Ngài, chia sẻ niềm vui và đau buồn với nhau, sống cách cẩn thận, làm việc với nhau trong mục vụ, đóng góp vào các chi tiêu, đóng góp vào sứ mạng rao truyền Phúc Âm cho muôn dân, cũng biết rằng khi chúng ta rời khỏi Hội thánh, chúng ta vẫn tiếp tục liên hiệp với Hội thánh khác để thực hiện những điều kể trên. Đây là những điều chúng ta sẽ cam kết giúp đỡ nhau tăng trưởng đời sống Cơ Đốc của mình.

TẦM QUAN TRỌNG CỦA SỰ TĂNG TRƯỞNG TỐT

Sự tăng trưởng có quan trọng không? Đương nhiên, sự tăng trưởng ở trong đời sống Cơ Đốc rất là quan trọng. Đây là cách để chúng ta làm chứng về Đức Chúa Trời. Khi thấy một Hội thánh có tín hữu trở nên giống như Đấng Christ, thì đó là thành quả của ai? Chúng ta đã thấy câu trả lời trong Kinh Thánh: "Đức Chúa Trời đã làm cho lớn lên" (1 Cô-rinh-tô 3-6). Sứ đồ Phi-e-rơ đã viết cho vài Cơ Đốc nhân đầu tiên rằng: "Phải ăn ở ngay lành giữa dân ngoại, hầu cho họ, là kẻ vẫn giềm chê anh em như người gian ác, đã thấy việc lành anh em, thì đến ngày Chúa thăm viếng" (1 Phi-e-rơ 2:12).

Sứ đồ Phi-e-rơ đang nhớ lại mấy lời Chúa Jêsus đã phán trong bài giảng trên núi rằng: "Sự sáng các ngươi hãy soi trước mặt người ta như vậy, đặng họ thấy những việc lành của các ngươi . . ." Nhưng Chúa Jêsus không dừng lại ở đó, thật dễ rơi vào cạm bẫy của sự tự tôn, Chúa phán tiếp rằng: ". . . và ngợi khen Cha các ngươi ở trên trời" (Ma-thi-ơ 5:16). Cố gắng thúc đẩy công tác môn đồ hóa và sự tăng trưởng của Cơ Đốc nhân là cố gắng làm vinh hiển Đức Chúa Trời, chứ không phải chúng ta. Đây là cách Đức Chúa Trời sẽ khiến cả thế giới biết Ngài.

Một Hội thánh vững mạnh sẽ quan tâm sâu sắc đến sự tăng trưởng của Hội thánh – không chỉ số lượng mà sự trưởng thành của tín hữu nữa. Một Hội thánh đầy dẫy Cơ Đốc nhân trưởng thành là điều mà mục sư như tôi luôn kỳ vọng. Có vài người ngày nay nghĩ rằng một người có thể là "con đỏ" suốt đời. Dường như sự tăng trưởng được xem là một tùy chọn dành cho những môn đồ cực đoan nào đó. Nhưng hãy cẩn thận với suy nghĩ này. Sự tăng trưởng là một dấu hiệu của sự sống. Cây nào còn tăng trưởng thì cây đó còn sống, loài vật nào còn phát triển thì loài vật ấy còn sống. Khi một vật ngừng phát triển, thì vật ấy đã chết. Sự tăng trưởng không nhất thiết là tốc độ lần này nhanh gấp đôi lần trước; mà có nghĩa là chúng ta vẫn tiếp tục đi đúng con đường của Cơ Đốc nhân, cho dù hoàn cảnh bất lợi ra sao. Hãy nhớ rằng chỉ những thứ còn sống mới lội ngược dòng; còn những thứ đã chết đều trôi theo dòng nước.

Sứ đồ Phao-lô hy vọng rằng tín hữu ở thành Cô-rinh-tô sẽ lớn lên trong đức tin Cơ Đốc (2 Cô-rinh-tô 10:15). Ông đã hy vọng rằng tín hữu ở Ê-phê-sô sẽ "được thêm lên trong Đấng làm đầu, tức là Đấng Christ" (Ê-phê-sô 4:15; xem Cô-lô-se 1:10; 2 Tê-sa-lô-ni-ca

1:3). Các mục sư cũng rơi cám dỗ biến Hội thánh của họ thành những con số thống kê lượng người tham dự, làm lễ báp-tem, tiền dâng hiến và tổng số lượng tín hữu vì sự tăng trưởng sẽ được ghi nhận, làm bằng chứng và đem ra so sánh. Tuy nhiên, các số liệu thống kê như vậy không cho thấy sự tăng trưởng thực sự mà sứ đồ Phao-lô mô tả trong các câu Kinh Thánh ở trên, là sự tăng trưởng mà Đức Chúa Trời mong muốn. Thay vì nghĩ về sự tăng trưởng như một biểu đồ tuyến tính, ghi nhận các số liệu tăng giảm – tổng số người đi nhóm, tổng tiền dâng hiến, tổng số sách đã đọc – có lẽ chúng ta nên nghĩ đến sự tăng trưởng của Cơ Đốc nhân giống như một trò chơi điện tử mà mỗi ngày chúng ta phải vượt qua thử thách mới để xứng đáng là Cơ Đốc nhân thật.

Sự tăng trưởng thật trong công tác môn đồ hóa Cơ Đốc không đơn thuần là sự vui mừng, phát triển khả năng vận dụng từ ngữ tôn giáo của một người, hoặc tăng trưởng sự hiểu biết Kinh Thánh. Cũng không phải là thêm lên niềm vui hoặc tình yêu thương hoặc sự lo lắng cho Hội thánh. Ngay cả có thêm lòng sốt sắng, ngợi khen Đức Chúa Trời, có đức tin đi nữa đều là những bằng chứng sai lầm về sự tăng trưởng Cơ Đốc thật. Vậy thì bằng chứng về sự tăng trưởng Cơ Đốc thật là *gì*? Trong khi hết thảy những điều kể trên có thể là bằng chứng cho sự tăng trưởng của Cơ Đốc nhân, nhưng dấu hiệu phản ánh đúng nhất sự tăng trưởng này là đời sống nên thánh được đâm rễ trong sự từ bỏ cái tôi của Cơ Đốc nhân. Hội thánh nên có dấu hiệu gia tăng sự tin kính trong đời sống của tín hữu.

Những ảnh hưởng tốt đẹp từ một cộng đồng tín hữu đã lập giao ước với nhau có thể là công cụ ở trong tay của Đức Chúa Trời để giúp con dân Chúa tăng trưởng. Khi dân sự của Đức Chúa Trời được xây dựng và cùng nhau lớn lên trong sự thánh khiết và tình yêu hy sinh, họ sẽ cải thiện sự kỷ luật và khuyến khích thêm công tác môn đồ hoá. Hội thánh có nghĩa vụ trở thành công cụ của Đức Chúa Trời để giúp tôi con Chúa tăng trưởng trong ân điển. Nếu Hội thánh chỉ dạy dỗ những ý tưởng của mục sư, Đức Chúa Trời bị chất vấn nhiều hơn được thờ phượng, Phúc Âm bị pha loãng và công tác truyền giảng bị xuyên tạc, tín hữu Hội thánh chỉ là danh nghĩa, lời cầu nguyện ngắn cụt, công tác truyền giáo bị bỏ quên và nhân cách thế tục được phép phát triển chung quanh mục sư, thì người ta rất khó tìm được một cộng đồng gắn kết và gây dựng. Một Hội thánh như vậy chắc chắn sẽ không làm vinh hiển Đức Chúa Trời. Vậy, lời cuối cùng của sứ đồ Phi-e-rơ dành cho Cơ Đốc nhân đầu tiên là lời cầu nguyện được diễn đạt bằng mạng lịnh như sau: "Hãy tấn tới trong ân điển và trong sự thông biết Chúa và Cứu Chúa chúng ta là Đức Chúa Jêsus Christ. Nguyền xin vinh hiển về nơi Ngài, từ rày đến đời đời! A-men. Amen" (2 Phi-e-rơ 3:18).

Trong số chín dấu hiệu được đề cập trong quyển sách này, đây là điều đầu tiên tôi quan tâm. Bao nhiêu người trong chúng ta đã từng thấy các Hội thánh lớn có hàng ngàn tín hữu không đi nhóm, hàng trăm người nhóm lại chẳng quan tâm gì đến Đức Chúa Trời? Hội thánh nào cũng có những tín hữu sống rất đạo đức; nhưng có vài người đặc biệt yêu mến Chúa, họ thường nổi bật hơn – khác với những người còn lại trong Hội thánh. Trong hơn bốn mươi năm qua, tôi đã tự hỏi vì sao Hội thánh lại như vậy. Điều gì đã xảy ra với Hội thánh của chúng ta, mọi người có vẻ sống giống như Cơ Đốc nhân nhưng lại rất bất thường, ngay cả khi so sánh với tín hữu thuộc Hội thánh khác? Trong quyển sách này, tôi đã tổng hợp lại những điều mình đã thấy, rồi tìm cách dẫn chúng ta quay lại với nguồn cội của Đức Chúa Trời – tức là Lời Chúa.

Nếu người tin Chúa và Hội thánh muốn tăng trưởng, chúng ta phải ngồi lại với Lời Chúa. Chúng ta phải cầu xin Đức Thánh Linh gieo trồng và nhổ cỏ dại ở trong tấm lòng chúng ta. Sự tăng trưởng thuộc linh không phải là một tùy chọn; điều này quan trọng vì sự tăng trưởng thuộc linh là biểu thị của sự sống. Điều gì có sự sống thì sẽ có sự tăng trưởng.

CHUYỆN GÌ SẼ XẢY RA NẾU CHÚNG TA KHÔNG TĂNG TRƯỞNG?

Cuối cùng, chuyện gì sẽ xảy ra nếu chúng ta không tăng trưởng thuộc linh? Rob thì sao? Vì sao Rob không có sự tăng trưởng ở trong đời sống Cơ Đốc của mình? Có lẽ Rob chưa thực sự tin Chúa chăng?

Chúng ta nghĩ: *Sao khó thế*. Có lẽ Rob chỉ là một trong những Cơ Đốc Nhân "xác thịt" mà sứ đồ Phao-lô nói đâu đó trong Kinh Thánh. Đúng, trong 1 Cô-rinh-tô, sứ đồ Phao-lô đề cập đến "Cơ Đốc nhân xác thịt". Ông viết rằng: "Hỡi anh em, về phần tôi, tôi chẳng có thể nói với anh em như với người thiêng liêng, nhưng như với người xác thịt, như với các con đỏ trong Đấng Christ vậy" (1 Cô-rinh-tô 3:1). Nhưng họ là ai? Có phải Cơ Đốc nhân xác thịt là "hạng người lưng lửng" có Chúa Jêsus trong đời sống nhưng không tôn Chúa làm vua ở trong đời sống của mình chăng? Điều này nghe có kỳ lạ không? Một mặt, chúng ta có Cơ Đốc nhân tôn Đấng Christ là Chúa và tôn Ngài làm vua ở trong lòng mình. Mặt khác, chúng ta có những người chưa tin Chúa. Nhưng vài người cãi rằng: hạng người lưng lửng là những kẻ có Đấng Christ trong đời sống của họ nhưng Chúa không được làm vua. Đó là Cơ Đốc nhân "xác thịt".

Tôi nghĩ cách tự nhiên hơn để hiểu câu Kinh Thánh này đó là sứ đồ Phao-lô đang làm hổ thẹn độc giả của mình bằng cách chỉ ra những kẻ tự xưng mình là Cơ Đốc nhân mà vẫn còn sống như thế gian. Khi gọi họ là "xác thịt" hoặc "theo thế gian", thì sứ đồ Phao-lô đang dùng phép nghịch hợp. Phép nghịch hợp là kết hợp hai từ trái ngược nhau. Như vậy, Cơ Đốc Nhân xác thịt sẽ giống như đá nóng. Chẳng có ý nghĩa gì cả. Khi viết như vậy, sứ đồ Phao-lô đang nói với độc giả của mình rằng: "Hãy tỉnh thức! Anh em đang sống khác với điều mình đã nói. Anh em không được làm như vậy. Mấy con ngựa đó đang đi ngược chiều – hãy theo chiều này hoặc là chiều kia!"

Nhiều người hiểu sai câu Kinh Thánh này mà tự cho rằng họ đã được cứu và là Cơ Đốc nhân thật, mặc dù họ chưa thực sự ăn năn và tin Chúa. Chẳng có gì phải ngạc nhiên khi đời sống của những kẻ tự xưng Cơ Đốc nhân là một mớ hỗn độn, trong khi Hội thánh của họ cũng không giải thích được vấn đề căn bản này. Hãy suy xét ý nghĩa của việc trở thành Cơ Đốc nhân. Trở thành Cơ Đốc nhân không có nghĩa là hoàn hảo, mà có nghĩa là tấm lòng của chúng ta muốn tìm kiếm Chúa. Nếu chúng ta là Cơ Đốc nhân, ấy là vì Đức Chúa Trời, nhân từ hành động ở trong đời sống của mình, đã ban cho chúng ta khao khát sống làm đẹp lòng Chúa càng hơn. Sự tăng trưởng là dấu hiệu của đời sống thuộc linh thật, một dấu hiệu khác nữa về một Hội thánh vững mạnh.

CÁC TÀI LIỆU KHÁC

- Cho nhóm nhỏ: *Tăng trưởng với nhau: Môn đồ hóa trong Hội thánh* (2012) của Bobby Jamieson, bài học Kinh Thánh theo phương pháp quy nạp bảy tuần.
- Nghiên cứu: *Sự sống của Đức Chúa Trời trong Hội*

*thánh: Gốc rễ và Bông trái của Mối thông công Thuộc
linh* (2012) của Thabiti Anyabwile.

- Xem thêm Richard Sibbes, *Cây sậy Dập nát* (1631); J. C.
  Ryle, *Thánh khiết: Bản chất, Trở ngại, Khó khăn, Gốc rễ*
  (1877) và *Những tư tưởng cho giới trẻ* (1886); Donald S.
  Whitney, *Rèn luyện Tâm linh trong Nếp sống Cơ Đốc*
  (1991); John Piper, *Ân điển Vị lai* (1995); C. J. Mahaney,
  Sống với thập giá: Tập chú vào Phúc Âm (2002) và
  Khiêm nhường: Sự vĩ đại thật (2005); Colin Marshall và
  Tony Payne, *Cây nho và Giàn mắt cáo:Thay đổi Tư duy
  Mục vụ Sẽ Đổi thay Mọi thứ* (2009); Mark Dever, *Nếp
  sống: Làm sao giúp người khác theo Chúa Jêsus* (2016);
  Aaron Menikoff, *Vấn đề Phẩm chất: Chăn bầy bằng
  bông trái của Thánh Linh* (2020); Isaac Adams, *Đào tạo:
  Cơ Đốc nhân phải làm gì để tăng trưởng?* (2020); và các
  tài nguyên trực tuyến của CCEF tại www.ccef.org.

Tiếp theo

Dấu hiệu 7: Vai trò lãnh đạo Hội thánh theo Kinh Thánh

Vai trò lãnh đạo hội chúng trong Hội thánh
Những phẩm chất của vai trò lãnh đạo Hội thánh theo Kinh Thánh
Sức hút của vai trò lãnh đạo Hội thánh
Vai trò lãnh đạo Hội thánh giống Đấng Christ

Chỉ huy
Dẫn đầu
Hỗ trợ
Phục vụ

Mối liên hệ của vai trò lãnh đạo Hội thánh với bản chất và đặc tánh của Đức Chúa Trời

DẤU HIỆU 7
VAI TRÒ LÃNH ĐẠO HỘI THÁNH THEO KINH THÁNH

"Tất cả động vật đều bình đẳng, nhưng có loài bình đẳng hơn loài khác". Khi kết thúc chương cuối cùng với câu nói đó trong quyển *Trại gia súc*, tác giả George Orwell đã đưa ra lời tóm tắt về người lãnh đạo và một nhà nước kia.[1] Câu chuyện này rất nổi tiếng: các loài vật trỗi dậy, tổ chức, thay thế gia đình Jones (những người chủ trang trại) và bắt đầu điều hành trang trại theo ý của chúng – từ đó mới có cái tựa *Trại gia súc* – do động vật, vì động vật.

Tất nhiên, sau sự sa ngã, trải nghiệm không tưởng này chắc chắn sẽ thất bại, điều đó đã xảy ra. Cuối cùng, một tầng lớp thống trị mới xuất hiện – loài lợn – kết luận của quyển sách là chúng đang treo những cái biển hiệu: "Tất cả động vật đều bình đẳng, nhưng có loài bình đẳng hơn những loài khác". Thay vì giải thích về sự lạm quyền chỉ là một khía cạnh của một nền kinh tế, thì Orwell thấy vấn đề còn sâu xa hơn thế nữa – tức là bắt nguồn từ mối liên hệ của loài người,

---

1. George Orwell, *Trại gia súc* (New York: Tân thư viện Hoa Kỳ, 1963), 123.

bản chất của hiện thực và tấm lòng của loài người. Sự phê phán về quyền lực của Orwell dường như rất sâu sắc và nhức nhối khi xuất hiện lần đầu cách đây hơn 50 năm. Ngày hôm nay, điều này lại có vẻ hiển nhiên. Chúng ta đã quen với lối suy nghĩ về sự lạm dụng thường đi đôi với quyền lực, còn chủ nghĩa độc tài đi đôi với nhà cầm quyền.

Dù lý do là gì đi nữa, xã hội của chúng ta đã vốn có sự nghi ngờ về các bậc cầm quyền rồi. Có lẽ vấn đề nằm ở nhà nước của chúng ta đã được thành lập để chống lại những yêu sách và đòi hỏi từ Quốc hội Anh ở Luân Đôn. Có lẽ vấn đề là đối với nhiều người Mỹ, chính phủ hiện thời đang nỗ lực đảm bảo quyền bình đẳng cho mọi người cũng không khác gì chính phủ trước đây đã nỗ lực để tước mất quyền bình đẳng ấy. Có lẽ vấn đề nằm ở chỗ cách nhìn nhận giá trị của con người – chủ nghĩa lạc quan của người Mỹ tin rằng mọi người đều tốt đến mức, nếu chẳng ai đụng đến, "chúng ta, người dân" sẽ tự trở thành phiên bản tốt hơn.

Hoặc có lẽ lời giải thích cho chủ nghĩa chống độc tài của chúng ta đơn giản hơn. Có lẽ vấn đề nằm ở chỗ ích kỷ.

Cơ Đốc giáo luôn nhận ra nhu cầu phải có những bậc cầm quyền trong xã hội, trong gia đình và trong Hội thánh, mà đối tượng cuối cùng chính là chủ đề của chương này: vai trò lãnh đạo Hội thánh theo Kinh Thánh. Chủ đề này đặc biệt quan trọng ở trong bối cảnh các mô hình lãnh đạo xung quanh chúng ta đang ngày càng đi xuống. Trên thực tế, một trong những điều làm cho ấn bản thứ tư này trở nên quan trọng đối với tôi là vì rất nhiều mục sư lỗi lạc đang tự hủy hoại bản thân. Mặc dù hoàn cảnh của họ khác nhau, nhưng thực tế cho thấy đã có rất nhiều người thất bại thảm hại trong vai trò mục sư.

Cuộc khủng hoảng này cần phải được giải quyết phần nào bằng

cách tra xét lại phẩm chất của mục sư.[2] Cách tiếp cận này sẽ không được ưa chuộng vì không được thử nghiệm. Không được ưa chuộng và không được thử nghiệm bị cho là cách dạy dỗ của Tân Ước về việc cơ cấu Hội thánh. Có phải chúng ta đã đặt quá nhiều kỳ vọng vào một chi thể nào đó ở trong thân? Tập chú nhiều hơn vào sự dạy dỗ của Tân Ước về cơ cấu (vai trò lãnh đạo Hội thánh) có giúp cho sự tin kính của các mục sư và mối liên hệ của họ với hội chúng không? Kinh Thánh nói gì về thẩm quyền và vai trò lãnh đạo trong Hội thánh? Để trả lời những câu hỏi này, chúng ta sẽ tập trung vào năm lĩnh vực ở trong vai trò lãnh đạo Hội thánh:

Bối cảnh của hội chúng;

Những phẩm chất theo Kinh Thánh;

Có tài thuyết phục;

Giống như Đấng Christ;

Mối liên hệ với bản chất và đặc tánh của Đức Chúa Trời.

VAI TRÒ LÃNH ĐẠO HỘI CHÚNG TRONG HỘI THÁNH

Chủ đề đầu tiên chúng ta cần suy xét khi bàn về vai trò lãnh đạo Hội thánh theo Kinh Thánh là vai trò của tín hữu, tức là hội chúng. Kinh Thánh nói về vai trò lãnh đạo Hội thánh luôn bao gồm bối cảnh của Hội thánh. Những thập kỷ và thế kỷ trước, sinh hoạt của Hội thánh đã có nhiều tranh cãi về việc ai mới là người được Chúa chỉ định đưa ra phán quyết cuối cùng về những điều được dạy dỗ và cần phải

---

2. Xem Aaron Menikoff, *Các vấn đề về đặc tính: Chăn bầy bằng bông trái Thánh Linh* (Chicago, IL: Moody, 2020).

thực hiện trong Hội thánh. Người này cho rằng đó là các giám mục. Người kia nói là thẩm quyền của một giám mục nào đó. Những người khác lại cho rằng đó là các mục sư hoặc một người đại diện của họ. Còn số khác nói là mục sư ở địa phương hoặc những lãnh đạo có ân tứ đặc biệt được Đức Chúa Trời dấy lên.

Chúng ta có thể hiểu sự bối rối này. Nếu bắt đầu tìm kiếm trong Tân Ước về cách tổ chức Hội thánh, thì bạn sẽ không tìm được một cẩm nang rõ ràng nào về cách quản trị Hội thánh đâu; không có một cơ cấu lý tưởng nào cho Hội thánh cả. Nhưng nói vậy không có nghĩa là Kinh Thánh không nói gì hết về cách tự tổ chức. Một trong những đoạn Kinh Thánh quan trọng nhất về sinh hoạt của Hội thánh là Ma-thi-ơ 18:15–17, trong đó Chúa Jêsus phán rằng:

> Nếu anh em ngươi phạm tội cùng ngươi, thì hãy trách người khi chỉ có ngươi với một mình người; như người nghe lời, thì ngươi được anh em lại. Ví bằng không nghe, hãy mời một hai người đi với ngươi, hầu cứ lời hai ba người làm chứng mà mọi việc được chắc chắn. Nếu người không chịu nghe các người đó, thì hãy cáo cùng Hội thánh, lại nếu người không chịu nghe Hội thánh, thì hãy coi người như kẻ ngoại và kẻ thâu thuế vậy.

Hãy để ý đến đối tượng cuối cùng mà người ta tìm đến trong những trường hợp như vậy. Tòa án có quyền phán quyết sau cùng chăng? Không phải là giám mục, giáo hoàng hoặc hội đồng trưởng lão; cũng không phải một hội đồng, cộng đoàn, hiệp hội hoặc hội nghị. Thậm chí không phải là mục sư, hội đồng trưởng lão, hội đồng chấp sự, hoặc ủy ban xây dựng Hội thánh. Nhưng đơn giản là Hội thánh – tức là gồm có những người tin Chúa, hình thành nên một Hội thánh.

Trong Công vụ 6:2–5, chúng ta thấy có một sự kiện quan trọng ở trong sinh hoạt của Hội thánh đầu tiên. Rõ ràng, Hội thánh đang gặp phải vấn đề cấp phát lương thực, vấn đề này đòi hỏi sự chú ý từ các sứ đồ:

> Mười hai sứ đồ bèn gọi hết thảy môn đồ nhóm lại, mà nói rằng: Bỏ sự dạy đạo Đức Chúa Trời mà giúp việc bàn tiệc thật chẳng xứng hợp. Vậy anh em hãy chọn trong bọn mình bảy người có danh tốt, đầy dẫy Đức Thánh Linh và trí khôn, rồi chúng ta sẽ giao việc nầy cho. Còn chúng ta sẽ cứ chuyên lo về sự cầu nguyện và chức vụ giảng đạo. Cả hội đều lấy lời đó làm đẹp lòng. (Công vụ 6:2–5)

Lu-ca tiếp tục nêu tên những người được Hội thánh chọn ra để thi hành chức vụ này. Một trong những điều phức tạp khi dùng Tân Ước làm kim chỉ nam để cơ cấu sinh hoạt của Hội thánh là sự hiện diện của các sứ đồ ở trong Hội thánh. Ngày nay, các trưởng lão, mục sư và giám mục thời hậu sứ đồ có thể xem những điều các sứ đồ đã làm là kim chỉ nam ở mức độ như thế nào? Chúng ta có thể định nghĩa giáo lý, phơi bày sự sai trật, hoặc nhớ lại lời của Đấng Christ như các môn đồ đã từng làm khi họ còn ở với Chúa Jêsus suốt chức vụ trên đất của Ngài chăng, đó là những kẻ đã được Chúa dạy dỗ và chỉ dẫn, họ còn được giao phó để làm nền cho Hội thánh của Ngài nữa? Danh tính của chúng ta, là những trưởng lão ngày nay, sẽ được ghi trên nền của thành Giê-ru-sa-lem mới, giống như tên các sứ đồ chăng (Khải huyền 21:14)? Đáp án cho hết thảy những câu hỏi này rõ ràng là không.

Vấn đề của chúng ta khi noi theo tấm gương của các sứ đồ đó là: các lãnh đạo Hội thánh ngày nay có quá nhiều trọng trách trên vai, mà không hề xứng đáng với những thẩm quyền đó. Tuy nhiên trong Công vụ 6, chúng ta thấy chính các sứ đồ đã giao trách nhiệm cho hội chúng; họ dường như nhận ra có một thẩm quyền tối thượng nào đó ở giữa hội chúng, thấp hơn thẩm quyền của Đức Chúa Trời, mà Chúa Jêsus đã công nhận khi Ngài phán trong Ma-thi-ơ 18:15–17.

Cuối cùng, để tìm hiểu thêm về sinh hoạt của Hội thánh trong thời Tân Ước, chúng ta hãy suy xét các thư tín của sứ đồ Phao-lô. Chúng ta thấy họ vẫn giữ lời dạy của Đấng Christ và sự dạy dỗ của các sứ đồ. Trong các thư tín của sứ đồ Phao-lô, chúng ta thấy sự kỷ luật và giáo lý của Hội thánh địa phương đã được hội chúng giữ vững bằng đức tin, ở dưới sự tể trị của Đức Chúa Trời. Sự kỷ luật và giáo lý là trách nhiệm của hội chúng ở dưới thẩm quyền của Đức Chúa Trời.

Thí dụ, đối với câu hỏi về trách nhiệm thực hiện sự kỷ luật, hãy xem sứ đồ Phao-lô khuyến khích *cả hội chúng* tại thành Cô-rinh-tô trong 1 Cô-rinh-tô 5:4–5 như sau: "Khi anh em nhóm lại, tâm linh tôi cũng hiện diện cùng với quyền năng của Chúa chúng ta là Đức Chúa Jêsus; nhân danh Chúa là Đức Chúa Jêsus, chúng ta phó kẻ như thế cho Sa-tan hủy hoại phần thân xác để phần tâm linh được cứu trong ngày của Chúa". Sứ đồ Phao-lô hướng dẫn cả Hội thánh – chứ không chỉ các lãnh đạo – phải hành động. Thật vậy, ông thấy buồn cho cả Hội thánh – chứ không chỉ các lãnh đạo – vì họ chưa hành động và dung túng cho tội lỗi đến như vậy.

Trong 2 Cô-rinh-tô 2:6, chúng ta thấy vài điều mà Hội thánh này phản ứng với sự dạy dỗ của sứ đồ Phao-lô. Rõ ràng, người vi phạm tội ác như vậy (có lẽ cùng một người được đề cập trong 1 Cô-rinh-tô) đã ăn năn. Nhưng hãy chú ý đến sứ đồ Phao-lô mô tả quyết định mà Hội thánh đã đưa ra: "Kẻ đó đã bị phần nhiều người trong anh em quở trách, ấy là đủ rồi" (2 Cô-rinh-tô 2–6). Cụm từ "phần nhiều người" trong tiếng Hy Lạp dường như cho thấy đã có một số người nhất định và phần lớn trong số ấy đã đưa ra quyết định. Có thể bạn đã nghe người ta nói rằng không có sự bỏ phiếu nào xảy ra trong Hội thánh được ghi chép lại trong Tân Ước. Tuy nhiên, trong đoạn này, dường như đã có một cuộc bỏ phiếu ("phần nhiều người"). Sứ đồ Phao-lô biết rằng hội chúng ở thành Cô-rinh-tô này có đủ thẩm quyền để tự kỷ luật bản thân.

Sứ đồ Phao-lô tin rằng từng người trong hội chúng đều có trách nhiệm cuối cùng đối với sự dạy dỗ mà họ đã nghe. Trong Ga-la-ti, sứ đồ Phao-lô gửi lời chào thăm, đưa ra một lời cầu nguyện ngắn gọn cho độc giả, rồi sau đó nói rằng: "Tôi lấy làm lạ cho anh em đã vội bỏ Đấng gọi anh em bởi ơn Đức Chúa Jêsus Christ, đặng theo tin lành khác. Thật chẳng phải có tin lành khác, nhưng có mấy kẻ làm rối trí anh em, và muốn đánh đổ Tin lành của Đấng Christ. Nhưng nếu có ai, hoặc chính chúng tôi, hoặc thiên sứ trên trời, truyền cho anh em một tin lành nào khác với Tin lành chúng tôi đã truyền cho anh em, thì người ấy đáng bị a-na-them! Tôi đã nói rồi, nay lại nói lần nữa: Nếu ai truyền cho anh em một tin lành nào khác với Tin lành anh em đã nhận, thì người ấy đáng bị a-na-them!" (Ga-la-ti 1:6–9).

Xuyên suốt toàn bộ thư tín gửi cho người Ga-la-ti, sứ đồ Phao-lô nói với Hội thánh rằng họ có phải trách nhiệm đánh giá sứ điệp mà người ta đã giảng dạy cho mình. Sứ đồ Phao-lô nói rằng sứ điệp mà họ đang nghe không phải là Phúc Âm thật. Do đó, họ phải có trách nhiệm từ chối nghe theo những sứ điệp ấy lẫn mấy kẻ đang rao truyền chúng.

Khi chống lại tin lành sai trật này, điều quan trọng là sứ đồ Phao-lô không chỉ viết thư cho mục sư, trưởng lão, giám mục, hội nghị, giáo hội, hoặc chủng viện. Nhưng ông đã viết cho các Hội thánh. Ông đã viết cho Cơ Đốc nhân ở trong các Hội thánh và cho người nào đã nếm biết quyền phép của Phúc Âm ở trong đời sống cá nhân. Đây là lý do vì sao tín hữu Hội thánh phải là những kẻ đã được tái sinh. Thánh Linh của Đấng Christ phải hiện diện trong thân thể của Đấng Christ. Đức Thánh Linh dẫn dắt Hội thánh, nhưng chỉ khi Hội thánh được hình thành từ những kẻ đang có Thánh Linh sống ở trong lòng họ.

Sứ đồ Phao-lô đã nài xin Cơ Đốc nhân ở Ga-la-ti và nói rõ rằng họ không chỉ có quyền đánh giá sứ điệp rao giảng chẳng hạn như sứ điệp Phúc Âm, mà còn *được yêu cầu* phải làm điều đó nữa. Hễ người nào rao giảng một sứ điệp khác với sứ điệp "Phúc Âm", thì hội chúng phải có một quyết định. Họ có nghĩa vụ bắt buộc là đánh giá kể cả những kẻ tự xưng là sứ đồ.

Sứ đồ Phao-lô đã làm rõ điều này hơn nữa trong 2 Ti-mô-thê, khi ông cố vấn cho Ti-mô-thê đang làm mục sư cho Hội thánh ở Ê-phê-sô, về việc đối phó với các giáo sư giả. Khi sứ đồ Phao-lô mô tả sự gia tăng của các giáo sư giả ở trong Hội thánh, ông không chỉ đề cập đến các giáo sư giả ấy mà thôi. Ông còn đặc biệt lên án những kẻ "ham nghe những lời êm tai, theo tư dục mà nhóm họp các giáo sư xung quanh mình" (2 Ti-mô-thê 4:3). Nếu bạn đang nhóm lại với một Hội thánh không hề rao giảng Phúc Âm, tôi hy vọng bạn sẽ thấy mình có trách nhiệm hơn qua câu Kinh Thánh này. Cho dù hội chúng lựa chọn các giáo sư hoặc trả lương cho họ, khi thẩm định sự dạy dỗ của họ, hoặc chỉ ưng thuận và vui vẻ lắng nghe họ nhiều lần, thì hội chúng mà sứ đồ Phao-lô đang đề cập ở trong câu Kinh Thánh trên đáng bị khiển trách vì họ đã dung dưỡng và tài trợ cho sự dạy dỗ sai trật ấy. Họ phải bị định là kẻ có tội cũng như mấy kẻ đang giảng dạy sai lạc kia. Một lần nữa, chúng ta thấy trách nhiệm cuối cùng vẫn luôn thuộc về hội chúng.

Bạn đã bao giờ nghe một bài giảng tệ đến nỗi chỉ muốn bỏ ra ngoài chưa? Có lần tôi đã bỏ ra ngoài khi đang nghe giảng, tôi đã làm điều đó cách lớn tiếng, vì tôi nghĩ rằng những điều đang được giảng dạy sẽ hủy phá sứ điệp Phúc Âm đến nỗi không thể cứu vãn được nữa. Tôi không muốn tiếp tục ngồi yên và ngậm miệng lại, để khuyến khích người ta nghe theo lời người diễn giả đó. (Diễn giả này đã công khai chống lại giáo lý nguyên tội).

Nếu chúng ta ngồi nghe những điều rác rưởi được trình bày như là Lời Chúa, thì chúng ta sẽ phải chịu trách nhiệm. Thật vậy, nếu bạn ngồi nghe bài giảng *của tôi*, bạn sẽ phải chịu một phần trách nhiệm cho điều đó.

Mỗi Hội thánh địa phương trong Cơ Đốc giáo, từ Chính thống giáo Hy Lạp đến Ngũ tuần, từ Hội thánh Công giáo La Mã đến Báp-tít, từ Tân giáo đến Giáo hội Luther, từ Trưởng lão đến Giám lý, đều có tính chất tập thể. Chúng chỉ tồn tại khi mọi người tiếp tục dự phần vào các hoạt động của Hội thánh. Khi mọi người bỏ phiếu – dù là một buổi họp hoặc (nơi không được phép) bằng tiền hoặc đôi chân của họ – các lãnh đạo của hội chúng phải lắng nghe. Họ không nhất thiết phải đồng tình, nhưng phải lắng nghe. Hội chúng sẽ có tiếng nói của mình. Đó là điều rất dễ hiểu phải không!

Tuy nhiên, ngoài điều rất hiển nhiên về vai trò của hội chúng, Hội thánh còn có một trách nhiệm lớn lao cần phải được công nhận, khuyến khích và xây dựng. Đối với một hội chúng, chúng ta có trách nhiệm phải đảm bảo rằng Hội thánh có sự dạy dỗ đúng đắn. Trong giao ước của Hội thánh Báp-tít Capitol Hill, chúng tôi cam kết hành động để đảm bảo sự trung tín của Hội thánh, tinh thần truyền giáo được duy trì. Chúng tôi có trách nhiệm đảm bảo rằng Đức Chúa Trời được tôn vinh giữa vòng hội chúng thông qua sự giảng luận cách đúng đắn, làm theo điều răn của Ngài và phản chiếu đặc tánh của Ngài trong sinh hoạt Hội thánh. Đó là trách nhiệm của chúng tôi ở trong Hội thánh và của mọi Hội thánh địa phương khác trên toàn cầu.

Các hội chúng ngày nay phải cùng nhau đưa ra quyết định về sự kỷ luật và giáo lý giống như các môn đồ đầu tiên. Điều này có nghĩa là vai trò của hội chúng giống như tinh thần dân chủ phải không? Cũng đúng về mặt nào đó, chẳng hạn như mọi người phải quyết định về *chương trình*. Nhưng cũng có những điểm khác biệt nữa. Hội thánh không chỉ mang tinh thần dân chủ đơn thuần, vì Hội thánh biết rõ tình trạng sa ngã và khuynh hướng mắc sai lầm của mình, cũng như Lời Chúa *không hề* sai lạc. Vậy, tín hữu Hội thánh địa phương chỉ có tinh thần dân chủ khi cả hội chúng làm việc cùng nhau để cố gắng hiểu biết Lời Chúa.

Tôi sẽ không tin vào sự không hề sai lạc của cuộc bầu cử giữa vòng hội chúng. Trước khi làm mục sư cho Hội thánh hiện tại, tôi đã nói với hội chúng rằng nếu tôi làm mục sư của họ, thì mọi người cần phải hiểu một điều là tôi vẫn sẽ hầu việc Đức Chúa Trời chứ không phải hầu hạ loài người. Hội chúng có thể cho mục sư biết nên làm điều này hoặc điều kia, nhưng mục sư không được hiểu lẫn ý kiến của hội chúng là sự hướng dẫn từ thiên thượng.

Đối với các lãnh đạo và hội chúng, chúng ta phải xây dựng sự hiệp một với Đức Thánh Linh bằng dây hòa bình; chúng ta làm việc cùng nhau vì tin rằng đó là những điều tốt nhất cho Hội thánh. Đồng thời, chúng ta làm việc cùng nhau miễn là sự hiểu biết của chúng ta về Lời Đức Chúa Trời và ý muốn Ngài có sự hài hòa –"đồng bộ" – với nhau.

Vai trò của hội chúng có phải là tinh thần dân chủ hay không? Mặc dù vai trò của hội chúng và tinh thần dân chủ có một số điểm tương đồng quan trọng lẫn các nguyên tắc chung, nhưng câu trả lời đơn giản là không. Có lẽ Diễn đàn Cambridge năm 1648 đã nói đúng nhất:

> Bộ phận lãnh đạo của Hội thánh là một Chính thể hỗn hợp (đã được công nhận từ lâu trước khi thuật ngữ "Độc lập" xuất hiện): Đối với Đấng Christ, là đầu và Đức Vua của Hội thánh, quyền tối thượng thuộc về Ngài và ở trong tay Ngài, nên đây là chế độ Quân chủ: Đối với thân thể; hoặc anh chị em trong Hội thánh, thì quyền phép của Đấng Christ đã ban cho họ, giống như tinh thần Dân chủ: Đối với Giáo hội Trưởng lão, họ được ban cho thẩm quyền, nên đây là chế độ Quý tộc cai trị (X.3).[3]

Mỗi cá nhân nên dự phần tích cực vào Hội thánh không chỉ bằng cách đi nhóm, cầu nguyện và dâng hiến (mặc dù họ nên làm tất cả những điều đó), mà còn phải tích cực gây dựng mối liên hệ trong Hội thánh như một gia đình nữa. Chúng ta nên cầu thay cho những người nằm trong danh sách đã cam kết cùng nhau phục sự Đức Chúa Trời. Chúng ta nên lắng nghe khi tín hữu khác chia sẻ những điều Chúa làm trong cuộc sống hoặc những lo lắng của họ – sau đó hãy cầu nguyện với họ. Chúng ta phải nhận biết một phần nghĩa vụ và đặc ân được làm tín hữu Hội thánh là tìm hiểu những tín hữu khác và giúp họ biết về chúng ta nữa. Hãy học Lời Chúa với nhau. Học cách tư duy về Lời Chúa giống như một Hội thánh. Chúng ta nên tăng trưởng trong ân điển và sự hiểu biết về Lời Đức Chúa Trời, trong sự thấu hiểu về tấm lòng mình cũng như tấm lòng của anh chị

---

3. Williston Walker, *Các tín điều và nền tảng của chủ* nghĩa hội chúng (New York: Pilgrim, 1991), 217–18.

em, trong sự nhận biết những cơ hội mà Đức Chúa Trời đang đặt trước Hội thánh chúng ta.

Tuy nhiên, Đức Chúa Trời không muốn chúng ta luôn hoạt động như một "ủy ban toàn thể". Chúng ta cần tin rằng Đức Chúa Trời đã ban ân tứ cho những người nhất định để phục vụ trong vai trò lãnh đạo Hội thánh. Vậy, chúng ta nên mong ước nhìn thấy Hội thánh có sự cân bằng hợp lý giữa thẩm quyền và sự tin tưởng. Hội thánh sẽ có những khiếm khuyết thuộc linh nghiêm trọng khi có những lãnh đạo không đáng tin cậy hoặc tín hữu không thiếu sự tin tưởng. Đối với vai trò tín hữu, chúng ta phải cảm tạ Đức Chúa Trời vì những lãnh đạo mà Chúa đã ban cho Hội thánh, công nhận những người có ân tứ và tin tưởng họ. Trong Ê-phê-sô 4, sứ đồ Phao-lô nói về những lãnh đạo như thế là do Đức Chúa Trời ban cho Hội thánh. Chúng ta phải xây dựng một văn hóa bên trong Hội thánh có những lãnh đạo được kính trọng và thương yêu.

Đoạn kết của Hê-bơ-rơ 13 nghe có vẻ lạ lẫm đối với chúng ta ngày nay. Hãy cầu xin Đức Chúa Trời giúp chúng ta hiểu và áp dụng tốt điều này vào tấm lòng mình: "Hãy vâng lời kẻ dắt dẫn anh em và chịu phục các người ấy, bởi các người ấy tỉnh thức về linh hồn anh em, dường như phải khai trình, hầu cho các người ấy lấy lòng vui mừng mà làm xong chức vụ mình, không phàn nàn chi, vì ấy chẳng ích lợi gì cho anh em" (Hê-bơ-rơ 13:17). Hãy nghĩ đến các mục sư mà bạn đã có trong Hội thánh của mình. Bạn đã làm việc theo cách khiến họ thấy *vui vì* sự lãnh đạo của họ đối với bạn và trách nhiệm của họ đối với linh hồn bạn chưa? Hay bạn khiến nó trở thành gánh nặng?[4]

---

4. Để biện luận triệt để về chủ nghĩa hội chúng và giải thích cách thẩm quyền hội chúng có thể cùng tồn tại với việc vâng phục các trưởng lão, xem *Đừng sa thải tín*

Câu Kinh Thánh này chứa đựng một vài từ ngữ mà chúng ta không thấy quen tai ngày hôm nay: *vâng lời* và *chịu phục*. Mặc dù, chúng ta không thường xuyên nghe thấy điều này, nhưng chúng là một phần của Lời Chúa. Đồng thời, chúng còn đòi hỏi chúng ta phải có sự tin cậy nhất định.

Người ta thường nói rằng sự tin tưởng cần được xây dựng, tôi cũng hiểu điều này có nghĩa là gì. Khi chính quyền mới lên nhậm chức, khi chúng ta có một ông chủ mới trong công ty, hoặc là khi bắt đầu một tình bạn mới, chúng ta muốn xem thử người đó hoặc tổ chức đó vượt qua những khó khăn như thế nào, họ sẽ bền đỗ ra sao, họ có đóng góp vào sự thịnh vượng chung hay không. Vì thế, chúng ta mới nói sự tin tưởng cần được xây dựng. "Hãy cho tôi thấy khả năng lãnh đạo của bạn, thì tôi sẽ tin cậy bằng cách đi theo bạn".

Nhưng thái độ ấy chỉ mới đúng một nửa mà thôi. Tất nhiên, chúng ta muốn thấy những lãnh đạo trong Hội thánh, cũng như bất kỳ lĩnh vực nào trong cuộc sống, có khả năng giữ tròn trách nhiệm của họ. Chính sứ đồ Phao-lô đã đưa ra một số tiêu chuẩn cho các trưởng lão và chấp sự khi viết thư gửi cho Ti-mô-thê và Tít.

Tuy nhiên, đồng thời, sự tin tưởng mà chúng ta được kêu gọi để trao cho những người bạn đồng lao bất toàn của mình trong cuộc sống này, dù là gia đình hoặc bạn bè, người lao động hoặc các quan chức chính phủ, hoặc thậm chí là lãnh đạo trong Hội thánh, rốt cuộc cũng không thể được xây dựng. Mà phải được ban cho – đức tin, tin cậy nhiều hơn vào Đức Chúa Trời là Đấng hơn là các lãnh đạo mà Chúa đã ban cho (Ê-phê-sô 4:11-13).[5]

---

hữu Hội thánh của bạn: Trường hợp chủ nghĩa hội chúng của Jonathan Leeman (Nashville, TN: B&H Academic, 2018).

5. Xem tài liệu của Jonathan *Leeman, Thấu hiểu thẩm quyền của hội chúng* (Nashville, TN: B&H, 2016).

Đó là bối cảnh hội chúng của vai trò lãnh đạo Hội thánh theo Kinh Thánh.[6] Bây giờ, chúng ta sẽ suy xét về các lãnh đạo.

NHỮNG PHẨM CHẤT CỦA VAI TRÒ LÃNH ĐẠO HỘI THÁNH THEO KINH THÁNH

Đối với vai trò mục sư, tôi thường xuyên cầu nguyện rằng Đức Chúa Trời sẽ ban cho chúng ta những lãnh đạo giỏi trong Hội thánh địa phương của mình. Tôi đặc biệt cầu xin Đức Chúa Trời sắm sẵn những người có ân tứ thuộc linh và tấm lòng chăn bầy để cho thấy chính Chúa đã kêu gọi họ bước vào vị trí trưởng lão hoặc giám mục (những từ này thường được dùng để thay thế cho nhau ở trong Kinh Thánh; xem Công vụ 20). Nếu Đức Chúa Trời đã sắm sẵn một người như vậy ở trong Hội thánh, nếu như sau khi cầu nguyện, Hội thánh công nhận ân tứ của người này, thì người đó cần phải được biệt riêng để làm trưởng lão.

Tất cả Hội thánh đều có những cá nhân thực hiện vai trò của trưởng lão ngay cả khi họ không gọi mình bằng danh hiệu đó. Hai tên gọi phổ biến nhất cho chức vụ này trong Tân Ước là *episcopos* (giám mục) và *presbuteros* (trưởng lão). Khi Cơ Đốc nhân ngày nay nghe từ *"trưởng lão"*, nhiều người lập tức nghĩ đến "Giáo hội Trưởng lão", nhưng khi tín hữu Giáo đoàn xuất hiện lần đầu tiên vào thế kỷ 16, họ cũng nhấn mạnh đến vai trò trưởng lão.[7] Các trưởng

---

6. Xem Mark Dever, *Hội thánh: Sự giãi bày Phúc Âm* (Nashville, TN: B&H Academic, 2012).

7. Có vẻ như, nhà Cải Chánh đầu tiên đã thể hiện rõ những lý tưởng về "vai trò hội chúng" là Jean Morély (1524–1594), một quý tộc người Pháp, tác giả của *chuyên luận* có tựa đề là *Traicté de la discipline & police chrestienne* (1562), lập luận rằng "chìa khóa" cho việc bầu chọn người hầu việc Chúa lẫn dứt phép thông công đều

lão xuất hiện trong Hội thánh Báp-tít ở Mỹ vào suốt thế kỷ 18 và 19. W. B. Johnson, chủ tịch đầu tiên của Giáo hội Báp-tít Nam phương, đã viết một quyển sách về sinh hoạt Hội thánh, trong đó ông đặc biệt ủng hộ ý tưởng Hội thánh địa phương có nhiều trưởng lão.

Thông lệ này đã gần như không còn được dùng giữa vòng các Hội thánh Báp-tít (chưa bao giờ áp dụng phổ biến) nữa. Dù lý do là vì không chú ý đến Kinh Thánh hoặc do áp lực cuộc sống từ cánh đồng truyền giáo (các Hội thánh mọc lên với tốc độ kinh ngạc), thì thông lệ nuôi dưỡng vai trò lãnh đạo của hội chúng đã dừng lại giữa vòng các Hội thánh Báp-tít. Nhưng sự bàn bạc về việc khôi phục lại chức vụ này vẫn còn tiếp diễn trong các ấn phẩm của Giáo hội Báp-tít. Cho đến đầu thế kỷ 20, các ấn phẩm của Giáo hội Báp-tít đã đề cập đến các lãnh đạo mang danh hiệu trưởng lão; nhưng khi thế kỷ 20 trôi qua, ý tưởng này dường như biến mất, một Hội thánh Báp-tít ngày nay mà có các trưởng lão là điều bất thường.

Tuy nhiên, chức vụ này đang có một khuynh hướng quay trở lại – vì lý do tốt đẹp. Đây là điều cần thiết trong thời Tân Ước và cũng cần thiết trong cho ngày hôm nay nữa.

Kinh Thánh nêu rõ mô hình có nhiều trưởng lão trong từng Hội thánh địa phương. Dù không gợi ý số lượng trưởng lão cụ thể cho

---

thuộc về hội chúng và lệ thuộc vào sự đồng thuận của hội chúng. Tuy nhiên, ông nhấn mạnh rằng "cần phải có một hội đồng trưởng lão và mục sư" để sắp xếp trật tự trong Hội thánh cho tốt hơn (108). Xét cho cùng, tinh thần dân chủ của Hội thánh mà không có vai trò lãnh đạo Hội thánh sẽ tạo ra sự hỗn độn và vô chủ, khiến Hội thánh đi theo ý muốn của "kẻ giả hình và ngoại đạo" (110). Nhưng khi Hội thánh được dẫn dắt bởi "một số lượng lớn các mục sư và lãnh đạo đầy dẫy Thánh Linh cũng như sự hiểu biết" – nhiều trưởng lão – thì Hội thánh sẽ "giống như thành đồng vách sắt khi chống lại những kẻ thù của chân lý" (Jean Morély, *Traicté de la discipline & police chrestienne* [Lyon: Ian de Tovrnes, 1562], trang 110). Cảm ơn Caleb Morell đã cung cấp tài liệu tham khảo và bản dịch này.

một hội chúng nhất định, nhưng Tân Ước đề cập đến "trưởng lão" ở dạng số nhiều trong các Hội thánh địa phương (thí dụ: Công vụ 14:23; 16:4; 20:17; 21:18; Tít 1:5; Gia-cơ 5:14). Có lẽ điều hữu ích nhất đối với tôi trong chức vụ chăn bầy của mình là công nhận một bộ phận những người đàn ông trong Hội thánh giữ vai trò trưởng lão. Họ là những người được hội chúng công nhận là có ân tứ và đời sống tin kính đã giúp tôi rất nhiều trong công tác chăn bầy. Chúng tôi nhóm lại, cầu nguyện và trò chuyện về các vấn đề, qua đó họ giúp tôi có thêm sự khôn ngoan. Vậy, kinh nghiệm cá nhân của tôi chứng tỏ sự ích lợi khi làm theo thông lệ trong Tân Ước về việc có nhiều trưởng lão (nếu được) trong Hội thánh địa phương hơn là chỉ có một mục sư – họ phải là những người ra từ hội chúng, chứ không đơn thuần là nhân sự được thuê từ bên ngoài.

Điều này không có nghĩa là tôi không có vai trò đặc biệt nào trong cương vị làm mục sư, nhưng về cơ bản tôi là một trưởng lão trong số những kẻ được Đức Chúa Trời ban ơn để lãnh đạo Hội thánh cùng với nhau. Chúng ta tìm kiếm những lãnh đạo như thế ở trong Hội thánh như thế nào? Chúng ta cầu xin sự khôn ngoan. Chúng ta học Lời Chúa, đặc biệt là 1 Ti-mô-thê và Tít. Chúng ta tìm kiếm những người có các phẩm chất ấy. Chúng ta không chỉ tìm kiếm những người có ảnh hưởng trong cộng đồng tại địa phương.

Trong Tân Ước, chúng ta nhìn thấy những gợi ý về người giữ vai trò giảng luận chính khác với các trưởng lão còn lại. Một vài câu Kinh Thánh về sự giảng luận và người truyền đạo không thể áp dụng cho tất cả trưởng lão ở trong hội chúng được. Thí dụ, đối với thành Cô-rinh-tô, sứ đồ Phao-lô đã giữ chức vụ rao giảng lời Chúa mà các trưởng lão ở trong Hội thánh thì không thể làm được. Hội thánh chỉ có thể hỗ trợ một vài trưởng lão trọn thời gian (xem Công vụ 18:5; 1 Cô-rinh-tô 9:14; 1 Ti-mô-thê 4:13; 5:17) mà thôi. Những người truyền đạo nắm giữ vị trí giảng đạo, còn các trưởng lão khác là một phần ở trong hội chúng tại địa phương (Rô-ma 10:14–15; Tít 1:5).

Tuy nhiên, chúng ta phải nhớ rằng người truyền đạo (hoặc mục sư) về cơ bản vẫn là một trong những trưởng lão ở giữa hội chúng của mình. Nghĩa là khi có nhiều quyết định liên quan đến Hội thánh mà không đòi hỏi sự chú ý của toàn thể Hội thánh, thì mục sư không nên tự ý quyết định mà không có sự dự phần của các trưởng lão. Mặc dù điều này đôi khi rườm rà, nhưng mang lại lợi ích to lớn trong việc làm trọn những ân tứ của mục sư, bù đắp một số thiếu sót, củng cố sự phán đoán và tạo ra sự ủng hộ từ hội chúng đối với các quyết định, giúp các lãnh đạo không phải hứng chịu những chỉ trích bất công. Điều này cũng khiến vai trò lãnh đạo được đâm rễ và ổn định hơn, cho phép sự trưởng thành liên tục. Đồng thời khích lệ Hội thánh chịu trách nhiệm nhiều hơn về sự phát triển thuộc linh của tín hữu, hạn chế phụ thuộc vào các nhân sự.

Nhiều Hội thánh hiện đại có khuynh hướng lầm tưởng các trưởng lão với nhân sự hoặc chấp sự của Hội thánh. Các chấp sự cũng giữ một chức vụ ở trong Tân Ước, xuất phát từ câu chuyện được chép trong Công vụ 6. Mặc dù khó phân biệt rõ ràng giữa hai chức vụ, nhưng mối quan tâm của các chấp sự là những chi tiết thực tế trong sinh hoạt Hội thánh như: quản trị, duy trì và chăm sóc nhu cầu thuộc thể của tín hữu. Trong nhiều Hội thánh ngày nay, các chấp sự có đảm nhận một vài vai trò thuộc linh, nhưng đa phần đều thuộc về trách nhiệm của mục sư. Các Hội thánh ấy sẽ nhận được nhiều ích lợi khi phân biệt lại vai trò của trưởng lão và chấp sự.

Thay vì tìm kiếm các lãnh đạo có những phẩm chất thế tục, chúng ta phải tìm kiếm những người có phẩm chất tốt, có tiếng tốt, có khả năng giảng dạy Lời Chúa và bày tỏ bông trái Thánh Linh trong đời sống của họ. Một phần trong việc tìm kiếm những lãnh đạo tốt cho Hội thánh là tìm được những người mà Hội thánh có thể tin tưởng và họ cũng phải tin tưởng hội chúng của chúng ta nữa – tức là những người có đủ đức tin vào các quyết định và những cam kết của hội chúng mà họ thấy có thể làm việc với chúng ta và với nhau.

Tôi nghĩ đó là lý do sứ đồ Phao-lô nhấn mạnh các trưởng lão phải biết quản trị gia đình của mình ở trong 1 Ti-mô-thê 3 – vì điều này bày tỏ rất nhiều về người ấy và cách thức làm việc của người đó ở trong vai trò trưởng lão. Cũng thú vị khi để đến những phẩm chất này đều liên quan đến việc phục vụ người khác. Các trưởng lão phải quan tâm đến. Họ phải là những người không chỗ trách được, đặc biệt là trong cách cư xử của mình. Họ phải có một hôn nhân và gia đình gương mẫu, ôn hòa trong mọi sự, "tiết độ, đáng kính, hiếu khách, có tài dạy dỗ", không có hành vi bạo lực, cãi vã hoặc tham lam, không phải là người mới tin Chúa và được người ngoại kính trọng.

Đó phải là phẩm chất của những người chăn dắt Hội thánh của Đức Chúa Trời. Đối với những người chăn bầy, họ không được vì tư lợi mà lừa gạt bầy chiên của mình, nhưng phải quan tâm chăm sóc từng con một.

Một phẩm chất khác nữa dành cho các mục sư hoặc trưởng lão: họ phải là đàn ông (1 Ti-mô-thê 2:12; 3:1–7; Tít 1:6–9). Xin đừng hiểu lầm khi nghe thấy phát biểu này. Chắc chắn, hết thảy Cơ Đốc nhân đều được Đức Chúa Trời ban ơn để gây dựng thân thể (1 Phi-e-rơ 4 và 1 Cô-rinh-tô 14). Hết thảy Cơ Đốc nhân khuyên dạy lẫn nhau bằng ca vịnh, thơ thánh và các mối liên hệ mà sứ đồ Phao-lô đề cập trong Tít 2.

Còn câu hỏi về giới tính trong vai trò lãnh đạo Hội thánh thì sao? Chúng ta có đang làm cho giáo lý của mình trở nên độc đoán khi làm theo các thông lệ này chăng? Nghĩa là chúng ta có siêng năng canh giữ vấn đề tấn phong các trưởng lão (vì 1 Ti-mô-thê 3 và Tít 1) nhưng che khuất vai trò dạy dỗ thiêng liêng trong cái biểu tượng nhất quán mà chúng ta đang cho phép phụ nữ làm giáo viên nhóm nhỏ và các lớp trường Chúa nhật chăng?

Phụ nữ rất được tôn trọng ở trong Kinh Thánh. Cả người nam lẫn người nữ đều được tạo nên theo ảnh tượng của Đức Chúa Trời. Hơn nữa, Đức Chúa Trời đã sử dụng phụ nữ cách đặc biệt để bày tỏ chân lý về Ngài. Miriam hát (Xuất Ê-díp-tô ký 15); An-ne cầu nguyện (1 Sa-mu-ên 2); Ma-ri dâng vinh hiển cho Chúa (Lu-ca 1:46–51). Đê-bô-ra được dấy lên làm quan xét trong dân Y-sơ-ra-ên thời Cựu Ước (Các quan xét 5) (dù đó không phải là một sự bổ nhiệm bình thường đối với phụ nữ). Cả Ê-li-sa-bét và An-ne đều công khai nói tiên tri về sự đến của Đấng Christ (Lu-ca 1:42–45; 2:38). (Thật thú vị khi rất nhiều trường hợp như thế liên quan đến việc sinh nở, một vai trò đặc biệt mà Đức Chúa Trời ban cho phụ nữ; xem 1 Ti-mô-thê 2:15). Kinh Thánh không đưa ra rào cản nào về việc phụ nữ dạy đàn ông bằng lời cầu nguyện và nói tiên tri (1 Cô-rinh-tô 12), hoặc qua cuộc đối thoại cá nhân (như A-qui-la, Pê-rít-sin và A-pô-lô đã làm trong Công vụ 18:26).

Nhưng lựa chọn đàn ông để rao giảng Lời Chúa là phù hợp với vai trò mà Đức Chúa Trời đã giao phó cho họ, để mang ảnh tượng của Ngài khi làm trưởng lão và người chồng. Hầu hết đàn ông không phải là trưởng lão. Rất nhiều đàn ông (như sứ đồ Phao-lô và ngay cả Chúa Jêsus) không kết hôn. Nhưng người chồng và trưởng lão đều phải làm gương phần nào về thẩm quyền của Đức Chúa Trời, điều này được lặp lại thay vì mâu thuẫn khi chức vụ giảng dạy người lớn trong Hội thánh được thực hiện bởi những người đàn ông có phẩm chất và ân tứ.

Trong thời kỳ bình đẳng này, chúng ta không được hổ thẹn mà chấp nhận giới tính là sự ban cho của Đức Chúa Trời, như Sáng thế ký 1 và 2 đã mô tả cách rõ ràng. Hơn nữa, hai giới tính bổ trợ nhau là dấu chỉ và manh mối về ý nghĩa lớn hơn của cuộc sống. Sứ đồ Phao-lô cũng nói như vậy trong Ê-phê-sô 5. Kỳ thực, ông dường như nói rằng Đức Chúa Trời không ban Hội thánh để dạy chúng ta về hôn nhân; Chúa đã ban hôn nhân để dạy chúng ta về tình yêu thương của Đấng Christ dành cho Hội thánh.

Chủ nghĩa bình đẳng ngày nay thường liên quan chặt chẽ với chủ nghĩa chống độc tài đến mức chính quyền cũng bị lên án. Nhưng Kinh Thánh cho thấy thẩm quyền đến từ Đức Chúa Trời. Chỉ một mình Ngài là Chúa tối thượng, mọi quyền thế đều do Ngài mà đến (xem Ê-phê-sô 3:15). Lợi dụng một điều tốt đẹp nào đó không có nghĩa điều đó là xấu. Chúa đã định trước rằng thẩm quyền là điều tốt, thậm chí còn mang đến sự sống nữa. Đồng thời, sự đầu phục Kinh Thánh cũng có thể mang lại sự sống. Con cái vâng lời cha mẹ, vợ đối với chồng, tín hữu đối với trưởng lão, tất cả đều hướng đến việc loài người đầu phục Đức Chúa Trời. Cuối cùng, chúng ta có sự sống vì trong nhân tánh của Ngài, Đức Chúa Con nhập thể đã đầu phục ý muốn của Cha trên trời. Quỷ Sa-tan nói dối rằng sự đầu phục là hạ thấp phẩm giá.

Do đó, các Hội thánh nên giao phó vai trò giảng dạy cho đàn ông, biểu tượng cho thẩm quyền mà Đức Chúa Trời đã kêu gọi họ phải đảm nhận.[8] Trong 1 Ti-mô-thê 2:12, điều đặc biệt quan trọng là đàn ông phải thể hiện thẩm quyền của họ ở trong Hội thánh qua sự

---

8. Để thảo luận thêm về chủ nghĩa *bổ sung, xem 9Marks Journal,*

giảng dạy Lời Chúa: "Ta không cho phép đàn bà dạy dỗ, cũng không được cầm quyền trên đàn ông; nhưng phải ở yên lặng".

Câu hỏi về đàn ông nên làm mục sư hoặc trưởng lão đang ngày càng trở thành vấn đề mấu chốt, phân biệt giữa những kẻ dung hòa Kinh Thánh với văn hóa và những kẻ cố gắng uốn nắn cuộc đời theo Lời Chúa.

Tôi đối chiếu sai lầm của chủ nghĩa bình đẳng (một ý tưởng cho rằng không có sự phân biệt giới tính trong chức vụ của Hội thánh theo Kinh Thánh) với điều mà một người thuộc hệ phái Báp-tít như tôi thường coi là sai lầm – đó là làm báp-tem cho trẻ sơ sinh. Làm báp-tem cho trẻ sơ sinh không phải là ý tưởng mới. Thực ra, nếu là một sai lầm thì hẳn là một vấn đề đã có từ lâu đời! Điều này đã thịnh hành lâu nay. Trong hơn năm trăm năm, rất nhiều người Tin lành vẫn tin Kinh Thánh dạy phải làm báp-tem cho trẻ sơ sinh. Kỳ thực, sự trung tín của họ đã nhiều lần làm hổ thẹn những kẻ hiểu biết giáo lý báp-tem như chúng ta!

Chủ nghĩa bình đẳng không giống như vậy. Đó là một ý tưởng mới. Không được thịnh hành lâu nay. Những ghi chép về điều này trong vài thập kỷ qua không đáng phải quan tâm.

Tất nhiên, có những vấn đề khác liên quan đến Phúc Âm hơn là giới tính. Tuy nhiên, chúng ít (nếu có) làm suy yếu thẩm quyền của Kinh Thánh trong các Hội thánh Tin lành ngày nay hơn là chủ nghĩa bình đẳng. Khi thẩm quyền của Kinh Thánh bị coi thường, thì Phúc Âm sẽ không được công nhận nữa. Do đó, tình yêu dành cho Đức Chúa Trời, Phúc Âm và các thế hệ tương lai đòi hỏi chúng ta phải

---

"Complementarianism: A Moment of Reckoning" (tháng 12 năm 2019), https://www.9marks.org/journal/complementarianism-a-moment-of-reckoning/.

cẩn thận giãi bày vai trò lãnh đạo – mục sư, trưởng lão – của Hội thánh địa phương theo Kinh Thánh phải là đàn ông.

SỨC HÚT CỦA VAI TRÒ LÃNH ĐẠO HỘI THÁNH

Thứ ba, chúng ta nên lưu ý đến sức hút của vai trò lãnh đạo Hội thánh theo Kinh Thánh. Khi nói đến "sức hút", tôi không có bàn về một kinh nghiệm siêu nhiên nhất định, chẳng hạn như nói tiếng lạ. Từ *charisma* (số nhiều là *charismata*) trong tiếng Hy Lạp đơn giản có nghĩa là sự ban cho của ân điển – một sự ban cho của ân điển Đức Chúa Trời. Trong Kinh Thánh, Thánh Linh của Đức Chúa Trời ban những ân tứ cho Hội thánh để gây dựng dân sự của Ngài ở trong đức tin. Ngay cả sự cứu rỗi của Cơ Đốc nhân cũng được gọi là một *charisma*, tức là một sự ban cho của ân điển. Những ân tứ của Đức Thánh Linh là thí dụ cụ thể về ân điển của Đức Chúa Trời, dù sự cứu rỗi của chúng ta hoặc bất kỳ ân tứ nào khác mà Đức Chúa Trời ban cho con cái của Ngài. Sứ đồ Phao-lô nói về sự công bình của Đấng Christ (Rô-ma 5:17) và sự sống đời đời trong Đấng Christ (Rô-ma 6:23) được ban cho người tin Chúa. Sự công bình của Đấng Christ là *charisma* của Đức Chúa Trời dành cho chúng ta.

Tuy nhiên, chúng ta cũng đọc thấy những thí dụ cụ thể hơn về sự ban cho của Đức Chúa Trời. Sứ đồ Phao-lô nói về những tặng phẩm mà Đức Chúa Trời đã dành riêng cho dân Y-sơ-ra-ên của Ngài (Rô-ma 11:29; xem 9:4–5). Ông cũng đề cập đến một vài ân tứ cụ thể mà Đức Chúa Trời ban cho Hội thánh:

> Vì chúng ta có các sự ban cho khác nhau, tùy theo ơn đã ban cho chúng ta, ai được ban cho nói tiên tri, hãy tập nói theo lượng đức tin; ai được gọi đến làm chức vụ, hãy buộc mình vào chức vụ; ai

dạy dỗ, hãy chăm mà dạy dỗ; ai gánh việc khuyên bảo, hãy khuyên bảo; ai bố thí, hãy lấy lòng rộng rãi mà bố thí; ai cai trị, hãy siêng năng mà cai trị; ai làm sự thương xót, hãy lấy lòng vui mà làm. (Rô-ma 12:6–8)

Hãy lưu ý rằng tất cả những sự ban cho này là vì lợi ích của *người khác*.

Trong 1 Cô-rinh-tô, sứ đồ Phao-lô đề cập đến sự giảng dạy, khuyên bảo, bố thí, lãnh đạo và thể hiện lòng thương xót là những ân tứ. Ông nói về các tín hữu tại thành Cô-rinh-tô rằng họ là những người đã được "dư dật về mọi điều ban cho" và "chẳng thiếu một ơn nào" (1 Cô-rinh-tô 1:5, 7). Khi đọc thư tín này, chúng ta thấy một số ân tứ thuộc linh đã được đề cập. Sứ đồ Phao-lô thậm chí còn gọi việc sống độc thân và kết hôn là các sự ban cho thiêng liêng (1 Cô-rinh-tô 7:7).

Trên thực tế, một trong những lý do sứ đồ Phao-lô viết thư tín này là để hướng dẫn Cơ Đốc nhân ở đó về "các sự ban cho thiêng liêng" (1 Cô-rinh-tô 12:1). Ông tiếp tục liệt kê trong chương này (bắt đầu từ 12:7) các "ân tứ siêu nhiên" như một nhà Thanh giáo của thế kỷ 17 là John Owen đã gọi. Sứ đồ Phao-lô nói rằng: "theo ý Ngài [Thánh Linh] muốn, phân phát sự ban cho riêng cho mỗi người" (12:11). Trong 12:27–31, sứ đồ Phao-lô đưa ra một danh sách các ân tứ thuộc linh khác, rồi kết thúc bằng cách hướng dẫn tín hữu tại thành Cô-rinh-tô "hãy ước ao cho được sự ban cho lớn hơn hết".

Trong 2 Cô-rinh-tô 1:11, sứ đồ Phao-lô đề cập đến sự giải cứu thuộc thể của mình như là một *charisma*, một sự ban cho của ân điển. Trong 1 Ti-mô-thê 4:14 và 2 Ti-mô-thê 1:6, ông đề cập đến sự kêu gọi của Ti-mô-thê là một ơn phước. Ông đã từng nói với tín hữu tại Ê-phê-sô rằng: chúng ta có "đủ mọi thứ phước thiêng liêng ở các nơi trên trời" (1:3).

Hết thảy các sự ban cho này đều có một mục tiêu chung. Sứ đồ Phao-lô hiểu rằng những ân tứ thuộc linh được ban cho để khích lệ và gây dựng lẫn nhau (Rô-ma 1:11–12). Trong 1 Cô-rinh-tô 12:4–7, chúng ta thấy rõ ràng những ân tứ này được ban cho vì "sự ích chung".

Trong 1 Cô-rinh-tô 14 cung cấp sự dạy dỗ rõ ràng nhất về mục đích của các ân tứ thuộc linh. Lưu ý câu 4, thường bị hiểu lầm: "Kẻ nói tiếng lạ, tự gây dựng lấy mình; song kẻ nói tiên tri, gây dựng cho Hội thánh". Một số người nghĩ đây là tuyên bố trung lập, cứ như sứ đồ Phao-lô chỉ nói rằng có hai cách gây dựng khác nhau rất tốt: nếu bạn muốn tự gây dựng bản thân, thì nên nói tiếng lạ hoặc cầu nguyện bằng tiếng lạ; nếu bạn muốn gây dựng Hội thánh, thì nên nói tiên tri. Nhưng tôi không nghĩ đó là điều sứ đồ Phao-lô muốn nói trong phân đoạn này. Trong câu 1, ông khích lệ Cơ Đốc nhân hãy khao khát ân tứ nói tiên tri. Sau đó, trong câu 12, ông nói rằng: "Vì anh em nôn nả ước ao các sự ban cho thiêng liêng, hãy tìm cho được dư dật đặng gây dựng Hội thánh". Trong câu 19, ông nói: "nhưng thà tôi lấy năm lời bằng trí khôn mình mà rao giảng trong Hội thánh, để được dạy bảo kẻ khác, hơn là lấy một vạn lời bằng tiếng lạ". Sứ đồ Phao-lô nói rằng chúng ta chỉ được gây dựng bởi những điều mình hiểu được. Sự dễ hiểu là cần thiết để gây dựng Hội thánh! Đó là ý của ông nói về mục đích của các ân tứ thuộc linh.

Mỗi khi *charisma* được dùng trong Tân Ước, thì bối cảnh là sử dụng các ân tứ để gây dựng thân thể. Từ sự sống sót của sứ đồ Phao-lô sau vụ đắm tàu đến danh sách trong 1 Cô-rinh-tô 14, mọi ân điển đều nhằm mục đích gây dựng Hội thánh bằng cách này hoặc cách khác.

Sứ đồ Phao-lô tuyên bố rõ ràng rằng mục đích của tất cả ân tứ thuộc linh này là để "làm vững mạnh" Hội thánh (1 Cô-rinh-tô 14:26). Đó là lý do Đức Thánh Linh ban những ân tứ ấy trong Hội thánh. Vậy, trong 1 Cô-rinh-tô 14:4, sứ đồ Phao-lô không đề cập đến hai cách gây dựng khác nhau. Ông đang lên án hành vi sử dụng ân tứ vì mục đích cá nhân và định nghĩa lại mục tiêu của các ân tứ này, sắp xếp lại những mục đích của người Cô-rinh-tô sao cho phù hợp với ý định của Đức Thánh Linh, đó là gây dựng Hội thánh.

John Calvin chú giải 1 Cô-rinh-tô 14:12 rằng: "Người nào càng nóng lòng tận hiến cho sự gây dựng, thì sứ đồ Phao-lô mong người ấy càng được tôn trọng".[9] Như sứ đồ Phi-e-rơ viết rằng: "Mỗi người trong anh em hãy lấy ơn mình đã được mà giúp lẫn nhau, khác nào người quản lý trung tín giữ các thứ ơn của Đức Chúa Trời" (1 Phi-e-rơ 4:10).

Nếu sự gây dựng là mục đích của các ân tứ thuộc linh mà Đấng Christ đã ban cho Hội thánh của Ngài, thì điều này có ý nghĩa gì đối với chúng ta và Hội thánh của chúng ta? Có nghĩa là chúng ta phải đặc biệt coi trọng những ân tứ mang lại sự gây dựng cho Hội thánh. Hơn nữa, chúng ta phải nhận ra tầm quan trọng của việc gây dựng Hội thánh ở trong cuộc đời của mình – không chỉ về mặt tổ chức, mà còn gây dựng lẫn nhau trong tình yêu thương, sự quan tâm và cầu nguyện. Tất cả chúng ta đều được kêu gọi để quan tâm đến cuộc đời của nhau. Như tôi đã nói, tại Hội thánh Báp-tít Capitol Hill, chúng tôi kết ước cùng nhau làm việc và cầu nguyện cho sự hiệp một, sống trong tình yêu thương, quan tâm và coi sóc lẫn nhau, trung tín khuyên nhủ lẫn nhau khi cần, giữ sự nhóm lại, cầu thay cho

---

9. John Calvin, *Chú giải các thư tín của sứ đồ Phao-lô gửi cho tín hữu ở Cô-rinh-tô*, dịch bởi John Pringle (Grand Rapids, MI: Baker, 1981), 20:442–43.

nhau, vui vẻ và nâng đỡ lẫn nhau, cầu xin Chúa vùa giúp trong mọi việc.

Hãy tưởng tượng có hai hội chúng, hội chúng này có nhiều người nói tiếng lạ, còn hội chúng kia có nhiều người trẻ tham dự tang lễ của một ông già là tín hữu của Hội thánh. Đối với tôi, Hội thánh thứ hai "được ơn" hơn theo ý nghĩa của Kinh Thánh. Hội thánh thứ hai giống như điều tôi biết về Hội thánh ở trong Tân Ước – một cộng đồng có những người học cách yêu thương và chăm sóc lẫn nhau. Đó là một xã hội mới mà Đức Chúa Trời đang kêu gọi Cơ Đốc nhân phải dấn thân.

Cơ Đốc giáo không chỉ là quyết định theo chủ nghĩa cá nhân để nhận được ích lợi nào đó khi đến với Hội thánh. "Tôi sẽ coi người truyền đạo là giảng viên, hoặc huấn luyện viên thuộc linh cá nhân của mình, chừng nào ông ta còn đem lại ích lợi cho tôi, thì cuộc sống của tôi sẽ tốt hơn". Đó không phải là Cơ Đốc giáo. Cơ Đốc giáo trong Tân Ước ảnh hưởng đến mối liên hệ của chúng ta với những người khác ở trong Hội thánh. Sự quan tâm và chăm sóc của chúng ta ở trong một nhóm có kết ước, sự sẵn lòng cam kết với Chúa được thể hiện rõ ràng qua các cam kết của chúng ta với nhau – đó mới là định nghĩa về một Hội thánh vững mạnh theo Tân Ước.

Sức ảnh hưởng của Hội thánh có nghĩa là Thánh Linh của Đức Chúa Trời đang hành động giữa vòng chúng ta hầu cho ai nấy đều biết yêu thương và chăm sóc lẫn nhau. Đó là sự ban cho của ân điển (một *charisma)* để vài người dấy lên và hướng dẫn thờ phượng. Đó là sự ban cho của ân điển để người này đọc Kinh Thánh cho người kia đang nằm trong bệnh viện. Đó là sự ban cho của ân điển để chúng ta nhóm lại. Đó là sự ban cho của ân điển để chúng ta dạy tiếng Hy Lạp. Đó là sự ban cho của ân điển để chúng ta nhắn tin hoặc gửi thư điện tử cho mục sư và nói cho ông biết rằng chúng ta đang cầu thay cho ông. Những điều ấy, theo Tân Ước, là sự ban cho của ân điển. Sứ đồ Phao-lô không bao giờ muốn đưa ra một danh sách quá dài về *charismata* với mười bảy ân tứ. Hễ khi nào Hội thánh được vận hành bởi quyền phép của Đức Thánh Linh để gây dựng thân thể, thì các ân tứ của Thánh Linh đều hoạt động. Mọi hiểu biết của chúng ta về vai trò lãnh đạo Hội thánh theo Kinh Thánh phải ở trong bối cảnh như thế.

Đối với một Hội thánh, vai trò lãnh đạo ở giữa một hội chúng đã có giao ước với nhau đều được Đức Chúa Trời trang bị cách đặc biệt. Đó là sức hút của vai trò lãnh đạo Hội thánh theo Kinh Thánh.

VAI TRÒ LÃNH ĐẠO HỘI THÁNH GIỐNG ĐẤNG CHRIST

Tất nhiên, chính Đấng Christ là "đầu của thân thể, tức là Hội thánh" (Cô-lô-se 1:18; xem Ê-phê-sô 1:22–23). Chỉ một mình Ngài là đá góc nhà (1 Phi-e-rơ 2:6–7). Đức Chúa Jêsus Christ là lãnh đạo tối hậu của Hội thánh phổ thông và của từng Hội thánh địa phương.

Không có gì phải ngạc nhiên, ở trong những hội chúng địa phương, các lãnh đạo cần phản chiếu phẩm chất của Đấng Christ, tức là vai trò và trách nhiệm của Ngài. Tôi đã phát triển một thiết bị để giúp ghi nhớ bốn khía cạnh về vai trò lãnh đạo của Đấng Christ. Tôi gọi là BOSS; đó là bốn tam giác có mũi nhọn hướng về bốn hướng khác nhau. BOSS là bốn vai trò lãnh đạo của Chúa Jêsus mà Chúa kêu gọi các lãnh đạo Hội thánh ngày nay phải làm.

Mặc dù những khía cạnh của vai trò lãnh đạo này có thể áp dụng cho nhiều tầng lớp xã hội, nhưng tôi chỉ dùng trong bối cảnh một Cơ Đốc nhân thực hiện vai trò lãnh đạo ở giữa một hội chúng.

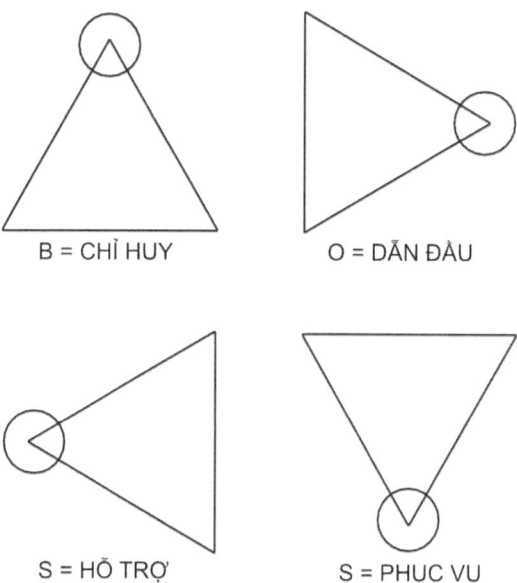

B = CHỈ HUY   O = DẪN ĐẦU

S = HỖ TRỢ   S = PHỤC VỤ

Chỉ huy

Chính Đấng Christ đã truyền dạy nhiều điều. Thí dụ, Chúa đã truyền dạy chúng ta phải dạy dỗ người khác (Ma-thi-ơ 28:20). Sứ đồ Phao-lô cũng truyền lệnh đó. Ông đã dặn Cơ Đốc nhân phải cho người khác biết làm điều gì. Ông đã dạy các trưởng lão quyết định những điều phải dạy dỗ, phải làm điều đó cách dịu dàng, kiên nhẫn và bền đỗ (2 Ti-mô-thê 2:24–25; 4:2). Các trưởng lão phải dạy dỗ cách cẩn thận, vì chúng ta phải giải trình trước mặt Đức Chúa Trời về sự trung tín của mình đối với Lời Chúa (xem Gia-cơ 3:1). Thật rõ ràng, các lãnh đạo Hội thánh – giống như bất kỳ lãnh đạo nào khác – phải truyền lệnh, đưa ra quyết định và chịu trách nhiệm hết thảy những điều đó.

Ngày nay, có vài người không thấy thoải mái với điều này.

Nhưng Chúa Jêsus đã dạy các môn đồ của Ngài (bao gồm cả chúng ta) làm điều tương tự – dạy dỗ, chỉ dẫn, sẵn sàng thi hành thẩm quyền khi Chúa kêu gọi chúng ta làm như vậy. Không được bỏ qua vai trò lãnh đạo này. Mặc dù con người rất dễ lạm dụng thẩm quyền như thế, nhưng bản chất của thẩm quyền là điều tốt và chúng ta có thể giúp khôi phục sự khía cạnh tin kính cho thẩm quyền bằng cách thi hành thật cẩn thận.

Dẫn đầu

Hình tam giác "Dẫn đầu" chỉ về bên phải, mũi nhọn bên phải được khoanh tròn. Điều này thể hiện một vai trò khác của người lãnh đạo – tiên phong, chủ động và làm gương. Phần lớn vai trò lãnh đạo là làm gương và chủ động. Trong tác phẩm kinh điển *của John Keegan, Mặt nạ chỉ huy*, Alexander Đại đế được xem là vĩ đại vì chính ông đã dẫn dắt đội quân của mình xông vào những chiến tuyến nguy hiểm nhất mà không hề sợ hãi.[10] Có lẽ vị tướng đáng sợ nhất trong Thế chiến thứ 2 đã noi gương Alexander. Chỉ huy xe tăng Đức Rommel, biệt hiệu "Cáo sa mạc", thường dẫn đầu đội quân của mình, là điều bất thường đối với các tướng lĩnh trong Thế chiến 2. Khi một trận chiến liên quan đến lực lượng của ông bắt đầu, hiệu lệnh vang lên: "Rommel dẫn đầu!" Hiệu lệnh ấy đã làm phấn khởi đội quân theo sau ông.

Một phần khác của vai trò lãnh đạo theo Kinh Thánh là làm gương. Chúa Jêsus phán trong Giăng 13:34: "Như ta đã yêu các ngươi thể nào, thì các ngươi cũng hãy yêu nhau thể ấy". Sứ đồ Phao-lô viết rằng: "Hãy có đồng một tâm tình như Đấng Christ đã

---

10. John Keegan, *Mặt nạ chỉ huy* (New York: Viking, 1987).

có" (Phi-líp 2:5). Sứ đồ Phi-e-rơ khuyên giục một vài tín hữu đầu tiên phải nhớ rằng: "Đấng Christ cũng đã chịu khổ cho anh em, để lại cho anh em một gương, hầu cho anh em noi dấu chân Ngài" (1 Phi-e-rơ 2:21). Sứ đồ Phao-lô viết cho tín hữu tại Cô-rinh-tô rằng: "Hãy bắt chước tôi, cũng như chính mình tôi bắt chước Đấng Christ vậy" (1 Cô-rinh-tô 11:1). Sứ đồ Phao-lô đặc biệt nói với tín hữu tại Tê-sa-lô-ni-ca rằng ông đã lao nhọc để họ noi theo tấm gương của mình (2 Tê-sa-lô-ni-ca 3:7–9). Ông đã làm việc để sống một cuộc đời mẫu mực – không phải hoàn hảo, nhưng vẫn là một tấm gương. Sứ đồ Phao-lô đã dâng trọn cuộc đời của mình để làm gương, dẫn đầu để chỉ ra cách thực hiện.

Đó là những điều các lãnh đạo trong Hội thánh ngày nay phải làm. Một phần của vai trò lãnh đạo đó là chúng ta phải làm gương (xem Giăng 13:15; Phi-líp 3:17; 1 Ti-mô-thê 4:12; Tít 2:7; Gia-cơ 5:10).

Hỗ trợ

Hình tam giác "Hỗ trợ" chỉ về bên trái, mũi nhọn bên trái được khoanh tròn. Tam giác này nhắc chúng ta nhớ rằng một vai trò khác của người lãnh đạo là hỗ trợ.

Hãy suy xét một đội quân có đường tiếp tế quan trọng trải dài đến tiền tuyến. Người lãnh đạo giỏi sẽ hành động cách chiến lược để định hình, tập trung và tạo điều kiện để người khác hoàn thành công tác mà họ được kêu gọi. Các nhà lãnh đạo định hướng cho Hội thánh, phân chia mục vụ thành những phần nhỏ để người khác có thể làm.

Nếu được kêu gọi trở thành người hỗ trợ, thì chúng ta nên lùi về phía sau và tiếp ứng cho mọi người những công cụ cần thiết để tự vận hành. Sau khi trang bị cho các môn đồ, Chúa Jêsus sai họ đi (Lu-ca 9–10). Dù họ thất bại trong Lu-ca 9, nhưng Chúa Jêsus tiếp tục sai phái họ trong Lu-ca 10 và họ đã thành công. Trong thí dụ này, Chúa Jêsus đã lùi về phía sau, cung cấp và trang bị cho người khác. Dĩ nhiên chúng ta không thể đi cùng những người mà mình đã sai đi, như Chúa Jêsus có thể làm thông qua Thánh Linh của Ngài. Tình huống của chúng ta giống với sứ đồ Phao-lô hơn, trong thư tín cuối cùng của mình, ông đã hướng dẫn Ti-mô-thê dạy dỗ những người có tài dạy dỗ người khác (2 Ti-mô-thê 2:2). Sứ đồ Phao-lô hiểu rằng ông có thể nhân rộng chức vụ của mình khi cung ứng nguồn lực cho người khác để làm chức vụ riêng của họ.

Phục vụ

Hình tam giác "Phục vụ" hướng xuống, mũi nhọn bên dưới được khoanh tròn. Điều này thể hiện tinh thần phục vụ. Đây là chữ S thứ hai trong BOSS, có lẽ là vai trò lãnh đạo Cơ Đốc rõ ràng nhất. Chúng ta thấy điều này cách trọn vẹn nhất trong Đấng Christ khi Chúa hy sinh chịu chết vì chúng ta trên thập tự giá để chúng ta có thể sống vì Ngài. Những mô tả về tinh thần phục vụ hy sinh này được tìm thấy trong các sách Phúc Âm và những hình ảnh phản chiếu sâu xa hơn suốt cả Tân Ước. Điều này được nhìn thấy cách đặc biệt rõ ràng và cảm động ở trong Phi-líp 2 và 1 Phi-e-rơ 2.

Đây là thí dụ về vai trò lãnh đạo mà Đấng Christ đã để lại cho chúng ta. Đồng thời, điều này đặc biệt chính xác nếu chúng ta được kêu gọi trở thành lãnh đạo ở giữa một hội chúng. Sứ đồ Phi-e-rơ viết:

> Tôi gởi lời khuyên nhủ nầy cho các bậc trưởng lão trong anh em, tôi đây cũng là trưởng lão như họ, là người chứng kiến sự đau đớn của Đấng Christ, và cũng có phần về sự vinh hiển sẽ hiện ra: hãy chăn bầy của Đức Chúa Trời đã giao phó cho anh em; làm việc đó chẳng phải bởi ép tình, bèn là bởi vui lòng, chẳng phải vì lợi dơ bẩn, bèn là hết lòng mà làm, chẳng phải quản trị phần trách nhiệm chia cho anh em, song để làm gương tốt cho cả bầy. Khi Đấng làm đầu các kẻ chăn chiên hiện ra, anh em sẽ được mão triều thiên vinh hiển, chẳng hề tàn héo. (1 Phi-e-rơ 5:1-4)

Cả bốn khía cạnh khác nhau này của vai trò lãnh đạo – chỉ huy, dẫn đầu, hỗ trợ những điều cần thiết và phục vụ đều là những vai trò của những người lãnh đạo Hội thánh theo Kinh Thánh.

MỐI LIÊN HỆ CỦA VAI TRÒ LÃNH ĐẠO HỘI THÁNH VỚI BẢN CHẤT VÀ ĐẶC TÁNH CỦA ĐỨC CHÚA TRỜI

Khi kết luận về vai trò lãnh đạo Hội thánh, chúng ta nên suy xét đến việc thực hiện vai trò lãnh đạo này liên quan đến bản chất và đặc tánh của Đức Chúa Trời như thế nào.

Cuối cùng, vai trò lãnh đạo không chỉ là vấn đề các chính sách của Hội thánh. Lần nọ, khi tôi đang ở Cambridge, tôi đang dùng bữa cùng một người bạn đã tỏ ra tức giận trước quyết định gần đây của hội đồng thành phố về việc bán một vài miếng đất bên cạnh trường học ở gần nhà của mình. Khi nói chuyện, tôi nhớ đến phản ứng điển hình của anh ta. Anh luôn bày tỏ sự tức giận về điều này hoặc điều kia mà một vài người có thẩm quyền da lam. Vậy, tôi đã hỏi anh một câu đơn giản mà thẳng thắn rằng: "Anh có nghĩ thẩm quyền là xấu không?" Tôi tưởng anh ta sẽ đưa ra một câu trả lời thận trọng, thấm đượm những ý nghĩa tinh tế. Nhưng tôi bị sốc trước câu trả lời chẳng mấy chau chuốt, đơn giản, thẳng thắn của anh rằng: "Có. Thẩm quyền là xấu".

Nhận biết bản chất sa ngã của loài người về mặt thẩm quyền và thực tế thẩm quyền có thể bị lạm dụng là một điều rất tốt. Tất nhiên, có quyền lực mà không làm theo ý định của Đức Chúa Trời thì chẳng khác gì ma quỷ. Nhưng thái độ nghi ngờ tất cả thẩm quyền cũng là điều rất tệ hại. Điều này thường phơi bày tính cách của người đó hơn là thẩm quyền. Để sống làm theo ý muốn của Đức Chúa Trời, chúng ta phải biết tin cậy Ngài, cũng như tin cậy những người được dựng nên theo ảnh tượng của Ngài. Sự lạm dụng quyền lực như vậy là một tội ác khủng khiếp vì đó là thái độ phỉ báng Đức Chúa Trời.

Nói như vậy không có nghĩa rằng sự tin kính là cả tin, nhưng để nói rằng khả năng tin tưởng là một yếu tố quan trọng để bày tỏ ảnh tượng của Đức Chúa Trời, hành động thông qua các mối liên ở trong cuộc đời, trong đó ảnh tượng ấy được bày tỏ và thể hiện ra.

Khi sứ đồ Phao-lô cầu nguyện cho tín hữu ở Ê-phê-sô, ông nói rằng mình đã cầu nguyện với "Cha, bởi Cha mà cả nhà trên trời và dưới đất đều được đặt tên" (Ê-phê-sô 3:14–15). Quan điểm của sứ đồ Phao-lô không chỉ nói rằng Đức Chúa Trời là Cha của Hội thánh phổ thông (dù điều này hiển nhiên là đúng), nhưng ông muốn nói rằng Đức Chúa Trời là Tạo Hóa đã dựng nên chúng ta theo ảnh tượng của Ngài, ngay cả những cơ cấu thẩm quyền trong xã hội mà chúng ta đang có trong gia đình cũng xuất phát từ Ngài và từ thẩm quyền của Ngài. Vậy, Cơ Đốc nhân không phớt lờ vấn đề về thẩm quyền và vai trò lãnh đạo; nhưng đây là một vấn đề rất đáng lưu tâm, vì chúng bày tỏ một phần về ảnh tượng của Đức

Chúa Trời mà chúng ta cần phải phản chiếu qua cuộc đời của mình.

Thế giới không có thẩm quyền giống như ham muốn không có giới hạn, xe hơi không có điều khiển, ngã tư không có đèn giao thông, trò chơi không có luật lệ, hoặc gia đình không có cha mẹ. Tất cả đều vận hành trong một thời gian ngắn, nhưng chẳng bao lâu sau sẽ trở nên vô nghĩa, tàn nhẫn và bi thảm không thể diễn tả được.

Trong quyển sách *Quyền lực: Ý tưởng bị hiểu lầm nhất ở Mỹ*, Eugene Kennedy và Sara Charles luận rằng "sự ổn định của thẩm quyền lành mạnh là điều còn thiếu. Khôi phục lại điều này sẽ giúp chúng ta tự tin và ít lo lắng hơn để quản lý cuộc đời của mình".[11] Họ cho rằng "thẩm quyền lành mạnh phù hợp với những nhu cầu và mục tiêu của mối liên hệ mật thiết thực sự, vì mối bận tâm không phải là lấn lướt người khác mà là thúc đẩy sự phát triển của người nào cảm thấy an toàn trong mối quan hệ đó".[12] Theo các tác giả này, trong những bộ phim như *Pleasantville*,

> Sự tự do tình dục gia tăng, về bản chất, được coi là kết quả của cuộc nổi dậy cao quý chống lại các thế lực đàn áp và vô nhân đạo. Một điều thể ấy được xác nhận trong văn hóa đại chúng như kết quả tự thân. Sự giải phóng tình dục kém tiêu chuẩn, tức là tình dục tách rời khỏi mối quan hệ giữa con người với nhau, trở thành nguyên lý trung tâm của sự khôn ngoan phổ biến.[13]

Tuy nhiên, khi tách rời sự mật thiết khỏi sự cam kết, thẩm quyền,

---

11. Eugene Kennedy và Sara Charles, *Quyền lực: Ý tưởng bị hiểu lầm nhất ở Mỹ* (New York: Free Press, 1997), trang 2.
12. Kennedy và Charles, *Thẩm quyền*, trang 35.
13. Kennedy và Charles, *Thẩm quyền*, 30.

thuận phục và giao ước tình yêu tức là nhổ tận gốc một vài bài học quan trọng nhất dành cho loài thọ tạo được dựng nên theo ảnh tượng của Đức Chúa Trời – chúng ta phải làm gì để liên hệ với nhau và với Đức Chúa Trời.

Tôi nhớ có một lần giảng dạy 1 và 2 Sa-mu-ên, rồi tìm thấy mấy lời căn dặn của Đa-vít trong 2 Sa-mu-ên 23. Tôi bị ấn tượng trước mấy lời ấy, rồi thắc mắc vì sao mình không điều điều này trước đây: "Người nào cai trị loài người cách công bình, cách kính sợ Đức Chúa Trời, thì sẽ giống như sự chói lòa buổi sáng, khi mặt trời mọc, khác nào một buổi sớm mai chẳng có mây; các ánh sáng nó làm cho cây cỏ bởi đất nảy ra sau khi mưa" (2 Sa-mu-ên 23:3–4). Đây là một mô tả thật tuyệt vời về thẩm quyền và kết quả của thẩm quyền!

Tôi nghĩ mình đã chú ý đến lời lẽ của Đa-vít nhiều hơn vào lúc ấy vì tôi là một người hay thi hành thẩm quyền, trong gia đình lẫn Hội thánh. Điều đó làm cho chân lý của Lời Chúa trở nên rõ ràng hơn, quan trọng hơn và quý giá hơn với tôi.

Đáng lẽ gia đình là nơi rèn luyện thẩm quyền ở trong tình yêu thương của chúng ta. Đó là nơi "bắt đầu" những điều Đức Chúa Trời đã ban cho chúng ta để yêu thương, trân trọng, tôn kính, thuận phục và tin cậy, nhằm chuẩn bị chúng ta biết cách liên hệ với người khác và Đức Chúa Trời.

Khi chúng ta thi hành thẩm quyền cách đúng đắn và thích hợp – thông qua luật pháp, xung quanh bàn ăn, trong công sở, trên sân bóng, trong gia đình và đặc biệt là trong Hội thánh – chúng ta giúp bày tỏ ảnh tượng của Đức Chúa Trời cho tạo vật của Ngài.

Hành vi của chúng ta ở trong Hội thánh về vai trò lãnh đạo này phải làm sao để Phúc Âm không bị bôi nhọ mà được tôn cao làm tia sáng của hy vọng và chân lý trong thế gian. Đời sống của chúng ta phải thật trong sạch, để tấm lòng yêu thương của Đức Chúa Trời đối với thế gian được chiếu sáng qua chúng ta.

Đây là sự kêu gọi lớn lao mà Đức Chúa Trời ban cho chúng ta, để nhận biết và tôn trọng thẩm quyền tin kính ở trong Hội thánh. Đây là dấu hiệu của một Hội thánh và Cơ Đốc nhân vững mạnh. Đây cũng là sự kêu gọi của chúng ta. Đây là vinh dự của chúng ta. Có một thế giới cần phải nhìn thấy những người được tạo nên theo ảnh tượng của Đức Chúa Trời đang sống bày tỏ hình ảnh ấy. Hãy cầu nguyện để chúng ta có thể cùng nhau làm điều đó ở trong Hội thánh của mình – vì sự vững mạnh của Hội thánh và sự vinh hiển của Đức Chúa Trời.

CÁC TÀI LIỆU KHÁC

- Dành cho nhóm nhỏ: *Dẫn dắt lẫn nhau: Vai trò lãnh đạo Hội thánh (2012)* của Bobby Jamieson, bài học Kinh Thánh theo phương pháp pháp quy nạp trong sáu tuần từ 9Marks.
- Áp dụng cho mục vụ: *Tìm kiếm các trưởng lão và chấp sự trung* tín (2012), của Thabiti Anyabwile.
- Xem thêm: Charles Bridges, *Mục vụ Cơ Đốc* (1830); Mark Dever, Hội *thánh: Phúc Âm được* bày tỏ (2012) và *Thấu hiểu vai trò lãnh đạo Hội thánh* (2016); Jeremy Rinne, *Trưởng lão trong Hội thánh: Chăn dắt dân sự của Đức Chúa Trời như Chúa Jêsus* (2013); Phil A. Newton và Matt Schmucker, *Trưởng lão trong sinh hoạt Hội thánh: Tái khám phá Vai trò Lãnh đạo Hội thánh theo Kinh Thánh* (2014); Jonathan Leeman, *Thấu hiểu Thẩm*

quyền của Hội chúng (2016) và Một sự nhóm hiệp: Tái suy nghĩ về Mô hình Hội thánh đa điểm và đa giờ nhóm (2020); Aaron Menikoff, *Những vấn đề về phẩm chất: Chăn bầy bằng bông trái Thánh Linh (2020)*; Mark Dever và Paul Alexander, *Xây dựng một Hội thánh Vững mạnh Như thế nào: Một Hướng dẫn Thực tiễn về Vai trò Lãnh đạo có Chủ đích (2021).*

Tiếp theo

Dấu hiệu 8: Thấu hiểu và thực hành sự cầu nguyện theo Kinh Thánh

Cầu nguyện là gì?
Sự cầu nguyện có hiệu quả không?
Những lời cầu nguyện mà Đức Chúa Trời không nghe
Hội thánh địa phương cầu nguyện với nhau như thế nào

DẤU HIỆU 8
THẤU HIỂU VÀ THỰC HÀNH SỰ CẦU NGUYỆN THEO KINH THÁNH

Mọi người đều nghĩ rằng quảng cáo là dối trá, nhưng sự thật không như chúng ta tưởng. Các vấn đề được trình bày trong quảng cáo hầu như luôn chính xác, không phải vì những người làm nghề quảng cáo ủng hộ mà vì quảng cáo của họ được quy định rất chặt chẽ. Nếu chúng ta đưa tin sai trật ở trên truyền hình, thì nhà nước sẽ bắt phạt. Trọng tài sẽ thổi còi. Sự dối trá ở trong quảng cáo – mà vài người gọi là "nghệ thuật" – rất khó phát hiện. Điều sai lầm trong quảng cáo nằm ở việc giải thích tình huống, giá trị, niềm tin và các chuẩn mực văn hóa tạo thành bối cảnh cho thông điệp bán hàng. Quảng cáo – bằng phim ảnh, truyền hình và âm nhạc – cho chúng ta thấy một thế giới không giống với thế giới của chúng ta, mà là một tập hợp những hình ảnh và ý tưởng được cấu tạo cho mục đích bán hàng. Những hình ảnh này phác họa một bức tranh lý tưởng về gia đình, một ngôi nhà hoàn hảo.

Jay Chait, một người đã từng tiên phong và điều hành quảng

cáo, đã viết những điều đó cách đây vài năm trước trên tờ *Forbes*.[1] Quảng cáo không hề nói dối, mà chỉ đăng tải thông tin sai lệch thôi sao?

Ngày nay, dường như ngành tiếp thị, quảng cáo và xuất bản không chỉ nói về kim cương và phim ảnh, mà còn lấn sang làm cho Hội thánh nữa. Một cựu tín hữu của Hội thánh Báp-tít Capitol Hill, từng là một nhà báo, đã xuất bản một quyển sách có tựa đề là *Quảng bá thành công về Hội thánh* gần tám mươi năm trước.[2] Trong đó, ông đã hướng dẫn các mục sư làm thế nào để quảng bá về Hội thánh của họ và công việc của Hội thánh cách tốt nhất. Tuy nhiên, lời khuyên của ông cũng khá dễ hiểu đối với văn hóa ngày nay của chúng ta. Hội thánh đã học những nguyên tắc tiếp thị và nhiều điều khác nữa.

Ngay cả tên tuổi của Hội thánh cũng được thiết kế cách mập mờ, thân thiện và hòa nhập. Không còn cái thời phân biệt hệ phái Giám lý hoặc Trưởng lão nữa, điều này làm cho một số người cảm thấy bị loại trừ. Những cái tên phổ biến như *cộng đồng* hoặc *thông công* hoặc nghe hay hơn thế nữa, mấy từ ngữ có vẻ bí ẩn và gợi mở hấp dẫn như *nhánh* hoặc *nhóm*. Nhà thờ Báp-tít Main Street – nghĩa là nhà thờ Báp-tít nhóm lại ở Main Street – nghe có vẻ không hay lắm!

Trang điện tử của một Hội thánh mô tả nhà thờ "rất đẹp". Một Hội thánh khác tự gọi mình là nhà thờ "thương xót, đức tin và kết nối". Một Hội thánh khác nữa hứa hẹn sẽ giúp mọi người "gặp gỡ Chúa cách mật thiết". "Hội thánh" chỉ cách chúng tôi một khu phố về phía đông có tấm biển phía trước ghi là "Tốt nhất ở D.C.", trích

---

1. Jay Chait, *"Ảo tưởng còn mãi"*, *Forbes ASAP*, ngày 2 tháng 10 năm 2000, 139.

2. Carl F. H. Henry, *Quảng bá thành công về Hội thánh* (Grand Rapids, MI: Zondervan, 1943).

từ một tờ báo thế tục, mà không bao giờ nói rõ là một tà giáo mới xuất hiện gần đây, phủ nhận Ba Ngôi Đức Chúa Trời và công nhận bà Ma-ri là thần thánh.

Vai trò tự quảng bá bản thân, thậm chí giữa vòng Hội thánh theo Kinh Thánh là gì? Tôi không cố tỏ ra tiêu cực. Tôi không phản đối việc kể lể điều *tốt* về bản thân với bản tin! Nhưng tôi không thể quên được Châm ngôn 27:2 chép rằng: "Hãy để cho kẻ khác khen ngợi con, miệng con chẳng nên làm; để cho một người ngoài tán mỹ con, môi con đừng làm". Hội thánh có nên quảng bá bản thân bằng những quảng cáo riêng của họ không? Một Hội thánh phải làm gì để quảng bá các hoạt động cho đúng sự thật, mà không cố gắng đưa ra nhận định sai, tạo thêm sự hào hứng hoặc thành công hoặc hiệu quả so với những Hội thánh khác cũng rao truyền một Phúc Âm giống như vậy? Hội thánh phải làm gì để đảm bảo những nỗ lực và sự tín nhiệm của chúng ta dành cho việc ca ngợi một người nào đó tốt hơn chúng ta, một người nào đó thực sự đáng chú ý và xứng đáng với lời khen ngợi của chúng ta?

Điều này dẫn đến chủ đề của chúng ta trong chương này. Chúng ta muốn suy gẫm về sự thấu hiểu và thực hành sự cầu nguyện theo Kinh Thánh là dấu hiệu của một Hội thánh vững mạnh – tức là không phải chỉ có từng Cơ Đốc nhân cầu nguyện mà cả Hội thánh cầu nguyện mỗi khi nhóm lại.

GIỚI THIỆU SÁCH VỀ SỰ CẦU NGUYỆN

Quyển sách *Bài cầu nguyện chung* của R. C. Sproul (2009) là một sách rất hay nói về bài cầu nguyện chung và bàn về sự cầu nguyện nói chung.

Quyển sách *Cầu nguyện với sứ đồ Phao-lô* của D.A. Carson

(2015) tra xét lời cầu nguyện của sứ đồ Phao-lô xuyên suốt Tân Ước. Khi nghiên cứu, chúng ta sẽ thấy ông cầu nguyện chủ yếu cho các Hội thánh.

Tôi cũng đề xuất quyển sách *Hãy dạy họ cầu nguyện: Gia tăng sự lệ thuộc vào Đức Chúa Trời trong Hội thánh* (2010) của Paul Tautges.

Quyển sách *Cầu nguyện: Sự cầu nguyện chung định hình Hội thánh* (2018) của John Onwuchekwa rất ngắn gọn và dễ đọc. Ông bàn về sự cầu nguyện trong nếp sống của Cơ Đốc nhân (đó mới là sách nói về sự cầu nguyện) cũng như sự cầu nguyện trong nếp sống của hội chúng khi cầu nguyện với nhau.

Nếu muốn suy gẫm nhiều hơn về sự cầu nguyện, thì chúng ta có thể truy cập vào trang điện tử của Hội thánh Báp-tít Capitol Hill và lắng nghe một vài bài giảng của tôi về chủ đề này. Hãy truy cập vào mục tài liệu của chúng tôi và tìm kiếm "sự cầu nguyện". Hai bài giảng xuất hiện đầu tiên rất hữu ích cho chúng ta.

Tôi cũng khuyên chúng ta nên nghe "Vai trò của lời cầu nguyện khẩn thiết để làm nguôi cơn thịnh nộ" của David Platt (2014), có sẵn trên trang điện tử của *Chung sức vì Phúc Âm* (t4g.org).

Trong chương này, chúng ta sẽ làm ba điều. Thứ nhất, chúng ta sẽ định nghĩa sự cầu nguyện. Thứ hai, chúng ta sẽ suy xét sự cầu nguyện xảy ra như thế nào. Thứ ba, chúng ta sẽ suy xét sự cầu nguyện nên giữ chức năng như thế nào trong sinh hoạt của Hội thánh địa phương.

CẦU NGUYỆN LÀ GÌ?

Mặc dù có nhiều định nghĩa về sự cầu nguyện, nhưng tôi chỉ nói đơn giản rằng sự cầu nguyện là trò chuyện với Đức Chúa Trời. Cụm từ "trò chuyện" có thể là qua bài hát hoặc bài viết. Có thể là tư tưởng không nói thành lời và thậm chí có lúc không thể thốt lên thành lời được như Rô-ma 8 đã chép. Nhưng theo Kinh Thánh thì sự cầu nguyện thường là trò chuyện. Đa-vít đã làm ở trong Thi thiên và Giô-na đã làm ở trong bụng cá. Đó là cách Chúa Jêsus dạy chúng ta yêu kẻ thù mình – tức là chúng ta nên thay mặt họ trò chuyện với Đức Chúa Trời và cũng vì lợi ích của họ nữa (Ma-thi-ơ 5:44). Chúng ta nên cầu nguyện cho họ như Chúa Jêsus đã làm ở trên thập tự giá (Lu-ca 23:34). Đó là điều các môn đồ đã làm khi Đức Chúa Trời đầy dẫy Thánh Linh của Ngài vào lễ Ngũ tuần – họ cùng nhau trò chuyện với Đức Chúa Trời (xem Công vụ 1:14). Đức Chúa Trời quý trọng những biểu hiện của các thánh đồ. Chúa thấy lời cầu nguyện của họ như mùi hương (Khải huyền 5:8; 8:3–4).

Sự cầu nguyện không phải là một năng lực huyền bí của vũ trụ. Theo Kinh Thánh, sự cầu nguyện không phải là kết nối với một thế lực khách quan nào đó, giống như cơn gió, rồi bị chi phối bởi người "đầy dẫy đức tin" hướng dẫn buổi cầu nguyện. Sự cầu nguyện không phải là máy rút tiền tự động ở trong vũ trụ, hoặc trạng thái thiền định nông cạn, hoặc là trò chuyện với bản thân. Cầu nguyện là trò chuyện với Đức Chúa Trời. Sự cầu nguyện có hiệu quả vì Đức Chúa Trời của Kinh Thánh là Đấng có thật và thực sự lắng nghe! Chúa Jêsus đã dạy các môn đồ hãy cầu xin đồ ăn mỗi ngày; hãy xét thử Đức Chúa Trời đã đáp lời cầu nguyện *đó* thường xuyên như thế nào trong cuộc đời của chúng ta!

Sự cầu nguyện có thể được thực hiện ở mọi nơi, mọi lúc, bất cứ ai cũng làm được. Tuy nhiên, Kinh Thánh nói rõ là Đức Chúa Trời lắng nghe *tất cả* lời cầu nguyện và chỉ *vài* lời cầu nguyện. Chúa nghe tất cả lời cầu nguyện đến nỗi Ngài biết chúng ta sẽ nói gì trước khi mở miệng ra. Nhưng Chúa đã buộc mình lắng nghe – *tức là buộc mình đáp lời* – sự cầu nguyện của người nào được Chúa nhận làm con nuôi bởi đức tin nơi Đấng Christ. Đức Chúa Trời vui lòng đáp lời cầu nguyện của người nào không phải là kẻ thù thuộc linh của Ngài, nhưng là con cái đã được chuộc của Ngài.

Vì Đức Chúa Trời của Kinh Thánh là Đức Chúa Trời chân thật và hằng sống, nên Chúa phán. Đức Chúa Trời không giống như hình tượng do loài người tạo ra, có lỗ mũi được chạm trổ nhưng không ngửi được, có mắt được chạm trổ nhưng không thấy được, có tai được chạm trổ nhưng không nghe được, có miệng được chạm trổ nhưng không nói được. Đức Chúa Trời có thật. Sự hiện hữu của Ngài không phụ thuộc vào khả năng thuyết phục bạn bè của chúng ta khi tranh luận với họ. Mọi người trên hành tinh này có thể không tin vào Đức Chúa Trời, còn Chúa vẫn cứ hằng hữu. Sự thờ phượng Đức Chúa Trời căn bản nhất là lắng nghe Lời Chúa. Chúng ta phải đọc và học Lời Chúa, tin Chúa và vâng lời Ngài.

Vì Đức Chúa Trời đã dựng nên chúng ta theo ảnh tượng của Ngài, nên Chúa kêu gọi chúng ta không chỉ nghe mà còn trò chuyện với Ngài nữa. Trong lời cầu nguyện của chúng ta – hình thành những ý tưởng và lời lẽ để chúng ta thưa với Chúa – chúng ta bắt chước Chúa và bày tỏ về Ngài. Chúng ta bày tỏ bản chất của Chúa là Đấng phán. Chúng ta đến với Chúa bằng mối liên hệ. Chúa phán bằng Thánh Linh qua Lời Chúa. Chúng ta lắng nghe và thưa chuyện với Chúa qua sự cầu nguyện. Đây không chỉ là mối liên hệ "bình thường", giả hình của tôn giáo. Mối liên hệ giữa chúng ta với Tạo Hóa là chân thật và sâu sắc nhất đến nỗi chi phối tất cả mối liên hệ khác. Sự cầu nguyện là một phần cốt yếu ở trong mối liên hệ.

SỰ CẦU NGUYỆN CÓ HIỆU QUẢ KHÔNG?

Đức Chúa Trời tối cao dùng lời cầu nguyện của chúng ta để hoàn tất ý định của Ngài. Chúng ta cầu xin Chúa làm những điều chỉ có Ngài mới làm được.

Kinh Thánh đầy dẫy những câu chuyện về Đức Chúa Trời lắng nghe và đáp lời cầu nguyện. Chúng ta đọc đi đọc lại trong Thi thiên 107 chép rằng: "Bấy giờ trong cơn gian truân họ kêu cầu Đức Giê-hô-va; Ngài bèn giải cứu họ khỏi điều gian nan" (Thi thiên 107:6, 13, 19, 28). Khi An-ne son sẻ, bà đã cầu nguyện. Khi Giô-na ở trong bụng cá, ông đã cầu nguyện. Khi Cơ Đốc nhân đầu tiên đối diện với sự bắt bớ trong Công vụ, họ đã cầu nguyện. Môi-se, Ghi-đê-ôn, Sa-mu-ên, Sa-lô-môn, Ê-li, Cọt-nây, Phao-lô – tất cả đều cầu nguyện. Trên hết, Đức Chúa Jêsus Christ cũng cầu nguyện. Tất cả mọi người đều cầu nguyện khi họ muốn tương giao với Đức Chúa Trời. Họ không chỉ thực hiện những lễ nghi tôn giáo. Họ muốn Đức Chúa Trời thực hiện điều gì đó!

Nhưng chúng ta sẽ bền đổ cầu nguyện cho một nan đề trong bao lâu đây? Chúa Jêsus dạy các môn đồ của Ngài không được bỏ cuộc trong sự cầu nguyện. Tôi cho rằng Chúa đã dạy điều này cách cẩn thận vì Ngài biết chúng ta sẽ bị cám dỗ muốn bỏ cuộc! Có thể chúng ta nghĩ rằng: "Tôi đã cố gắng. Cầu nguyện không có tác dụng. Trước đây, tôi đã cầu nguyện và tin cậy Chúa. Nhưng chẳng có tác dụng gì cả". Vậy, cho tôi hỏi: Hội thánh tại Giê-ru-sa-lem đã cầu nguyện chỉ một lần thôi phải không? Hay là trong vòng mười lăm phút? Hoặc nửa giờ chăng? Giô-na đã ở trong bụng cá một giờ, hay một ngày? Chúng ta nghĩ bà An-ne đã cầu xin Chúa ban cho một đứa con trong bao lâu? Vài ngày? Vài tháng? Vài năm?

Xin đừng hiểu lầm. Không phải lúc nào chúng ta cũng nhận

được những điều mình cầu xin, thậm chí là cầu nguyện nhiều lần, chúng ta không bao giờ "tìm được" sự đáp lời cho dù cầu nguyện thật dài hoặc lặp đi lặp lại. Tuy nhiên, Đức Chúa Trời luôn dạy chúng ta phải bền đỗ trong sự cầu nguyện của mình (xem Lu-ca 18 về câu chuyện mà Chúa Jêsus đề cập đến điều này). Vậy, nếu chúng ta đã cầu nguyện. Rồi cầu nguyện. Cầu nguyện tiếp – Lời Chúa mang lại hy vọng.

Chúng ta có thể là Giô-na trong ngày thứ ba. Hãy cứ cầu nguyện.

Chúng ta có thể giống như Hội thánh đã cầu nguyện vào giờ thứ mười hai, nhưng là giờ cuối cùng. Chúng ta có thể giống như bà An-ne, dâng lên Đức Chúa Trời lời cầu xin có một đứa con lần cuối cùng.

Chúng ta có một Đức Chúa Trời vui lòng lắng nghe tấm lòng của chúng ta. Chính nhờ sự cầu nguyện mà chúng ta kinh nghiệm được mối liên hệ với Đức Chúa Trời nhiều hơn.

Đối với vài người trong chúng ta đã từng có kinh nghiệm, thời gian trôi qua, người thân đã mất, cơ hội không còn nữa. Chúng ta có thể không còn hy vọng vào Đức Chúa Trời sẽ thay đổi lịch sử, nhưng chúng ta vẫn tiếp tục hy vọng chờ đợi vì chúng ta biết bản chất của Ngài và những điều Chúa đã làm cho chúng ta trong Đấng Christ. Chúng ta tin rằng Chúa là tốt lành và một ngày nào đó chúng ta sẽ hiểu cách trọn vẹn hơn lý do vì sao Chúa lại làm những điều Ngài đã thực hiện. Mặc dù không thấy được sự đáp lời cụ thể, nhưng chúng ta tin rằng lời cầu nguyện lớn hơn ở trong cuộc đời của mình đó là sẽ được đáp lời cách trọn vẹn đến nỗi làm cho chúng ta hoàn toàn thỏa mãn.

Vậy, Cơ Đốc nhân ơi, chúng ta đã bị thuyết phục chưa? Hay chúng ta vẫn nghĩ cầu nguyện là một tùy chọn và không thực sự cần thiết? Thưa độc giả thân mến, sự cầu nguyện cần thiết tựa như nói chuyện với chồng hoặc vợ, cha mẹ hoặc con cái vậy, nếu chúng ta muốn giữ mối liên hệ với họ. Hãy tiếp tục cầu nguyện. Cầu nguyện mà thiếu sự bền đỗ thật là vô ích. Khi chúng ta hiểu về sự cầu nguyện, thì chúng ta sẽ biết Đức Chúa Trời rõ hơn và tin cậy Ngài nhiều hơn.

NHỮNG LỜI CẦU NGUYỆN MÀ ĐỨC CHÚA TRỜI KHÔNG NGHE

Đôi khi Đức Chúa Trời thường xuyên đáp lời cầu nguyện, đôi khi Chúa từ chối và thậm chí không lắng nghe lời cầu nguyện. Trong Cựu Ước cũng như Tân Ước, Đức Chúa Trời có lúc từ chối lắng nghe lời cầu nguyện. Trong Ê-xê-chi-ên 20, các trưởng lão của Y-sơ-ra-ên đến cầu vấn Đức Chúa Trời, nhưng Chúa từ chối lắng nghe. Về mặt nào đó, các trưởng lão cầu nguyện để cầu nguyện. Họ hỏi: "Chúng tôi cầu nguyện với Chúa được không?" và Đức Chúa Trời phán rằng: "Không". Vì sao? "Chúng nó dấy loạn nghịch cùng ta, và không muốn nghe ta" (Ê-xê-chi-ên 20:8). Sau khi kể ra họ đã từ chối Đức Chúa Trời rất nhiều lần, tiên tri Ê-xê-chi-ên nói rằng: "Khi các ngươi dâng lễ vật, khi các ngươi cho con trai mình qua lửa" – ấy là sự thờ phượng trái lẽ mà họ đã làm, họ nghĩ có thể đến cùng Đức Chúa Trời bằng sự cầu nguyện trong khi vẫn thờ lạy hình tượng – "các ngươi còn tự làm ô uế với những thần tượng mình cho đến ngày nay sao? Hỡi nhà Y-sơ-ra-ên, ta há để cho các ngươi cầu hỏi sao? Chúa Giê-hô-va phán: Thật như ta hằng sống, ta không để cho các ngươi cầu hỏi!" (Ê-xê-chi-ên 20:31).

Nhưng đối với Cơ Đốc nhân, chúng ta có thể chắc chắn rằng Cha trên trời có đủ sự khôn ngoan và tình yêu thương để lắng nghe lời cầu nguyện. Hãy nhớ lời cầu nguyện của sứ đồ Phao-lô trong 2 Cô-rinh-tô 12 chép rằng: "Đã ba lần tôi cầu nguyện Chúa cho nó lìa xa tôi. Nhưng Chúa phán rằng: Ân điển ta đủ cho ngươi rồi, vì sức mạnh của ta nên trọn vẹn trong sự yếu đuối" (2 Cô-rinh-tô 12:8–9). Vì sao lời cầu nguyện của sứ đồ Phao-lô không được đáp lời? Vì sao lời cầu nguyện của ông không "được đáp lời"? Có phải vì tội lỗi trong đời sống của sứ đồ Phao-lô chăng? Có phải ông đã không vâng lời, giống như các trưởng lão của dân Y-sơ-ra-ên? Tất nhiên, sứ đồ Phao-lô không hoàn hảo. Ông không vô tội và ông biết rõ điều đó. Sứ đồ Phao-lô là một tội nhân được cứu bởi ân điển. Nhưng đời sống của ông không được tô điểm bằng tình trạng không ăn năn tội lỗi của mình, đó là điều Đức Chúa Trời ghét. Sứ đồ Phao-lô là một Cơ Đốc nhân. Nếu nói ông chắc hẳn đã phạm tội kín giấu nào đó mới bị trừng phạt như vậy thì cũng chẳng hơn gì "những kẻ an ủi" Gióp.

Vậy, hãy nghĩ xem lời cầu nguyện của sứ đồ Phao-lô có linh nghiệm chăng? Cái giằm xóc không được cất đi. Sự đau đớn không kết thúc. Nhưng sứ đồ Phao-lô đã biết Đức Chúa Trời hằng sống rõ ràng hơn. Thế gian cũng biết Đức Chúa Trời hằng sống rõ hơn. Lời cầu nguyện của các trưởng lão trong dân Y-sơ-ra-ên được chép trong Ê-xê-chi-ên 20 có linh nghiệm không? Họ không hề kêu cầu Đức Chúa Trời, nhưng Chúa đã bày tỏ chính Ngài. Trong cả hai trường hợp, loài người đã đến với Đức Chúa Trời bằng một lời cầu xin. Trong cả hai trường hợp, Đức Chúa Trời đều không đáp lời họ. Thông qua cả hai lời cầu nguyện, Đức Chúa Trời đều được tỏ ra. Đối với các trưởng lão của dân Y-sơ-ra-ên, đó không phải là câu trả lời mà họ tìm kiếm. Nhưng đối với sứ đồ Phao-lô, điều ông khao khát hơn hết, thậm chí hơn cả việc cất bỏ cái giằm xóc của mình, đó là Đức Chúa Trời được tỏ ra cho mọi người.

Chúa phán với sứ đồ Phao-lô rằng: *"Ân điển ta đủ cho ngươi rồi, vì sức mạnh của ta nên trọn vẹn trong sự yếu đuối"*. Nói cách khác, sứ đồ Phao-lô và những người ông chăm sóc sẽ biết rõ hơn về Đức Chúa Trời qua sự yếu đuối của ông. Ấy là mong muốn sâu xa nhất của sứ đồ Phao-lô. Đó là lời cầu nguyện trong cả cuộc đời của sứ đồ Phao-lô.

Joseph Hall, một người Thanh Giáo vĩ đại đã từng nói rằng: "Những lời cầu nguyện tốt đẹp không bao giờ vô ích. Tôi chắc chắn sẽ nhận được những điều mình cầu xin hoặc những điều mình nên cầu xin".[3] Cái điều sứ đồ Phao-lô đã nhận được còn tốt hơn những điều ông đã kêu cầu. Sứ đồ Phao-lô viết rằng: "Vậy tôi sẽ rất vui lòng khoe mình về sự yếu đuối tôi, hầu cho sức mạnh của Đấng Christ ở trong tôi. Cho nên tôi vì Đấng Christ mà đành chịu trong sự yếu đuối, nhuốc nhơ, túng ngặt, bắt bớ, khốn khó; vì khi tôi yếu đuối, ấy là lúc tôi mạnh mẽ" (2 Cô-rinh-tô 12:9–10). Sứ đồ Phao-lô khoe mình về sự yếu đuối. Ông vui mừng chịu đựng thử thách vì ông đã dâng đau đớn của mình cho Chúa bằng sự cầu nguyện, còn Đức Chúa Trời đã không muốn cất đi những điều đó.

Chính Đức Chúa Trời tối thượng đã cho phép Gióp chịu thử thách đầy ngoạn mục; chính Đức Chúa Trời tối thượng đã kêu gọi Áp-ra-ham sẵn lòng hy sinh con trai duy nhất mà ông mong chờ từ lâu; chính Đức Chúa Trời tối thượng đã ban Con một của Ngài cho những kẻ ghét Ngài: cũng chính Đấng ấy đã kêu gọi sứ đồ Phao-lô mang cái giằm xóc chịu khổ *trong một thời* gian.

Đối với cá nhân, ấy cũng là Đức Chúa Trời đã lắng nghe chúng ta cầu xin Ngài cải đạo những người thân của mình, tăng trưởng Hội

---

3. Joseph Hall, *Những bài tĩnh nguyện*, quyển 6, *Những tác phẩm của Joseph Hall*, soạn bởi Josiah Pratt (London: C. Whittingham, năm 1808), trang 13.

thánh, truyền bá Phúc Âm qua các Hội thánh được khôi phục cũng như được mở mang tại địa phương và xa hơn nữa. Đức Chúa Trời đã quyết định bày tỏ chính Ngài bằng cách đáp lời cầu nguyện cũng như không đáp lời cầu nguyện. Tương tự công tác truyền giảng, sự rao giảng Phúc Âm, hoặc thậm chí là viết sách này, Đức Chúa Trời đã quyết định không chỉ mục đích mà còn cả cách thức nữa. Chúa đã định sẵn từ trước khi sáng thế sẽ hành động qua lời cầu nguyện của chúng ta. Qua sự cầu nguyện, Đức Chúa Trời đã ban cho kẻ vô tín như Giô-na sự ăn năn và sự sống. Chúa cho sứ đồ Phi-e-rơ được ra khỏi ngục. Chúa ban cho bà An-ne một đứa con. Đức Chúa Trời cho Giô-na sự sống. Đức Chúa Trời cho sứ đồ Phi-e-rơ tự do. Đức Chúa Trời cho bà An-ne một đứa con. Nhưng Chúa chỉ ban những điều đó khi họ cầu nguyện.

Sự tin cậy nơi Đức Chúa Trời thể ấy sẽ dẫn dắt Hội thánh địa phương dành nhiều thời gian trong đời sống để hiệp ý cầu nguyện.

HỘI THÁNH ĐỊA PHƯƠNG CẦU NGUYỆN VỚI NHAU NHƯ THẾ NÀO

Những người ghé thăm Hội thánh của chúng tôi lần đầu thường nhận xét về thời gian mà chúng tôi dành để cầu nguyện cùng nhau và ngồi yên lặng trong lúc những người khác dẫn dắt sự cầu nguyện.

Về nhiều mặt, chúng ta không nên ngạc nhiên trước cách cầu nguyện như thế. Từ thời Cơ Đốc nhân đầu tiên, cầu nguyện cùng nhau đã là một khuôn mẫu trong Tân Ước. Các tín hữu đầu tiên nhóm lại để cầu nguyện (Công vụ 1:14, 24; 2:42). Đức Chúa Trời đã tuôn đổ Thánh Linh của Ngài ở trên dân sự vào ngày lễ Ngũ tuần là vì mọi người đã nhóm lại cầu nguyện. Bối cảnh của mấy lời cầu nguyện trong Tân Ước đều khác nhau – xảy ra bên trong hoặc bên ngoài, vào thời điểm khác nhau cả đêm lẫn ngày, đôi khi xuất hiện cùng sự ca hát, kiêng ăn, quỳ gối, mắt ngước lên, tay giơ cao, hoặc đặt tay trên người khác. Sự đa dạng tuyệt vời này dường như minh họa cho mạng lịnh dù gặp cảnh ngộ nào cũng cứ cầu nguyện không thôi ở trong Kinh Thánh (1 Tê-sa-lô-ni-ca 5:17). Tôi tin rằng Hội thánh địa phương có thể áp dụng sự đa dạng tuyệt vời này cho sự cầu nguyện. Người ta có thể đặt ra luật pháp cho sự cầu nguyện nhất định nào đó, tưởng rằng sự cầu nguyện chỉ có một hình thức mà thôi. Tuy nhiên, những khác biệt trong sự cầu nguyện của nhiều Hội thánh không phải là vấn đề, mà đơn giản chỉ là những phản ánh tuyệt vời về các đặc điểm độc đáo của nhiều hội chúng khác nhau. Dẫu vậy, chúng ta có thể đưa ra một số phát biểu về sự cầu nguyện có thể áp dụng cho *từng* Hội thánh. Trong phần còn lại của chương này, tôi sẽ đưa ra một số phát biểu như vậy.

Đời sống cầu nguyện công khai của một Hội thánh phải lớn lên từ đời sống cầu nguyện riêng tư của chúng ta. Sự dạy dỗ của Đức Chúa Trời trong 1 Tê-sa-lô-ni-ca 5:17 về việc cầu nguyện không thôi đáng lý phải khuyến khích chúng ta dành thời gian mỗi ngày để cầu nguyện. Tất cả khía cạnh cơ bản của sự cầu nguyện phải xuất hiện trong thì giờ cầu nguyện cá nhân của chúng ta – ngợi khen Chúa thật như chính Ngài, cảm tạ Chúa vì những điều Ngài đã làm, thừa nhận chúng ta là tội nhân và mọi việc mình đã làm, cầu nguyện cho bản thân và người khác. Đôi khi người ta ghi nhớ điều này bằng cách viết tắt TATC – Thờ phượng, Ăn năn, Tạ ơn, Cầu xin.

Chúng ta có thể lồng ghép *cầu nguyện cho điều gì* và *cầu thay cho ai* khi cầu nguyện riêng tư ở nhà với đời sống cầu nguyện của cả hội chúng. Hãy cân nhắc nghiên cứu phân đoạn Kinh Thánh sẽ được rao giảng vào Chúa Nhật tiếp theo. Hãy làm cho lời cầu thay của chúng ta dành cho những tín hữu khác được uốn nắn bởi Lời Chúa khi dâng lên Đức Chúa Trời. Điều này cũng giúp chúng ta cầu thay cho những đối tượng mà chúng ta chưa biết rõ, tốt nhất là chuẩn bị tấm lòng của mình bằng sứ điệp đến từ Lời Chúa.

Hãy cân nhắc cầu nguyện cho danh sách tín hữu của Hội thánh. Tại CHBC, chúng tôi có một danh sách liệt kê tín hữu của Hội thánh. Các phần đặc biệt ở mặt sau liệt kê những cựu thực tập sinh và nhân sự để tín hữu biết họ hiện đang ở đâu. Có một phần dành cho tất cả con cái của tín hữu ở trong Hội thánh. Một phần khác dành cho các nhân sự được hỗ trợ của chúng tôi. Vì danh mục có khoảng sáu mươi trang, nên có thể dễ dàng dùng để cầu nguyện mỗi tháng bằng cách cầu nguyện hai trang mỗi ngày. Đó là điều chính tôi đã làm và cũng khuyến khích người khác làm theo. Nếu chúng ta yêu thương nhau, như chúng ta được răn dạy phải làm (Giăng 13:35; 1 Tê-sa-lô-ni-ca 3:12; 2 Tê-sa-lô-ni-ca 1:3) và đã kết ước sẽ làm điều đó khi trở thành tín hữu của Hội thánh, thì chắc chắn điều này bao gồm cả việc cầu thay cho nhau (Gia-cơ 5:16).

Một vài sự thực hành cầu nguyện của chúng ta sẽ thay đổi theo thời gian. Giống như hoàn cảnh thay đổi trong Tân Ước, chúng cũng khác nhau trong nhiều Hội thánh ngày nay. Thí dụ, ba mươi năm trước, Hội thánh của chúng tôi nhỏ hơn và phần lớn tín hữu là người cao tuổi; điều đó ảnh hưởng đến tần suất và thời gian nhóm lại cầu nguyện của chúng tôi. Một buổi nhóm cầu nguyện mới toanh do vài tín hữu của Hội thánh tổ chức để cầu nguyện cho sự cải đạo của các sinh viên quốc tế; họ nhóm lại vào các chiều Chúa Nhật. Buổi nhóm cầu nguyện của Hội thánh thường được tổ chức vào tối thứ Tư, nhưng bây giờ đổi sang tối Chúa Nhật. Đôi khi trong sinh hoạt của Hội thánh, chúng tôi có những buổi nhóm đặc biệt để cầu nguyện, chẳng hạn như thời điểm lựa chọn ban trưởng lão đầu tiên. Sau khi đất nước bị tấn công vào năm 2001, chúng tôi đã tổ chức một buổi nhóm công khai đặc biệt. Một chi tiết không thay đổi đó là chúng tôi cầu nguyện theo Kinh Thánh cho công tác của Đức Chúa Trời tại địa phương và trên khắp thế giới; một Hội thánh địa phương có sự tự do để thực hiện điều này.

Một vài từ ngữ đặc biệt sẽ có ích khi hướng dẫn Hội thánh cầu nguyện. Thí dụ, sử dụng đại từ nhân xưng số nhiều "chúng ta" trong khi cầu nguyện với hội chúng vì Chúa Jêsus đã dạy chúng ta cầu nguyện rằng "lạy Cha *chúng* tôi". Khi bạn hoặc tôi hướng dẫn mọi người cầu nguyện, hãy nhớ rằng chúng ta không chỉ chia sẻ những suy gẫm cá nhân của mình để người khác lắng nghe; mà chúng ta đang có cơ hội dẫn dắt mọi người bước vào sự hiện diện của Cha thiên thượng. Vì thế, chúng ta nên dùng từ *"tôi"* cách tiết kiệm hơn. Chúng ta nên thường xuyên dùng hai từ "chúng ta" và "của chúng ta" thật chính xác vì chúng ta đang dâng lên Đức Chúa Trời những vấn đề không chỉ của cá nhân, mà của cả Hội thánh. Vậy, chúng ta cầu xin Chúa ban niềm vui cho *hội chúng*, không phải cho cá nhân; cầu xin Chúa ở cùng công việc của *hội chúng*, không phải của cá nhân. Chúng ta thấy có những vấn đề và lo lắng chung, cùng nhau đến với Chúa trong sự cầu nguyện, có một người hướng dẫn bằng cách thay mặt cả hội chúng dâng lên Chúa những nan đề.

Bây giờ, nếu *chúng ta* là "cánh tay" của người hướng dẫn cầu nguyện, thì hội chúng bày tỏ sự "đồng lòng" bằng cách nói "A-men" khi kết thúc lời cầu nguyện. *A-men* trong tiếng Hê-bơ-rơ có nghĩa là "điều này là phải" hoặc "tôi đồng ý". Đây là lúc chúng ta khẳng định bằng lời nói, cùng tất cả người nghe, rằng lời cầu nguyện này không chỉ của người đã thốt ra bằng lời mà còn là lời cầu nguyện của chúng ta nữa. Chúng ta nói "A-men", tức là đồng ý với lời cầu nguyện, công khai chấp nhận và khẳng định điều này như là đại diện của chúng ta ở trước mặt Đức Chúa Trời.

Trong các Hội thánh mà tôi đã từng đến thăm ở Trung Hoa, lời tuyên bố "Amen!" sau khi kết thúc lời cầu nguyện nghe như tiếng sấm vang rền. Một người cầu nguyện rất dài khiến ai nấy tưởng rằng mọi người sẽ mất tập trung. Nhưng sau khi lời cầu nguyện kết thúc, mọi người sẽ "sở hữu" lời cầu nguyện cách rõ ràng và dứt khoát ngay lập tức bằng tiếng "A-men" thật to. Không ai có thể nghi ngờ sự hiệp một của một buổi cầu nguyện như thế. Sự hiệp một là điều chúng ta phải truyền đạt và kinh nghiệm trong Hội thánh địa phương khi cầu nguyện cùng nhau để cho thấy *chúng ta biết* mình đang hiệp nguyện. Dâng lời cầu nguyện với đại từ nhân xưng số nhiều và chấp nhận sự cầu nguyện bằng một tiếng "A-men" rõ ràng giúp Hội thánh của chúng ta hiệp nguyện hiệu quả hơn.

Những lời cầu nguyện công khai khác nhau mang lại ích lợi cho Hội thánh địa phương. Một vài Hội thánh có mục sư hoặc một tín hữu cầu nguyện rất dài hoặc tự phát. Nhiều Hội thánh khác có lời cầu nguyện ngắn được viết thành văn bản. Tại CHBC, những lời cầu nguyện dài trước mặt hội chúng đã được kế hoạch và viết ra trước, trong khi lời cầu nguyện ngắn hơn lại có xu hướng tự phát. Cả hai cách cầu nguyện này đều mang lại ích lợi cho đời sống cộng đồng của chúng tôi.

Những lời cầu nguyện dài, có kế hoạch ở trong các buổi nhóm vào sáng Chúa Nhật của chúng ta là cơ hội để giúp hội chúng chú ý cách cẩn thận, bền đỗ, tôn kính, thờ phượng, hy vọng vào những đặc tánh của Đức Chúa Trời, lòng nhân từ của Ngài dành cho chúng ta, tội lỗi hoặc nhu cầu của chúng ta, hoặc công tác truyền giáo ở nhiều nơi khác. Qua lời cầu nguyện của các tiên tri trong Cựu Ước, những người lắng nghe lời cầu nguyện thường chuyển đổi qua lại giữa Đức Chúa Trời và những người lắng nghe (hoặc đọc) lời cầu nguyện. Trong lời cầu nguyện trước mặt hội chúng, đó là điều dễ hiểu.

Chúng ta phải biết rằng khi mở miệng nói trước mặt hội chúng thì đã có phần dạy dỗ trong đó nữa, nếu không thì các lãnh đạo đâu cần đến cái mi-crô làm gì và hội chúng đâu cần lắng nghe làm chi.

Một vài người ngạc nhiên khi tưởng đến việc chuẩn bị trước lời cầu nguyện. Họ đã quen cầu nguyện cách tự nhiên bằng sự chân thành, còn chuẩn bị trước thường kèm theo hình thức và thậm chí là giả hình. Mặc dù đúng là có những nguy hiểm, nhưng chúng không thể tránh khỏi. Chuẩn bị trước không nhất thiết là thiếu chân thành.

Robert Baillie kể lại một trong những ngày cầu nguyện mà ông đã tham dự tại Đại hội đồng Westminster. "Tiến sĩ Twisse đã bắt đầu buổi nhóm bằng một lời cầu nguyện ngắn, 'Ông [Stephen] Marshall đã cầu nguyện lớn trong vòng hai giờ đồng hồ, hầu hết là ăn năn tội lỗi của các thành viên tại đại hội đồng cách tuyệt vời, cảm động và thận trọng. Sau đó, ông Arrowsmith rao giảng trong vòng một giờ đồng hồ, rồi hát một bài thánh ca; kế đến, ông Vines cầu nguyện gần hai giờ đồng hồ, ông Palmer rao giảng trong một giờ đồng hồ và ông Seaman cầu nguyện gần hai giờ đồng hồ, sau đó hát một bài thánh ca. Tiếp theo, ông Henderson nói về những tệ nạn của thời bấy giờ và cách khắc phục chúng, tiến sĩ Twisse kết thúc đại hội đồng bằng một lời cầu nguyện ngắn và chúc phước".[4]

Những mục sư này đã chuẩn bị lời cầu nguyện của mình như cách họ chuẩn bị những bài giảng.

Mục sư hoặc tín hữu chú ý và suy nghĩ trước những điều họ sẽ cầu nguyện không có nghĩa là thiếu chân thành trong lời cầu nguyện! Cẩn thận chuẩn bị tốt để dẫn dắt giờ cầu nguyện sẽ giúp chúng ta làm điều đó cách tốt nhất. Tôi thường dành khoảng bốn

---

4. *Những lá thư của Robert* Ballie, 2:18–19, trích bởi James Reid, *Ký sự về Westminster* (Edinburgh: Banner of Truth, 1982) tập 2, trang 77–78.

mươi lăm phút để chuẩn bị lời cầu nguyện của mục sư hoặc một trong những lời cầu nguyện dài khác cho sự nhóm lại vào buổi sáng của chúng tôi.

Nhưng mấy lời cầu nguyện cách tự nhiên cũng mang lại nhiều điều. Chúng có sự linh hoạt. Chúng ta có thể đáp ứng với những điều mới vừa học được. Chúng ta có thể cầu nguyện cho nhiều sự kiện, hoàn cảnh hoặc con người cách khác nhau. Tại CHBC, lời cầu thay ngắn của chúng tôi vào các tối Chúa Nhật đều không có chuẩn bị trước, vì những người tôi sẽ mời cầu nguyện không được thông báo trước. Người nào cảm thấy miễn cưỡng khi tiến lên dẫn dắt hội chúng sẽ sẵn sàng dẫn dắt mọi người trong sự cầu nguyện từ chỗ ngồi của họ. Cho đối tượng sẽ được mời biết trước cả khi tôi hoặc người khác sẽ chia sẻ nan đề cầu nguyện cho phép người đó ghi lại tên và chi tiết thật cụ thể, khi đến thời điểm, sẽ giúp người đó hướng dẫn hội chúng cầu nguyện cách ngắn gọn, trực tiếp với Đức Chúa Trời. Càng có nhiều người chia sẻ và cầu nguyện, càng có nhiều nan đề để cầu nguyện, những lời cầu nguyện súc tích giúp chúng ta cầu thay cho nhiều vấn đề khác nhau trong thời gian ngắn. Vậy, những kiểu cầu nguyện khác nhau – dài hoặc ngắn, có kế hoạch hoặc tự nhiên – sẽ có ích cho Hội thánh địa phương.

Một trong những lời cầu nguyện dài của chúng ta vào sáng Chúa Nhật đặc biệt hướng đến sự ngợi khen Đức Chúa Trời. Chúa Jêsus dạy các môn đồ của Ngài bắt đầu cầu nguyện như thế này: "Danh Cha được tôn thánh". Trong Thi thiên 145, trước giả Đa-vít đặc biệt ca ngợi và tôn vinh Đức Chúa Trời, suy gẫm về ân điển, lòng thương xót và sự nhân từ của Ngài. Thật ích lợi cho chúng ta khi nghe thấy lời ngợi khen trong sự cầu nguyện, được thần cảm hoặc không thần cảm. Có nhiều điều tốt đẹp để nói về Đức Chúa Trời! Thật tuyệt khi thốt lên những điều ấy. Hãy suy xét điều này trong tuần qua. Chúng ta có dành thời gian để suy gẫm về Đức Chúa Trời không? Chúng ta có nhận biết và ngợi khen Chúa là Đức Chúa Trời tự hữu có một không hai chăng? Không ai tạo nên Chúa. Không ai làm được, vì Chúa có trước muôn vật. Chỉ có Chúa mới hiện diện mọi nơi. Chúa có hết thảy quyền phép. Chúa là Đức Chúa Trời toàn năng! Chúa là Đức Chúa Trời chí cao! Chúa là Đức Chúa Trời tối thượng, là Đấng Thượng Cổ, là Đấng báo thù và đáng kính sợ, đầy ân điển và giàu lòng thương xót, nhân từ và còn đến đời đời, thành tín và thánh khiết, Chúa là Tạo Hóa và xá điều gian ác. Chúa là Đức Chúa Trời yên ủi và đáng tôn vinh hiển, Chúa của trời và đất, là Đấng công bình và yêu thương, bình an và chân lý.

Chúng ta không chỉ ngợi khen Đức Chúa Trời, là Cha của Đức Chúa Jêsus Christ vì đặc tánh của Ngài, mà còn *cảm tạ* Chúa vì đặc tánh của Ngài và những điều Chúa đã làm cho chúng ta nữa: Chúa đã cứu chúng ta, thật oai quyền làm sao! Đây là điều ca đoàn của thiên quốc cất tiếng hát ngày và đêm ở trong Khải huyền: "Lạy Đức Chúa Trời là Chúa chúng tôi, Chúa đáng được vinh hiển, tôn quí và quyền lực; vì Chúa đã dựng nên muôn vật, và ấy là vì ý muốn Chúa mà muôn vật mới có và đã được dựng nên" (Khải huyền 4:11). Điểm nhấn của rất nhiều lời cầu nguyện trong Kinh Thánh đơn giản là ngợi khen Đức Chúa Trời. Thí dụ, Công vụ 4:24–30.

Mọi người nghe đoạn, thì một lòng cất tiếng lên cầu Đức Chúa Trời rằng: Lạy Chúa, là Đấng dựng nên trời, đất, biển, cùng muôn vật trong đó, và đã dùng Đức Thánh Linh, phán bởi miệng tổ phụ chúng tôi, tức là đầy tớ Ngài, là vua Đa-vít, rằng:

Vì sao các dân nổi giận, Lại vì sao các nước lập mưu vô ích?

Các vua trên mặt đất dấy lên, Các quan hiệp lại, Mà nghịch cùng Chúa và Đấng chịu xức dầu của Ngài... Vả, Hê-rốt và Bôn-xơ Philát, với các dân ngoại, cùng dân Y-sơ-ra-ên thật đã nhóm họp tại thành nầy đặng nghịch cùng Đầy tớ thánh Ngài là Đức Chúa Jêsus mà Ngài đã xức dầu cho, để làm mọi việc tay Ngài và ý Ngài đã định trước. Nầy, xin Chúa xem xét sự họ ngăm dọa, và ban cho các đầy tớ Ngài rao giảng đạo Ngài một cách dạn dĩ, giơ tay Ngài ra, để nhờ danh đầy tớ thánh của Ngài là Đức Chúa Jêsus, mà làm những phép chữa lành bịnh, phép lạ và dấu kỳ".

Dù mục đích của lời cầu nguyện có vẻ là sự nài xin trong câu 29–30, nhưng hầu hết lời cầu nguyện đều nói lên chân lý về Đức Chúa Trời, là Đấng mà họ đang cầu khẩn. Công vụ 4:24–28 là sự ngợi khen và cảm tạ, nhận biết Đức Chúa Trời trong công tác tốt lành và quyền năng của Ngài. Chúng ta phải nhớ rằng những người tin Chúa đang cầu nguyện ở trong phân đoạn nầy rất sợ hãi. Sứ đồ Phi-e-rơ vừa bị bắt. Có thể họ sợ nhóm lại. Tuy nhiên, thay vì dành phần lớn thời gian để cầu thay, họ đã dành thời gian để ngợi khen và cảm tạ Đức Chúa Trời.

Hội thánh nên dành thời gian thường xuyên để cảm tạ Đức Chúa Trời về hết thảy mọi điều mà Chúa đã làm để cứu chúng ta. Chúa là Chồng chung thủy đối với những kẻ không chung thủy, Chúa nhận chúng ta làm con nuôi khi chúng ta tự khiến mình trở nên thiếu thốn, Chúa ban chính Ngài cho chúng ta làm cơ nghiệp. Chúng ta có thể cảm tạ Chúa vì Đấng Christ đã gánh lấy hình phạt mà chúng ta đáng phải chịu. Hãy cảm tạ Chúa vì Ngài đã gìn giữ và cai trị. Chúng ta hãy cảm tạ Chúa vì Ngài đảm bảo sẽ làm trọn những điều mà Chúa đã khởi sự làm ở trong chúng ta. Chúng ta có thể cảm tạ Chúa vì lòng nhân từ của Ngài đối cùng chúng ta ở dưới quyền tối thượng của Chúa, vì sự trông cậy về thiên quốc, vì sự yên ủi mà chúng ta nhận được trong quyền tối thượng của Ngài ở trên muôn vua và muôn nước của thế gian. Chúng ta hãy cảm tạ Chúa vì Lời Chúa và sự soi sáng của Ngài. Chúng ta hãy cảm tạ Chúa vì cớ luật pháp của Ngài như trước giả Thi thiên đã làm trong Thi thiên 119. Chúng ta hãy cảm tạ Chúa vì Ngài đi cùng, dẫn dắt và yêu thương chúng ta.

Chúng ta hãy nhìn xem Đức Chúa Trời – Cha, Con và Thánh Linh – mà cảm tạ Chúa qua sự cầu nguyện vì lòng nhân từ, sự bất biến, sự công bình, sự nhịn nhục của Ngài đối cùng chúng ta, vì Chúa là Đấng đáng tin cậy nên chúng ta sẵn sàng cầu nguyện với Ngài. Hãy dành thật nhiều thời gian cầu nguyện trước mặt hội chúng đến nỗi người nào tưởng mình biết Chúa sẽ thấy chán nản khi nghe nói về Đức Chúa Trời. Hãy ngợi khen Chúa là Đức Chúa Trời hằng sống, tốt lành, không bao giờ thay đổi. Hãy dành thời gian trong giờ nhóm mà cầu nguyện.

Một trong những lời cầu nguyện khá dài của chúng tôi vào sáng Chúa Nhật hướng đến việc dẫn dắt hội chúng ăn năn tội lỗi trước mặt Chúa. Đức Chúa Trời đã dạy chúng ta cầu nguyện rằng: "Xin tha tội lỗi cho chúng con". Chúng ta được truyền lịnh phải ăn năn tội lỗi của mình như đã chép trong Gia-cơ 5:16 và 1 Giăng 1:9. Trước giả Đa-vít đã làm điều đó trong Thi thiên 32:5. Đôi khi người ta thắc mắc có phải ăn năn tội lỗi là hành động chỉ làm một lần duy nhất khi tiếp nhận Chúa chăng! Về mặt nào đó thì, điều này là đúng. Chắc chắn chúng ta không cần phải nhớ kỹ và ăn năn hết mọi tội lỗi mà mình đã từng vi phạm để được cứu bởi đức tin nơi Đấng Christ. Nếu vậy thì làm gì có ai được cứu rỗi. Chúng ta không thể có được trí nhớ như thế. Khi được tái sinh, chúng ta được Chúa đem từ sự chết thuộc linh đến sự sống, được Đức Chúa Trời nhận làm con nuôi và được hiệp nhất với Đấng Christ bởi đức tin. Chúng ta được nhận làm con yêu dấu của Ngài. Đó là đặc ân được ban cho chúng ta một lần đủ cả, hãy ngợi khen Chúa! Nhưng sự ăn năn và đức tin không chỉ là sự kiện một lần đủ cả, mà là sự kiện tiếp diễn trong đời sống Cơ Đốc, thậm chí Cơ Đốc nhân vẫn phải ăn năn tội lỗi với Chúa trong lời cầu nguyện. Từ *"xưng tội"* trong tiếng Hy Lạp có nghĩa là "nói tương tự như". Khi xưng tội của mình, chúng ta công khai đồng ý với Đức Chúa Trời. Chúng ta thừa nhận Chúa đúng, còn chúng ta đã sai. Khi làm vậy, chúng ta liên tục giúp bản thân nhớ rằng mình vẫn cần Đấng Christ.

Khi cầu nguyện ăn năn ở trước mặt hội chúng, chúng ta đang cho mọi người biết không có "người tốt" đang nhóm lại trong ngày hôm nay, hay là đừng tưởng chúng ta có thể tự cứu mình bằng đạo đức riêng của cá nhân. Chúng ta nhấn mạnh vào Phúc Âm. Chúng ta làm rõ một điều đó là bản thân cần được cứu rỗi.

Thông qua sự xưng tội cách nghiêm túc và công khai, chúng ta tiếp tục vui mừng trong sự thương xót của Đức Chúa Trời. Đôi khi người ta tưởng rằng làm như thế là không tốt. Họ nói: "Vì sao lại tự hạ thấp bản thân như vậy? Chỉ cần uống viên thuốc của Joel Osteen là khỏe ngay thôi! Sao không nói về những điều hạnh phúc và tích cực!" Nhưng thái độ này khác xa chân lý và niềm vui thật của Phúc Âm. Niềm vui thật không đến từ việc phớt lờ tội lỗi, mà là tiếp nhận chân lý của Phúc Âm.

Chúng ta có thấy hội chúng vui mừng khi hát lời thứ ba của bài "Tâm linh tôi, yên ninh thay" chăng! "Nhờ Chúa đóng đinh xưa, nay tôi thoát khỏi ách ma, linh hồn hỡi, chúc tán Chúa chuộc mua ta!"[5] Bất cứ khi nào Hội thánh hát mấy lời này, thì mái che dường như sắp rơi xuống phòng nhóm cũ kỹ của chúng tôi! Những tấm lòng được cứu chuộc đã nếm biết sự vui sướng khi gánh nặng của họ đã được trút bỏ và ở lại trong mồ mả. Chúng ta đã biết niềm vui của sự

---

5.   Horatio G. Spafford, *"Tâm linh tôi, yên ninh thay"*, năm 1873.

tha thứ. Xưng tội cách công khai không phải là tiêu cực và tự lên án. Mà là cơ hội để nhắc bản thân nhớ lại sự thương xót của Đức Chúa Trời và kinh ngạc trước ân điển của Ngài, khi chúng ta biết được bề sâu của tội lỗi, xét kỹ bề rộng của sự tha thứ và lòng thương xót của Ngài. Đây là lý do vì sao chúng ta nên có phần xưng tội trong lời cầu nguyện ở trước mặt hội chúng.

Thật là tốt khi lời cầu xin Chúa giúp đỡ người khác và vùa giúp Hội thánh. Đây cũng được gọi là lời cầu nguyện chăn bầy. "Nước Cha được đến . . . Xin cho chúng con hôm nay đồ ăn đủ ngày", Chúa đã dạy chúng ta cầu nguyện. Trong lời cầu nguyện chăn bầy tại CHBC, chúng tôi cầu xin Đức Chúa Trời vùa giúp, dù các chi tiết thường xuyên thay đổi những các hạng mục cơ bản vẫn được trình bày mỗi tuần. Chúng tôi không muốn trở thành hạng Hội thánh mà John Stott đã từng mô tả. "Tôi nhớ vài năm trước khi đến thăm một Hội thánh nọ. Tôi ngồi ở phía cuối. Khi đến phần một tín hữu bước lên dâng lời cầu nguyện chăn bầy, vì hôm đó mục sư có kỳ nghỉ. Thế là, anh ta cầu nguyện xin Chúa ban cho mục sư có một kỳ nghỉ vui vẻ. Nghe cũng hay đấy! Các mục sư nên có những kì nghỉ vui vẻ. Thứ hai, anh ta cầu nguyện cho một nữ tín hữu trong Hội thánh sắp sinh con được bình an. Nghe cũng hay nữa! Thứ ba, anh ta cầu nguyện cho một nữ tín hữu khác đang mắc bệnh. Rồi kết thúc. Chỉ bấy nhiêu thôi sao! Mất có hai mươi giây. Tôi tự nhủ rằng: "Đây là một Hội thánh ở nông thôn có một Đức Chúa Trời rất nông thôn. Họ không quan tâm đến thế gian ngoài kia. Không hề nhớ đến người nghèo, người bị áp bức, người tị nạn, những nơi xảy ra bạo lực, hoặc công tác truyền giáo quốc tế".[6]

---

6. Bill Turpie, chủ biên, *Mười nhà truyền giảng vĩ đại* (Grand Rapids, MI: Baker, 2000), trang 117.

Trong lời cầu nguyện chăn bầy, tôi bắt đầu cầu nguyện cho những tín hữu có mặt hôm đó đang có nan đề đặc biệt hoặc ai đó cảm thấy cần cầu nguyện cho một nan đề (không phải lúc nào cũng giống nhau). Chúng ta cầu nguyện những vấn đề sắp sửa bàn đến trong bản văn. Chúng ta hiệp chung cầu nguyện cho các bậc cầm quyền, như sứ đồ Phao-lô đã hướng dẫn Ti-mô-thê rằng: "Vậy, trước hết mọi sự ta dặn rằng, phải khẩn nguyện, cầu xin, kêu van, tạ ơn cho mọi người, cho các vua, cho hết thảy các bậc cầm quyền, để chúng ta được lấy điều nhân đức và thành thật mà ở đời cho bình tịnh yên ổn. Ấy là một sự lành và đẹp mắt Đức Chúa Trời, là Cứu Chúa chúng ta" (1 Ti-mô-thê 2:1-3). Nghĩa là có lúc cầu nguyện cho tổng thống, cho các lãnh đạo chính phủ khác, hoặc cho những người có trách nhiệm và ảnh hưởng trong văn hóa của chúng ta. Sau đó, tôi thường cầu nguyện cho hội chúng của mình, bao gồm cả tín hữu nữa.

Tôi cầu nguyện cho các Hội thánh địa phương khác, vì chúng ta cưu mang những người đói khát thuộc linh cần được ăn nuốt Phúc Âm thật hơn là ăn uống tại nhà hàng của mình. Chúng ta muốn mọi người được nghe và tin vào Phúc Âm. Chúng ta cảm tạ Đức Chúa Trời vì Chúa đã dứt dấy những Hội thánh khác thực hiện điều đó. Trên thực tế, một trong những lời cầu nguyện của CHBC đã được Chúa đáp lời rất đó là lòng nhân từ của Đức Chúa Trời tuôn đổ trên sự mở mang Hội thánh, cũng như phục hồi các Hội thánh cũ hiện đang có sự trung tín và phát triển. Tôi hướng dẫn hội chúng cầu nguyện cho những người đã được đi rao giảng Phúc Âm, cho những anh chị em đang bị bắt bớ, cho công tác Phúc Âm ở nhiều nơi trên thế giới, cho Cơ Đốc nhân ở Hoa Kỳ, sau đó là cho hội chúng của chúng tôi. Trong hết thảy những điều kể trên, chúng tôi cầu xin sự vùa giúp của Đức Chúa Trời và bày tỏ cách công khai rằng chúng tôi cần Ngài. Tại CHBC, lời cầu nguyện này luôn được thực hiện bởi một trong các trưởng lão, thường là bởi vị mục sư sắp bước lên rao giảng.

Sự cầu nguyện không chỉ là đặc trưng của các buổi nhóm, mà còn là một phần không thể thiếu trong những cuộc họp của trưởng lão, nhân sự và tương tác cá nhân với nhau. Điều này không nên xem là bất thường trong Hội thánh khi nghe thấy mọi người cầu nguyện cho chúng ta, thậm chí khi có hai hoặc ba người cầu nguyện sau giờ nhóm, hoặc khi có sự sắp xếp gặp nhau trong tuần để cầu nguyện. Trong các buổi họp của trưởng lão và nhân sự, chúng tôi thường có thời gian cầu nguyện cho toàn thể hội chúng và cho từng tín hữu. Khi có thắc mắc, chúng tôi cầu nguyện. Khi bắt đầu và kết thúc buổi họp, chúng tôi cầu nguyện. Chúng tôi muốn lời cầu nguyện định hình lối sống của mình ở giữa cộng đồng.

Hãy lên lịch cầu nguyện hàng tuần và mời tín hữu tham dự. Một trong những vị mục sư tiền nhiệm của chúng tôi (là người hiện đang lãnh đạo một hội chúng khác) tự hỏi nhiều điều tốt đẹp đã xảy ra trong Hội thánh của chúng tôi những năm qua có phải là kết quả từ khi rất nhiều tín hữu thường xuyên nhóm lại để cầu nguyện hay không. Ông khuyên chúng tôi chớ bỏ qua giờ hiệp nguyện của Hội thánh.

Chúng tôi cố gắng làm rõ kỳ vọng này trong buổi nhóm, trong các cuộc trò chuyện, trong lớp học vai trò tín hữu của Hội thánh và qua những lần phỏng vấn các tín hữu. Dù vui mừng chào đón khách khứa đến tham dự bất kỳ buổi nhóm cộng đồng nào của mình, nhưng chúng tôi *hy vọng* tín hữu của Hội thánh sẽ có mặt vào các buổi sáng Chúa Nhật để tham dự buổi nhóm chính, đó là lúc chúng tôi môn đồ hóa lẫn nhau bằng Lời Chúa và sự cầu nguyện, dự phần tĩnh nguyện với cộng đồng vào đầu tuần. Đồng thời, chúng tôi cũng mong tín hữu sẽ đi nhóm cầu nguyện vào tối Chúa Nhật để lắng nghe những điều Chúa đang làm trong cuộc đời của những tín hữu hoặc những người khác mà chúng tôi quen biết, yêu thương, hỗ trợ và cầu nguyện cho nhau.

Có người phản đối rằng: "Đây là một kỳ vọng không có trong Kinh Thánh phải không?" Câu trả lời của tôi là: "Đại loại vậy". Trong Hê-bơ-rơ 10:24–25 chép rằng: "Ai nấy hãy coi sóc nhau để khuyên giục về lòng yêu thương và việc tốt lành; chớ bỏ sự nhóm lại như mấy kẻ quen làm, nhưng phải khuyên bảo nhau, và hễ anh em thấy ngày ấy hầu gần chừng nào, thì càng phải làm như vậy chừng nấy". Trong hội chúng, chúng tôi đã quyết định nhóm lại hai lần vào Chúa Nhật sẽ mang lại sự gây dựng, vì chúng tôi có quyền tự do để làm vậy, nên chúng tôi chọn làm điều đó. Xét cho cùng, chúng ta có rất nhiều điều cần sự cầu nguyện!

Vào buổi nhóm tối Chúa Nhật tại CHBC, mục sư chịu trách nhiệm hướng dẫn cầu nguyện sắp xếp các hạng mục sẽ được cầu nguyện. Chúng tôi thường có khuynh hướng nói "không" để tiết kiệm thời gian. Có vài điều được chia sẻ trong gia đình, bạn bè hoặc nhóm nhỏ. Chúng tôi mời một mục sư khác ở trong khu vực chia sẻ về tình hình Hội thánh của ông. Chúng tôi cố gắng kiểm soát thời gian để tập trung vào những điều đặc biệt gây dựng và thích hợp cho toàn thể Hội thánh. Vì thế, chúng tôi luôn cầu nguyện cho sự rao giảng Lời Chúa và cho các buổi họp của trưởng lão sắp tới. Chúng tôi không bao giờ coi thường sự ban phước của Đức Chúa Trời. Chúng tôi cầu nguyện cho các Hội thánh mà mình đã gây dựng hoặc ủng hộ cách đặc biệt. Chúng tôi cầu nguyện cho công tác chứng đạo có sự hiệp một trong sự đa dạng, cho cộng đồng có hành động bày tỏ Phúc Âm. Chúng tôi cầu nguyện cho công tác truyền giảng và cho những người được cải đạo, cho những người đã được báp-tem vào giờ nhóm sáng Chúa Nhật. Chúng tôi cầu nguyện cho các mối liên hệ trong Hội thánh có sự minh bạch, hạ mình và tin kính. Chúng tôi cầu nguyện để thái độ phục vụ là điểm đặc trưng của tín hữu trong Hội thánh. Chúng tôi cầu nguyện cho thanh thiếu niên, cho văn hóa kỷ luật của Hội thánh, cho sự dâng hiến và cho các mục vụ thương xót khác nhau mà chúng tôi đang dự phần. Chúng tôi thích lắng nghe và cầu nguyện cho những người đang hầu việc Chúa trong khu vực của mình. Chúng tôi cầu nguyện cho các chương trình truyền giảng đặc biệt sắp tới. Chúng tôi có rất nhiều điều để cầu nguyện!

Đó là một số điều mà chúng tôi cùng nhau cầu nguyện vào mỗi tối Chúa Nhật, khi chúng tôi dạy dỗ nhau qua lời cầu nguyện. Xét cho cùng, nếu người ta bỏ lỡ buổi nhóm vào sáng Chúa Nhật, thì họ luôn có cơ hội nghe lại bài giảng trên mạng. Nhưng nếu bỏ lỡ buổi tối Chúa Nhật, thì sẽ bỏ lỡ thời gian của gia đình.

Tất nhiên, Cơ Đốc nhân không bắt buộc phải tham gia vào hội chúng đặc biệt này. Có nhiều Hội thánh khác trong khu vực của chúng tôi cũng đặt niềm tin vào Kinh Thánh có thể nhóm lại để làm theo Lời Đức Chúa Trời. Nhưng chúng tôi hiểu rằng mình có quyền tự do quyết định những kỳ vọng mang lại ích lợi cho mọi người, nên chúng tôi quyết định làm như vậy. Thói quen cầu nguyện của chúng tôi đang gây dựng đời sống cộng đồng của Hội thánh và các tín hữu – ngay cả những người bị cản trở đến nhóm lại – và chắc chắn là kể cả linh hồn của chính tôi nữa. Nhiều buổi nhóm vào tối Chúa Nhật được đánh dấu bằng sự hiện diện của Đức Chúa Trời qua lời ngợi khen, qua những lời chứng về ân điển của Ngài, qua báo cáo về một nhu cầu hoặc sự tiếp trợ của Chúa khi Ngài đáp lời cầu nguyện, qua việc lắng nghe hội chúng cầu nguyện, qua Lời Chúa và qua tiếng hát vui mừng từ bài thánh ca cuối cùng khi kết thúc ngày Chúa Nhật để bắt đầu một tuần mới. Khi đặt kỳ vọng cho tín hữu cần thường xuyên tham gia buổi nhóm cầu nguyện của Hội thánh vào Chúa Nhật đã góp phần rất lớn vào sự vững mạnh của Hội thánh địa phương.

Hãy nhìn lại chín phát biểu đơn giản dưới đây về vai trò của sự cầu nguyện trong đời sống cộng đồng của Hội thánh địa phương:

1. Đời sống cầu nguyện công khai của một Hội thánh phải lớn lên từ đời sống cầu nguyện riêng tư của chúng ta.

2. Một vài sự thực hành cầu nguyện của chúng ta sẽ thay đổi theo thời gian.

3. Một vài từ ngữ đặc biệt sẽ có ích khi hướng dẫn Hội thánh cầu nguyện.

4. Những lời cầu nguyện công khai khác nhau mang lại ích lợi cho Hội thánh địa phương.

5. Một trong những lời cầu nguyện dài của chúng ta vào sáng Chúa Nhật đặc biệt hướng đến sự ngợi khen Đức Chúa Trời.

6. Một trong những lời cầu nguyện khá dài của chúng tôi vào sáng Chúa Nhật hướng đến việc dẫn dắt hội chúng ăn năn tội lỗi trước mặt Chúa.

7. Thật là tốt khi lời cầu xin Chúa giúp đỡ người khác và vùa giúp Hội thánh.

8. Sự cầu nguyện không chỉ là đặc trưng của các buổi nhóm, mà còn là một phần không thể thiếu trong những cuộc họp của trưởng lão, nhân sự và tương tác cá nhân với nhau.

Hãy lên lịch cầu nguyện hàng tuần và mời tín hữu tham dự.

KẾT LUẬN

Học giả Cựu Ước Alec Motyer nói rằng bỏ bê sự cầu nguyện là chấp nhận sự vô tín.[7] Tuy nhiên, nói cách thực tế, chẳng phải đó là tình trạng của rất nhiều Hội Thánh ngày nay hay sao? Ngày hôm nay, người ta dành trung bình bao nhiêu thời gian để cầu nguyện trong các buổi nhóm của Hội thánh Tin lành? Chúng ta có thấy mình đang làm suy yếu bản thân và công tác chứng đạo của bản thân khi thiếu cầu nguyện chăng? Nếu chúng ta không nhóm lại xung quanh Đức Chúa Trời, thì chúng ta nhóm lại để làm gì?

Một người bạn đã gọi sự cầu nguyện là "các cuộc tấn công thực tế". Dành thời gian cùng nhau cầu nguyện với Đức Chúa Trời nhắc nhở tín hữu về Công vụ 4 chép rằng quyền tối thượng không nằm trong tay các bậc cầm quyền đã tấn công sứ đồ Phi-e-rơ và sứ đồ Giăng, nhưng thuộc về Đức Chúa Trời là Đấng lớn hơn *mọi* kẻ cai trị! Cơ Đốc nhân càng bị thế giới xung quanh công khai khinh miệt bao nhiêu, thì chúng ta càng phải có "các cuộc tấn công thực tế" bấy nhiêu để nhắc nhở bản thân về hiện thực trong ngày sau rốt.

Sự can đảm của Moses Hall được thúc đẩy bằng sự cầu nguyện. Hall là một mục sư gốc Phi người Jamaica sống tại Jamaica vào đầu những năm 1800. Một vài Cơ Đốc nhân người châu Phi bị bắt làm nô lệ ở Jamaica đã thường xuyên nhóm lại để cầu nguyện, dù các buổi cầu nguyện như vậy đã bị chủ nô của họ cấm đoán. Đây là ghi chép về một sự kiện đã xảy ra.

---

7. Alec Motyer, *Thi thiên mỗi ngày: Bản dịch tĩnh nguyện mới* (Fern, Ross-shire, UK: Christian Focus, năm 2016), trang 246.

Quyết tâm chấm dứt các buổi nhóm của nô lệ [ở Jamaica], vài người chủ nô đã phá vỡ một buổi nhóm cầu nguyện được dẫn dắt bởi một người nô lệ tên là David, một trong những trợ lý của [Moses] Hall. Họ bắt David, giết anh, chặt đầu và treo lên một cây sào ở giữa làng để cảnh báo những nô lệ khác.

Giống như Chúa Jêsus bị đóng đinh trên thập tự giá như là lời cảnh báo công khai. Họ kéo Moses Hall đến chỗ khủng khiếp ấy.

Thủ lĩnh của mấy kẻ giết người hỏi: "Moses Hall, cái đầu này của ai?"

Moses đáp: "David".

Hắn hỏi tiếp: "Ông có biết vì sao cái đầu bị treo lên đó không?"

Moses đáp: "Vì đã cầu nguyện, thưa ngài!"

Hắn dọa rằng: "Cấm không được có thêm bất kì buổi cầu nguyện nào nữa nghe chưa! Nếu tao bắt được ông trong một buổi nhóm, thì bọn tao sẽ đối xử với ông như đã làm với David đấy!"

Khi đám đông quan sát, Moses quỳ gối bên cạnh cây sào và nói: "Chúng ta hãy cầu nguyện". Nhiều Cơ Đốc nhân da đen khác cũng tập trung lại và quỳ xuống với ông để cầu nguyện cho sự cứu rỗi của những kẻ đã giết [David].[8]

Khi cầu nguyện, chúng ta kêu cầu Đức Chúa Trời của hoàn vũ giúp chúng ta tôn vinh Ngài. Đồng thời, nhắc bản thân nhớ về Đấng mà chúng ta nên kính sợ, quý trọng, tôn thờ và yêu mến.

Chúng ta có hiểu thêm một chút nào về Đức Chúa Trời có thể dùng chính sự hiệp nguyện của một Hội thánh không? Tất nhiên, phần lớn khi Đức Chúa Trời đáp lời cầu nguyện thì chẳng có lời cầu

---

8. Mark Sidwell, *Tự do thật: Những anh hùng trong lịch sử Cơ Đốc của người da màu* (Greenville, SC: BJU Press, 2001), trang 29.

nguyện nào mạnh mẽ cả. Vài năm qua, có vài tín hữu nói cảm ơn vì Hội thánh đã dạy họ biết cầu nguyện. Họ cố gắng dạy con cái mình cầu nguyện và nhớ lại những gì đã nghe tại buổi nhóm vào tối Chúa Nhật. Hoặc là họ được mời cầu nguyện tại một sự kiện và nhớ lại cách chúng tôi dẫn dắt lời cầu nguyện vào sáng Chúa Nhật. Cũng có thể họ đã ở trong một thời kỳ khô hạn thuộc linh và chỉ có khát khao được nếm trải thì giờ tĩnh nguyện như đã được làm tại các buổi nhóm vào sáng Chúa Nhật, giống như tập vật lý trị liệu cho linh hồn khi chúng ta bị tổn thương hoặc kiệt sức về mặt thuộc linh.

Tôi thích mấy lời chứng như vậy. Mọi người biết đến Hội thánh qua đời sống cầu nguyện không đề cao bản thân, mà tôn cao Đức Chúa Trời. Chúng ta biết rằng mỗi lần cầu nguyện là mỗi lần nhìn thấy sự yếu đuối của mình. Chúng ta cần một Chúa. Moses Hall không thổi phồng sự can đảm của bản thân – ông đã công khai bày tỏ sự lệ thuộc hoàn toàn vào Đức Chúa Trời, Chúa mới là Đấng hoàn tất mọi sự! Khi dành thời gian cầu nguyện cùng với nhau, chúng ta kết liễu những ý tưởng sai trật về luật pháp hoặc đạo đức của Cơ Đốc giáo. Khi cho thấy sự yếu đuối của bản thân, chúng ta lấy Phúc Âm ra khỏi sự dạy dỗ sai lạc "rất tích cực" đang phổ biến ngày hôm nay. Chúng ta tôn cao Đức Chúa Trời là Đấng thành tín theo đuổi chúng ta bằng tình yêu lạ lùng ở trong Đấng Christ. Chúng ta bày tỏ Đức Chúa Trời là sự trông cậy của mình. Khi lời cầu nguyện của chúng ta cho thấy sự lệ thuộc của bản thân vào Đức Chúa Trời và chỉ có Chúa mới là Đấng đáng tin cậy, thì lời cầu nguyện của chúng ta trở thành sự ngợi khen. Sự cầu nguyện như vậy nên và sẽ là dấu hiệu đặc trưng của một Hội thánh vững mạnh.

CÁC TÀI LIỆU KHÁC

- Arthur G. Bennett, *Thung lũng tầm nhìn* (1975); R. C. Sproul, *Bài cầu nguyện chung (2009); Paul Tautges, Dạy họ cầu nguyện: Nuôi dưỡng sự lệ thuộc vào Đức Chúa Trời trong Hội thánh của* chúng ta (2010); D. A. Carson, *Cầu nguyện với Phao-lô: Lời kêu gọi đến sự cải cách tâm linh* (2014); Donald S. Whitney, *Cầu nguyện theo Kinh Thánh* (2015); John Onwuchekwa, *Cầu nguyện: Sự hiệp nguyện định hình Hội thánh như thế nào* (2018) và *Sẽ thế nào nếu tôi không muốn cầu nguyện?* (2020).

Tiếp theo

Dấu hiệu 9: Thấu hiểu và thực hành công tác truyền giáo theo Kinh Thánh

Hội thánh phải có niềm tin như thế nào về công tác truyền giáo? Hội thánh nên làm gì trong công tác truyền giáo?

1. Tìm hiểu Lời Chúa và thế giới của Đức Chúa Trời
2. Hãy cầu nguyện để Phúc Âm được truyền bá ở nhiều nơi khác
3. Hãy lập kế hoạch để Hội thánh ngày càng hữu ích hơn trong công tác truyền bá Phúc Âm
4. Hãy dâng hiến hỗ trợ những người ra đi vì danh Chúa, là những người không thể hoặc không nên tự hỗ trợ bản thân
5. Hãy sai phái các mục sư và nhiều người khác giúp mở mang Hội thánh ở những nơi xa xôi, hẻo lánh cần nghe biết về Phúc Âm
6. Hãy quan tâm những người được sai đi
7. Hãy chờ đợi một chứng nhân trung tín được trang bị

vững vàng và hỗ trợ những người được sai đi có thêm sự bền đỗ.

DẤU HIỆU 9
THẤU HIỂU VÀ THỰC HÀNH CÔNG TÁC TRUYỀN GIÁO THEO KINH THÁNH

Có phải lớn hơn và nhanh hơn thì tốt hơn nhỏ hơn và chậm hơn chăng?

Ngày xưa có một loại đồ uống rất ngon có tác dụng phụ rất tốt. Khi thức uống này được giới thiệu cho một đất nước mới toanh, ai uống cũng thích cả! Nước uống không chỉ ngon, mà còn *tốt cho* họ nữa. Khi một số nhà tư vấn kinh doanh tình cờ biết đến đồ uống này, họ đã thấy nhiều tiềm năng tuyệt vời. "Chúng ta không muốn có thêm nhiều người dùng thức uống tuyệt vời này sao?" Họ đã hỏi một người đang nắm quyền kinh doanh loại đồ uống đó. "Ông không muốn nhiều người khác nữa nhận được ích lợi từ thức uống này sao?" Ông ta đáp: "Có chứ". Họ nói với ông rằng: "Vậy thì hãy để chúng tôi lo liệu".

Chỉ trong vài tuần, mấy chai nước bắt đầu xuất hiện với số lượng lớn ở các thành phố trên cả nước. Tin đồn về hương vị tuyệt vời và tác dụng có lợi của thức uống này đã được lan truyền, một chiến dịch quảng cáo toàn quốc đã được phát động. Nhưng khi mọi người cầm nó lên, mở ra và uống, họ đã thất vọng. Đúng là cũng ngon. Nhưng không ngon đến mức như họ đã nghe bạn bè giới thiệu hoặc nhìn thấy từ các quảng cáo. Đó chỉ là một thức uống mới, giống như nhiều đồ uống khác trên kệ thực phẩm của mấy cửa hàng.

Khi chủ sở hữu nhượng quyền ban đầu nghe về phản hồi của mọi người, ông ta không thể tin được. Sản phẩm của ông chưa hề thất bại trước đây bao giờ. Chuyện gì đang xảy ra thế? Ông đến một cửa hàng, mở lon nước uống và nhấp một ngụm. Thế là ông đã hiểu. Để bán đồ uống này nhanh hơn và có quy mô lớn hơn, ai đó đã thay đổi công thức để sản xuất nhanh hơn và rẻ hơn. Thức uống này không còn là loại nước uống giống như lúc đầu ông từng bán cho vài người, họ không chỉ yêu thích mà còn được bồi bổ sức khoẻ nữa. Nhưng giờ đây, ông đã đánh mất cơ hội giới thiệu thức uống này cho cả nước! Vấn đề của ông bây giờ không giống với lúc khởi nghiệp – lúc ấy đâu có ai biết loại đồ uống này. Bây giờ, ông đã gặp phải một vấn đề tồi tệ hơn nhiều – mọi người đều biết cả rồi! Hoặc ít nhất họ *nghĩ* là như vậy! Nhưng điều họ không biết, mà cũng rất khó để thuyết phục họ hơn, đó là đồ uống mà họ đã biết là thứ giả mạo. Ông không còn cơ hội nào nữa chăng? Mọi điều ông đã làm để đổi mới thương hiệu đều là vô vọng hay sao?

Cảm tạ Đức Chúa Trời, Cơ Đốc giáo không chỉ là một thức uống ngon miệng có lợi ích phụ nào đó. Nhưng chắc chắn là sứ mạng rao Tin lành của Đức Chúa Jêsus Christ cho khắp thế giới đã gặp nhiều thách thức hơn vì có những kẻ, nhân danh ý tưởng lớn hơn và nhanh hơn, đã thay thế sản phẩm thật bằng một sản phẩm bị pha loãng. Mặc dù sản phẩm này đã phát triển nhanh chóng nhưng vẫn chưa rõ là gì. Có phải là suy nghĩ tích cực hoặc cảm xúc thăng hoa nào đó chăng? Có phải là di sản văn hóa tôn giáo không? Đã có mấy lần các Hội thánh "Cơ Đốc" và các hội truyền giáo "Cơ Đốc" chỉ dùng những người hư mất chia sẻ với người hư mất về tôn giáo, chứ không phải những người đã tái sinh và được tha thứ tội lỗi chia sẻ với người hư mất về sự cứu rỗi của Đức Chúa Trời qua Đức Chúa Jêsus Christ?

Chúng ta dễ bị cám dỗ mà nói rằng công tác truyền giáo của Hội thánh rất thú vị và quan trọng, nhưng sự thú vị và quan trọng *thực sự* chính là Đức Chúa Trời của chúng ta và mọi điều Chúa đã làm cho chúng ta trong Đức Chúa Jêsus Christ. Đôi khi các Hội thánh cảm thấy cần phải thổi phồng tính chất công việc của họ. Nhưng điều tuyệt vời lại là toàn bộ công tác chứ không phải một vai trò cụ thể nào đó của chúng ta ở trong việc này. Những điều chúng ta nên làm không phải là truyền giảng cho thế giới trong thế hệ này. Chúng ta phải tận dụng cơ hội Chúa ban để chia sẻ chân lý về Đức Chúa Jêsus Christ cho mọi người.

Sự hiểu biết đúng đắn về công tác truyền giáo theo Kinh Thánh thật là kỳ diệu; công tác truyền giáo thực tiễn là học tiếng địa phương, chấp nhận bị từ chối, chia sẻ Phúc Âm hoặc nắm rõ lịch trình xe buýt ở một nơi nào đó. Tôi tin rằng một trong những dấu hiệu của Hội thánh vững mạnh là *hiểu biết* và *thực hành* công tác truyền giáo theo Kinh Thánh. Đó là hai vấn đề mà chúng ta sẽ suy xét trong chương này. Tôi mong rằng khi đọc chương này, Đức Chúa Trời sẽ giúp chúng ta hiểu rõ ý muốn của Chúa dành cho Hội thánh của Ngài và Hội thánh địa phương của chúng ta sẽ tìm được ích lợi.

HỘI THÁNH PHẢI CÓ NIỀM TIN NHƯ THẾ NÀO VỀ CÔNG TÁC TRUYỀN GIÁO?

Cụm từ *công tác truyền giáo* không có trong Kinh Thánh, nhưng lại mang ý tưởng của Kinh Thánh. Công tác truyền giáo là đem Phúc Âm vượt mọi rào cản – đặc biệt là rào cản ngôn ngữ. Trong khi công tác truyền giảng là chia sẻ Phúc Âm, có lúc cho những người xa lạ, thì *công tác truyền giáo* là truyền giảng cho một khu vực và cho cả một dân tộc phần lớn chưa được vươn đến. Công tác truyền giáo không gì khác hơn là "biến đổi bản chất của nhân loại".[1] Biến đổi bằng cách nào? Đem chúng ta bước vào mối liên hệ hòa thuận với Đức Chúa Trời, là Tạo Hóa và Quan Án nhân lành.

Đây là câu chuyện chủ yếu trong Kinh Thánh. Ban đầu, ý định của Kinh Thánh rất rộng lớn. Mang tính toàn cầu. Đức Chúa Trời tạo ra một thế giới mà Chúa gọi là tốt lành, rồi nhân loại sa ngã và Đức Chúa Trời hứa ban sự cứu chuộc. Sau đó, câu chuyện dường như bắt đầu lại với quy mô rất nhỏ. Đức Chúa Trời kêu gọi một người tên là Áp-ram từ một nơi mà ngày nay gọi là Iraq. Trong Sáng thế ký 12, Đức Chúa Trời phán rằng các chi tộc trên đất sẽ nhờ ông mà được phước. Như vậy, quỹ đạo đã được ấn định cho Cựu Ước – Đức Chúa Trời sẽ ban phước cho dân Y-sơ-ra-ên, một đất nước ra từ Áp-ram, là tiền thân và phương cách để cả thế giới được phước. Vai trò của Đức Chúa Trời trên thế giới được thể hiện qua việc đánh bại Đế quốc Ê-díp-tô hùng mạnh bằng cách giải phóng dân Y-sơ-ra-ên ra khỏi ách nô lệ.

---

1. Rosaria Butterfield, *Tự do Cởi mở* (Pittsburgh, PA: Crown & Covenant, 2015), trang 18.

Tuy nhiên, Chúa đã phán về tôi tớ đặc biệt của Ngài qua tiên tri Ê-sai trong Ê-sai 49:6 chép rằng:

"Ngươi làm tôi tớ ta đặng lập lại các chi phái Gia-cốp, và làm cho những kẻ được gìn giữ của Y-sơ-ra-ên lại được trở về, còn là việc nhỏ; ta sẽ khiến ngươi làm sự sáng cho các dân ngoại, hầu cho ngươi làm sự cứu rỗi của ta đến nơi đầu cùng đất".

Như vậy, người tôi tớ ấy hiện đến: Đức Chúa Jêsus Christ bị đóng đinh trên thập tự giá và sống lại. Con Đức Chúa Trời dạy các môn đồ của Ngài rằng: "Hết cả quyền phép ở trên trời và dưới đất đã giao cho ta. Vậy, hãy đi dạy dỗ muôn dân, hãy nhân danh Đức Cha, Đức Con, và Đức Thánh Linh mà làm phép báp-têm cho họ, và dạy họ giữ hết cả mọi điều mà ta đã truyền cho các ngươi. Và này, ta thường ở cùng các ngươi luôn cho đến tận thế (Ma-thi-ơ 28:18-20). Đức Chúa Jêsus đang phán rằng: "Dù lâu đến mấy đi nữa và nhiều bao nhiêu đi nữa, ta vẫn ở cùng các ngươi cho đến tận thế!" Chúng ta thấy các môn đồ bị tản lạc trong sách Công vụ và Phúc Âm được rao giảng khắp vùng Địa Trung Hải và xa hơn nữa, hoàn thành mạng lịnh của Chúa Jêsus. Chúng ta thấy sự ứng nghiệm cuối cùng ở trong sách Khải huyền chứa đầy những khung cảnh như thế này:

Sau đó tôi nhìn xem, kìa, có một đoàn người rất đông không ai đếm được, từ các nước, các bộ tộc, các dân tộc, các thứ tiếng, đứng trước ngai và trước Chiên Con, mặc áo dài trắng, tay cầm lá kè. Họ lớn tiếng kêu rằng: "Sự cứu rỗi thuộc về Đức Chúa Trời của chúng ta, Đấng ngồi trên ngai, và thuộc về Chiên Con". (Khải huyền 7:9-10)

Câu chuyện chủ yếu của Kinh Thánh không đơn thuần nói về dân tộc và địa phương hoặc quốc gia và giáo dân – mà lúc nào cũng có sự rộng lớn bao gồm tạo vật và nhiều lời tuyên bố của Tạo Hóa.

Đây không phải là phát minh của một số nhà truyền giáo sau này. Đây là ý tưởng chủ yếu của Kinh Thánh. Do đó, chúng ta phải làm rõ Phúc Âm, tức là Tin lành, chính là trọng tâm của hết thảy mọi sự. Tin lành này về Đức Chúa Jêsus Christ quan trọng đến nỗi sứ đồ Phao-lô cầu xin Chúa trừng phạt kẻ nào dám thay đổi sứ điệp chủ yếu của Phúc Âm (xem Ga-la-ti 1:8). Sứ điệp này là công cụ mà Đức Chúa Trời dùng để làm cho thế giới được hòa thuận với Ngài, cứu chuộc hết thảy người nào tin cậy vào Đấng Christ.

Phúc Âm của Đức Chúa Jêsus Christ là công cụ duy nhất để chúng ta được cải đạo từ sự chết thuộc linh sang sự sống thuộc linh, từ bị định tội sang được cứu rỗi. Đây là sự hiểu biết của sứ đồ Phao-lô về toàn bộ chức vụ của mình. Sứ đồ Phao-lô thuật lại mấy lời của Đấng Christ phục sinh đã phán cùng mình khi ông đang trên đường đến thành Đa-mách rằng:

> Song hãy chờ dậy, và đứng lên, vì ta đã hiện ra cho ngươi để lập ngươi làm chức việc và làm chứng về những việc ngươi đã thấy cùng những việc ta sẽ hiện đến mách cho ngươi. Ta sẽ bảo hộ ngươi khỏi dân nầy và dân ngoại là nơi ta sai ngươi đến, đặng mở mắt họ, hầu cho họ từ tối tăm mà qua sáng láng, từ quyền lực của quỷ Sa-tan mà đến Đức Chúa Trời, và cho họ bởi đức tin nơi ta được sự tha tội, cùng phần gia tài với các thánh đồ. (Công vụ 26:16-18)

Tin lành này đã dẫn chúng ta đến sự cải đạo! Đó là điều chúng ta sẽ chia sẻ với người khác khi truyền giảng.

Đây là trọng tâm cho mọi việc làm của chúng ta. Bản chất thật của niềm tin phải có sự ăn năn tội lỗi của chúng ta, cho nên Cơ Đốc giáo thật mới có sự từ bỏ chính mình thực sự. Đây không phải là một tùy chọn cần phải làm của người trưởng thành – "nếu cảm thấy mặc cảm tội lỗi, thì chúng ta hãy sống quyết liệt hơn". Đúng vậy, chúng ta không phải là Cơ Đốc nhân nếu không vác thập tự giá của mình. Sự ăn năn và đức tin là những điều căn bản trong sứ điệp Phúc Âm khi chúng ta theo đuổi sự thánh khiết cũng như khi kính mến Đức Chúa Trời và yêu thương người khác. Chính sự kết hợp của sự hy sinh và kính mến Đức Chúa Trời cùng sự yêu thương người khác mà chúng ta tìm thấy hạt giống của công tác truyền giáo ở trong Hội thánh của mình. Nếu thiếu hạt giống của sự hiểu biết Phúc Âm, thì tất cả công tác truyền giáo trên thế giới chẳng có ích lợi gì cho chúng ta hết. Công tác truyền giáo bắt đầu khi chúng ta hiểu biết Phúc Âm và có sự cải đạo.

Chúng ta có thể nói công tác truyền giáo bắt đầu tại nhà, tức là cưu mang về sự cải đạo cho cả gia đình của mình. Hãy dạy dỗ, kết bạn, truyền giảng và môn đồ hóa con cái của mình. Hãy quan tâm đến bạn bè của mình; bạn bè sẽ chia sẻ Phúc Âm với bạn bè. Trong tuần này, chúng ta sẽ chuẩn bị chia sẻ Phúc Âm cho người khác tại nơi làm việc như thế nào?

Tổ chức một lớp học Kinh Thánh để truyền giảng tại nơi làm việc có thể chẳng khác gì mấy so với công tác truyền giảng ở Singapore hoặc Moscow. Công tác truyền giảng cần có những chi tiết cơ bản là giống nhau cho dù ở trong hoàn cảnh nào. Vậy, đừng chờ đợi để bắt đầu công tác truyền giảng. Tại sao không tìm một người Hồi giáo ở trong khu phố của mình và đề nghị đọc Kinh Koran với người đó nếu người này cũng chịu đọc Kinh Thánh với mình? Khi chia sẻ Tin lành với người khác, hãy chuẩn bị tinh thần để làm điều đó ở mọi nơi Chúa kêu gọi chúng ta.

Khi chúng ta càng hiểu bức tranh lớn của Kinh Thánh, thì môn đồ hóa Cơ Đốc nhân tự nhiên trở thành công tác quan trọng hơn đối với chúng ta. Vậy, tại Hội thánh Báp-tít Capitol Hill, chúng tôi xây dựng một văn hóa truyền giảng và môn đồ hóa. Văn hóa này làm nền tảng cho một văn hóa truyền giáo. Chớ coi thường khi chúng ta gây trở ngại cho công tác truyền giáo của Hội thánh bằng cách làm cho công tác truyền giảng trở thành một tùy chọn trong đời sống Cơ Đốc. Hãy tập trung vào công tác môn đồ hóa lẫn nhau ở trong Lời Chúa và sự thánh khiết phải là mối quan tâm cho công tác truyền giảng và công tác truyền giáo. Mỗi người chúng ta nên tiêu xài tiền bạc như thế nào để dự phần vào công tác truyền giáo của Hội thánh. Kể cả thời gian của chúng ta nữa. Chúng ta có đang làm gương tốt trong việc này không? Chúng ta có đang chia sẻ Phúc Âm như Lời Chúa truyền không? Chúng ta có đang làm gương trong sự cầu nguyện và dâng hiến, đặc biệt là cho công tác rao truyền Phúc Âm đến các dân tộc khác không? Đó là cách chúng ta dự phần vào câu chuyện lớn của Kinh Thánh.

Khi tiếp nhận Đấng Christ, Đức Chúa Trời thay đổi chúng ta từ tập chú vào cái tôi sang tập chú vào Đức Chúa Trời. Điều này khiến chúng ta xem người khác là những hữu thể thuộc linh, nghĩ đến tương lai của con cái và giới trẻ, truyền giảng cho người nào chưa biết Chúa và cuối cùng là đi khắp thế giới để dạy dỗ người nào chưa từng nghe Tin lành. Vậy, công tác truyền giáo không phải là thỉnh thoảng và tùy chọn; đó là sự mở rộng cần thiết cho những điều Đức Chúa Trời muốn thực hiện trong thế giới này, để chúng ta dâng vinh hiển cho Ngài. Hội thánh khoẻ mạnh có dấu hiệu hiểu biết và thực hành công tác truyền giáo theo Kinh Thánh. Nhưng nếu những hạt giống Phúc Âm này đã có mặt trong Hội thánh của chúng ta rồi, thì sự thực hành sẽ trông như thế nào?

HỘI THÁNH NÊN LÀM GÌ TRONG CÔNG TÁC TRUYỀN GIÁO?

Hãy suy xét bảy cách mà Hội thánh địa phương của chúng ta có thể thực hành công tác truyền giáo theo Kinh Thánh.

1. Tìm hiểu Lời Chúa và thế giới của Đức Chúa Trời

Chúng ta bắt đầu với Lời Chúa và bức tranh lớn đang nói từ đầu đến giờ. Tại Hội thánh Báp-tít Capitol Hill, đây là điều các mục sư dạy dỗ hội chúng rất thận trọng. "Các buổi hội thảo cốt lõi" vào sáng Chúa Nhật của chúng tôi, trong đó gồm có một lớp học đặc biệt về công tác truyền giáo, giúp các tín hữu chia sẻ Phúc Âm. Chúng tôi tổ chức một buổi đọc sách về công tác truyền giáo vào các buổi chiều Chúa Nhật. Qua từng bài giảng, chúng tôi muốn biết Đức Chúa Trời sẽ dạy dỗ điều gì về thế giới của Ngài qua Lời Chúa. Cách chủ yếu để Hội thánh trở thành một Hội thánh sai phái giáo sĩ là rao giảng Lời của Đức Chúa Trời. Công tác giảng Kinh của chúng ta nên cho thấy Kinh Thánh nói rất rõ thập tự giá của Đấng Christ là trung tâm lịch sử của nhân loại; công tác giảng Kinh nên lèo lái toàn bộ thế giới hướng về công tác của Đấng Christ. Chúng tôi cố gắng trình bày Phúc Âm vào mỗi Chúa Nhật bằng cách kêu gọi người chưa tin Chúa, cũng như lèo lái mọi khía cạnh và phạm vi đời sống của Cơ Đốc nhân. Hãy cầu nguyện để Hội thánh của chúng ta cũng áp dụng Lời Chúa cách xuất sắc trong công tác giảng luận.

Hội thánh Trưởng lão mà tôi đã từng đi nhóm hồi còn học đại học thường có thông tin để cầu thay cho Hội thánh trên khắp thế giới ở trong tờ chương trình. Tôi khuyên chúng ta hãy tìm kiếm nguồn thông tin giúp mình biết thêm về các quốc gia khác nhau để cầu thay.

Chúng ta có cân nhắc sử dụng mạng xã hội để cầu nguyện chưa? Dữ liệu từ mạng xã hội có thể giúp chúng ta thu thập một danh sách cầu thay mỗi ngày. Thí dụ, chúng ta có thể theo dõi tài khoản của bạn bè đang làm việc với sinh viên đại học hoặc các nguồn tin tức trong nước và quốc tế. Hãy học cách cầu nguyện cho mọi người, từ người thất nghiệp cho đến mấy kẻ khủng bố, từ tổng thống cho đến hội nghị 9Marks tiếng Tây Ban Nha gần đây nhất. Chúng ta không thể cầu nguyện cho nơi nào cả, chứ đừng nói đến việc cưu mang, nếu không biết thông tin gì hết về nơi đó! Hãy cảm tạ Chúa vì Hội thánh của mình biết vươn ra bên ngoài, hãy cầu nguyện rằng khi chúng ta học Lời Chúa và phát triển thuộc linh, thì sự vươn ra của mình sẽ gia tăng nhiều hơn.

2. Hãy cầu nguyện để Phúc Âm được truyền bá ở nhiều nơi khác

Chúng ta không chỉ muốn Phúc Âm là trọng tâm của bài giảng, mà còn là trung tâm của lời cầu nguyện nữa. Trong chương vừa rồi, chúng ta không thể suy xét vấn đề trở thành một Hội thánh sai phái giáo sĩ mà không suy nghĩ thấu đáo về sự cầu nguyện. Tại Hội thánh Báp-tít Capitol Hill, công tác truyền giáo của chúng tôi được đan xen với đời sống cầu nguyện – trong lời cầu nguyện cá nhân, trong lời cầu nguyện của mục sư vào sáng Chúa Nhật và trong buổi nhóm cầu nguyện vào tối Chúa Nhật nữa.

Đầu tiên, tín hữu cầu nguyện cho tín hữu trên danh sách là cách cơ bản nhất để chúng tôi biết yêu thương nhau, ngoài việc nhóm lại và dâng hiến thường xuyên. Đó là điều cơ bản trong công tác truyền giáo của chúng tôi. Hãy cầu nguyện cho tín hữu trên danh sách của Hội thánh. Hãy cầu nguyện để tín hữu có sự khôn ngoan nhận biết Đức Chúa Trời sẽ dùng mỗi người chúng ta để tập hợp ca đoàn quốc tế mà chúng ta đã đọc thấy trong sách Khải huyền. Hãy biến danh sách tín hữu của Hội thánh trở thành công cụ cho công tác truyền giáo. Danh sách tín hữu của chúng tôi có một phần đặc biệt ở đằng sau để khuyến khích mọi người cầu thay cho các mục sư đã được hội chúng sai đi, các giáo sĩ được chúng tôi hỗ trợ về tài chính và các nhân sự hoặc tập sự đã phục vụ chúng tôi.

Trong buổi cầu nguyện vào sáng Chúa Nhật của các mục sư, chúng tôi cố gắng làm gương về cách nhìn nhận thế giới này và những điều đang xảy ra ở trong giới hạn đó từ góc nhìn của Phúc Âm. (Điều này giúp các buổi thảo luận về đề tài như thế trở nên tự nhiên hơn). Chúng tôi cầu nguyện cho các Hội thánh khác, công tác của Đức Chúa Trời qua các mục sư đã được sai phái từ Hội thánh, Cơ Đốc nhân bị bắt bớ và sự tấn tới của các Hội thánh rao giảng Phúc Âm trên khắp thế giới. Chúng tôi cầu nguyện đặc biệt cho sự truyền bá Phúc Âm ở những nơi chưa được vươn đến.

Hội chúng của chúng tôi cũng nỗ lực kết thúc mỗi Chúa Nhật với nhau để lắng nghe những cập nhật và cầu nguyện. Buổi nhóm cầu nguyện vào tối Chúa Nhật tự nhiên có sự tập trung vào nội bộ dù tôi chẳng hề thúc ép việc này. Tôi làm điều đó như thế nào? Bằng cách cẩn thận bảo mật những điều đã nghe và cầu nguyện cho những điều đó. Hầu như vào mỗi Chúa Nhật, tôi đều khiến ít nhất một tín hữu trong Hội thánh nổi giận khi từ chối cầu nguyện cho sức khỏe của một thành viên trong gia đình của họ. Tôi có cầu nguyện cho những điều này cách cá nhân, chúng tôi khuyên tín hữu tận dụng nhóm nhỏ của mình để đưa ra nan đề cầu thay. Nhưng buổi cầu nguyện vào tối Chúa Nhật của chúng tôi sẽ trở thành một bệnh viện nếu tất cả chín trăm tín hữu đều đưa ra nan đề cá nhân. Thay vào đó, chúng tôi hết sức giữ cho buổi cầu nguyện vào tối Chúa Nhật tập trung vào sự tấn tới của Phúc Âm. Đôi khi chúng tôi nghe nói có một lớp học Kinh Thánh để truyền giảng tại nơi làm việc, hoặc mục vụ sinh viên ở Đại học Howard, hoặc một nhân sự được Hội thánh hỗ trợ đang làm việc ở nước ngoài. Cho dù người này chia sẻ về Ethiopia, người kia chia sẻ về Sudan hoặc ai đó chia sẻ về Brazil, tôi thích cách chúng tôi bắt đầu mỗi tuần chìm đắm trong sự cầu thay cho công tác truyền bá Phúc Âm. Nếu tín hữu của chúng tôi dự phần vào các cơ hội truyền giảng sắp tới, thì tôi mời họ chia sẻ về điều đó để Hội thánh có thể cầu nguyện. Hỡi tín hữu của Hội thánh, hãy cho mục sư có cơ hội thông báo với người khác biết về nỗ lực của chúng ta. Một vài Hội thánh tùy hứng hỏi rằng: có ai muốn chia sẻ một câu chuyện về công tác truyền giảng không. Tôi thích giả định rằng công tác truyền giảng vẫn luôn diễn ra.

Nếu hội chúng địa phương của chúng ta không làm vậy, hãy cầu nguyện xin Chúa khiến Hội thánh của mình trở thành Hội thánh sai phái giáo sĩ. Nếu hội chúng của chúng ta đang làm như thế, thì hãy cảm tạ Đức Chúa Trời và cầu xin Chúa ban cho mình sự hăng hái dự phần vào công tác vĩ đại của Ngài trên khắp thế giới nhiều hơn nữa.

3. Hãy lập kế hoạch để Hội thánh ngày càng hữu ích hơn trong công tác truyền bá Phúc Âm

Chúng ta muốn quan tâm đến các Hội thánh khác. Một hiểu biết theo Kinh Thánh về Hội thánh là một hội chúng sẽ rất hữu ích trong việc này.[2] Khi chúng ta nghĩ không đúng về việc có một Hội thánh tức là có một *truyền đạo* thay vì có một *hội chúng*, thì chúng ta vô tình đưa cuộc đua của cái tôi vào trong mối liên hệ giữa mình với những hội chúng khác. Một vài Hội thánh nhóm nhau ở nhiều nơi hoặc nhiều thời điểm đang nỗ lực chống lại điều này, nhưng tôi có thể cho chúng ta biết từ kinh nghiệm cá nhân rằng sự nhóm lại gần 150 năm qua không chỉ cho thấy Hội thánh đã trung tín nhóm lại theo Kinh Thánh – tức là nhóm lại với nhau cách thường xuyên – mà còn là sự khích lệ lớn để một Hội thánh đồng lòng vươn ra bên ngoài. Khi một vài Hội thánh có sự đông đúc, họ bắt đầu mở thêm giờ nhóm lễ khác hoặc điểm nhóm khác. Nhưng trừ khi chúng ta muốn xây một ngôi nhà lớn hơn, hoặc chẳng làm gì cả, thì chúng ta không có lựa chọn nào khác ngoài việc cố gắng giúp đỡ các Hội thánh khác trong khu vực của mình, thậm chí hãy nỗ lực để mở ra một Hội thánh mới.

Khi cố gắng giúp đỡ những Hội thánh khác bằng sự giảng luận hoặc khuyến khích các mục sư thông công với nhau, thì chúng tôi cũng đã cố gắng tập trung giúp đỡ các hội chúng địa phương chỉ còn mười hoặc mười lăm người nhóm lại mà thôi. Nhờ ân điển của Đức Chúa Trời, chúng tôi đã thấy điều này xảy ra. Điều này cũng liên quan đến công tác truyền giáo, vì khi làm việc với các Hội thánh khác đã dạy chúng tôi nhìn thấy tình trạng của Cơ Đốc giáo ở địa phương của mình, chứ không chỉ riêng Hội thánh của mình. Đó cũng chính là kỹ năng mà chúng ta cần khi nỗ lực muốn nhìn thấy Phúc Âm được truyền bá cho các dân tộc.

Chúng ta phải làm gì để Phúc Âm lan truyền ở địa phương của

---

2. Xem Jonathan Leeman, *Một Hội đồng: Nghĩ lại về mẫu Hội thánh Đa chiều và Đa nhiệm*(Wheaton, IL: Crossway, 2020).

mình? Hãy nghĩ đến mình đang làm việc với ai, sống với ai và ăn uống với ai. Chúng ta đang làm gì để truyền giảng cho họ? Có người nào nhận lời đi nhà thờ rồi ghé thăm nhà của chúng ta để dùng bữa tối không? Chúng ta có giúp đỡ công tác truyền giảng trong khuôn viên đại học không? Thưa sinh viên đại học, chúng ta có nhận ra tình bạn quốc tế rất đặc biệt mà chúng ta có được trong thời sinh viên của mình không? Chúng ta có cân nhắc đến việc dạy tiếng Anh là ngôn ngữ thứ hai và chia sẻ Phúc Âm với những người mà chúng ta đã làm quen không? Chúng ta có thể tham gia mục vụ sinh viên đại học quốc tế, đón tiếp sinh viên và chia sẻ Phúc Âm với người nước ngoài đang sống trên đất nước của mình. Hãy kết bạn với những người đến từ các quốc gia khác, hãy mời họ đi nhà thờ và dẫn họ đi ăn trưa sau giờ nhóm để trò chuyện về điều đó. Hội thánh của chúng ta có thể tìm hiểu và yêu thương những cộng đồng quốc tế nào? Người Thổ Nhĩ Kỳ? Người Afghanistan? Người Hoa?

Chúng ta có thể chia sẻ Phúc Âm cho những cộng đồng quốc tế nào ở xung quanh không? Chúng ta có thể tiếp cận những nơi chưa nghe về Phúc Âm chăng? Chúng ta có thể tình nguyện phục vụ ở một trung tâm phụ sản tại địa phương không? Có mục vụ chia sẻ Phúc Âm cho các nhà tù không? Một vài tín hữu tại Hội thánh Báp-tít Capitol Hill của chúng tôi đang sống tại một trung tâm dành cho người vô gia cư, còn những người khác dự phần phục vụ ở đó. Đây có phải là điều chúng ta nên dự phần giúp đỡ chăng? Chúng ta có thể làm việc và giúp đỡ Cơ Đốc nhân khác kết nối với những người di cư nào ở trong khu vực không?

Một phần trong cách chúng tôi *lập kế hoạch* để giúp Hội thánh trở nên hữu dụng cho công tác truyền giáo có thể khiến chúng ta ngạc nhiên – đó là lập ra kế hoạch mà chúng tôi *không* làm. Tức là chúng tôi tổ chức một vài chương trình yêu cầu tín hữu phải tham dự. Vào Chúa Nhật, chúng tôi thường yêu cầu tín hữu rất nhiều thứ, rồi để họ tự làm vào những ngày còn lại trong tuần. Chúng tôi muốn tín hữu dành thời gian phục vụ người khác ở trong tuần, xây dựng mối quan hệ với người chưa tin Chúa và giúp đỡ cộng đồng của họ. Có vài Hội thánh với ý định tốt đã tổ chức rất nhiều chương trình đến nỗi làm cho sự tin kính bị hiểu lầm là đi nhà thờ để đăng ký tham gia vào một chương trình, chứ không phải để tìm hiểu và yêu thương người lân cận hoặc đồng nghiệp hoặc người thân của mình. Vì thế, ngay cả những điều Hội thánh của chúng tôi *không* làm đi nữa, thì chúng tôi vẫn tạo cơ hội để cho phép mục vụ mới được phát triển.

Còn Hội thánh của chúng ta thì sao? Hãy cầu nguyện để Hội thánh của mình trở nên hữu dụng, giống như sứ đồ Phao-lô đã tưởng đến Hội thánh ở thành Rô-ma vậy. Hãy suy xét Rô-ma 15:24 chép rằng: "Tôi hi vọng sẽ ghé thăm anh em trên đường đi Tây Ban Nha; và sau khi thấy thỏa lòng vì được ở với anh em một thời gian, tôi sẽ nhờ anh em đưa tôi qua đó". Sứ đồ Phao-lô cho rằng Hội thánh địa phương ở Rô-ma (là nơi ông chưa từng đến bao giờ) sẽ là một trung tâm truyền giáo. Đây là sự hữu dụng trong công tác truyền giáo mà chúng ta cần phải cầu nguyện và lập kế hoạch cho Hội thánh của mình.

4. Hãy dâng hiến hỗ trợ những người ra đi vì danh Chúa, là những người không thể hoặc không nên tự hỗ trợ bản thân

Cụm từ "vì danh Chúa" xuất phát từ một trong các thư tín của sứ đồ Giăng:

> Thưa anh quý mến, anh thật trung tín trong công việc anh làm cho
> các anh em, nhất là cho các khách lạ. Họ đã làm chứng về lòng yêu
> thương của anh trước Hội Thánh. Mong anh giúp họ tiếp tục cuộc
> hành trình một cách xứng đáng với Đức Chúa Trời thì tốt lắm. Họ
> đã ra đi vì danh Ngài, và không nhận gì từ người ngoại hết. Vì thế,
> chúng ta phải giúp đỡ những người nầy, để chúng ta có thể trở
> thành những người cộng tác với họ vì chân lý. (3 Giăng 5-8)

Giống như tín hữu ở thành Phi-líp đã hỗ trợ sứ đồ Phao-lô làm việc
giữa vòng người Cô-rinh-tô như thế nào, thì chúng ta cũng có vinh
dự và nghĩa vụ để hỗ trợ cho người nào dấn thân vào công tác
truyền giáo ngày hôm nay vậy. Đây là một lý do vì sao sự dâng hiến
và ngân sách của Hội thánh chúng ta là những điều rất quan trọng.
Các trưởng lão của Hội thánh Báp-tít Capitol Hill có một thỏa thuận
không chính thức rằng 15 phần trăm tổng ngân sách của chúng tôi sẽ
dùng để hỗ trợ cho công tác truyền giáo quốc tế. Điều này giống như
mỗi cá nhân dâng hiến phần mười cho công việc Chúa và ngay cả
lịch làm việc của chúng ta cũng biệt riêng ngày đầu tuần cho Chúa.
Cũng vậy, chúng ta muốn dâng 15 phần trăm đầu tiên cho công tác
của Phúc Âm tại nhiều nơi cần thiết nhất ở hải ngoại. Chúng ta có
thể dùng danh sách tín hữu Hội thánh của mình để cầu thay cho
công tác truyền giáo như thế nào, thì chúng ta cũng làm điều tương
tự với ngân sách của Hội thánh như thế ấy. Chúng ta có cầu thay cho
các nhân sự mà Hội thánh đang hỗ trợ không? Hãy luôn cố gắng cầu
nguyện cho những điều mình đã chi ra. Đừng bao giờ dâng hiến mà
không cầu nguyện.

Các khoản tiền dâng hiến khác sẽ dùng để giúp đỡ cho công tác
truyền giáo thế giới. Sự hỗ trợ của chúng tôi cho Mục vụ 9Marks
giúp họ đào tạo mục sư và phân phối tài liệu khắp thế giới. Ngay cả

tiền lương cho nhân sự cũng được dùng để giúp đỡ những Hội thánh khác, vì họ dành thời gian để làm việc đó. Chúng tôi muốn dâng hiến cách sáng suốt, rộng rãi và vui mừng. Hãy dừng lại một chút suy nghĩ về mấy điều này.

Rõ ràng, chúng ta phải dâng hiến cách sáng suốt. Chúng ta sẽ hỗ trợ ai để đem Phúc Âm ra hải ngoại? Trong Hội thánh, chúng tôi tập trung khuyến khích mọi người đem Phúc Âm đến các dân tộc chưa được vươn đến, phần lớn nằm trong cửa sổ 10/40. Công tác cụ thể mà họ muốn làm có dẫn đến việc mọi người được nghe Phúc Âm và Hội thánh được thành lập hay không? Họ có làm tốt công việc đó không? Chúng ta có biết rõ về họ không? Họ lớn lên ở đó phải không? Họ có năng động trong Hội thánh không? Chúng tôi muốn sử dụng tiền dâng hiến của hội chúng cách sáng suốt.

Chúng tôi cũng muốn dâng hiến cách rộng rãi, để mọi người có sự chuẩn bị tốt, đi ra, ở lại và phục vụ ở đó. Các Hội thánh nên rộng rãi trong việc chu cấp cho các mục sư của họ, nếu chúng ta uỷ thác cho người nào đem Phúc Âm ra hải ngoại, thì chúng ta cũng phải chu cấp cho họ đầy đủ để thực hiện việc đó. Đây là quan điểm của sứ đồ Phao-lô khi ông khuyên Tít phải đảm bảo hai Cơ Đốc nhân được sai đi "chẳng thiếu chi hết". Đức Chúa Trời đã rất nhân từ với chúng ta; nên chúng ta cũng hãy rộng rãi với những điều Chúa đã giao phó cho chúng ta. Hoạt động của chúng tôi tại Hội thánh Báp-tít Capitol Hill là tập trung hỗ trợ cho vài nhân sự và hỗ trợ họ thật kỹ lưỡng. Nếu chúng tôi trở thành một trong số một trăm Hội thánh dâng hiến năm trăm đô-la mỗi năm cho một gia đình, thì chúng tôi sẽ không có được kết nối sâu sắc với họ và công tác của họ, mà còn để họ sống thiếu sự giải trình nữa. Vì thế, chúng tôi chỉ muốn hỗ trợ vài người và hỗ trợ họ hết mình.

Cuối cùng, chúng ta nên dâng hiến cách vui mừng! Đức Chúa

Trời yêu kẻ dâng của cách vui lòng (2 Cô-rinh-tô 9:7). Vậy thì tại sao chúng ta không vui mừng khi dâng hiến? Những điều chúng ta đang có không phải đã nhận lãnh mới có hay sao? Mọi điều chúng ta đang có là chúng ta đã nhận lãnh. Chúng ta chỉ là những quản gia tạm thời, nên chúng ta muốn ban cho cách *niềm vui*.

5. Hãy sai phái các mục sư và nhiều người khác giúp mở mang Hội thánh ở những nơi xa xôi, hẻo lánh cần nghe biết về Phúc Âm

Chúng ta muốn tất cả tín hữu hiểu rằng hết thảy đều được giao cho Phúc Âm *khi còn ở lại Hội thánh*, nhận thức này phải dẫn chúng ta đến gần với các giáo sĩ *ở ngoài kia*. Tất cả tín hữu của chúng ta đã trình bày sứ điệp Phúc Âm khi được phỏng vấn trong khóa học trở thành tín hữu Hội thánh. Nếu họ chịu phép báp-tem ở Hội thánh này, thì họ đã công khai chia sẻ lời làm chứng của mình trước khi nhận lễ báp-tem. Điều này giúp chúng ta chia sẻ Phúc Âm với người khác. Chúng tôi muốn tất cả tín hữu biết rằng họ cần phải cầu nguyện, dâng hiến, truyền giảng và cân nhắc về công tác truyền giảng.

Đôi khi tín hữu của các Hội thánh Tin lành cảm thấy mặc cảm, họ biết *vài người* cần phải ra đi truyền giáo ở hải ngoại. Sau đó phải ngợi khen Chúa vì thỉnh thoảng có một cặp vợ chồng trẻ xuất hiện muốn được sai đi truyền giáo! Thế là, Hội thánh phải hy sinh cặp vợ chồng trẻ cho cái "hình tượng công tác truyền giáo" và cầu nguyện xin Chúa giúp họ thấy nhẹ lòng. Trong khi đó, mọi người lặng lẽ thở phào nhẹ nhõm, cảm ơn Chúa vì họ không phải đi truyền giáo, đồng thời vỗ nhẹ vào lưng mình tưởng rằng: "Chúng ta là một Hội thánh sai phái giáo sĩ!"

Tất nhiên, không có gì sai khi sai phái các giáo sĩ. Nhưng điều còn tốt hơn nữa là xây dựng trong Hội thánh một văn hóa mà hết thảy tín hữu đều nóng lòng cân nhắc – họ nên ở lại hay là ra đi – làm sao sắp xếp cuộc sống của mình xung quanh Đại Mạng Lịnh.

Nếu chúng ta bắt đầu suy nghĩ nghiêm túc về công tác truyền giáo ở hải ngoại, thì chúng ta nên thực hiện một cuộc thử nghiệm. Sau giờ nhóm lại vào sáng Chúa Nhật, hãy tự giới thiệu bản thân với một người chưa hề gặp bao giờ. Để xem thử chúng ta có thể giúp đỡ người đó về mặt thuộc linh hay không. Hoặc là hãy hỏi thăm cuộc sống của một tín hữu khác chẳng hạn. Sự yêu thương lẫn nhau là yếu tố căn bản trong vai trò chứng nhân của chúng ta (Giăng 13:34-35). Hãy thực hành kỹ năng đó và cầu nguyện xin Chúa dùng lời nói của mình đem lại sự gây dựng cho người khác.

Chúng tôi biết từng người được sai đi giống như một viên sỏi ném vào cái ao, tạo ra những gợn sóng lăn tăn lan tỏa. Nhưng chúng tôi muốn chọn những viên sỏi phù hợp, rồi ném chúng vào những chỗ cần thiết nhất của cái ao.

Chúng tôi *không* khuyến khích làm giáo sĩ đơn thương độc mã. Đừng đưa ra những quyết định quan trọng một mình. Hãy trò chuyện với các mục sư và những tín hữu nào biết rõ về chúng ta. Hãy tìm kiếm lời khuyên.

Khuôn mẫu theo Kinh Thánh là truyền giảng cho thế giới thông qua việc mở mang Hội thánh. Trong Cựu Ước, Đức Chúa Trời tiếp nhận dân Y-sơ-ra-ên. Trong sách Khải huyền, chúng ta đọc thấy sự cứu chuộc bao gồm tất cả mọi người. Ở giữa, chúng ta thấy Chúa Jêsus phán với các môn đồ rằng sự yêu thương lẫn nhau sẽ khiến cả thế giới biết họ là môn đồ của Ngài. Sự làm chứng của Hội thánh địa phương là cách Đấng Christ được bày tỏ cho cả thế giới. Vậy, khi Chúa Jêsus ban Đại Mạng Lịnh trong Ma-thi-ơ 28:18-20, các môn đồ đã làm gì? Hãy nhìn vào sách Công vụ Các sứ đồ. Họ dành cả đời để truyền giảng và mở mang Hội thánh. Đó là mô hình lan rộng thông thường của Cơ Đốc giáo. Chúa Jêsus đã nghĩ ra cách đó. Không hề gấp rút. Cũng không giật tít trên báo đài. Tuy nhiên, đó là cách chúng ta tìm thấy trong Khải huyền 7 nói rằng: "một đoàn người rất đông không ai đếm được, từ các nước, các bộ tộc, các dân tộc, các thứ tiếng, đứng trước ngai và trước Chiên Con, mặc áo dài trắng, tay cầm lá kè. Họ lớn tiếng kêu rằng: "Sự cứu rỗi thuộc về Đức Chúa Trời của chúng ta, Đấng ngồi trên ngai, và thuộc về Chiên Con" (Khải huyền 7:9-10). Đó là cách từng Hội thánh Cơ Đốc đã mở ra kể từ sự phục sinh của Đức Chúa Jêsus Christ.

Vì Đại Mạng Lịnh được hoàn thành bằng cách mở mang Hội thánh, cho nên *công tác đào tạo các mục sư là trọng tâm của công tác truyền giáo*. Hãy xem Công vụ 15:36 và Tít 1:5 nói rằng:

> Sau đó ít lâu, Phao-lô nói với Ba-na-ba: "Chúng ta hãy trở lại thăm viếng anh em trong mỗi thành mà chúng ta đã rao giảng đạo Chúa, xem họ như thế nào". (Công vụ 15:36)
>
> Ta đã để con ở lại Cơ-rết là để con chỉnh đốn những việc còn dang dở, và bổ nhiệm các trưởng lão trong mỗi thành như ta đã hướng dẫn con. (Tít 1:5)

Mở mang Hội thánh có nghĩa là dấy lên các mục sư để lãnh đạo những Hội thánh mới thành lập, dù ở Hoa Kỳ hay ở hải ngoại. Đó là lý do vì sao công tác đào tạo mục sư là trọng tâm của công tác truyền giáo.

Chúng ta sẽ sai ai đi? *Chúng ta sai phái những người đang hăng hái chia sẻ Phúc Âm tại địa phương đi ra hải ngoại.* Có vài người là tín hữu lâu năm tại Hội thánh của chúng tôi. Những người khác đã đến trong thời gian ngắn để được trang bị trong khóa thực tập hoặc làm nhân sự được một thời gian.

Nhờ ân điển của Đức Chúa Trời, chúng tôi có thể thấy hiệu ứng gợn sóng của một số viên sỏi đã được sai đi. Dưới đây là một vài viên sỏi và những gợn sóng lan tỏa mà Đức Chúa Trời đã cho phép chúng tôi dự phần vào. Có hai điều tôi muốn lưu ý. Đầu tiên, chúng ta có thể bị cám dỗ muốn nhìn thấy kết quả từ công tác giáo sĩ thật hoành tráng và nhanh chóng. Nhưng mấy gợn sóng mà chúng ta thấy có thể xuất hiện rất chậm. Thứ hai, sự dự phần của chúng tôi trong công tác truyền giáo chẳng có gì đặc biệt cả. Cơ Đốc giáo đang được lan rộng như vậy đó.

Vì thế, hãy học tập và cầu nguyện. Hãy lập kế hoạch và dâng hiến. Hãy sai phái các mục sư và những người đi mở Hội thánh.

Sau đó, hãy quan tâm những người mà chúng ta đã sai đi.

6. Hãy quan tâm những người được sai đi

Chúng ta chỉ chăm sóc tốt cho các nhân sự được hỗ trợ nếu biết họ đang làm việc như thế nào. Mặc dù chúng tôi có thể liên lạc trực tuyến với họ, nhưng chúng tôi cũng cố gắng sắp xếp cho nhân sự được nghỉ phép cùng chúng tôi để tín hữu có thể làm quen với họ. Khi họ về thăm Hội thánh, chúng tôi lắng nghe lời làm chứng của họ. Khi họ không có mặt, chúng tôi dành thời gian vào giờ nhóm buổi tối để tín hữu chia sẻ những cập nhật về nan đề cầu nguyện cho các nhân sự được hỗ trợ và làm sao để giúp đỡ họ. Chúng tôi cũng cố gắng đến thăm chỗ ở của từng nhân sự được hỗ trợ ít nhất vài năm một lần.

Một cách khác để chúng tôi quan tâm đến những người được sai phái là thông qua giáo trình của trường Chúa Nhật.[3] Con cái của chúng tôi trong lớp học đều biết về các nhân sự mà chúng tôi hỗ trợ. Mỗi tuần, chúng có một hoạt động là tập trung vào VIPP (Cầu thay cho người quan trọng) của tuần đó. Trong Câu lạc bộ Đại Mạng Lịnh vào các tối Chúa Nhật của chúng tôi, chúng biết thêm về lịch sử truyền giáo và nhu cầu của thế giới ở xung quanh.

Chúng tôi cũng gửi vài tín hữu đi truyền giáo ngắn hạn để hỗ trợ cho các nhân sự đang làm việc lâu dài ở một khu vực nào đó. Chúng tôi chỉ thực hiện các chuyến đi truyền giáo mà nhân sự ở tại khu vực yêu cầu.[4] Vì thế, chúng tôi đảm nhiệm nhiều vai trò trông trẻ cho các giáo sĩ dài hạn dự hội nghị của họ. Chúng tôi cũng tổ chức các chuyến đi có kế hoạch với công tác phân phát Kinh Thánh. Trong một năm, tôi thực hiện một chuyến đi hải ngoại ngắn hạn ít nhất hai lần. Tôi gặp gỡ các mục sư, tôi chia sẻ cho các hội nghị ở nhiều nơi khác nhau trên thế giới.

Đôi khi chúng tôi khuyến khích tín hữu di chuyển công việc thế tục của họ đến một nơi nhất định để hỗ trợ một mục vụ nào đó có thể tận dụng sự khôn ngoan, sự khích lệ, sự cầu nguyện và kể cả hỗ trợ tài chính từ một tín hữu khác muốn dâng phần mười chẳng hạn. Qua nhiều cách như thế, chúng tôi cố gắng quan tâm những người được sai đi, khích lệ họ bằng cách thiết thực.

7. Hãy chờ đợi một chứng nhân trung tín được trang bị vững vàng và hỗ trợ những người được sai đi có thêm sự bền đỗ.

---

3. Xem tài liệu trường Chúa Nhật của chúng tôi do Connie Dever phát triển tại The Praise Factory, https://praisefactory.org

4. Xem tài liệu của J. Mack Stiles và Leeann Stiles, *Hướng dẫn Truyền giáo Ngắn hạn của Mack & Leeann* (Downers Grove, IL: InterVarsity Press, 2000).

Công tác truyền bá Phúc Âm khắp thế giới không giống như những gì chúng ta đã thấy trong các bộ phim đâu. Nếu chúng ta từng nghe về sự lan truyền Phúc Âm nhanh chóng, thì có thể ai đó có ý định nói đúng sự thật nhưng lại không có đủ thông tin. Nhưng không phải Phúc Âm chưa từng được lan truyền cách nhanh chóng. Chỉ là rất hiếm khi xảy ra. Sự nhanh chóng thật rất hiếm khi xảy ra. Đức Chúa Trời hay dùng sự tầm thường. Như Michael Horton đã nói rằng: "Mọi người đều muốn thay đổi thế giới, nhưng không ai muốn rửa chén bát cả".[5] Nếp sống Cơ Đốc ở hải ngoại có những thách thức riêng, nhưng căn bản chẳng khác nhiều so với nếp sống Cơ Đốc ở trong nước đâu. Chẳng hạn nuôi dạy con cái hoặc làm việc nơi công sở như thế nào, thì công tác truyền giáo cũng vậy. Việc lành cần phải mất thời gian. Do đó, trẻ em lớn lên trong gia đình và Cơ Đốc nhân lớn lên trong Hội thánh qua nhiều thập kỷ, không phải vào một ngày cuối tuần nào đó.

Chúng tôi muốn nhân sự của mình trung tín với Phúc Âm và không bị áp lực phải tạo ra những con số. Kết quả bội phần chỉ xuất hiện sau nhiều năm lao động. Hãy ngợi khen Đức Chúa Trời vì các nỗ lực truyền giáo rất tốt đang diễn ra giữa vòng các Hội thánh Tin lành. Nhưng hãy cầu xin Đức Chúa Trời bảo vệ chúng ta khỏi việc thần tượng hóa sự nhanh chóng, vì sự nhanh chóng cản trở sự lan truyền Phúc Âm, cũng như Phúc Âm lan trên mạng xã hội đã làm cách đây một thế kỷ.[6] Sự cải đạo giả sẽ được cho là cải đạo. Cơ Đốc

---

5. Michael Horton, *Bình thường: Đức tin Không nao sờn trong Thế giới Bất ổn* (Grand Rapids, MI: Zondervan: 2014), trang 19–20.

6. Xem quyển sách sắp xuất bản của Matt Rhodes về đề tài này, *Không ngõ tắt đến thành công: Bản Tuyên ngôn về Công tác Truyền giáo Hiện đại* (Wheaton, IL: Crossway, 2022).

giáo sẽ bị nhầm lẫn với những điều không phải là Cơ Đốc giáo. Phúc Âm sẽ bị che mờ.[7]

Thay vào đó, chúng ta muốn hỗ trợ công tác *thực sự*. Chúng ta muốn tất cả tín hữu của mình trông đợi Đức Chúa Trời hành động và kiên nhẫn hỗ trợ những người được sai đi. Sự yêu thương và sự cầu thay lâu dài từ những người hỗ trợ cho các giáo sĩ sẽ giúp các giáo sĩ được sai đi kiên nhẫn chờ đợi kết quả rõ ràng vào đúng kỳ hạn của Đức Chúa Trời.

Vậy, Hội thánh phải làm gì để trung tín trong công tác truyền giáo? Hãy học tập và cầu nguyện, lập kế hoạch và dâng hiến. Hãy sai phái các mục sư và chăm sóc họ. Hãy chờ đợi.

KẾT LUẬN

Tôi muốn kết thúc bằng cách chia sẻ một đoạn email mà tôi nhận được từ một người đã đến thăm Hội thánh của chúng tôi vào Chúa Nhật gần đây.

Cảm ơn ông đã nhắn tin cho tôi vào thứ Bảy, khích lệ tôi quay lại đi nhóm vào buổi sáng. Sứ điệp mà ông rao giảng chính là những điều tôi cần nghe.

Trong lời cầu nguyện tối qua, tôi đã quỳ dưới chân Chúa và thực sự ăn năn về tội lỗi của mình, dâng cuộc đời mình cho Ngài. Tôi cảm thấy gánh nặng tội lỗi của mình được cất đi, đó là điều tuyệt vời nhất trên đời. Tôi đã hoàn toàn tin cậy vào Đức Chúa

---

7. Xem Mark Dever "Sự bền đỗ Thiết yếu: Sức lực để Cải chánh chậm và Cám dỗ Nguy hiểm của Tốc độ" (bài giảng, Together for the Gospel, Louisville, KY, 2016), http://t4g.org/resources/mark-dever/asl-endurance-needed-strength-slow-reformation-dangerous-allure-speed/

Trời, Chúa đã nghe lời cầu nguyện của tôi và khiến tôi mở lòng tiếp nhận Đức Thánh Linh. Niềm vui của tôi bây giờ không giống như trước đây, tôi không thể ngừng tạ ơn và ngợi khen Chúa vì sự thương xót tuyệt vời và bao la của Ngài.

Tôi chỉ xin ông tiếp tục cầu nguyện hầu cho Đức Chúa Trời tiếp tục bày tỏ vinh hiển và quyền phép của Ngài với tôi và xin Chúa tiếp tục dẫn dắt tôi đi trong sự soi sáng của Đức Thánh Linh.

Chúng ta muốn dâng vinh hiển cho Đức Chúa Trời bằng nhiều cách, đây chắc chắn là một trong những cách tuyệt vời nhất và quan trọng nhất, vì đây là chỗ tất cả mọi thứ bắt đầu và cũng là chỗ mà tất cả chúng ta đã bắt đầu. Đức Chúa Trời được vinh hiển qua sự cải đạo giống như vậy! Sự cải đạo như thế sẽ không xảy ra cho nhiều người trên khắp thế giới ngày hôm nay vì họ vẫn chưa nghe được sứ điệp Phúc Âm. Hãy suy gẫm về điều đó. Chưa nghe nói về Ngài thì làm thể nào mà tin? (Rô-ma 10:14).

Còn nhớ công tác truyền giáo là gì không? Công tác truyền giáo là đem Phúc Âm vượt mọi rào cản – đặc biệt là rào cản ngôn ngữ. Nếu truyền giảng là chia sẻ Phúc Âm, đôi khi với người nào không biết Phúc Âm, thì công tác truyền giáo là truyền giảng, chia sẻ Phúc Âm, ở một nơi và giữa một dân tộc chưa được nghe Phúc Âm bao giờ.

Không ai được cứu rỗi mà không nghe Phúc Âm của Đức Chúa Jêsus Christ (xem Rô-ma 10:17), điều đó thường xảy ra thông qua chức vụ rao giảng Lời Chúa. Đó là lý do khi sứ đồ Phao-lô còn ở trong tù đã viết mấy lời khích lệ này cho một mục sư đang sống ở khu vực mà ngày nay gọi là Thổ Nhĩ Kỳ rằng: "Hãy chăm chỉ đọc sách, khuyên bảo, dạy dỗ, cho đến chừng ta đến. Hãy giữ chính mình con và sự dạy dỗ của con; phải bền đỗ trong mọi sự đó, vì làm như vậy thì con và kẻ nghe con sẽ được cứu" (1 Ti-mô-thê 4:13,16).

Bằng cách nào đó, tất cả dấu hiệu của Hội thánh vững mạnh đều dẫn đến chỗ này. Tôi đã từng hỏi một nhân sự đang sống trong một quốc gia đóng cửa rằng: làm thế nào chúng tôi có thể hỗ trợ anh ta tốt hơn. Anh ta nói rằng: "Hãy tiếp tục giữ cho Hội thánh [của ông] khoẻ mạnh và nỗ lực mở ra nhiều Hội thánh nữa giống như vậy, vì nếu ông không làm thì sẽ không ai sai phái các giáo sĩ như chúng tôi nữa đâu!" Suy cho cùng thì đó là cách chúng ta yêu Đức Chúa Trời và yêu người khác có phải không?

Vậy, tín hữu của một Hội thánh vững mạnh tại địa phương – hình ảnh phản chiếu chúng ta nên giống như Đấng Christ bởi đức tin – là bước đầu tiên trong việc sai phái các giáo sĩ đi mở mang nhiều Hội thánh vững mạnh tại địa phương.

Nếu chúng ta muốn thấy nhiều Hội thánh trong thế kỷ 21 sai phái các truyền đạo có cùng sứ điệp Phúc Âm như đã làm trong thế kỷ trước, thì chúng ta phải chú ý đến công tác giảng giải Kinh, tín lý của Phúc Âm, sự cải đạo và truyền giảng, vai trò tín hữu trong Hội thánh, sự kỷ luật trong Hội thánh, môn đồ hóa và tăng trưởng, vai trò lãnh đạo trong Hội thánh, sự cầu nguyện và công tác truyền giáo. Điều này sẽ giúp các Hội thánh giữ lòng trung tín cho đến khi Đấng Christ trở lại.

Điều gì sẽ giúp chúng ta bền đỗ và kiên nhẫn, làm việc với lòng trông cậy trong khi chờ đợi? Vài người cho chúng tôi biết những kế hoạch rất lớn, chẳng hạn như người đàn ông ở Ấn Độ đã nói với tôi là anh ta có thể truyền giảng cho cả nước ở trong đời của mình nếu được chu cấp đầy đủ tiền bạc. Nhưng tôi tin rằng những kế hoạch muốn "Cơ Đốc hóa" quốc gia này có thể gây hại nhiều hơn là có lợi, lan truyền sự hiểu lẫn hơn là sự rõ ràng về Phúc Âm. Vài người sẽ nói với chúng ta về nhu cầu cấp thiết và đưa ra số liệu về người hư mất. Chắc chắn một người có lòng yêu thương sẽ bị chạnh lòng khi nhìn thấy tội nhân hư mất ở dưới sự phán xét của Đức Chúa Trời nhân lành và muốn chia sẻ Phúc Âm với họ. Nhưng ở trong nước cũng có vậy, tôi chỉ lo tỷ lệ người hư mất sẽ vượt quá sức của bất kỳ người nào – thậm chí bất kỳ Hội thánh nào – muốn chinh phục họ. Những số liệu thống kê như vậy nên được dùng cách tiết chế, cần nhiều sự cầu nguyện, suy nghĩ và quyết định hơn là thúc ép mọi người đưa ra quyết định.

Chúng ta còn động lực nào khác chăng? Yêu thương người lân cận vốn bắt nguồn từ lòng kính mến của chúng ta dành cho Đức Chúa Trời. Về cơ bản, tình yêu thương lớn lao của Đức Chúa Trời đã bày tỏ cho loài người là nguồn động lực của chúng ta. Tôi thấy năm tháng trôi qua, sự hiểu biết của tôi về ân điển và sự thương xót của Đức Chúa Trời càng trở nên tuyệt vời hơn với tôi. Khi chứng kiến và nài xin sự tha thứ nhiều hơn, cũng như nhìn thấy sự tốt lành của Đức Chúa Trời ngày càng nhiều hơn và đáng chú ý hơn, thì tôi càng lấy làm lạ về Chúa hơn nữa. Chắc chắn là nguồn động lực để chúng ta làm việc cách nhịn nhục là bị chi phối hoàn toàn bởi Đức Chúa Trời và tình yêu lớn lao mà Chúa đã dành cho chúng ta trong Đấng Christ. Tôi nghĩ đó là cách tốt nhất để chúng ta lắng nghe lời kêu gọi của Đấng Christ để vác thập tự giá của mình và dâng trọn cuộc đời cho Ngài.

Trong quyển sách *Hoàng tử Caspian* của C.S. Lewis,[8] Lucy Pevensie cuối cùng cũng gặp lại Aslan sau một thời gian dài.

Lucy nghẹn ngào nói: "Ông Aslan ơi!" "Rốt cuộc".

---

8. C.S. Lewis, *Hoàng tử Caspian* (New York: Harper Collins, 1951), trang 148.

Con thú to lớn đã lăn sang một bên để Lucy ngã vào, nửa nằm nửa ngồi ở giữa đôi chân trước của ông ta. Ông ấy bèn cúi xuống liếm cái mũi của Lucy. Hơi thở ấm áp của ông vây quanh người cô bé. Cô bé ngước lên nhìn thẳng vào cái mặt to lớn đầy khôn ngoan ấy.

Ông ta nói: "Mừng con đã về!"
Lucy nói: "Aslan, ông to hơn trước nhiều".
Ông ấy đáp: "Vì con đã lớn thêm một tí rồi đấy nhỏ à!".
"Không phải vì ông già đi sao?"
"Đâu có. Nhưng mỗi năm khi con lớn lên, con sẽ thấy ta to hơn".

Chúng ta càng biết Đức Chúa Trời, thì Chúa càng chi phối khải tượng, tấm lòng và cuộc đời của chúng ta. Đức Chúa Trời của cả thế giới muốn tất cả mọi sự của chúng ta và toàn bộ con người của chúng ta. Một Hội thánh địa phương vững mạnh sẽ trung thành với Chúa bằng cách tận hiến hoàn toàn với công tác của Ngài.

CÁC TÀI LIỆU KHÁC

- Robert E. Coleman, *Kế hoạch chủ để truyền giảng* (1964); John Piper, *Hãy để mọi dân tộc reo vui: Uy quyền Tối thượng của Đức Chúa Trời trong công tác truyền giáo* (1993); Iain H. Murray, *Phục hưng và Chủ nghĩa Phục hưng* (1994); Michael Reeves, *Lửa đời đời: Khám phá Trọng tâm của Phong trào Cải Chánh* (2009); Andy Johnson, *Công tác Truyền giáo: Hội thánh Địa phương Tiếp cận Toàn cầu như thế nào* (2015); Jim

Osman, *Chân lý hoặc Lãnh thổ: Một Tiếp cận theo Kinh Thánh về Chiến trận Thuộc linh* (2015) và Matt Rhodes, *Không ngõ tắt đến thành công: Vì sao Công tác Truyền giáo Thế kỷ 21 không cần một cuộc cách mạng* (2021).

- Đối với những quyển tự truyện và tiểu sử về giáo sĩ, hãy tìm hiểu *John G. Paton: Tự truyện* (1889); S. Pearce Carey, *William Carey* (1923); Courtney Anderson, *Bờ biển vàng: Cuộc đời của Adoniram Judson* (1956); William Blair, *Ngũ tuần Hàn Quốc và cuộc chịu khổ* (1977); Mark Sidwell, *Tự do thật: Những Anh hùng trong Lịch sử Cơ Đốc nhân Da màu* (1995); Peter Masters, *Công tác Truyền giáo Chiến thắng Nạn nô lệ: William Knibb và Jamaican Emancipation* (2006).

PHỤ LỤC 1
NHỮNG GỢI Ý ĐỂ LÃNH ĐẠO HỘI THÁNH THEO ĐƯỜNG HƯỚNG VỮNG MẠNH

ĐƯỜNG HƯỚNG VỮNG MẠNH

Khi chúng ta có thể giả định rằng hầu hết mọi người trong Hội thánh đều đã tái sinh và là tín hữu của Hội thánh, thì hình ảnh của Hội thánh trong Tân Ước là một thân thể và một gia đình có thể trở thành một hiện thực sống động.

Trong sự tốt lành của Ngài, Đức Chúa Trời đã kêu gọi chúng ta bày tỏ đời sống Cơ Đốc cùng với nhau. Khi anh chị em ở trong một Hội thánh giúp mình tin Chúa và trở thành một tín hữu của Hội thánh đó, tôi nghĩ điều này là bình thường. Đức Chúa Trời muốn hành động ở trong mỗi người chúng ta qua Đức Thánh Linh. Ở trong thế gian có những mối liên hệ mang hàm ý ràng buộc; điều này cũng được áp dụng không kém ở trong Hội thánh.

Trong mạng lịnh thứ ba (Xuất 20:7; Phục truyền 5:11), Đức Chúa Trời đã cảnh báo dân sự của Ngài không được lấy danh Chúa làm chơi. Chúa không chỉ cấm chúng ta phạm thượng. Mà Chúa còn phán rằng: "Đừng tự tiện nói ngươi biết ta, đừng tự tiện nói ngươi đi theo ta, nếu ngươi không sống như điều mình nói". Làm như vậy, chẳng khác gì phạm thượng, là lấy danh Chúa làm chơi.

Mạng lịnh này cũng dành cho Hội thánh. Rất nhiều Hội thánh ngày nay nhầm lẫn vị lợi với tăng trưởng thuộc linh. Chúng ta nhầm lẫn cảm xúc cao trào với sự thờ phượng thật. Chúng ta tìm kiếm sự công nhận của thế gian thay vì sống nghịch lại đường lối của thế gian (xem 2 Ti-mô-thê 3:12). Nếu không nói đến những chỉ số phân tích, thì rất nhiều Hội thánh ngày nay không quan tâm đến những dấu hiệu của Kinh Thánh cho thấy một Hội thánh có sự tăng trưởng thật.

Sức khỏe của Hội thánh phải là mối bận tâm của tất cả Cơ Đốc nhân, vì điều này liên quan đến đời sống thuộc linh của mỗi Cơ Đốc nhân và tín hữu của Hội thánh, đặc biệt là người nào được kêu gọi giữ vai trò lãnh đạo trong Hội thánh. Hội thánh của chúng ta phải bày tỏ Phúc Âm vinh hiển của Đức Chúa Trời cho tạo vật của Ngài bằng nhiều cách khác nhau mà Chúa đã ban cho Hội thánh và qua những đường lối mà Chúa cho phép chúng liên hệ với nhau để bày tỏ sự vinh hiển của Ngài. Đó là sự kêu gọi của chúng ta; chúng ta được kêu gọi để bày tỏ Đức Chúa Trời và đặc tánh của Chúa cho tạo vật của Ngài (Ê-phê-sô 3:10). Chúng ta phải cùng nhau dâng vinh hiển cho Chúa.

GỢI Ý CHO VAI TRÒ LÃNH ĐẠO

Tôi từng nghĩ đến việc viết một quyển sách cho các mục sư có tựa đề là *Làm thế nào để bị đuổi việc   và nhanh hơn!* Tôi có thể tóm tắt ý tưởng căn bản của quyển sách thành một câu tương tự sứ đồ Phao-lô

đã nói là: Một mục sư có thể bước vào một buổi họp tín hữu trong
Hội thánh thắc mắc về sự cứu rỗi của vài tín hữu của Hội thánh đó,
từ chối làm báp-tem cho thiếu nhi, ủng hộ cách thờ phượng bằng hát
thánh ca thay vì biểu diễn âm nhạc, không cho phép kêu gọi tiến lên
tiếp nhận Chúa, thay các ban ngành (ngay cả ủy ban được bầu) thành
các trưởng lão, không tổ chức ngày cha mẹ, lễ Halloween, tết tây, lễ
tình nhân, ngày tốt nghiệp phổ thông và quốc khánh, bắt đầu áp dụng
sự kỷ luật Hội thánh, không cho phép phụ nữ giữ vị trí trưởng lão
trong Hội thánh, rồi nói rằng ông có quan điểm thần học trái với
nhiều buổi nhóm vào sáng Chúa Nhật. Vị mục sư này sẽ không được
xuất hiện từ buổi họp mặt tín hữu lần tới đâu. Mặc dù tôi có thể viết
một quyển sách như thế, nhưng tôi nghĩ trước hết mình phải có một
cách tiếp cận gây dựng hơn. Tôi sợ rằng vài người đọc sách này
xong sẽ vội vàng yêu cầu Hội thánh của họ thay đổi triệt để ngay lập
tức. Nhưng hãy có sự khôn ngoan, sự kiên nhẫn, thêm lời cầu
nguyện, chỉ dẫn tận tình và có lòng yêu thương hơn một chút, thì
chúng ta sẽ ngạc nhiên về quãng đường mà mình có thể cùng đi với
Hội thánh. Câu chuyện về sự kiên trì của con rùa và sự vội vàng của
con thỏ là một ngụ ngôn dành cho các mục sư.

Sau đây là bốn đặc điểm mà mục sư nên giúp mang lại sự thay
đổi cần thiết cho Hội thánh của mình.

1. Hãy thành thật

Hãy cầu xin Đức Chúa Trời giúp chúng ta trung tín với Lời Chúa.
Đừng bao giờ coi thường quyền phép của sự giảng dạy chân lý. Hãy
cầu xin Chúa giúp chúng ta có sự chính trực trong chính suy nghĩ
của mình. Hãy cầu xin Chúa giúp chúng ta thành thật trong mọi sự –

khi trả lời những thắc mắc, nhưng thậm chí phải chủ động hơn để giúp mọi người biết về chính mình.

2. Hãy uy tín

Thà nhờ cậy Chúa còn hơn nương nhờ khả năng và ân tứ của mình. Hãy dành thời gian cầu nguyện một mình, với người khác và với hội chúng. Hãy kiên nhẫn. Hãy nhớ lại lời khuyên của sứ đồ Phao-lô nói với Ti-mô-thê trong 2 Ti-mô-thê 4:2 chép rằng: "hãy giảng đạo, cố khuyên, bất luận gặp thời hay không gặp thời, hãy đem lòng rất nhịn nhục mà bẻ trách, nài khuyên, sửa trị, cứ dạy dỗ chẳng thôi".

Hãy dâng lên Chúa những hoài bão của mình. Hãy hết lòng tin cậy mà phó thác đời sống mình cho Ngài; hãy hết lòng cầu xin Chúa giữ chúng ta ở lại vị trí hiện tại đến suốt đời nếu cần. Đức Chúa Trời đã ấn định tuổi thọ của mỗi người từ lúc còn thơ ấu cho đến khi trưởng thành; trong đó Ngài cũng sắp đặt nhiều kết quả khác nhau. Mục sư William Gouge, một nhà Thanh Giáo, thường nói rằng tham vọng của ông là sống phục vụ Blackfriars (Hội thánh của ông) cho đến khi về thiên quốc. Gouge đã làm mục sư của Hội thánh đó từ tháng 6 năm 1608 cho đến khi qua đời vào ngày 12 tháng 12 năm 1653. Ông là mục sư của một Hội thánh duy nhất trong vòng bốn mươi sáu năm. Hãy cầu xin Chúa gia tăng đức tin của chúng ta và giúp chúng ta nhìn thấy tấm lòng của Ngài dành cho Hội thánh còn lớn hơn tấm lòng của chúng ta nữa.

3. Hãy tích cực

Hãy cầu xin Chúa giúp chúng ta không trở thành cũng như không chỉ tiếp thu sự chỉ trích. Hãy lạc quan. Hãy giải thích rõ khải tượng của Đức Chúa Trời cho Hội thánh của Ngài, và kế hoạch chi tiết của chúng ta, cả mục tiêu dài hạn và mục tiêu tức thời. Hãy cầu xin Đức Chúa Trời giúp chúng ta xây dựng thật nhiều mối liên hệ cá nhân đáng tin cậy. Hãy thường xuyên cầu xin Chúa giúp chúng ta phát triển thật nhiều lãnh đạo hơn nữa ở trong Hội thánh (2 Ti-mô-thê 2:2). Hãy cầu xin Chúa giúp chúng ta làm gương và thúc đẩy công tác truyền giảng và truyền giáo. Hãy cầu xin Chúa thêm lên sự sốt sắng ở trong chúng – và ở trong Hội thánh – vì sự vinh hiển của Ngài.

4. Hãy chi tiết

Hãy giải thích tấm lòng của Đức Chúa Trời dành cho Hội thánh của Ngài sao cho phù hợp với bối cảnh của Hội thánh. Hãy sử dụng nguồn tài liệu hữu ích từ chính lịch sử của Hội thánh. Hãy tìm hiểu từ những tín hữu lớn tuổi hơn về lịch sử Hội thánh của mỗi chúng ta. Hãy trở thành một nhà nghiên cứu về cây cối. Tại Nhà thờ Lincoln, một người hướng dẫn đã nói cùng tôi là những người nghiên cứu cây cối phải lấy mẫu thử nghiệm từ một cây sồi cao mười bốn mét đã nâng đỡ mái của nhà thờ hàng thế kỷ qua để tìm hiểu cây sồi này đã được trồng khi nào và được thu hoạch khi nào. Những kết quả thu hoạch mà ông ta cho chúng tôi nhìn thấy đã hơn 150 tuổi, rất nhiều cây đã được trồng vào những năm 900 và được thu hoạch vào những năm 1100.

Hãy trở thành một nhà nghiên cứu lịch sử của Hội thánh. Khi làm vậy, chúng ta đang bày tỏ lòng tôn trọng và học hỏi.

Hy vọng chúng ta sẽ trở thành tác nhân khôi phục lại những điều đã từng rất tốt đẹp của Hội thánh và lãnh đạo Hội thánh hướng tới những điều vĩ đại mà Chúa đã dự bị cho Hội thánh ở trong tương lai, khi Hội thánh của chúng ta bày tỏ đặc tánh của Đức Chúa Trời cho tạo vật của Ngài. Đây là một trách nhiệm hết sức tuyệt vời và là một vinh dự không gì sánh bằng. Cầu xin Đức Chúa Trời khiến Hội thánh của chúng ta trở thành Hội thánh vững mạnh, cầu xin Chúa đầy dẫy Đức Thánh Linh trên các Hội thánh ở khắp nơi trên thế giới để thực hiện điều tương tự như vậy, vì sự vinh hiển của Ngài. Cầu xin Đức Chúa Trời ban phước cho chúng ta ở trong công tác này.

PHỤ LỤC 2

"ĐỪNG LÀM THẾ!" TẠI SAO KHÔNG NÊN THỰC HÀNH SỰ KỶ LUẬT TRONG HỘI THÁNH

"Đừng làm thế". Đó là điều đầu tiên tôi nói với các mục sư khi họ phát hiện sự kỷ luật của Hội thánh ở trong Kinh Thánh. Tôi trả lời là: "Bây giờ thì chưa cần làm". Tại sao lại khuyên như vậy?

Hãy suy nghĩ về những điều sẽ xảy ra trong quá trình khám phá. Khi các mục sư nghe về sự kỷ luật của Hội thánh lần đầu tiên, họ thường nghĩ ý tưởng này thật nực cười. Nghe có vẻ không yêu thương, trái với Tin lành, kỳ quặc, kiểm soát, luật pháp và phán xét. Điều này dường như không khả thi. Họ thậm chí còn tự hỏi có bất hợp pháp không.

HỌ MỞ KINH THÁNH CỦA MÌNH RA

Có lẽ khi người ta không để ý, các mục sư này kiểm tra lại trong Kinh Thánh của họ. Họ thấy những đoạn như 2 Tê-sa-lô-ni-ca 3:6, hoặc Ga-la-ti 6:1, hoặc bản văn kinh điển về kỷ luật là 1 Cô-rinh-tô 5. Họ suy xét bối cảnh của Cựu Ước, rồi nhớ lại Đức Chúa Trời luôn muốn dân sự của Ngài phản ánh sự thánh khiết của Ngài (Phục truyền 17:7; Lê-vi ký 19:2; Ê-sai 52:11; 1 Phi-e-rơ 1:16). Sau đó, họ chuyển sang lời dạy của Chúa Jêsus và khám phá thấy trong cùng một chương thuật lại sự việc Chúa Jêsus lên án chủ nghĩa phán xét (xem Ma-thi-ơ 7:1), Chúa cũng cảnh báo các môn đồ phải cảnh giác chống lại các tiên tri giả và chống lại những kẻ tuyên bố theo Chúa nhưng không làm theo Lời Chúa (Ma-thi-ơ 7:15–20; 21–23). Cuối cùng, họ đọc đến Ma-thi-ơ 18, Chúa Jêsus dạy các môn đồ của Ngài phải loại trừ tội nhân không chịu ăn năn trong một số tình huống nhất định (c.17). Có lẽ các Hội thánh nên thực hành sự kỷ luật chăng?

Điều cuối cùng khiến các mục sư tốt bụng, hiền lành, khéo thích nghi, đã từng nổi tiếng này có thể vượt qua giới hạn đó là vì họ khám phá ra một thực tế, đó là một vài Hội thánh đang thực hành sự kỷ luật trong Hội thánh. Không phải là những Hội thánh kỳ quặc và sai lạc, mà là những Hội thánh hạnh phúc, đang phát triển, to lớn, được lèo lái bởi ân điển như Hội thánh Cộng đồng Ân điển ở Sun Valley, California, hoặc Hội thánh Trưởng lão thứ Mười ở Philadelphia, hoặc Hội thánh Báp-tít Đầu tiên ở Durham, North Carolina, hoặc Hội thánh Village gần Dallas.

Bây giờ các mục sư này đang gặp phải vấn đề. Họ nhận ra mình cần phải vâng lời. Họ cảm thấy bị thôi thúc bởi vì Kinh Thánh nói về một Hội thánh có sự thánh khiết, có tình yêu thương, có sự hiệp một; một Hội thánh phản ánh Đức Chúa Trời duy nhất, thánh khiết, yêu thương. Họ hiểu rằng thất bại thực hành sự kỷ luật sẽ làm tổn thương Hội thánh và vai trò chứng nhân của Hội thánh đối với thế gian.

Chính lúc này, một quyết tâm ủ rũ thường bắt đầu nảy sinh.

"Điều cuối cùng tôi muốn làm đó là dẫn dắt hội chúng này theo Kinh Thánh kể từ đây!" Thường là vậy.

GIỐNG NHƯ MỘT TIA SÁNG PHÁT RA TỪ BẦU TRỜI XANH

Trong sự sinh hoạt bình yên, đầy ý nghĩa của một hội chúng vô tội, tin vào Kinh Thánh, thì sự kỷ luật của Hội thánh phát ra như tia chớp! Có thể là trong một bài giảng. Có thể là qua một cuộc trò chuyện giữa mục sư và một chấp sự. Có thể là một động thái được sắp xếp vội vàng để gặp một tín hữu Hội thánh. Nhưng ở đâu có sự kỷ luật, thì ở đó sự nghiêm túc và một loạt các trích dẫn Kinh Thánh. Sau đó, hành động chân thành được thực hiện. Câu trả lời xuất hiện. Gây hiểu lầm và tổn thương cảm xúc. Những lời buộc tội được đưa ra. Tội lỗi bị tấn công và được bênh vực. Những cái tên được kể ra. Vô cùng gay gắt! Bản giao hưởng hài hòa của hội chúng địa phương chuyển thành những tranh luận và lời buộc tội. Mọi người kêu lên rằng: "Chuyện này tới khi nào mới dừng lại đây?" và "Vậy, bạn nghĩ mình hoàn hảo lắm hả?"

Mục sư phải làm gì đây? Lời khuyên của tôi là: "Đừng để bản thân rơi vào tình huống này ngay từ đầu. Một khi chúng ta phát hiện ra sự kỷ luật của Hội thánh đúng theo Kinh Thánh, thì hãy tạm dừng việc thực hành sự kỷ luật trong một thời gian". (Sự kỷ luật của Hội thánh vừa sửa trị vừa định hình, về thứ hai ám chỉ công tác dạy dỗ hoặc uốn nắn Cơ Đốc nhân của Hội thánh).

Bây giờ, có lẽ chúng ta đang nghĩ rằng: "Mark, ông muốn chúng tôi không làm theo Kinh Thánh sao?"

Thực ra là không phải. Tôi đang cố gắng giúp anh chị em làm theo những điều Chúa Jêsus đã dạy dỗ các môn đồ của Ngài (xem

Lu-ca 14:25–33): hãy đếm cái giá phải trả trước khi anh chị em bắt đầu. Hãy chắc chắn rằng hội chúng của chúng ta hiểu thật đầy đủ và đón nhận sự dạy dỗ của Kinh Thánh. Mục tiêu của chúng ta không phải là lập tức tuân thủ sau khi nghe hiệu lệnh, mà là một hội chúng được cải cách bởi Lời Đức Chúa Trời. Chúng ta muốn họ đi đúng hướng. Điều này đòi hỏi sự chăn bầy cách kiên nhẫn.

LÀM SAO CHĂN DẮT HỘI THÁNH HƯỚNG TỚI SỰ KỶ LUẬT

Thứ nhất, *hãy khuyến khích sự khiêm nhường*. Hãy giúp mọi người thấy rằng họ có thể bị nhầm lẫn về tình trạng thuộc linh của mình. Hãy suy xét tấm gương của một người ở trong 1 Cô-rinh-tô 5 cũng như lời khuyên của sứ đồ Phao-lô dành cho tín hữu ở thành Cô-rinh-tô cách bao quát hơn ở trong 2 Cô-rinh-tô 13:5. Sứ đồ Phao-lô buộc chúng ta phải tự xét lấy mình để xem thử chúng ta có đức tin chăng. Tín hữu Hội thánh của bạn có biết rằng họ cần phải giúp đỡ lẫn nhau làm điều đó chăng?

Thứ hai, *hãy đảm bảo hội chúng hiểu rõ vai trò tín hữu Hội thánh theo Kinh Thánh*. Mọi người không hiểu sự kỷ luật vì họ không hiểu vai trò của tín hữu. Vai trò của tín hữu là một hội chúng có mối liên hệ với nhau. Một hội chúng không được tạo ra, duy trì hoặc kết thúc chỉ bởi hành động của một cá nhân nào đó; một cá nhân không thể đơn phương gia nhập vào Hội thánh mà không có sự đồng ý của hội chúng. Tương tự, một cá nhân không thể tiếp tục giữ vai trò tín hữu, hoặc từ bỏ vai trò tín hữu của một hội chúng mà không có sự chấp thuận rõ ràng hoặc mặc nhiên của hội chúng (ngoại trừ qua đời) Thật khó nói, nhưng về cơ bản tôi muốn nói rằng Hội thánh mới có quyền quyết định ai là tín hữu của Hội thánh.

Tín hữu không thể đơn thuần bỏ đi khi họ vẫn chưa ăn năn tội lỗi của mình.[1]

Tuy nhiên, một khải tượng về vai trò tín hữu phải được trình bày cách tích cực trước tiên. Hãy hiểu rõ những điều Kinh Thánh dạy về vai trò của tín hữu trong Hội thánh. Hãy chắc chắn rằng chúng ta đã quen thuộc với một vài điểm và phân đoạn quan trọng mà để nhắc nhở các tín hữu khi họ có câu hỏi. Hãy tìm kiếm cơ hội qua những bài giảng của anh chị em để dạy về sự khác biệt giữa Hội thánh và thế gian, sự khác biệt đó quan trọng như thế nào đối với bản chất và sứ mạng của Hội thánh. Hãy giúp hội chúng nhìn thấy kế hoạch của Đức Chúa Trời dành cho Hội thánh của Ngài đến nỗi những nét phác thảo của sự kỷ luật dần dần trở nên rõ ràng hơn bằng sự vắng mặt của chúng trong sinh hoạt của Hội thánh. Hãy nhớ rằng tất cả tín hữu phải hiểu rõ vai trò của tín hữu và sự kỷ luật vì họ phải thực hiện những điều đó.

Thứ ba, hãy cầu xin Đức Chúa Trời giúp chúng ta làm gương qua cách phục vụ Cơ Đốc nhân khác ở trong Hội thánh bằng sự giảng dạy cách công khai và đối xử với gia đình và những cá nhân trong chỗ riêng tư. Hãy hướng tới việc tạo ra một môi trường môn đồ hóa và tinh thần trách nhiệm trong Hội thánh của chúng ta, để Cơ Đốc nhân hiểu rằng một phần căn bản trong việc đi theo Chúa Jêsus là giúp người khác đi theo Chúa Jêsus (cả truyền giảng và kỷ luật Cơ Đốc nhân khác). Hãy giúp họ hiểu rằng họ phải có trách nhiệm đặc biệt với những tín hữu khác ở trong Hội chúng của mình. Hãy

1. Để thảo luận đầy đủ hơn về vấn đề này, hãy đọc bài viết "Từ chức trước – Thẻ ra tù miễn phí chăng?" của Jonathan Leeman, Tập san 9Marks (Tháng 11/12 năm 2009), https://www.9marks.org/article/preemptive-resignation-get-out-jail-free-card/.

dạy họ biết rằng đời sống Cơ Đốc cá nhân rất quan trọng, nhưng không phải là riêng tư.

Thứ tư, hãy chuẩn bị cho hội chúng một bản hiến pháp và giao ước bằng văn bản. Hãy tham khảo bài viết của Ken Sande trên trang điện tử của 9Marks để có thêm lời khuyên.[2] Hãy bắt đầu giảng dạy các lớp về vai trò của tín hữu, trong đó các vấn đề liên quan đến vai trò tín hữu và sự kỷ luật phải được giảng dạy cách rõ ràng.

Thứ năm, cũng là cuối cùng, trong chức vụ giảng luận, đừng bao giờ mệt mỏi giảng dạy về Cơ Đốc nhân là gì. Hãy thường xuyên định nghĩa về Phúc Âm và sự cải đạo. Hãy dạy thật rõ là một Hội thánh vốn được hình thành bởi những tội nhân sống trong sự ăn năn, chỉ tin cậy vào Đấng Christ và sống xứng đáng với niềm đó. Hãy cầu nguyện hầu cho chúng ta luôn tập chú vào Phúc Âm. Hãy quyết tâm rằng, nhờ Chúa vùa giúp, chúng ta sẽ dần dần hướng hội chúng của mình tiến tới sự thay đổi. Hãy cầu nguyện rằng, thay vì hỏi thăm đời sống thuộc linh của nhau là điều chuyện lạ ở trong Hội thánh, thì chúng ta sẽ trở thành một Hội thánh không hỏi thăm đời sống của nhau mới là chuyện lạ.

CHÚNG TA BIẾT MÌNH ĐÃ SẴN SÀNG KHI . . .

Chúng ta biết hội chúng của mình sẵn sàng thực hành sự kỷ luật trong Hội thánh khi:

Các lãnh đạo của chúng ta hiểu rõ điều đó, nhất trí với nhau và nhận thức được tầm quan trọng của sự kỷ luật. (Sự lãnh đạo trưởng

---

2. Lời cam kết: "Bảo vệ sự kỷ thuật trong Hội thánh theo Kinh Thánh" của Ken Sande, Tập san 9Marks (tháng 2 năm 2010), https://www.9marks.org/article/informed-consent-biblical-and-legal-protection-church-discipline/.

thành giữa vòng một vài trưởng lão chính là mô hình lãnh đạo phù hợp với Kinh Thánh nhất, đây cũng là mô hình hữu ích nhất để hướng dẫn một Hội thánh vượt qua những cuộc bàn luận có khả năng gây biến động).

- Hội chúng của chúng ta có chung sự hiểu biết về sự kỷ luật là xứng hiệp với Lời Chúa.
- Vai trò của tín hữu trong Hội thánh của chúng ta chủ yếu gồm có những người thường xuyên lắng nghe bài giảng của chúng ta.
- Một trường hợp đặc biệt xuất hiện, trong đó tín hữu của chúng ta sẽ nhận thức khá thống nhất rằng sự dứt phép thông công là hành động đúng đắn. (Thí dụ, sự dứt phép thông công vì tội ngoại tình có nhiều khả năng mang lại sự đồng thuận giữa vòng tín hữu hơn là bị dứt phép thông công vì không đi nhóm Hội thánh).

Vậy, thưa các mục sư, mặc dù chúng ta đã từng nghĩ rằng sự kỷ luật của Hội thánh là vô lý, thì tôi cầu xin Chúa sẽ giúp hội chúng của chúng ta thấy rằng đó là một hành động vâng lời và thương xót có tình yêu thương, thách thức, thu hút, dứt khoát, tôn trọng, ân điển, điều này sẽ giúp xây dựng một Hội thánh làm vinh hiển Đức Chúa Trời. Nhưng hãy nhớ rằng, khi chúng ta bị thuyết phục về sự kỷ luật theo Kinh Thánh ở trong Hội thánh lần đầu tiên, thì đầu tiên chúng ta cần bắt đầu áp dụng điều này với một hội chúng mới vừa thành lập bằng cách không thực hành sự kỷ luật, hầu cho chúng ta có thể áp dụng điều này trong tương lai.

PHỤ LỤC 3
BỨC THƯ GỐC VỀ 9 DẤU HIỆU

Đây là bức thư tôi đã viết cho các trưởng lão của một Hội thánh mà tôi đã gây dựng và làm mục sư nhiều năm trước đó ở Massachusetts, hiện tại họ đang tìm kiếm một mục sư. Ở trong bức thư này, tôi đã đưa ra "Chín dấu hiệu của một Hội thánh vững mạnh" lần đầu tiên.

Thưa anh chị em yêu dấu, ngày 30 tháng 10 năm 1991 tôi đã suy nghĩ và cầu nguyện để viết thư cho anh chị em. Tôi sẽ gửi lá thư này đến các trưởng lão, vì theo Kinh Thánh, anh chị em là những người chịu trách nhiệm về tình trạng thuộc linh của bầy chiên; nhưng tôi cũng không ngại gì nếu bức thư này được chia sẻ rộng rãi hơn.

Tôi rất mừng vì Đức Chúa Trời đã ban cho anh chị em sự ổn định và sự phát triển ở trong Hội thánh suốt năm năm qua. Tôi cảm thấy vai trò trưởng lão đã được thực hiện cách trung tín và tận tụy, đặc biệt là sự cam kết của Zane đối với việc giảng luận theo Kinh Thánh. Khi tới gần thời điểm chuyển tiếp khó khăn này, tôi có vài suy nghĩ về những điều chúng ta nên tìm kiếm ở một người mục sư. Lưu ý, làm theo chín điều mà tôi đưa ra dưới đây sẽ không đảm bảo người đó là một mục sư tốt, nhưng tôi thấy nếu thiếu từng điều sau đây sẽ dần tạo ra ảnh hưởng tiêu cực đến Hội thánh. Vậy, tôi xem hết thảy những điều này là cần thiết, nhưng không phải là đầy đủ. Thí dụ, chúng ta có người hội tụ hết thảy những điều dưới đây, nhưng lại không có ân tứ hoặc được kêu gọi làm mục sư. Thật vậy, tôi tin rằng đây là trường hợp xảy ra với phần lớn tín hữu tại Hội thánh New Meadows hiện nay. Mặt khác, chớ để một người không biết xây dựng mối liên hệ và giao tiếp, kể cả người đó hết sức tin cậy vào thẩm quyền của Kinh Thánh và thực hành sự cầu nguyện đi nữa, nhưng lại thiếu mất một hoặc hai điều dưới đây và tôi tin rằng thời gian sẽ cho thấy Hội thánh New Meadows sẽ trở thành cái xô bị rò rỉ giống như rất nhiều Hội thánh ngày nay – không giữ được nước hằng sống như thế gian ở xung quanh họ. Tôi chỉ ra những điều này sau khi đã nghĩ kỹ và cầu nguyện nhiều, vì đáng tiếc là những điều đó hiếm khi được đánh giá cao giữa vòng những người được kêu gọi làm mục sư và người chăn bầy ngày hôm nay. Vậy, nói tóm lại là tôi không cung cấp cho chúng ta một danh sách nặng nề về những điều tôi nghĩ chúng ta nên tìm kiếm ở một người mục sư. Có nhiều vấn đề khác sẽ ảnh hưởng đến lựa chọn đó. Tuy nhiên, tôi đang cung cấp cho chúng ta một danh sách những phẩm chất cần thiết và cũng rất hiếm hoi, đây là điều tôi cầu xin Chúa giúp chúng ta tin rằng Chúa sẽ ban những điều này cho người mục sư.

Phẩm chất đầu tiên mà tôi muốn chúng ta phải đảm bảo rằng điều này đang có mặt ở trong đời sống của đối tượng sẽ được chúng ta chọn vào vị trí trưởng lão, nhưng đặc biệt là vai trò mục sư, đó là cam kết giảng giải Kinh. Điều này có vẻ như đang nói về việc tin cậy thẩm quyền của Kinh Thánh, nhưng không chỉ có thế thôi đâu. Tôi tin rằng cam kết giảng giải Kinh có nghĩa là cam kết lắng nghe Lời Đức Chúa Trời. Nếu chúng ta có một người vui vẻ chấp nhận thẩm quyền của Lời Chúa, nhưng thực tế (dù có cố ý hay không) lại không giảng giải Kinh, thì người đó sẽ không giảng được nhiều hơn những điều người đó đã biết đâu. Khi một người lấy một đoạn Kinh Thánh và chỉ khuyên bảo hội chúng về một đề tài quan trọng, nhưng không thực sự rao giảng điểm trọng tâm của phân đoạn đó, thì người ta chỉ nghe thấy trong Kinh Thánh những điều mà họ đã thấy từ bản văn mà thôi. Chính vì vậy mà cam kết rao giảng Kinh Thánh theo bối cảnh, giãi bày, tập trung vào điểm trọng tâm của phân đoạn, thì chúng ta mới nghe thấy từ Đức Chúa Trời những điều mà mình không muốn nghe. Từ lời kêu gọi ăn năn ban đầu đến điều Đức Thánh Linh đã cáo trách chúng ta gần đây nhất, thì toàn bộ sự cứu rỗi của chúng ta bao gồm lắng nghe Đức Chúa Trời bằng cách mà, trước khi nghe thấy Ngài, chúng ta sẽ không bao giờ đoán được. Giao cho người nào chịu trách nhiệm giám sát thuộc linh của bầy chiên mà thực tế người đó không hề có cam kết lắng nghe và giảng dạy Lời Chúa, tức là chí ít đã gây trở ngại và gần như giới hạn sự phát triển của Hội thánh từ vị trí của người mục sư. Hội thánh sẽ dần biến hóa theo tâm trí của ông ta, thay vì theo tâm trí của Đức Chúa Trời.

Phẩm chất thứ hai là tôi hy vọng chúng ta sẽ yêu cầu đối tượng được gọi làm trưởng lão phải có một hệ thống thần học đúng đắn – tức là sống đúng với cái gọi là được cải chánh. Hiểu sai các tín lý căn bản như sự tuyển chọn (Sự cứu rỗi của chúng ta tùy thuộc vào Đức Chúa Trời hay chúng ta?); bản chất loài người (Con người có bản tính xấu hay tốt? Họ chỉ cần sự khích lệ và nâng cao lòng tự trọng, hay là họ cần sự tha thứ và sự sống mới?); công tác của Đấng Christ trên thập tự giá (Chúa đã hy sinh để chúng ta có một lựa chọn phải không? Hay là Chúa đã chịu thay cho chúng ta?); bản chất của sự cải đạo (cụ thể hơn ở bên dưới); sự chắc chắn của chúng ta đối với sự thần hựu của Đức Chúa Trời chủ yếu dựa vào bản chất và đặc tánh của Ngài chứ không phải tính cách của chúng ta, thì vấn đề không giống mấy chuyện hài hước diễn ra trong phòng ăn trưa tại chủng viện đâu, mà vấn đề là sự trung thành với Lời Chúa và nhiều chuyện liên quan đến vai trò mục sư sẽ liên tục phát sinh. Cơ Đốc nhân nào, nhưng đặc biệt là đối với người trưởng lão, chống lại ý niệm căn bản về quyền tối thượng của Đức Chúa Trời trong mọi khía cạnh đời sống mà vẫn thực hành Cơ Đốc giáo, thì chẳng qua là đang đùa giỡn với chủ nghĩa ngoại giáo có thiện ý mà thôi. Giống như một tấm lòng đã làm báp-tem rồi mà vẫn không tin và trở thành tấm gương để cho thấy mình không hề sẵn sàng tin cậy vào Đức Chúa Trời. Trong thời kỳ văn hóa yêu cầu chúng ta biến công tác truyền giảng thành quảng cáo và giải thích công tác của Đức Thánh Linh thành tiếp thị, trong đó các Hội thánh thường giải thích Đức Chúa Trời theo ảnh tượng của loài người, tôi sẽ đặc biệt cẩn thận tìm kiếm một người hiểu biết về quyền tối thượng của Đức Chúa Trời theo Kinh Thánh và bằng kinh nghiệm.

Phẩm chất thứ ba mà người trưởng lão năng động lãnh đạo Hội thánh buộc phải có đó là hiểu biết Phúc Âm theo Kinh Thánh. J. I. Packer trình bày rất hay mối liên hệ giữa điểm cuối cùng với điểm này trong phần giới thiệu của ông về quyển sách *Sự chết của cái chết trong sự chết của Đấng Christ* của tác giả John Owen. Nếu chúng ta chưa đọc lại quyển sách này, thì hãy đọc lại ngay bây giờ trong khi chúng ta cầu nguyện và tìm kiếm một người mục sư mới. Có một tấm lòng vì Phúc Âm nghĩa là có một tấm lòng hướng về chân lý – tức là Đức Chúa Trời bày tỏ chính Ngài, nhu cầu của chúng ta, sự hy sinh của Đấng Christ và trách nhiệm của chúng ta. Trình bày Phúc Âm như là một chất phụ gia để giúp người chưa tin Chúa nhận được cái họ muốn (niềm vui, bình an, hạnh phúc, thỏa mãn, tự trọng, tình yêu) là đúng một nửa, nhưng chỉ đúng một nửa mà thôi. Như Packer nói rằng: "Một nửa chân lý mà cải trang thành toàn bộ chân lý thì hoàn toàn không phải là chân lý". Về cơ bản, chúng ta cần sự tha thứ, chúng ta cần sự sống thuộc linh. Trình bày Phúc Âm mà không quyết liệt như vậy tức là tạo ra sự cải đạo giả dối và gia tăng tín hữu trong Hội thánh cách vô nghĩa, cả hai điều này sẽ làm cho công tác truyền giáo thế giới của chúng ta trở nên khó khăn hơn.

Phẩm chất thứ tư mà người trưởng lão buộc phải làm là có sự hiểu biết theo Kinh Thánh về sự cải đạo. Nếu sự cải đạo chỉ là việc làm của chúng ta, thay vì là công tác của Đức Chúa Trời, thì chúng ta đang hiểu lầm. Mặc dù sự cải đạo chắc chắn phải có một cam kết chân thành, một quyết định tự giác, nhưng không chỉ có thể thôi đâu. Kinh Thánh dạy rõ rằng không phải tất cả chúng ta đều đang trên đường đến cùng Đức Chúa Trời, có người tìm thấy con đường đó, những người khác vẫn đang tìm kiếm. Thay vào đó, Kinh Thánh còn cho thấy chúng ta cần phải thay đổi tấm lòng, biến đổi tâm trí, được ban cho sự sống thuộc linh. Chúng ta không thể làm được những điều đó đâu. Chúng ta có thể cam kết, nhưng chúng ta phải được cứu rỗi. Sự thay đổi triệt để mà mỗi người cần, cho dù ngoại hình của chúng ta như thế nào, chỉ có Đức Chúa Trời mới có thể làm được. Chúng ta cần Đức Chúa Trời cải đạo chúng ta. Tôi nhớ lại câu chuyện của Spurgeon khi ông đi bộ ở Luân Đôn, một người say rượu đã đến gần ông, dựa vào cột đèn và nói rằng: "Này, ông Spurgeon, tôi là một trong những người cải đạo của ông". Spurgeon đáp rằng: "Anh chắc chắn là người của tôi – nhưng anh chắc chắn không phải là người của Chúa!"[1] Các Hội thánh của người Mỹ, các

---

1. C. H. Spurgeon, *Kẻ chinh phục linh hồn* (Grand Rapids, MI: Eerdmans, 1963),

Hội thánh Báp-tít Nam Phương, có đầy ắp những người cam kết rất chân thành tại một thời điểm nào đó trong cuộc đời của họ, nhưng rõ ràng họ chưa hề thay đổi cách triệt để như Kinh Thánh nói về sự cải đạo. Theo một nghiên cứu gần đây, tỷ lệ ly hôn cao hơn 50% so với mức trung bình toàn quốc. Nguyên nhân chí ít là do hàng ngàn mục sư Báp-tít Nam Phương giảng dạy về sự cải đạo không đúng với Kinh Thánh. Một lần nữa, nếu chúng ta không giữ ba điều đầu tiên đã được đề cập ở trên, thì chẳng có gì đáng ngạc nhiên khi điều này cũng làm sai. [Xin đừng hiểu lầm rằng tôi đang nhấn mạnh vào sự cải đạo nóng cháy về mặt cảm xúc tại một thời điểm cụ thể nào đó. Tôi đang nhấn mạnh vào chân lý thần học làm nền tảng cho sự cải đạo, chứ không phải là một kinh nghiệm cụ thể về sự cải đạo. Chúng ta thấy trái thì biết cây].

Phẩm chất thứ năm mà người nào được chúng ta giao phó trách nhiệm giảng dạy cần phải có (tất cả trưởng lão đều phải có, 2 Ti-mô-thê 2:2) là *có sự hiểu biết theo Kinh Thánh về công tác truyền giảng.* Nếu tâm trí của chúng ta đã có sự hiểu biết về Đức Chúa Trời và Phúc Âm, nhu cầu của loài người và sự cải đạo theo Kinh Thánh, thì tự nhiên sẽ hiểu biết đúng đắn về công tác truyền giảng. Theo Kinh Thánh, truyền giảng là chia sẻ Phúc Âm cách tự do và tin cậy Đức Chúa Trời sẽ làm sự cải đạo. Cho dù chúng ta ép buộc sự tái sinh phải xảy ra như thế nào thì cũng giống như tiên tri Ê-xê-chi-ên cố gắng khâu mấy bộ xương khô lại với nhau mà thôi. Kết quả cuối cùng đều giống nhau. Một lần nữa, nếu hiểu về sự cải đạo chỉ là một cam kết chân thành tại một thời điểm nào đó, thì chúng ta chỉ cần

---

trang 37. Xin cảm ơn Mike Gilbart-Smith là người cho tôi thấy mình đã mô tả sai sự việc xảy ra với Spurgeon, thực tế thì Spurgeon đã kể lại sự việc xảy ra với Rowland Hill. Bây giờ, tôi đã trở thành cha đẻ của một câu chuyện ngụy tạo về Spurgeon – một điều đáng buồn đối với một sử gia tương lai!

dẫn mọi người tiến tới thời điểm đó là được. Tuy nhiên, theo Kinh Thánh, trong khi chúng ta cần có sự quan tâm, nài khuyên, thuyết phục, thì nhiệm vụ đầu tiên của chúng ta là phải trung thành với nghĩa vụ Đức Chúa Trời đã giao cho mình, đó là chia sẻ Tin lành. Chúa sẽ làm sự cải đạo. Nếu có sự khác biệt đáng kể về số lượng tín hữu và khách vãng lai trong Hội thánh của một mục sư, thì tôi sẽ tự nhiên thắc mắc rằng họ có hiểu sự cải đạo là gì không và họ đang truyền giảng như thế nào mà lại tạo ra quá nhiều người không hề dự phần vào sinh hoạt của Hội thánh như vậy, nhưng lại chắc chắn về sự cứu rỗi của mình và tin rằng Hội thánh đang được phước. Tôi có thể cung cấp cho chúng ta những thư mục về từng điểm này, nhưng tôi sẽ không giả định rằng chúng ta đã biết các sách mà tôi sẽ đề xuất. Trong một loạt bài giảng nói về công tác truyền giảng mà tôi đã thực hiện vào tháng 2 vừa qua cho một trường đại học trong thị trấn, tôi đã kết luận ba điều mà họ phải quyết định về Phúc Âm (Đức Chúa Trời, loài người, Đấng Christ, đáp ứng) đó là: quyết định này phải trả giá (vì thế, phải được xem xét cách cẩn thận), cấp bách (vì thế, phải được thực hiện) và quý giá (vì thế, phải làm ngay). Đó là sự cân bằng mà tôi cần làm trong công tác truyền giảng của mình.

Phẩm chất thứ sáu, theo những gì vừa nói xong, tôi cần phải có sự hiểu biết theo Kinh Thánh về vai trò tín hữu trong Hội thánh. Đáng buồn thay, nếu đó là trường hợp, tôi đoán rằng hầu hết các mục sư Báp-tít Nam Phương sẽ tự hào về sáu ngàn tín hữu ở trong Hội thánh của họ hơn là xấu hổ vì chỉ có tám trăm người đi nhóm. Số liệu có thể trở thành thần tượng rất dễ dàng – có lẽ dễ dàng hơn – so với những số liệu được chạm khắc. Nhưng chính Đức Chúa Trời sẽ đánh giá công việc của chúng ta, còn tôi nghĩ rằng Chúa sẽ cân hơn là đếm. Nếu Hội thánh là một tòa nhà, thì chúng ta phải là những viên gạch; nếu Hội thánh là một thân thể, thì chúng ta phải là những chi thể; nếu Hội thánh là gia đình đức tin, thì chúng ta phải là một phần của gia đình. Con chiên ở trong bầy chiên, nhánh nho ở trên cây nho. Hãy quên cái thời văn hóa phù du đi – tức là thời người ta còn làm bảng tên, liệt kê danh sách trên máy tính – nếu chúng ta là Cơ Đốc nhân, chúng ta phải là tín hữu của một Hội thánh. Chúng ta không được bỏ qua sự nhóm lại (Hê-bơ-rơ 10:25). Vấn đề không chỉ là có tên trong danh sách; mà là có một cam kết cách sống động.

Thứ bảy, có lẽ là khó khăn nhất đối với chúng ta, tôi sẽ yêu cầu người đó phải hiểu biết và bị thuyết phục bởi mô hình có nhiều trưởng lão giống như thời kỳ Tân Ước (xem Công vụ 14:23, sứ đồ Phao-lô thường xuyên đề cập về một số trưởng lão trong từng Hội thánh địa phương). Tôi hoàn toàn bị thuyết phục về cách thực hành của Tân Ước, đặc biệt cần thiết trong các Hội thánh thời đó và kể cả bây giờ khi chúng ta không còn sự hiện diện của các sứ đồ nữa. Điều này không có nghĩa là mục sư không có vai trò riêng biệt (hãy tìm kiếm một tài liệu tham khảo nói về "công tác giảng luận" và "người truyền đạo"), nhưng ông cũng là một phần không thể thiếu trong vai trò trưởng lão. Nghĩa là các quyết định liên quan đến Hội thánh, nhưng không cần toàn thể Hội thánh phải chú ý, thì mục sư không nên quyết định một mình, mà phải được quyết định bởi các trưởng lão. Tuy điều này nghe thật vướng bận (tôi chắc rằng chúng ta đã biết quá rõ), nhưng lợi ích to lớn của việc này là Hội thánh có thể hỗ trợ những ân tứ của mục sư cách tốt nhất, còn nhiều cách khác nữa sẽ đề cập ngay bây giờ. Dẫu sao, điều này phải được thực hiện cách rõ ràng khi mời một mục sư về Hội thánh. Nếu ông là một tín hữu của Hội thánh Báp-tít Nam Phương, thì ông sẽ cho rằng các trưởng lão là chấp sự hoặc chỉ có mặt để giúp ông ta hoàn thành những điều ông muốn làm. Ông ta có thể không biết ơn vì chúng ta đã mời ông ấy về để làm trưởng lão, trong số đó mục sư là trưởng lão giảng dạy chính. Tôi tin rằng nếu hầu hết các mục sư hiểu rõ ý tưởng này, họ sẽ đón nhận ý tưởng ngay, để giảm bớt gánh nặng trên vai của họ. Tôi cũng lo là phần lớn sẽ không làm như vậy vì những hiểu biết không theo Kinh Thánh về vai trò trưởng lão, hoặc tệ hơn là vẫn còn tập chú vào cái tôi chưa được nên thánh.

Vấn đề thứ tám mà tôi muốn người mới đảm nhận vai trò trưởng lão trong Hội thánh phải hiểu rõ và quả quyết về sự kỷ luật trong Hội thánh. Đây là một trong những điều làm cho việc trở thành tín hữu Hội thánh có ý nghĩa, đã được Hội thánh thực hành cách phổ biến, nhưng lại gần như biến mất hoàn toàn khỏi sinh hoạt của Hội thánh Báp-tít Nam Phương trong ba thế hệ qua. Mấy lời của Chúa Jêsus trong Ma-thi-ơ 18 và sứ đồ Phao-lô trong 1 Cô-rinh-tô 5:4–13 (cùng với những phân đoạn khác) cho thấy rõ rằng Hội thánh phải thực hiện sự phán xét ở trong thân thể của mình, điều này có ích cho sự cứu rỗi, chứ không phải để trả thù. Nếu chúng ta không thể nói với một Cơ Đốc nhân về việc không được sống sai trật, thì chúng ta không thể nói với người đó đang sống như thế nào. Một lần nữa, một trong những bận tâm của tôi về các chương trình môn đồ hóa của Hội thánh là chúng đang hoạt động giống như chúng ta đổ nước vào một cái xô bị rò rỉ vậy. Mặc dù vấn đề này đầy dẫy những nan đề trong vai trò của mục sư, nhưng toàn bộ đời sống Cơ Đốc cũng vậy, đó không phải là lời bào chữa cho việc từ chức hoặc không thực hành nữa. Trở thành tín hữu Hội thánh không phải để chúng ta có sự kiêu ngạo, mà để tôn cao danh của Đức Chúa Trời.

Cuối cùng, vấn đề thứ chín mà tôi yêu cầu một trưởng lão phải hiểu là vai trò của Hội thánh trong việc thúc đẩy công tác môn đồ hóa và sự tăng trưởng của Cơ Đốc nhân. Như tôi đã đề cập ở trên, khi Hội thánh không thực hành sự kỷ luật, một trong những hậu quả khôn lường là sự khó khăn ngày càng tăng trong công tác môn đồ hóa của Hội thánh. Chúng ta sẽ có những tấm gương không hề minh bạch, nhiều mô hình bị nhầm lẫn. Hội thánh có nghĩa vụ trở thành công cụ của Đức Chúa Trời để giúp dân sự của Chúa tăng trưởng trong ân điển. Tuy nhiên, nếu Hội thánh là nơi chỉ dạy dỗ những tư tưởng của mục sư, Đức Chúa Trời bị chất vấn nhiều hơn là được thờ phượng, Phúc Âm bị pha loãng và công tác truyền giảng bị xuyên tạc, vai trò của tín hữu trong Hội thánh hoàn toàn vô nghĩa và tính cách thế tục được phát triển ở xung quanh mục sư, thì người ta sẽ khó tìm thấy một cộng đồng gắn kết hoặc gây dựng lẫn nhau, chứ đừng nói đến việc tôn vinh hiển Đức Chúa Trời. Khi chúng ta có thể thành thật cho rằng mọi người trong Hội thánh đều được tái sinh, còn người nào được tái sinh đều đang cam kết với Hội thánh, thì những hình ảnh về Hội thánh ở trong Tân Ước có thể không chỉ là những bài giảng hay, mà còn là những cuộc đời cảm động nữa. Ở trong thế gian, có mối quan hệ là phải có cam kết; chắc chắn chúng ta không nghĩ rằng mối quan hệ sẽ mang ý nghĩa thấp hơn như thế ở trong Hội thánh có phải không?

Tôi có thể nói ra nhiều điều nữa. Chúng ta đã kiên nhẫn đọc đến chỗ này. Tôi không có ý cho rằng chúng ta không biết gì cả về những điều kể trên và không có cam kết nào cả với những điều đó, nhưng tôi thực sự quan tâm đến Hội thánh ở New Meadows. Tôi thấy mình có nghĩa vụ nào đó ở trong lòng và trong sự cầu nguyện. Tôi nghĩ điều đó nên được bộc bạch thành từ ngữ mới đúng. Tôi không được bầu vào vị trí trưởng lão hoặc ở trong Hội thánh (tôi không nên!) nhưng tôi muốn viết điều này với hy vọng rằng chúng ta sẽ thấy chúng có ích để thảo luận, cầu nguyện và đánh giá lại. Xin biết rằng ngoài việc gửi bức thư này ra, tôi sẽ cùng với anh chị em cầu thay cho Hội thánh, đặc biệt là trong thời điểm quan trọng này,

với tư cách là một người anh em ở trong Đấng Christ,
Mark

TÁC GIẢ

 **Mark Dever** (Tiến sĩ, Đại học Cambridge) là mục sư quản nhiệm Hội thánh Báp-tít Capitol Hill ở Washington, DC, ông cũng là chủ tịch của Mục vụ 9Marks (9Marks.org). Dever là tác giả của hơn một tá đầu sách, ông cũng là diễn giả tại các hội nghị toàn quốc. Ông đang sống ở Washington, DC, cùng vợ là Connie và hai con đã trưởng thành. Ông là tác giả của nhiều sách đã được dịch sang tiếng Việt như: *Chín dấu hiệu của một Hội thánh vững mạnh, Thế nào là một Hội thánh vững mạnh*

 **9Marks**

HỘI THÁNH CỦA BẠN CÓ VỮNG MẠNH CHĂNG?

Mục vụ 9Marks trang bị cho các lãnh đạo Hội thánh một khải tượng theo Kinh Thánh và nguồn tài liệu thiết thực để bày tỏ sự vinh hiển của Đức Chúa Trời cho muôn dân qua các Hội thánh vững mạnh.

Để làm được điều này, chúng tôi muốn giúp đỡ các Hội thánh tăng trưởng theo chín dấu hiệu vững mạnh thường bị phớt lờ dưới đây:

1. Giảng giải Kinh
2. Giáo lý Phúc Âm
3. Thấu hiểu sự cải đạo và truyền giáo theo Kinh Thánh
4. Vai trò tín hữu Hội thánh
5. Sự kỷ luật trong Hội thánh theo Kinh Thánh
6. Môn đồ hóa và tăng trưởng theo Kinh Thánh
7. Vai trò lãnh đạo Hội thánh theo Kinh Thánh
8. Thấu hiểu và thực hành sự cầu nguyện theo Kinh Thánh
9. Thấu hiểu và thực hành công tác truyền giáo theo Kinh Thánh

Đối với Mục vụ 9Marks, chúng tôi viết bài, viết sách, nhận xét sách và tạp chí trực tuyến. Chúng tôi tổ chức các hội nghị, thu âm những buổi phỏng vấn và sản xuất nhiều tài liệu khác nhằm trang bị cho các Hội thánh để bày tỏ sự vinh hiển của Đức Chúa Trời.

Hãy tìm hiểu trang điện tử có **hơn 40 ngôn ngữ** và đăng ký nhận tạp chí trực tuyến miễn phí của chúng tôi. Bạn có thể xem qua danh sách các trang điện tử trong ngôn ngữ khác tại:

9marks.org/about/international-efforts

MỤC VỤ TIÊN PHONG

Mục vụ Tiên Phong ra đời với khải tượng "chuyển ngữ và xuất bản tài liệu Cơ Đốc để rao truyền sự vinh hiển của Đức Chúa Trời vì sự vui mừng của người Việt, đặc biệt là qua sự chịu khổ, trong Đức Chúa Jêsus Christ".

Tài liệu Cơ Đốc này không thể thay thế Lời Chúa và những tài liệu của Hội thánh mà quý con cái Chúa đang nhóm lại hàng tuần. Chúng tôi chỉ mong con cái Chúa sử dụng các tài liệu này để bày tỏ Phúc Âm của Đức Chúa Jêsus Christ cho gia đình, người thân, bạn bè và cộng đồng xung quanh.

Nếu bạn muốn biết làm thế nào để dâng hiến, hỗ trợ và nhận tin tức về các tựa sách khác mà Mục vụ Tiên Phong đang chuyển ngữ, xin hãy liên hệ chúng tôi bằng thư điện tử info@tienphong.org hoặc bạn có thể tìm đến trang điện tử www.tienphong.org để tải về và đọc các tài liệu miễn phí.

Chúng tôi chân thành biết ơn các anh chị em con cái Chúa đã tin tưởng hỗ trợ dự án tài liệu Cơ Đốc cho người Việt của Mục vụ Tiên Phong.

www.ingramcontent.com/pod-product-compliance
Lightning Source LLC
Chambersburg PA
CBHW020429130626
46549CB00001B/55